MAKOSA YA KITHEOLOJIA KATIKA QUR'AN

Dr. Maxwell Shimba

JUZUU YA KWANZA

TOLEO LA MWAKA 2023

Shimba Publishing, LLC
Kimechapishwa Nchini Marekani

Chapisho la Kwanza
Toleo la Mwaka 2023

Y A L I Y O M O

KUHUSU MWANDISHI .... **viii**

DIBAJI .... **x**

SEHEMU YA I **1**

Nani Alikuwa Muislamu wa Kwanza? 1

SEHEMU YA II **22**

Nani Alikuwa Nabii wa Waafrika? 22

SEHEMU YA III **42**

Kwanini Muhammad hakuwa na uhakika na unabii wake?.............42

SEHEMU YA IV **54**

Uhusiano kati ya Allah, Adamu, Malaika na Shetani 54

SEHEMU YA V **76**

Je, Watu watakula Motoni? 76

SEHEMU YA VI **79**

Je, Malaika wanaweza kuchukua Uhai Wako? 79

SEHEMU YA VII **89**

Wanawake walio Pewa Talaka hawana haki ya kuolewa kabla ya Miezi Mitatu 89

SEHEMU YA VIII **97**

Umri wa ndoa katika Uislam ni upi?...97

SEHEMU YA IX **105**

Uislam unaruhusu kuoa wasichana wadogo....................................105

SEHEMU YA X **107**

Qur'an inakataza Waislam kuoa wasio Waislamu 107

SEHEMU YA XI...**114**

Je, Allah atawalipa Wayahudi Na Wakristo Thawabu za Matendo Yao mema? 114

SEHEMU YA XII...**121**

Allah kasema Wakristo na Wayahudi sio lazina Kusilimu 121

SEHEMU YA XIII **130**

Je, Uislam ni dini ya Amani? 130

SEHEMU YA XIV **139**

Kama Uslam ni dini ya Amani, kwanini Muhammad aliuwa Wayahudi?..139

SEHEMU YA XV...**155**

Kwanini Qur'an inaamuru Waislam kupigana na Wakristo na Wayahudi?..155

SEHEMU YA XVI **168**

Je, hakuna kulazimisha dini kwenye Uislam? 168

SEHEMU YA XVII **176**

Je, Wayahudi na Wakristo watakuwa salama siku ya kiyama?......176

SEHEMU YA XVIII **180**

Qur'an imekataza kuwapenda Wazazi wako kama ni Makafiri 180

SEHEMU YA XIX..**188**

YALIYOMO

Je, Muislamu anaweza kuwa Muumini na kumpinga Muhammad wakati huohuo? 188

SEHEMU YA XX **192**

Qur'an inasema Mama yako ni yule aliye kuzaa tu 192

SEHEMU YA XXI **198**

Kumbe Allah hajui hesabu za mirathi 198

SEHEMU YA XXII **214**

Allah hajui Malaika wangapi walizungumza na Maryam 214

SEHEMU YA XXIII **216**

Je, Siku ya Allah ni miaka mingapi? 216

SEHEMU YA XXIV **221**

Utata, Allah hajui aliangamiza watu wa Aad kwa siku ngapi 221

SEHEMU YA XXV **223**

Allah hajui aliumba dunia kwa siku ngapi, Huu ni Msiba Mkubwa sana 223

SEHEMU YA XXVI **232**

Huu ni Msiba Mkubwa sana, Allah kamuumba Adam kwa miaka Bilioni Tatu 232

SEHEMU YA XXVII **234**

Allah hajui Mwanadamu kaumbwaje 234

SEHEMU YA XXVIII **237**

Allah hajui aliumbaje Majini 237

SEHEMU YA XXIX **246**

Muhammad hajui Qur'an iliteremshwaje 246

SEHEMU YA XXX **252**

Utata jinsi Qur'an ilivyo teremka 252

SEHEMU YA XXXI **265**

Je, Qur'an imefafanuliwa kikamilifu? 265

SEHEMU YA XXXII **270**

Je, Qur'an imekamilika? 270

SEHEMU YA XXXIII **275**

Kumbe Qur'an haipo wazi wazi 275

SEHEMU YA XXXIV **277**

Kumbe Qur'an imejaa shaka 277

SEHEMU YA XXXV **283**

Qur'an inasema Mungu wa Wakristo na Waislam ni Tofauti........ 283

SEHEMU YA XXXVI **289**

Utata ndani ya Qur'an, Washirikina wanakiri kuwa Allah ni Mungu

wao 289

SEHEMU YA XXXVII **298**

Qur'an haijui nini kitatokea siku ya Kiyama 298

SEHEMU YA XXXVIII **316**

Kumbe Allah hajui kila kitu.. 316

HITIMISHO 329

SALA YA TOBA 338

KUHUSU MWANDISHI

Nawasalimu wasomaji wote kwa jina la Bwana wetu Yesu Kristo alie hai. Kitabu hiki kilicho mikononi mwako hivi sasa ni juhudi ya miaka mingi sana ya Dk. Maxwell Shimba na Huduma ya Max Shimba Ministries Org ya huko New York, Amerika ya Kaskazini, vile vile ni Rais wa Chuo Kikuu Cha Shimba Theological Institute. Kama lilivyo jina la Kitabu ndivyo ulivyo ujumbe wenyewe ambao mwanachuoni huyu mahiri kabisa anayefafanua Utata ndani ya Quran, ni mtu aliyebobea katika fani zote ambazo mfasiri (Mfafanuzi) anatakiwa awe nazo. Mtumwa wa Yesu Kristo Dk. Maxwell Shimba ameonesha cheche zake katika vitabu vingi alivyoviandika katika maudhui mbalimbali na hivyo kujipatia wasomaji wengi sana.

Msomi huyu, mwenye fikra huru na anayetetea kile anachokiamini, ni mtu mwenye mawazo mapana na kuyaangalia mambo kwa undani sana, kipaumbele chake ni katika maslahi ya umma huu na amejaribu sana kwenda na wakati. Sifa kubwa ya pekee ya mwanachuoni huyu ni kuwa yeye hakujihusisha sana na kung'ang'ania madhehebu fulani tu, labda hii yatokana na wadhifa wake wa ukadhi "Restorative Justice" aliokuwa nao katika nchi ya Marekani ambayo ina madhehebu mengi, ambapo suala la madhehebu ni nyeti nchini humo, hata hivyo yeye aliweza kuamua matatizo ya watu kwenye ofisi yake kulingana na madhehebu yao pale walipomwendea, hiyo ilmsaidia sana hata.

Jambo lililotupa msukumo kutafsiri kitabu hiki kwa lugha ya kiswahili ni zile faida nyingi atakazozipata msomaji na kujua mambo mengi na ya ajabu yaliyo mapya kwake ambayo si rahisi kuyapata kwa waandishi wengine.

Msomaji atapata faida katika fani za Injili ya Bwana Yesu Kristo, Sayansi, Siasa, Historia, Mashairi, visa vizuri, na Saikolojia miongoni mwa mengine; ndiyo maana msomaji atashangaa kidogo anaposoma Kitabu Hiki atakapoona mwandishi amewataja na kuwanukuu watu kama kina Mtume Muhammad, Isa Bin Maryam, Mfalme Constantine, wanasayansi na wengineo, hali inayoifanya kitabu hiki kuwa ni cha kipekee kabisa. Mtindo alioutumia mwandishi ni sahali uliokusudiwa watu wa tabaka mbalimbali, wanavyuoni na watu wa kawaida.

Ruhusa imetolewa kwa yeyote anaetaka kukichapisha upya kitabu hiki kwa sharti tu kwamba asibadilishe chochote bila ya kutujulisha, na atutumie nakala moja baada ya kukichapisha. Nia yetu ni kukigawanya kitabu hiki bure lakini tumelazimika kukiuza kwa bei nafuu ili kurudisha gharama za uchapishaji. Mwisho, shukrani kubwa iwaendee bila ya kuwataja watu waliojitolea usiku na mchana, jopo la wafasiri, wahariri, wachapaji, waliotupa moyo na kutoa maoni yao na walioisimamia ili kuhakikisha kwamba kitabu kimemfikia msomaji. Mchapishaji.

Kutokana na maombi mengi ya wasomaji wetu wa Kiswahili, ambao ni wa madhehebu mbalimbali ya Wakristo walioko Afrika Mashariki na Kati, Amerika ya Kusini na Kaskazini, Uarabuni na hata nchi za Ulaya, tumeonelea kukichapisha Kitabu hiki ili kupunguza kiu yao kama si kuiondoa kabisa. Uzuri wa chapa hii ni utaratibu uliotumika, ambapo baada ya Aya kufasiriwa, maelezo yake yanapatikana moja kwa moja chini yake bila ya kwenda kwenye ukurasa mwingine, na utaratibu huu ndio utakaotumika katika chapa zote zitakazofuata.

Hatuna budi kuwashukuru wote waliotumia wakati na akili zao katika kufanikisha lengo hili adhimu, bila ya kuwasahau wafadhili na wasimamizi wetu. Mwenyezi Mungu awalipe kheri nyingi. Vilevile tunawashukuru sana wasomaji wetu amabao waliotukosoa, hivyo kuchangia, kwa kiasi kikubwa, kuisahisha chapa hii. Na tunawaomba waendelee kufanya hivyo.

DIBAJI

Mimi nimetunga mfululizo wa vitabu vidogo vidogo katika itikadi na misingi yake. Nimevitunga kulingana na mfumo na mantiki ya kizazi cha kisasa, ambacho hakiamini kitu ila kile kinachokitaka na chenye kuafikiana na malezi yake na maendeleo yake.

Kuandika juu ya karatasi tu, sio sharti la kufaulu katika kitu chochote; isipokuwa kufaulu ni kumridhisha na kumpendeza msomaji kile atakachokisoma. Msomaji naye hawezi kuridhia kitabu chochote, isipokuwa kiwe kwa ajili yake na sio kwa ajili ya mwandishi. Na-huko kuridhia kunampa nguvu mwandishi kuendelea. Hapo ndipo msomaji na mwandishi wanapoathiriana. Kwa vyovyote ilivyo, kuenea kwa mfululizo huo wa vitabu vidogo vidogo na majarida kumenipa nguvu ya kutunga vitabu vikubwa na vipana; kama vile: Roho Mtakatifu, Yesu ni Mungu, Allah sio Yehova, Mungu wa Kweli, Yesu ndani ya Qur'an, Yesu sio Isa Bin Maryam n.k. Vitabu hivi vinapatikana katika lugha mbali mbali ikiwepo ya Kiingereza, Kispanishi, na Kifaransa.

Mwenyezi Mungu naye akavifanyia vitabu hivi kama alivyofanyia vile vingine.

Kwa hivyo basi, nitaendelea kuandika na kuwa na ndoto ya kutimia na kufaulu mpaka kufa. Yesu yeye peke yake ndiye ambaye atasimamisha nishati yangu. Nami nitaendelea kutoa juhudi zangu muda wote wa uzima wangu.

Kizazi cha kisasa Kila kitu kina sababu ya kutokea kwake, ni sawa kiwe ni cha kimaumbile, kama vile tufani na tetemeko; au cha kijamii, kama vile ujinga na ufukara; au kiwe ni katika mambo ya moyoni, kama vile imani na kufuru. Hakuna kitu chochote kinachotokea kwa sadfa bila ya sababu yoyote, au bila ya mipangilio yoyote. Nitayafafanua maelezo haya kwa swali na jibu lifuatalo:

Mhubiri Mlango wa 3: 1 Kwa kila jambo kuna majira yake, Na wakati kwa kila kusudi chini ya mbingu.2 Wakati wa kuzaliwa, na wakati wa kufa; Wakati wa kupanda, na wakati wa kung'oa yaliyopandwa;3 Wakati wa kuua, na wakati wa kupoza; Wakati wa kubomoa, na wakati wa kujenga;4 Wakati wa kulia, na wakati wa kucheka; Wakati wa kuomboleza, na wakati wa kucheza;5 Wakati wa kutupa mawe, na wakati wa kukusanya mawe; Wakati wa kukumbatia, na wakati wa kutokumbatia;6 Wakati wa kutafuta, na wakati wa kupoteza; Wakati wa kuweka, na wakati wa kutupa;7 Wakati wa kurarua, na wakati wa kushona;Wakati wa kunyamaza, na wakati wa kunena;8 Wakati wa kupenda, na wakati wa kuchukia; Wakati wa vita, na wakati wa amani.9 Je! Mtendaji anayo faida gani katika yale anayojishughulisha nayo?

Kwa nini kizazi cha sasa hakijishughulishi na misimamo ya kiimani na kidini kama kilivyokuwa kizazi kilichopita? Vijana wengi wa kileo wameachana na ibada na mazingira ya kidini; bali imekuwa uzito sana kwao kusikiliza mafundisho, mahubiri, na nasaha za kidini; hata msimamo mzuri wa kiutu - kama udugu, usawa, amani, kusaidiana, ukweli na uadilifu - haumo katika nyoyo zao kabisa.

Inapotokea kuuzungumzia basi wanauzungumzia katika ndimi zao tu, sio katika nyoyo zao; ila ikiwa kuna manufaa ya kibinafsi.

Na kazi ambayo tunaiweza kuifanya, nionavyo mimi,ni:

Kwanza: Tuitilie mkazo dini katika mashule, hasa Biblia, kuisoma, kuihifadhi na kuifasiri. Kwani hiyo ndiyo msingi. Kama wasimamizi wakikataa kufundisha dini katika mashule na watakataa tu, basi ni juu yetu kuanzisha Shule za kibinafsi kwa ajili ya lengo hilo tu. Tuanzishe Shule hizi kutokana na mamillioni yanayotolewa sabili kwa wanavyuoni wakubwa na wengine Wala sijui kama kuna kazi nyingine bora zaidi ya kutumia pesa hizo kuliko kufufua na kuyaeneza mafundisho ya dini.

Pili: Kila mmoja katika watu wa dini atekeleza wajibu wake kwa ikhlasi, baada ya kujiandaa kuwa kiongozi mwenye mwamko, anayejua namna ya kuwakinaisha vijana, kuwa dini ndio chimbuko la msimamo ulio sawa, ambalo litawapa maisha mema zaidi.

Tatu: Kuufafanua uhakika wa dini, kuufanya mwepesi kufahamika na kuutangaza kwa vitabu, hotuba, makala na matoleo kadhaa. Tumthibitishie mjinga na mwenye shaka kuwavuta kwenye Ukristo kwa kutumia Biblia Takatifu. Yesu anatosheleza kabisa mahitaji ya mwanadamu ya kiroho na ya kimaada; na unaweza kutatua matatizo yake; na kwamba una lengo la kumfanya afaulu katika dunia yake na akhera yake.

Yesu Kristo awabariki sana.

Dr. Maxwell Shimba
Shimba Theological Institute

DR. MAXWELL SHIMBA

SEHEMU YA I

Nani Alikuwa Muislamu wa Kwanza?

Nani alikuwa Muislamu wa Kwanza?

Kama Adam ambaye ni binadamu wa kwanza kuishi na kuumbwa duniani alikuwa Muislam wa kwanza, iweje tena, Allah asema Muhammad alikuwa Muislam wa kwanza?

Kwa mujibu wa vifungu kadhaa katika Qur'an, Muhammad alikuwa Muislamu wa kwanza:

قُلْ أَغَيْرَ ٱللَّهِ أَتَّخِذُ وَلِيًّا فَاطِرِ ٱلسَّمَٰوَٰتِ وَٱلْأَرْضِ وَهُوَ يُطْعِمُ وَلَا يُطْعَمُ قُلْ إِنِّي أُمِرْتُ أَنْ أَكُونَ أَوَّلَ مَنْ أَسْلَمَ وَلَا تَكُونَنَّ مِنَ ٱلْمُشْرِكِينَ

Sema: Je! nimchague rafiki mlinzi asiyekuwa Mwenyezi Mungu, Muumba wa mbingu na ardhi, anayelisha wala halishwi?

Sema: Nimeamrishwa niwe wa kwanza kusilimu. Wala usiwe miongoni mwa washirikina. S. 6:14 Pickthall

قُلْ إِنَّنِي هَدَانِي رَبِّي إِلَىٰ صِرَٰطٍ مُّسْتَقِيمٍ دِينًا قِيَمًا مِّلَّةَ إِبْرَٰهِيمَ حَنِيفًا وَمَا كَانَ مِنَ ٱلْمُشْرِكِينَ قُلْ إِنَّ صَلَاتِي وَنُسُكِي وَمَحْيَايَ وَمَمَاتِي لِلَّهِ رَبِّ ٱلْعَٰلَمِينَ لَا شَرِيكَ لَهُ وَبِذَٰلِكَ أُمِرْتُ وَأَنَا أَوَّلُ ٱلْمُسْلِمِينَ

Sema: Hakika Mola wangu Mlezi ameniongoza katika njia iliyonyooka, Dini ya haki, kundi la Ibrahim mwongofu. wala hakuwa muabudu masanamu. Sema: Hakika Sala zangu, na ibada zangu, na uhai wangu, na kufa kwangu, ni wakfu kwa Mwenyezi Mungu, Mola Mlezi wa viumbe vyote. Yeye hana mshirika. Haya nimeamrishwa: Mimi ndiye Muislamu wa kwanza (Wa 'Ana 'Awwalu Al-Muslimin). S. 6:161-163 Uuzaji

Hana mshirika. Haya ndiyo niliyoamrishwa, na mimi ni wa kwanza wa Waislamu. S. 6:163 Rodwell

قُلْ إِنِّي أُمِرْتُ أَنْ أَعْبُدَ ٱللَّهَ مُخْلِصًا لَّهُ ٱلدِّينَ وَأُمِرْتُ لِأَنْ أَكُونَ أَوَّلَ ٱلْمُسْلِمِينَ

Sema: (Ewe Muhammad): Hakika! Nimeamrishwa nimuabudu Mwenyezi Mungu, na kumtakasia Yeye Dini. Na nimeamrishwa niwe wa kwanza katika walio Waislamu. S. 39:11-12 Pickthall

Hili linapingwa na Qur'an na Hadith mbalimbali za Kiislamu zinazorejelea uwepo wa waumini wa kweli kabla na wakati wa madai ya "wito" wa Muhammad kwenye utume. Qur'an inataja kuwa Adam, Nuh, Mababu, makabila kumi na mawili ya Israil, Musa, Isa n.k., wote walikuwa waumini na wengi wao hata Mitume walioishi muda mrefu kabla ya Muhammad.

Hakika Mola wako Mlezi aliwaambia Malaika: Nitamuumba Khalifa katika ardhi. Wakasema: Je! Utaweka humo atakaye fanya uharibifu humo na kumwaga damu, na hali tunakusifu na tunalitukuza jina lako takatifu? Akasema: "Nayajua msiyoyajua"... Na tazama tuliwaambia Malaika: "Msujudieni Adam" na wakasujudu. Sivyo hivyo Ibilisii; alikataa na akajivuna, na alikuwa miongoni mwa walio kufuru. Tukasema: "Ewe Adam! Kaa wewe na mkeo katika Pepo, na kuleni humo riziki kama mpendavyo, wala msiukaribie mti huu, msije mkapata madhara na uadui." Adam kutoka kwa Mola wake Mlezi maneno ya wahyi, na Mola wake Mlezi akamgeukia. Hakika Yeye ni Mwenye kupokea toba, Mwenye kurehemu. S. 2:30, 34-35, 37

Tumekuletea wahyi kama tulivyoituma kwa Nuhu na Mitume baada yake, na tulimpelekea wahyi Ibrahim, na Ismail, na Is-haq, na Yaaqub, na makabila, na Isa, na Ayubu, na Yona, na Harun, na Sulaiman, na Daud. Tulitoa Zaburi. S. 4:163

Na tulimpa Is-haq na Yaaqub wote walikuwa waongofu, na kabla yake tulimuongoza Nuhu na katika kizazi chake Daud na Sulaiman na Ayub na Yusuf na Musa na Harun. 6:84

Na Ibrahim na Ismail walipo simamisha misingi ya ile Nyumba: Mola wetu Mlezi! kukubali kutoka kwetu; Hakika Wewe ndiye Mwenye kusikia, Mjuzi: Mola wetu Mlezi! na utujaalie tuwe wenye kunyenyekea (waislamu) Kwako na (utujaalie) katika dhuria wetu umma unaonyenyekea kwako, na utuonyeshe njia zetu za ibada na utuelekee (kwa rehema), hakika Wewe ndiye Mwingi wa toba. kwa rehema), Mwenye kurehemu. Mola wetu Mlezi! Na waletee Mtume miongoni mwao awasomee Aya zako, na awafundishe Kitabu na hikima, na awatakase. Hakika Wewe ndiye Mwenye nguvu, Mwenye hikima. Na ni nani anayeiacha mila ya Ibrahim isipokuwa yule anayejifanya mjinga, na bila shaka tulimteuwa katika dunia, na hakika yeye Akhera ni miongoni mwa watu wema. Mola wake Mlezi alipo mwambia kuwa ni Muislamu (aslim) alisema: Nimejisalimisha kwa Mola Mlezi wa walimwengu wote. Na vivyo hivyo Ibrahim aliwausia wanawe na Yaaqub. Enyi wanangu! Hakika Mwenyezi Mungu amekuteulieni imani, basi msife isipokuwa nyinyi ni Waislamu (illa waantum muslimoona). La! Je! mlikuwa mashahidi yalipo mfika Yaaqub mauti, alipo waambia wanawe: Mtaabudu nini baada yangu? Wakasema: Tutamuabudu Mungu wako na Mungu wa baba zako, Ibrahim na Ismail na Is-haq, Mungu Mmoja tu, na sisi tumesilimu kwake (wanahnu lahu muslimoona). S. 2:127-133 Shakiri

فَلَمَّآ أَحَسَّ عِيسَىٰ مِنْهُمُ ٱلْكُفْرَ قَالَ مَنْ أَنصَارِيَ إِلَى ٱللَّهِ قَالَ ٱلْحَوَارِيُّونَ نَحْنُ أَنصَارُ ٱللَّهِ ءَامَنَّا بِٱللَّهِ وَٱشْهَدْ بِأَنَّا مُسْلِمُونَ

Na Isa alipokuta ukafiri kwao alisema: Ni nani wasaidizi wangu kwa Mwenyezi Mungu? Wanafunzi wakasema: "Sisi ni wasaidizi wa Mwenyezi Mungu, tumemuamini Mwenyezi Mungu, na wewe shuhudia kwamba sisi ni Waislamu." S. 3:52

مَا كَانَ إِبْرَٰهِيمُ يَهُودِيًّا وَلَا نَصْرَانِيًّا وَلَٰكِن كَانَ حَنِيفًا مُّسْلِمًا وَمَا كَانَ مِنَ ٱلْمُشْرِكِينَ

Ibrahim hakuwa Myahudi wala Mkristo bali alikuwa (mtu) mwongofu, Muislamu (muislamu), na hakuwa miongoni mwa washirikina. S. 3:67 Shakiri

Wote hawafanani; katika Watu wa Kitabu kuna kundi lililo sawa. wanasoma Aya za Mwenyezi Mungu nyakati za usiku na wanamsujudia. Wanamuamini Mwenyezi Mungu na Siku ya Mwisho, na wanaamrisha mema, na wanakataza maovu, na wanapigana Jihadi katika kutenda mema, na hao ni miongoni mwa watu wema. Na kheri yoyote wanayo ifanya hawatanyimwa, na Mwenyezi Mungu anawajua wachamngu. S. 3:113-115 Shakiri

إِنَّآ أَوْحَيْنَآ إِلَيْكَ كَمَآ أَوْحَيْنَآ إِلَىٰ نُوحٍ وَٱلنَّبِيِّـۧنَ مِنۢ بَعْدِهِۦ وَأَوْحَيْنَآ إِلَىٰٓ إِبْرَٰهِيمَ وَإِسْمَٰعِيلَ وَإِسْحَٰقَ وَيَعْقُوبَ وَٱلْأَسْبَاطِ وَعِيسَىٰ وَأَيُّوبَ وَيُونُسَ وَهَٰرُونَ وَسُلَيْمَٰنَ وَءَاتَيْنَا دَاوُۥدَ زَبُورًا

Tumekuletea wahyi kama tulivyoituma kwa Nuhu na Mitume baada yake, na tulimpelekea wahyi Ibrahim, na Ismail, na Is-haq, na Yaaqub, na makabila, na Isa, na Ayubu, na Yona, na Harun, na Sulaiman, na Daud. Tulitoa Zaburi. S. 4:163

Mapito-Excursus:

Qur'an inasema kwamba kila mtu ameumbwa katika hali ya asili ya dini, ambayo Hadith inaifasiri kuwa ni Uislamu. Kwa maneno mengine, kila binadamu amezaliwa Muislamu!

Basi uelekeze uso wako kwenye Dini katika hali iliyo sawa - umbile la Mwenyezi Mungu ambalo amewaumba humo watu. hakuna mabadiliko katika viumbe vya Mwenyezi Mungu. hiyo ndiyo dini iliyo sawa, lakini watu wengi hawajui -- S. 30:30 Shakir

Amesimulia Abu Huraira:

Mtume wa Mwenyezi Mungu amesema, "Kila mtoto huzaliwa akiwa na imani ya kweli ya Uislamu (yaani asimwabudu yeyote ila Mwenyezi Mungu Peke Yake) lakini wazazi wake wanamgeuza na kuingia katika Uyahudi, Ukristo au Ujusi, kama mnyama anavyotoa mnyama kamili. Je!?" Kisha Abu Huraira akazisoma Aya tukufu: "Hali ya Mwenyezi Mungu iliyo safi ya Kiislamu (imani ya kweli ya Uislamu) (yaani kutomwabudu yeyote isipokuwa Mwenyezi Mungu) ambayo Amewaumba kwayo wanadamu. Hakuna mabadiliko yasiwepo katika dini ya Mwenyezi Mungu (yaani kutojiunga na yeyote katika dini ya Mwenyezi Mungu). muabuduni pamoja na Mwenyezi Mungu). Hiyo ndiyo Dini iliyonyooka, lakini watu wengi hawajui." (30.30) (Sahih Al-Bukhari, Juzuu ya 2, Kitabu cha 23, Namba 441)

Amesimulia Abu Huraira:

Mtume akasema, "Kila mtoto amezaliwa na imani ya kweli ya Uislamu (yaani asimwabudu yeyote ila Mwenyezi Mungu Peke Yake) na wazazi wake wanamgeuza na kuingia katika Uyahudi au Ukristo au Ujusi, kama mnyama anavyotoa mnyama kamili. Je, unakuta amekatwa viungo vyake.?" (Sahih Al-Bukhari, Juzuu ya 2, Kitabu cha 23, Namba 467)

Tena, je, hii haionyeshi kwamba kila mtu aliyeishi kabla ya Muhammad alikuwa tayari Muislamu, angalau kwa muda fulani, ingawa wengi wao wanaweza kuwa wamekengeuka kutoka kwenye njia baadaye?

Ibn Ishaq anataja watu wanne wakati wa Muhammad ambao walisemekana kuwa wafuasi wa dini ya Ibrahim:

Siku moja Maquraishi walipokuwa wamekusanyika katika siku ya karamu ili kuliheshimu na kulizunguka sanamu ambalo walilitolea dhabihu, hii ikiwa ni sikukuu ambayo walikuwa wakiifanya kila mwaka, watu wanne walitengana kwa siri na wakakubali kuweka shauri lao katika vifungo vya urafiki. Walikuwa Waraqa b. Naufal, Ubaydullah b. Jahsh, ambaye mama yake alikuwa Umayma d. 'Abdu'l Muttalib, Uthman b. al-Huwayrith na Zayd b. 'Amr. Walikuwa wakiona kuwa watu wao wameiharibu mila ya baba yao Ibrahim, na kwamba jiwe walilolizunguka halina thamani, halisikii wala kuona, wala kuumiza wala kusaidia. 'Jitafutieni dini,' wakasema, 'kwa kuwa nyinyi wallahi hamna.' Basi wakaenda kutafuta 'Hanafiya' -- dini ya Ibrahim. (The Life of Muhammad, trans. Alfred Guillaume [Oxford University Press Karachi], p. 99; msisitizo uliotiliwa mkazo ni wetu)

Inashangaza kwamba Qur'an inamwita Ibrahim kuwa ni Hanif:

Ibrahim hakuwa Myahudi wala Mkristo, bali alikuwa ni Muislamu wa kweli Hanifa, na hakuwa katika Mushrikin. S. 3:67 Ibn Kathir

Sema: Hakika Mola wangu Mlezi ameniongoa kwenye Njia Iliyo Nyooka, Dini Iliyo Nyooka, Dini ya Ibrahim, Hanif. S. 6:161 Ibn Kathir(

Al-Bukhari anarekodi kukimbia kwa Muhammad na mmoja wa hawa wanaoitwa Hanif:

Imepokewa kutoka kwa Abdullah:

Mtume wa Mwenyezi Mungu (saww) alisema kwamba alikutana na Zaid bin Amr Nufail mahali karibu na Baldah na hii ilikuwa imetokea kabla ya Mtume wa Mwenyezi Mungu kupata

Wahyi wa Mwenyezi Mungu. Mtume wa Mwenyezi Mungu (s.a.w.w.) aliwasilisha sahani ya nyama (iliyotolewa kwake na washirikina) kwa Zaid bin Amr, lakini Zaid akakataa kuila kisha akawaambia (kuwaambia washirikina): "Sili katika mnachochinja juu yake. Na wala silii madhabahu zenu za mawe (Ansabu) isipokuwa kile ambacho kimetajwa jina la Mwenyezi Mungu juu ya kuchinja. (Sahih Al-Bukhari, Juzuu ya 7, Kitabu cha 67, Namba 407)

Cha kustaajabisha, ilikuwa ni mmojawapo wa Hanif hawa waliomsadikisha Muhammad kwamba alikuwa nabii wa Mungu:

Khadija kisha akafuatana naye hadi kwa binamu yake Waraqa bin Naufal bin Asad bin Abdul Uzza, ambaye, wakati wa Kipindi cha Kabla ya Uislamu alikua Mkristo na alikuwa akiandika maandishi hayo kwa herufi za Kiebrania. Angeandika kutoka katika Injili kwa Kiebrania kiasi ambacho Mwenyezi Mungu alitaka aandike. Alikuwa mzee na alikuwa amepoteza uwezo wa kuona. Khadija akamwambia Waraqa, "Sikiliza hadithi ya mpwa wako, ewe binamu yangu!" Waraqa akauliza, "Ewe mpwa wangu! Umeona nini?" Mtume wa Mwenyezi Mungu alieleza yote aliyoyaona. Waraqa akasema, "Huyu ndiye yule yule anayeziweka siri (Malaika Jibril) ambaye Mwenyezi Mungu alimtuma kwa Musa. Laiti ningekuwa mdogo na ningeweza kuishi hadi wakati ambapo watu wako wangekufukuza." Mtume wa Mwenyezi Mungu akauliza: Je, watanitoa? Waraqa akajibu kwa yakini na akasema: "Yeyote (mtu) aliyekuja na kitu sawa na ulichokuja nacho, alifanyiwa uadui; na kama ningebaki hai mpaka siku mtakapotolewa, basi ningekuunga mkono kwa nguvu. " Lakini baada ya siku chache Waraqa alifariki na Wahyi wa Mwenyezi Mungu pia ukasitishwa kwa muda. (Sahih Al-Bukhari, Juzuu 1, Kitabu 1, Namba 3)

Vyanzo hivi vinaifanya iwe dhahiri kabisa kwamba Muhammad hakuwa muumini wa kwanza.

Haiishii hapa. Qur'an mahali pengine inadai kwamba Musa alikuwa wa kwanza kuamini:

Alipo fika Musa mahali tulipo panga, na Mola wake Mlezi akamwambia, akasema: Ewe Mola wangu Mlezi! Nionyeshe ili nikutazame. Mwenyezi Mungu akasema: "Hakika wewe hunioni Mimi (mwelekeo); lakini utazame mlima, ukikaa mahali pake, basi utaniona. Mola wake Mlezi alipo dhihirisha utukufu wake juu ya Mlima, akaufanya kuwa udongo. Na Musa akaanguka chini katika kuzimia. Alipopata fahamu alisema: Umetakasika! Hakika mimi nimetubu kwako, na mimi ndiye wa kwanza kuamini. S. 7:143

Kwa mujibu wa Qur'an, kuwa Muumini ni kuwa Muislamu kwani hakuna dini nyingine inayokubalika mbele ya Mwenyezi Mungu:

Dini ya kweli kwa Mungu ni Uislamu. Walio pewa Kitabu hawakukhitalifiana ila baada ya kuwajia ilimu, wakifanyiana jeuri. Na anaye zikataa Ishara za Mwenyezi Mungu. Mwenyezi Mungu ni Mwepesi wa kuhisabu. S. 3:19 Arberry

Anayetaka dini nyingine isiyokuwa Uislamu haitakubaliwa kwake; Akhera atakuwa miongoni mwa walio khasiri. S. 3:85 Arberry

Na, kama aya hizo hapo juu zilivyoonyesha, Qur'an inadai kwamba Mitume na Mitume wote walikuwa Waislamu. Kwa hiyo, kwa Musa kuwa muumini wa kwanza ina maana kwamba yeye pia alikuwa Muislamu wa kwanza.

Kwa hakika, watu wanaweza kuitwa Waislamu bila ya kuwa Muumini (waumini) bado, lakini kwa hakika si kinyume chake kwani Qur'an inasema:

Waarabu wakasema: "Sisi ni Mu'min." Sema: Hamkuamini; mnachosema ni: 'Sisi ni Waislamu' mpaka ithibitike katika nyoyo zenu. Mkimt'ii MWENYEZI MUNGU na Mtume wake, hatapoteza amali zenu hata kidogo. ALLAH ni Msamehevu, Mwenye kurehemu. S. 49:14 R. Khalifa

Kwa hakika hatuwezi kuwa na "wa kwanza" wawili. Ama Muhammad alikuwa wa kwanza kuamini au Musa alikuwa wa kwanza. Baadhi ya Waislamu wanapata werevu sana na kudai kwamba vifungu hivi vinaeleza tu kwamba Muhammad na Musa walikuwa wa kwanza kuamini kutoka kwa vizazi vyao husika.

Wengine wanadai kwamba vifungu hivi kwa hakika vinamaanisha kwamba watu hawa walikuwa wa kwanza kati ya watu wa zama zao kupokea ujumbe:

Qur'an inamtaja kila mtume kama muumini wa kwanza miongoni mwa watu wake. Hili ni jambo la kimantiki kwani mjumbe ndiye wa kwanza kupokea ujumbe. Muhammad anasemwa kama Muislamu/Muumini wa kwanza miongoni mwa watu wake, kwani wahyi ulimjia yeye kabla ya wengine wote.

Tunaposoma kisa cha Musa katika Sura ya 7, tunasoma jinsi alivyojiita yeye mwenyewe kama wa kwanza wa waumini. Ni dhahiri Musa hakumaanisha kuwa yeye ndiye muumini wa kwanza wa wakati wote, bali alichomaanisha ni kuwa yeye ndiye wa kwanza kuamini kutoka miongoni mwa watu wake mwenyewe: (Chanzo)

Ufafanuzi huu wa mwisho ni wa makosa kwa vile hakuna chochote katika vifungu kinachosema kwamba "kwanza" hapa ina maana kwamba walikuwa wa kwanza kupokea ujumbe. Kwa hakika, Qur'an yenyewe inakanusha madai haya kwani tunaona katika kisa cha Musa kwamba mama yake na ndugu yake Harun walikuwa ni waumini waliopata wahyi:

Tumekuletea wahyi kama tulivyoituma kwa Nuhu na Mitume baada yake, na tulimpelekea wahyi Ibrahim, na Ismail, na Is-haq, na Yaaqub, na makabila, na Isa, na Ayubu, na Yona, na Harun, na Sulaiman, na Daud. Tulitoa Zaburi. S. 4:163

Kisha baada yao tukawatuma Musa na Harun kwa Firauni na wakuu wake pamoja na Ishara zetu. Lakini walijivuna, wakawa watu wakosefu. S. 10:75

Na kwa rehema zetu tulimpa nduguye, Harun, kuwa Nabii. S. 19:53

Hapo zamani tuliwapa Musa na Haruni kigezo (cha hukumu), na Nuru na mawaidha kwa wafanyao mema - S. 21:48

Akasema: Ewe Mola wangu Mlezi! Mimi nachelea wasinizuie kwa uwongo. Kifua changu kitadhikika. Na maneno yangu hayawezi kwenda, basi mtume kwa Harun. Na (zaidi) wana

shitaka la uhalifu dhidi yangu; na ninaogopa wasiniue."
Mwenyezi Mungu akasema: "Hapana! Basi endeleeni na Ishara
zetu; Tuko pamoja nawe, na tutasikiliza (wito wako). Basi nendeni
nyinyi wawili, kwa Firauni, na mwambieni: Sisi tumetumwa na
Mola Mlezi wa walimwengu wote, 'Tuma pamoja nasi Wana wa
Israili.'" S. 26:12-17 (Tazama 20:29-41; 23:45; 25:35; 28:33-35;
37:114-120)

Na tukampa wahyi mama yake Musa: Mnyonyeshe, na
unapomkhofu basi mtupe mtoni, wala usiogope wala usihuzunike.
Hakika! Tutamrudisha kwako na tutamfanya (mmoja) katika
Mitume wetu. S. 28:7

Ingawa labda mtu angeweza kusema kwamba Mungu
alizungumza na Musa mapema kidogo kuliko Haruni, kwa habari
ya mama yake Musa, alipokea kwa uwazi maongozi ya Mungu (na
aliamini na kutii) kabla Mungu hajazungumza na Musa.
Biblia Takatifu inasema:

"Hasira ya Bwana ikawaka juu ya Musa, akasema, Je!
atafurahi moyoni mwake, nawe utasema naye, na kuyaweka
maneno kinywani mwake; na mimi, naam, mimi nitakuwa pamoja
na kinywa chako na kinywa chake, nami nitawafundisha
mtakayofanya. atasema kwa ajili yako na watu, naye atakuwa
kama kinywa kwako, nawe utakuwa kama Mungu kwake'... Sasa
BWANA akamwambia Haruni, Nenda ukamlaki Musa nyikani.'
Basi akaenda akakutana na Musa. akamwambia Haruni juu ya
mlima wa Mungu, akambusu; Musa akamwambia Haruni maneno
yote ya Bwana, ambayo alikuwa amemtuma nayo, na ishara zote
alizomwamuru kuzifanya. Kutoka 4:14-16, 27-28

Kwa hakika, muktadha wa karibu wa Sura 7:143
unaonyesha kwamba Haruni alikuwa tayari muumini wakati huu:

Wakasema: Tumemuamini Mola Mlezi wa viumbe vyote,
Mola Mlezi wa Musa na Harun.... Na tukaweka pamoja na Musa
mikesha thelathini, na tukaikamilisha kwa kumi. Basi muda wa
Mola wake Mlezi ulikuwa masiku arubaini. na Musa akamwambia
ndugu yake Harun: 'Kuwa warithi wangu katika watu wangu, na
urekebishe mambo, wala usifuate njia ya waharibifu.'... Na Musa

alipoufikia wakati wetu na Mola wake Mlezi akasema naye. akasema: Ewe Mola wangu Mlezi nionyeshe ili nikuone! Akasema, 'Hutaniona; lakini tazama, mlima ukikaa mahali pake, ndipo utaniona. Na Mola wake Mlezi alipomteremsha kwenye mlima aliufanya kuwa udongo. Musa akaanguka chini akiwa amezimia. Basi alipozinduka alisema: Umetakasika! Natubu Kwako; Mimi ni wa kwanza wa Waumini. S. 7:121-122, 142

Jibu la wachawi linaonyesha kwamba Haruni alikuwa pale akimsaidia Musa na kwa hiyo alikuwa muumini; ukweli kwamba Musa anamteua kama mrithi wake unakubali zaidi jambo hili.

Ni dhahiri kabisa katika nuru ya hayo yaliyotangulia kwamba Mungu alizungumza na Haruni karibu wakati ule ule alipozungumza na Musa. Hii ina maana kwamba Musa hakuwa mwamini wa kwanza, wala hakuwa mtu wa kwanza ambaye Mungu alizungumza naye.

Zaidi ya hayo, tayari tumeona kwamba Qur'an na vyanzo vyote viwili vya Kiislamu vinaonyesha wazi kwamba Muhammad hakuwa muumini wa kwanza. Qur'an pia inaonyesha kwamba walikuwepo waumini wengine zaidi ya Harun katika zama za Musa:

Akasema Muumini, MTU mmoja miongoni mwa WATU WA FARAO, ambaye alikuwa ameificha imani yake: "Je, nyinyi mnamuuwa mtu kwa sababu anasema: 'Mola wangu Mlezi ni Mwenyezi Mungu? Na ikiwa ni mwongo, basi ni juu yake (dhambi ya) uwongo wake. Lakini ikiwa anasema kweli, basi litakuangukia katika (msiba) anaokuonya. hamwongoi anaye ruka mipaka na kusema uwongo. Enyi watu wangu! Enyi watu wangu! Ufalme ni wenu leo, nyinyi ndio wenye cheo katika ardhi, lakini ni nani atakayetunusuru na adhabu ya Mwenyezi Mungu, je! Firauni akasema: Hakika mimi nakuashiria ninayo yaona, wala sikuongoi ila kwenye Njia ya Haki. Akasema yule mtu aliyeamini: Enyi watu wangu! Hakika mimi nakukhofieni kama Siku ya Makundi. Kama hali ya kaumu ya Nuhu, na A'd. Thamud na waliokuja baada yao, lakini Mwenyezi Mungu hataki kuwadhulumu waja wake.

kimbieni, hamtakuwa na mlinzi kwa Mwenyezi Mungu, ambaye Mwenyezi Mungu amemwacha kupotea hakuna wa kumwongoa." Na alikujieni Yusuf katika nyakati zilizopita pamoja na Ishara zilizo wazi, lakini hamkuacha kuwa na shaka na Utume. Alipo kuja. Alipo kufa mlisema: Mwenyezi Mungu hatamtuma Mtume baada yake. Hivyo ndivyo Mwenyezi Mungu anavyowaacha wapotevu wapotovu na wakae katika shaka, wanaobishana juu ya Aya za Mwenyezi Mungu bila ya dalili yoyote iliyowafikia, ni chukizo kubwa mbele ya Mwenyezi Mungu na Waumini. Hivyo ndivyo Mwenyezi Mungu anavyo piga muhuri kila moyo wa dhulma dhalimu..." Yule mtu aliyeamini akasema zaidi: "Enyi watu wangu! Nifuateni mimi. Enyi watu wangu! Haya maisha ya sasa si chochote ila ni starehe (ya muda) tu, na Akhera ndiyo Nyumba yenye kudumu. "Mwenye kufanya ubaya hatalipwa ila mfano wake, na anaye tenda mema, akiwa mwanamume au mwanamke, naye ni Muumini, hao wataingia Peponi. Humo watapata wasaa bila hesabu. Na enyi watu wangu!Ni ajabu iliyoje kwangu kukuitani kwenye Wokovu na hali nyinyi mnaniita kwenye Moto, mnaniita nimkufuru Mwenyezi Mungu, na nimshirikishe Yeye nisiowajua. Na ninakuiteni kwa Aliyetukuka Mwenye uwezo, Mwenye kusamehe tena na tena.Bila shaka mnaniita kwa asiye itwa katika dunia au Akhera, marejeo yetu yatakuwa kwa Mwenyezi Mungu. Hakika wapotovu ni watu wa Motoni, hivi karibuni mtakumbuka ninayo kuambieni, na ninayakabidhi mambo yangu kwa Mwenyezi Mungu. Kisha Mwenyezi Mungu AKAMUOKOA na (kila) shari waliyokuwa wakimfanyia, lakini adhabu ya adhabu iliwazunguka WATU WA FARAO. Wataletwa mbele ya Moto asubuhi na jioni, na Siku itapo simama Saa ya Kiyama: Wapeni watu wa Firauni katika adhabu kali kabisa. S. 40:28-35, 38-46 Y. Ali

Uwepo wa muumini wa Kimisri unaonyesha kwamba Musa hakuwa muumini wa kwanza wa kizazi chake. Mtu huyu lazima awe ameamini kitambo kwa vile anawajua Mitume waliotumwa kwa watu wa Adi na Thamud, wa Nuh, Yusuf, na waliokuja baadaye.

Tatizo linazidi kuwa mbaya kwani kifungu hiki cha mwisho kinapingana na Sura ifuatayo:

"(Firauni) akasema: "Ukichukua mungu asiyekuwa mimi, basi nitakuweka gerezani." (Musa) akasema: "Hata nikikuonyesha jambo lililo wazi (na) la kusadikisha?" (Firauni) akasema: Basi uonyeshe ikiwa unasema kweli!" Basi (Musa) akaitupa fimbo yake, na tazama, ilikuwa ni nyoka mbichi (ili watu waone)." Akautoa mkono wake, na tazama, ulikuwa mweupe kwa wote. (Firauni) akawaambia wakuu waliomzunguka: "Hakika huyu ni mchawi mjuzi sana. Ana mpango wake wa kukutoeni katika nchi yenu kwa uchawi wake, basi mna shauri gani?" Wakasema: "Mlindeni. na nduguye kwa mashaka (kwa muda kidogo), na uwatume wapiga mbiu Mijini wakusanye-Na uwalete kwako wachawi (wetu) waliobobea." Basi wakakusanyika wachawi kwa miadi ya siku maalumu, Na watu wakaambiwa: 'Je! ikiwa tutashinda?' Akasema: "Naam, (na zaidi), kwani nyinyi mtakuwa karibu zaidi (na nafsi yangu)." Musa akawaambia: "Tupeni mnachokitupa!" Basi wakatupa! kamba zao na fimbo zao, na wakasema: "Kwa uwezo wa Firauni sisi bila ya shaka tutashinda!" Kisha Musa akaitupa fimbo yake, na mara ikameza uwongo wao wote. KISHA wakaanguka wachawi na kusujudu, wakisema: 'Tumemuamini Mola Mlezi wa walimwengu wote, Mola wa Musa na Harun.' Akasema (Firauni): 'Je, mnamwamini kabla sijakupeni idhini? Hakika yeye ndiye kiongozi wenu aliyekufunza uchawi! Lakini hivi karibuni mtajua! Muwe na hakika kwamba nitakata mikono yenu na miguu yenu kwa pande tofauti, na nitawasulubisha nyinyi nyote!' Wakasema: 'Haidhuru! Hakika sisi tutarejea kwa Mola wetu Mlezi. Ila hamu yetu ni kwamba Mola wetu atusamehe makosa yetu, *kwa kuwa sisi ndio wa kwanza kuamini.'* S. 26:29-51

Hapa ni wachawi ndio wa kwanza waliokuja kwenye imani! Hili linapingana na vifungu vya awali vinavyodai kwamba Muhammad alikuwa wa kwanza kuamini, na kwamba Musa alikuwa wa kwanza kuamini. Hata kama mtu akitaka kulizuia kumaanisha wale wa kwanza tu kati ya Wamisri, inapingana na

40:28 iliyonukuliwa hapo juu ambayo inaripoti kuhusu mwamini mwingine wa Kimisri. Zaidi ya hayo, Musa alikuwa amekulia miongoni mwa Wamisri (tangu utotoni mpaka utu uzima wake), hata alichukuliwa na mke wa Firauni (kwa mujibu wa Qur'an), kwa hiyo bila shaka walihesabiwa kwao kuwa ni Mmisri. kama mgeni.

Sasa, mtu anaweza kusema kwamba kwanza hapa haimaanishi kihistoria mtu wa kwanza kuamini, lakini kwamba Muhammad alikuwa wa kwanza kwa maana ya kuwa wa kwanza wa waumini, mashuhuri zaidi katika nafasi. Baada ya yote, Qur'an inataja kwamba Mwenyezi Mungu amechagua baadhi ya mitume juu ya wengine:

Na hao Mitume wengine tumewafadhilisha kuliko wengine; wako ambao Mwenyezi Mungu alisema nao, na wengine aliwapandisha daraja. Na tukampa Isa bin Maryamu Ishara zilizo wazi, na tukamthibitisha kwa Roho Mtakatifu. Na lau kuwa Mwenyezi Mungu angeli taka wasingeli pigana waliokuja baada yake baada ya kuwajia Ishara zilizo wazi. lakini walikhitalifiana, na baadhi yao waliamini na wengine wakakufuru. na lau kuwa Mwenyezi Mungu angetaka wasingeli pigana wao kwa wao. lakini Mwenyezi Mungu hufanya apendavyo. S. 2:253

Na Mola wako Mlezi anawajua vyema waliomo mbinguni na katika ardhi. na tumewafadhilisha baadhi ya Manabii kuliko wengine; na Daudi tukampa Zaburi. S. 17:55

Tatizo la mtazamo huu ni kwamba Qur'an haimdhihirishi Muhammad kama nabii mkuu au mjumbe. Uchambuzi wa makini wa Qur'an kwa hakika unaonyesha kwamba wote wawili Yesu na Musa ni wakubwa zaidi. Angalia, kwa mfano, kile kinachosemwa kuhusu familia na ukoo wa ukoo wa Yesu (tunasema eti kwa vile Yesu hakuwa mzao wa Imran):

Mwenyezi Mungu alimteuwa Adam na Nuhu na ukoo wa Ibrahim na ukoo wa Imran juu ya viumbe vyote, kizazi cha wao kwa wao; Mungu anasikia, na anajua. Mke wa Imran aliposema: Mola wangu Mlezi! Pokea Wewe haya kutoka kwangu; Unasikia na unajua. Naye alipomzaa akasema, Bwana, nimemzaa mtoto wa kike. (Na Mwenyezi Mungu aliyajua sana aliyo yazaa; mwanamume si kama jike.) 'Na nimemwita Maryamu, na nimemkabidhi kwako pamoja na uzao wake, ili uwalinde na Shetani aliyelaaniwa.' ... Na malaika waliposema, 'Mariamu, Mungu amekuteua, na kukutakasa; Amekuteuwa wewe kuliko wanawake wote. S. 3:33-36, 42

Hapa, mama yake Yesu ameinuliwa juu ya wanawake wote huku baba yake Imran akichaguliwa juu ya wengine wote. Maandiko hayo yanaonekana kupunguza mstari wa wale ambao Mwenyezi Mungu aliwachagua juu ya wengine, yaani, kuanzia Adam, Nuhu, kisha akamchagua Ibrahimu na kizazi chake, na kutoka kwa kizazi cha Ibrahimu anachagua familia au nyumba ya Imran juu ya wengine. Madai ya kwamba Mariamu ameinuliwa juu ya wanawake wote yanaunga mkono uelewa huu wa kifungu, yaani, kutoka katika uzao wote wa Ibrahim Imran na nyumba yake, ambayo kwa mujibu wa Qur'an inajumuisha Yesu, walichaguliwa juu yao wote. Zaidi ya hayo, kuna mambo mengine ambayo Qur'an inasema kuhusu Yesu ambayo yanamfanya kuwa bora zaidi kuliko Muhammad.

Mbali na hilo, bado mtu anatakiwa kushughulika na tatizo la Musa kuwa muumini wa kwanza, jambo ambalo lingeweza pia kueleweka kama likimaanisha kwamba yeye ndiye aliyekuwa mashuhuri zaidi, na hivyo kupinga madai kwamba Muhammad alikuwa. Hata Hadith zinasema kwamba Muhammad hakuwa mkubwa kama Musa:
Amesimulia Abu Huraira:
"Mtu mmoja katika Waislamu na Mayahudi waligombana, na Muislamu akasema, 'Naapa kwa yule Aliyempa Muhammad utukufu juu ya watu wote! ' Hapo Muislamu akanyanyua mkono wake na kumpiga Myahudi yule Myahudi akaenda kwa Mtume wa Mwenyezi Mungu na kumjulisha yaliyotokea baina yake na Muislamu. bila fahamu siku ya Kiyama nitakuwa wa kwanza kupata fahamu na tazama, Musa atakuwa amesimama ameshikilia ubavu wa Arshi, sijui kama amekuwa miongoni mwa waliopoteza

fahamu kisha akapata fahamu. kabla yangu, au ikiwa amekuwa miongoni mwa wale walioachiliwa na Mwenyezi Mungu (kuanguka na kupoteza fahamu).'" (Ona Hadithi Na. 524, Juzuu 8) (Sahih Al-Bukhari, Juzuu 9, Kitabu cha 93, Nambari 564).

Hadith pia ina Muhammad anakiri kwamba Ibrahim alikuwa kiumbe bora zaidi, sio yeye:

Anasi b. Imepokewa kutoka kwa Malik kwamba mtu mmoja alikuja kwa Mtume wa Mwenyezi Mungu (rehema na amani ziwe juu yake) akasema: Ewe mbora wa viumbe! Hapo Mtume wa Mwenyezi Mungu (rehema na amani zimshukie) akasema: Yeye ni Ibrahim (amani iwe juu yake). (Sahih Muslim, Kitabu 030, Nambari 5841)

Muislamu anaweza kusema kwamba Musa na Muhammad walikuwa mashuhuri sana miongoni mwa zama zao. Kwa maneno mengine, Musa na Muhammad wote walikuwa wa kwanza kwa maana ya kuwa wakubwa juu ya vizazi vyao husika.

Lakini hata maelezo haya yana matatizo kwani muktadha unaonyesha kwamba, angalau kwa Muhammad anavyohusika, kwanza inaweza tu kumaanisha yule wa kwanza (kwa wakati) kujisalimisha kwa umoja wa Mwenyezi Mungu:

Sema: Je! nimchague rafiki mlinzi asiyekuwa Mwenyezi Mungu, Muumba wa mbingu na ardhi, anayelisha wala halishwi? Sema: Nimeamrishwa niwe wa kwanza kusilimu. Wala usiwe miongoni mwa washirikina. S. 6:14 Pickthall

Sema: Hakika Mola wangu Mlezi ameniongoza kwenye Njia Iliyo Nyooka, Dini iliyo sawa, Njia (iliyopita) Ibrahim mwongofu, wala hakumshirikisha Mwenyezi Mungu. Sema: Hakika Sala yangu, na ibada yangu, na uhai wangu, na kufa kwangu, ni kwa ajili ya Mwenyezi Mungu, Mola Mlezi wa walimwengu wote. Hana mshirika. kuinamia mapenzi yake.S. 6:161-163 Y. Ali

Katika S. 6:14 kipengele cha muda ni dhahiri. "Kwanza" katika Sura 6:161-163 inabidi ieleweke kwa maana ya muda pia, kwa kuwa kifungu kinazungumza juu ya kuongozwa kwenye njia iliyonyooka, kwenye dini iliyo sawa, akidhania kwamba alikuwa kwenye njia tofauti kabla. Kwa hiyo kuna mabadiliko ya wakati kuhusiana na imani yake, na anatakiwa kuwa wa kwanza anayesujudu kwa mapenzi ya Mwenyezi Mungu.

Rejea ya Ibrahim, mkweli katika imani (6:161) inaweza kuchukuliwa kama dalili kwamba 6:163 inamtaja Muhammad kuwa Muislamu wa kwanza wa zama zake, au miongoni mwa watu wake, kwani vinginevyo itakuwa ni kinyume na taja aya mbili tu hapo awali.

Muhimu zaidi, Qur'an inaonyesha kwamba Musa hakuwa mtu mashuhuri zaidi wa wakati wake kwani kulikuwa na mtu aliyeitwa Al-Khadir ambaye alikuwa mkuu zaidi:

Na kumbuka Musa alipo mwambia swahiba wake: Sitaacha kufuata mwendo wangu mpaka nifike zinapo kutana bahari mbili, ijapokuwa nitasafiri kwa muda mrefu. Lakini walipofika mahali zilipokutana zile bahari mbili, walisahau samaki wao, naye akaingia baharini akiondoka upesi. Na walipokwisha kupita mahali pale, akamwambia kijana mwenzake, Tuletee chakula chetu cha asubuhi. Hakika sisi tumepata uchovu mwingi kwa ajili ya safari yetu hii. Akajibu: Je! unaona tulipo jipeleka kwenye jabali kwa mapumziko na nikamsahau yule samaki, na hakuna yeyote ila Shet'ani aliyenisahaulisha kukutajia - akashika njia yake baharini kwa namna ya ajabu?

Akasema: Hayo ndiyo tuliyokuwa tukiyatafuta. Basi wote wawili wakarudi, wakizifuata nyayo zao. Kisha wakamkuta mja WETU, tuliye mpa rehema kutoka kwetu, na tukamfunza elimu kutoka kwetu. Musa akamwambia: Je! nikufuate kwa sharti unifundishe baadhi ya uwongofu uliofunzwa? Akajibu, `Huwezi kuwa na subira pamoja nami; Na unawezaje kuwa na subira katika mambo usiyoyafahamu? Akasema: Utanikuta ALLAH akipenda, ni mvumilivu, wala sitakiuka amri yako. Akasema: Hakika ukinifuata, basi usiniulize chochote mpaka nikuambie. Basi wote wawili wakaondoka hata walipopanda mashua, akatoboa ndani yake. Musa akasema: Je! Umetoa shimo ndani yake ili kuwazamisha waliomo? Hakika umefanya jambo kubwa. Akajibu, 'Je, sikukuambia kwamba huwezi kuwa na subira pamoja nami?'

Musa akasema, Msinichukulie kwa yale niliyoyasahau, wala msinitie nguvu kwa kosa langu hili. Basi wakasafiri mpaka wakakutana na kijana; alimwua. Musa akasema, Je! Je! umemuuwa mtu asiye na hatia bila ya yeye kumuua yeyote? Hakika wewe umefanya jambo la kuchukiza. Akajibu, 'Je, sikukuambia ya kwamba huwezi kuvumilia pamoja nami? Musa akasema, Nikikuuliza juu ya neno lolote baada ya haya, usinishikishe pamoja nawe, maana utakuwa umepata udhuru wa kutosha kwangu. Basi wakaenda mpaka walipofika kwa watu wa mji wakawaomba watu wake chakula, lakini wakakataa kuwakaribisha.

Na wakakuta ndani yake ukuta unakaribia kuanguka, akautengeneza. Musa akasema, Kama ungetaka, ungalilipa. Akasema: Huu ndio mgawanyiko wa njia baina yangu na wewe. Nitakueleza maana ya yale ambayo hukuweza kuyastahimili kwa subira; Ama ile mashua, ilikuwa ya watu fulani maskini waliokuwa wakifanya kazi baharini na nilitamani kuiharibu, kwani nyuma yao kulikuwa na mfalme ambaye alikamata kila mashua kwa nguvu; Na ama vijana wazazi wake walikuwa ni Waumini, na tuliogopa asije akawaingiza katika matatizo kwa uasi na ukafiri. Basi tukataka Mola wao Mlezi awabadilishe aliye bora kuliko yeye kwa utakaso na aliye karibu zaidi katika mapenzi ya kimwana. Na ama ukuta huo ulikuwa wa mayatima wawili wa mjini, na chini yake palikuwa na hazina yao, na baba yao alikuwa ni mtu mwema, basi Mola wako Mlezi akataka wafikie umri wao na wachukue. toa khazina zao, kama rehema itokayo kwa Mola wako Mlezi, wala sikuifanya kwa kupenda kwangu. Huu ndio ufafanuzi wa yale usiyoweza kuvumilia. S. 18:60-82 Sher Ali

Kwa hiyo, sio tu kwamba ni dhana tu kwamba kwanza hapa inahusu umashuhuri au ukuu, madai haya yanapingana moja kwa moja na muktadha wa vifungu vinavyofafanua kwa uwazi kwanza maana ya yule wa kwanza kunyenyekea na kuamini umoja wa Mwenyezi Mungu (angalau katika kesi ya Muhammad). Pia wana mvutano na marejeo ya Qur'an kwa mja kutoka kwa Mwenyezi Mungu ambaye alikuwa mjuzi zaidi na mkubwa kuliko Musa.

Na kama tulivyoona hapo juu, kwa hakika Muhammad hakuwa wa kwanza kunyenyekea kwa Mwenyezi Mungu kwani wale wanaoitwa Hanif, ambao tulikwishawataja, walisemekana kuwa ni waamini Mungu mmoja wanaofuata dini ya Ibrahim.

Wacha tufanye muhtasari wa shida zote hadi sasa:

Qur'an inadai kuwa Muhammad alikuwa muumini/msalimishaji wa kwanza.

Vyanzo vyote viwili vya Qur'an na Kiislamu vinaonyesha kwamba kulikuwa na waumini wa kweli kabla ya kuzaliwa kwa Muhammad na wakati wa uhai wake, haswa kabla ya madai yake ya wito wa imani na utume, ikionyesha kwamba huyu wa pili alikuwa mbali na kuwa wa kwanza.

Qur'an pia inadai kuwa Musa alikuwa wa kwanza kuamini. Kwa kuwa huwezi kuwa na sehemu mbili za kwanza, huu ni utata ulio wazi. Zaidi ya hayo, Ibrahim anaitwa kwa uwazi kabisa Muislamu na aliishi muda mrefu kabla ya wote wawili.

Dai hili la mwisho, yaani, Musa kuwa wa kwanza kuamini, linakanushwa na vifungu vinavyotaja watu wakati wa Musa ambao pia waliamini, yaani, Mmisri wa Sura 40 ambaye alijua kuhusu wajumbe/manabii wa Mungu kama vile Yusufu.

Sura ya 26 inapingana na Sura ya 40 kwa vile tunaambiwa kuwa wachawi wa Firauni walikuwa wa kwanza kuamini.

Kufanya mambo kuwa mabaya zaidi, dai la kwamba baadhi ya wachawi wa Farao walimwamini Musa linapingana na S. 10:83 inayosema kwamba hakuna aliyemwamini isipokuwa baadhi ya watu wa Musa! (Taz. makala hii.)

Uchambuzi wetu unatuongoza kuhitimisha kwamba kwanza haiwezi kumaanisha ukuu au umashuhuri, lakini lazima iwe na maana ya kwanza kwa wakati, ama katika historia yote au ndani ya vizazi husika. Hata hivyo ama kuelewa kunatokeza kupingana na kauli nyinginezo za Qur'an ambazo zinaonyesha kwamba si Musa wala Muhammadi aliyekuwa wa kwanza kuamini hata katika vizazi vyao.

Na inakuwa ngumu zaidi ... Inaonekana kuna ushahidi unaoonyesha kwamba Qur'an inamwona Ibrahimu kama Muislamu wa kwanza. Tuliona kwamba katika sehemu kadhaa waamini wanaitwa kukumbatia dini ya Ibrahimu, kwamba Uislamu ni mfumo wa imani ambao Ibrahimu aliuunga mkono na kuwasihi watoto wake waenende humo (taz. 2:132-133; 3:67; 4:125; 6) :161; 22:78).

Msisitizo wa mara kwa mara wa Uislamu kuwa dini ya Ibrahimu - kinyume na Adamu, Nuhu n.k. -, inaweza kumaanisha kwamba mwandishi wa Qur'an alidhani kwamba imani kweli ilianza kwake. Uelewa huu unaweza kufasiriwa kutoka kwa maandishi yafuatayo:

Na piganeni katika njia yake kama iwapasavyo kupigana (kwa ikhlasi na kwa nidhamu). Yeye amekuteueni, wala hakuweka uzito juu yenu katika Dini. ni ibada ya baba yenu Ibrahimu. Yeye ndiye aliye kuiteni Waislamu kabla na katika hii. ili Mtume awe shahidi kwenu, na nyinyi muwe mashahidi kwa watu. Basi simamisheni Sala, na toeni Zaka, na mshike Mwenyezi Mungu. Yeye ndiye Mlinzi wako - Mzuri zaidi wa kukulinda na Mzuri zaidi kukusaidia! S. 22:78 Y. Ali

Maana ya hayo hapo juu ni kwamba Mwenyezi Mungu alianza kutumia neno Muslim kwa waumini wakati wa Ibrahimu, na ndio maana inaitwa imani au ibada yake. Si kwa bahati kwamba Ibrahimu ndiye wa kwanza miongoni mwa mitume na mitume wote waliotajwa katika Qur'an anayeitwa kwa uwazi kabisa Muislamu!

Yafuatayo ni matukio ya maneno Muslim, Waislamu, kujisalimisha (yaani aslama, aslamoo, aslimoo, oslima, aslamtu) ili wasomaji waweze kulichunguza suala hili wao wenyewe: 2:112, 128, 131-133, 136; 3:20, 52, 64, 67, 80, 83-84, 102; 4:92, 125; 5:44, 111; 6:14, 163; 7:126; 10:72, 84, 90; 11:14; 12:101; 15:02; 16:89, 102; 21:108; 22:34, 78; 27:31, 42, 81, 91; 28:53; 29:46; 30:53; 33:35; 37:103; 39:12, 54; 40:66; 41:33; 43.69; 46:15; 49:14, 17; 51:36; 66:05; 68:35; 72:14

Sasa tusije tukalaumiwa kwa kutoelewa maandishi au kupotosha mafundisho ya Qur'ani, zingatia kile ambacho mwandishi wa Kiislamu afuataye anasema kuhusu suala hili hili:

Kutokuelewana na tafsiri mbovu hapa kunatokana na kutoelewa kwao neno Uislamu (Submission). Licha ya ukweli kwamba Mungu anatuambia katika Qur'an kwamba Uislamu (Utiifu kwa Mungu Peke Yake) ni wa zamani sawa na Ibrahimu *aliyekuwa Muislamu wa Kwanza* (Uthibitisho: 2:128, 2:131, 2:133) *na nani alikuwa Muislamu wa kwanza?* (22:78), bado wanazuoni wa Kiislamu leo wanasisitiza kuwa Uislamu umejikita kuwa ni dini ya zamani na ya Mungu wa Qur'an!!!

Kwa kuunda kauli hiyo ya uwongo, wanazuoni wa Kiislamu wanadai kuwa wao ndio wasimamizi wa ujumbe huo! Katika 3:67 Mungu anatuambia haswa kwamba Ibrahimu hakuwa Myahudi wala Mkristo, bali Muislamu wa Mungu mmoja. Mungu pia anatuambia katika 5:111 kwamba Yesu na Wanafunzi walikuwa Waislamu. Katika 27:44 inatuambia kwamba Sulemani alikuwa Muislamu na katika 5:44 tunaambiwa juu ya manabii wote waliopewa Torati na ambao wote walikuwa Waislamu.

Kinachothibitisha aya zote hizi ni kwamba kuna Waislamu waliofuata Taurati na Biblia na ambao hawakujua chochote kuhusu Qur'an. Waislamu hawa walikuwa wanyenyekevu kwa Mungu Peke Yake, Mola Mlezi wa ulimwengu. (Chanzo; msisitizo mkuu ni wetu)

Katika nukuu iliyo hapo juu inaonekana kuna kutoelewana kuhusu S. 22:78. Pengine mtu anapaswa kuielewa aya hii kwa maana ya kwamba si Ibrahimu bali Mwenyezi Mungu ndiye aliyewapa waumini jina la "Waislamu". Bado, tungekubali kwamba vifungu hivi vinatoa hisia kwamba hili lilitokea kwanza wakati wa Ibrahimu, yaani, Ibrahimu na kizazi chake ndio wa kwanza ambao wanaitwa kwa uwazi kabisa Waislamu katika Qur'an.

Ikiwa ndivyo hivyo basi tunayo mikanganyiko mingine kadhaa ambayo Waislamu lazima waifanyie kazi. Ibrahimu kuwa

Muislamu wa kwanza angepinga kauli kwamba Musa na/au Muhammad walikuwa waumini/Waislamu wa kwanza. Hili pia linapingana na ukweli kwamba kulikuwa na mitume na mitume wengine kabla ya Ibrahimu, kama vile Adam na Nuhu, ambao kwa hakika walikuwa waumini la sivyo wasingeweza kuwa wasemaji wa Mwenyezi Mungu! Yaani, isipokuwa tunapaswa kuelewa kutokana na hili kwamba ingawa Nuhu na wengine walikuwa waumini kabla ya Ibrahimu, dini yao haikuwa Uislamu. Kwa kweli walikuwa na dini tofauti.

Ikiwa hitimisho lililotangulia kuhusu Ibrahim ni sahihi basi Waislamu wana matatizo mengi ambayo ni lazima wayashughulikie.

Kama Adam alikuwa Muislam wa kwanza, iweje, tena Allah asema Muhammad alikuwa Muislam wa kwanza?

Kama Muhammad alikuwa Muislam wa kwanza, iweje, tena Allah aseme Adam alikuwa Muislam?

Ni nani alikuwa Muislamu wa kwanza?

SEHEMU YA II

Nani Alikuwa Nabii wa Waafrika?

Nani ni Nabii au Mtume wa Waafrika, Wamarekani, Wazungu, Wachina, n.k.?

Kulingana na Qur'an, Surat Yunus 10:47, kwa kila watu alitumwa mjumbe. Je, Mjumbe aliyetumwa kwa Waafrika, Wamarekani, na Wazungu ni nani?

Qur'an inadai kwamba Allah amewatuma waonyaji kwa kila taifa. Kwa kweli, baadhi ya aya hizi zinaonyesha kwamba hata kabla ya kuja kwa Muhammad, Allah alikuwa amewatuma waonyaji kwa Waarabu: Kwa kila taifa kulitumwa mjumbe: anapokuja mjumbe wao, jambo litahukumiwa kwa haki kati yao, na hawatadhulumiwa. بِٱلْقِسْطِ بَيْنَهُم قُضِيَ رَسُولُهُمْ جَاءَ فَإِذَا ۚ رَّسُولٌ أُمَّةٍ وَلِكُلِّ Wa likulli ummatir Rasoolun fa izaa jaaa'a Rasooluhum يُظْلَمُونَ لَا وَهُمْ qudiya bainahum bilqisti wa hum laa yuzlamoon (Suraht Yunus 10:47)

Waabudu miungu ya uongo husema: "Kama Allah angependa, tusingeliabudu chochote ila Yeye - wala sisi wala baba zetu - wala hatungeamrisha sheria zingine isipokuwa zake." Vivyo hivyo walivyofanya waliokuwa kabla yao. Lakini wajumbe walitumwa kufikisha Ujumbe ulio wazi. Kwa hakika tulimtuma mjumbe kwa kila umma (akiwa na amri), "Muabuduni Allah tu, mkiepuka maovu." Miongoni mwa watu walikuwepo wale ambao Allah aliwaongoza, na wengine ambao upotofu ukawathibitikia kikamilifu. Basi tembea duniani, uone jinsi walivyomalizika wale waliozikataa Ishara za Allah (Haki). فَإِلَـٰهُكُمْ ۚ ٱلْأَنْعَـٰمِ بَهِيمَةِ مِّن رَزَقَهُم مَا عَلَىٰ ٱللَّهِ ٱسْمَ لِيَذْكُرُوا مَّنسَكًا جَعَلْنَا أُمَّةٍ وَلِكُلِّ الْمُخْبِتِينَ وَبَشِّرِ ۗ أَسْلِمُوا فَلَهُ وَٰحِدٌ إِلَـٰهٌ - Suraht16:35-36

Kwa kila watu tumeweka ibada na desturi ambazo lazima wafuate ili wakumbuke jina la Allah kwa riziki aliyowapa kutokana na wanyama (wanaofaa kuliwa). Lakini Mungu wenu ni Mungu Mmoja: basi itieni mapenzi yenu kwake (katika Uislamu): na wabashirie wanyenyekevu. مَا عَلَى ٱللَّهِ ٱسْمَ لِيَذْكُرُوا۟ جَعَلْنَا أُمَّةٍ وَلِكُلِّ ٱلْمُخْبِتِينَ وَبَشِّرْ ۗ أَسْلِمُوا۟ فَلَهُ وَٰحِدٌ إِلَٰهٌ فَإِلَٰهُكُمْ ۖ ٱلْأَنْعَٰمِ بَهِيمَةٍ مِّنْ رَزَقَهُم - Suraht Al Hajj 22:34

Allah katika Suratul Hajj 34 anasema kuwa, kwa kila watu, ametuma ibada na desturi ili wafuate, swali la kujiuliza, je, kwa Waafrika au Waamerika, Allah alituma ibada ipi na mjumbe yupi? Je, husemi huu wa kutuma ibada kwa kila watu, haumaniishi kuwa kila watu ibada yao ni tofauti?

Kwa kila taifa tumeweka ibada na desturi ambazo wanapaswa kufuata: basi wasikushindanie kuhusu jambo hilo, lakini wakuiteni kwa Mola wako, kwani wewe bila shaka uko katika Njia Iliyo Nyooka. أَمَّةٍ لِّكُلِّ مُّسْتَقِيمٍ هُدًى لَعَلَىٰ إِنَّكَ ۖ رَبِّكَ إِلَىٰ وَٱدْعُ ۚ ٱلْأَمْرِ فِى يُنَٰزِعُنَّكَ فَلَا ۖ نَاسِكُوهُ هُمْ مَنسَكًا جَعَلْنَا - Surat Al Hajj 22:67

Kufuatana na Suratul Al Hajj 67, ni ibada ipi Allah alituma kwa Taifa la Uingereza, au Jamaika au Kenya?

Aya mbili za mwisho zinadai kwamba Allah ameweka ibada na desturi kwa watu wote, na inaonyesha kuwa Allah amewatuma waonyaji na au manabii kuwaagiza watu kuhusu ibada hizi. Allah lazima pia amewatuma manabii na waonyaji kwa Waarabu wa Makka, vinginevyo wangewezaje kujua kuwa Allah anahitaji dhabihu na ibada? Isipokuwa, labda mtu anataka kudai kwamba neno "kila watu" halihusishi na au linawatenga Waarabu.

Hata hivyo, Muislamu hawezi kushikilia hilo kwa sababu Uislamu unafundisha kuwa desturi za Waarabu wa Makka za kipagani ambazo Muhammad aliingiza katika Uislamu, zilitungwa na Ibrahim na Ismail. Kwahiyo, wenyeji wa Maka tayari walikuwa na manabii wao wa kwanza.

Hakika tumekutuma kwa haki, uwe mbashiri na mwonyaji, na kamwe hakukuwa na watu ambao hawakuwa na mwonyaji aliyekuwa ameishi miongoni mwao (katika siku za nyuma). Surahh Fatir 35:24

Surah Ghafir 40:4-6

مَا يُجَٰدِلُ فِي ءَايَٰتِ ٱللَّهِ إِلَّا ٱلَّذِينَ كَفَرُوا۟ فَلَا يَغۡرُرۡكَ تَقَلُّبُهُمۡ فِي ٱلۡبِلَٰدِ

Hawazibishi Ishara za Mwenyezi Mungu ila walio kufuru; basi kusikughuri wewe kutanga tanga kwao katika nchi.

Ayah: 5

كَذَّبَتۡ قَبۡلَهُمۡ قَوۡمُ نُوحٍ وَٱلۡأَحۡزَابُ مِنۢ بَعۡدِهِمۡ وَهَمَّتۡ كُلُّ أُمَّةٍۭ بِرَسُولِهِمۡ لِيَأۡخُذُوهُ وَجَٰدَلُوا۟ بِٱلۡبَٰطِلِ لِيُدۡحِضُوا۟ بِهِ ٱلۡحَقَّ فَأَخَذۡتُهُمۡ فَكَيۡفَ كَانَ عِقَابِ

Kabla yao walikadhibisha kaumu ya Nuhu na makundi mengine baada yao. Na kila taifa lilikuwa na hamu juu ya Mtume wao wamkamate. Na walibishana kwa upotovu ili kuipindua haki. Kwa hivyo niliwakamata. Basi ilikuwaje adhabu yangu!

Ayah: 6

وَكَذَٰلِكَ حَقَّتۡ كَلِمَتُ رَبِّكَ عَلَى ٱلَّذِينَ كَفَرُوٓا۟ أَنَّهُمۡ أَصۡحَٰبُ ٱلنَّارِ

Namna hivi limewathibitikia makafiri neno la Mola wako Mlezi ya kwamba wao ni watu wa Motoni.

Kwa kuchanganya maandiko yote hapo juu, tunabaki na hitimisho kwamba Allah aliwatuma waonyaji kwa kila taifa na kwa lugha yao, na katika kila jambo watu walipanga njama dhidi ya nabii aliyetumwa kwao. Iweje sasa Kiarabu ni lugha ya Uislamu?

Mfasiri maarufu wa Sunni, Ibn Kathir, alisema kuhusiana na Surah 35:24:

إِنَّآ أَرۡسَلۡنَٰكَ بِٱلۡحَقِّ بَشِيرٗا وَنَذِيرٗا وَإِن مِّنۡ أُمَّةٍ إِلَّا خَلَا فِيهَا نَذِيرٌ

Hakika Sisi tumekutuma wewe kwa Haki, kuwa ni mbashiri na mwonyaji. Na hapana umma wowote ila ulipata mwonyaji kati yao.
Ewe Nabii! Hakika Sisi tumekutuma wewe uwafikishie watu wote hii Dini ya Haki, ukiwabashiria Pepo wenye kuamini, na ukiwaonya kwa adhabu ya Moto wanao ikataa hii Dini. <u>Na hapana kaumu yoyote katika kaumu zilizo pita ila walijiwa na mtu kutokana na Mwenyezi Mungu wa kuwahadharisha na adhabu yake.</u>

Nani alikuwa muonyaji aliyetumwa kwa Waafrika? Waamerika? Wazungu?

وَيَقُولُ ٱلَّذِينَ كَفَرُوا۟ لَوۡلَآ أُنزِلَ عَلَيۡهِ ءَايَةٌ مِّن رَّبِّهِۦٓ إِنَّمَآ أَنتَ مُنذِرٌ وَلِكُلِّ قَوۡمٍ هَادٍ

Na wale walio kufuru husema: Mbona hakuteremshiwa muujiza kutoka kwa Mola wake Mlezi? Hakika wewe ni Mwonyaji, <u>na kila kaumu ina wa kuwaongoa.</u>

Na husema hao makafiri wasio amini muujiza mkubwa, yaani Qur'ani: Hebu na amteremshie Mola wake Mlezi alama ya unabii wake wa kuonekana kama kuiendesha milima akawa Mwenyezi Mungu anaonyesha wazi uhakika wa Nabii wake katika jambo hili! Na Yeye Subhanahu anamwambia: Hakika wewe ni Nabii wa kuwaonya kwamba kuna adhabu mbaya wakiendelea na upotovu wao. <u>Na kila kaumu wanaye Mtume wa kuwaongoza kwenye Haki, na muujiza wa kubainisha ujumbe wake.</u> Si wao wa kuchagua. Lao ni kujibu upinzani na kuleta mfano wake! Surat Ar Rad (13:7)

Na hakika, tumetuma kwa kila Ummah Mjumbe (akitoa ujumbe): "Muabudu Allah, na epukeni miungu ya uongo yote." Kati yao walikuwepo wale ambao Allah aliwaongoza, na kati yao walikuwepo wale ambao upotovu wao ulikuwa na haki (16:36). Na kuna Aya nyingi kama hizo. (Tafsiri.com inabainisha na kusisitiza)

Zaidi ya hayo, Qur'an inadai kuwa Ismail alikuwa nabii:

وَوَهَبْنَا لَهُ إِسْحَٰقَ وَيَعْقُوبَ ۚ كُلًّا هَدَيْنَا ۚ وَنُوحًا هَدَيْنَا مِن قَبْلُ ۖ وَمِن ذُرِّيَّتِهِ دَاوُۥدَ وَسُلَيْمَٰنَ وَأَيُّوبَ وَيُوسُفَ وَمُوسَىٰ وَهَٰرُونَ ۚ وَكَذَٰلِكَ نَجْزِي ٱلْمُحْسِنِينَ

Na tukamtunukia (Ibrahim) Is-haq na Yaakub. Kila mmoja wao tulimwongoa. Na Nuhu tulimwongoa kabla. Na katika kizazi chake tulimwongoa Daud na Suleiman na Ayyub na Yusuf na Musa na Harun. Na hivi ndivyo tunavyo walipa wafanyao wema.

Na Sisi tulimpa Ibrahim, Is-haq na Yaaqub bin Is-haq. Na tukamwezesha kila mmoja wao kufikia Haki na Kheri, kama baba yao. Na kabla yake tulimwezesha Nuhu hivyo hivyo, na tukawaongoa katika uzao wa Nuhu, Daud, na Suleiman, na Ayyub, na Yusuf, na Musa, na Harun. Kama tulivyo walipa hawa, tunawalipa wafanyao wema kwa wanavyo stahiki.

Ayah: 85

وَزَكَرِيَّا وَيَحْيَىٰ وَعِيسَىٰ وَإِلْيَاسَ ۖ كُلٌّ مِّنَ ٱلصَّٰلِحِينَ

Na Zakaria na Yahya na Isa na Ilyas. Wote walikuwa miongoni mwa watu wema.

Na tuliwaongoa Zakariya, na Yahya, na Isa, na Ilyas - kila mmoja wao katika hawa ni miongoni mwa waja wetu walio wema.

Ayah: 86

وَإِسْمَٰعِيلَ وَٱلْيَسَعَ وَيُونُسَ وَلُوطًا ۚ وَكُلًّا فَضَّلْنَا عَلَى ٱلْعَٰلَمِينَ

Na Ismail, na Al Yasaa, na Yunus, na Lut'. Na wote tuliwafadhilisha juu ya walimwengu wote.

Na tuliwaahidi Ismail, na Alyasaa, na Yunus, na Lut'; na tukawafadhilisha kila mmoja wa hawa wote kushinda walimwengu wote wa zama zao, kwa kuwapa uwongofu na Unabii.

Ayah: 87

وَمِنْ ءَابَآئِهِمْ وَذُرِّيَّٰتِهِمْ وَإِخْوَٰنِهِمْ ۖ وَٱجْتَبَيْنَٰهُمْ وَهَدَيْنَٰهُمْ إِلَىٰ صِرَٰطٍ مُّسْتَقِيمٍ

Na kutokana na baba zao, na vizazi vyao na ndugu zao. Na tukawateuwa na tukawaongoa kwenye Njia iliyo nyooka.

Na tuliwateuwa baadhi ya mababa wa hao, na dhuriya zao, na ndugu zao, na tukawakhitari wao, na tukawawezesha waifuate Njia isiyo kwenda upogo.

Ayah: 88

ذَٰلِكَ هُدَى ٱللَّهِ يَهْدِي بِهِۦ مَن يَشَآءُ مِنْ عِبَادِهِۦ ۚ وَلَوْ أَشْرَكُوا۟ لَحَبِطَ عَنْهُم مَّا كَانُوا۟ يَعْمَلُونَ

Hiyo ni hidaya ya Mwenyezi Mungu. Kwa hiyo humhidi amtakaye katika waja wake. Na lau wangeli mshirikisha yangeli waharibikia waliyo kuwa wakiyatenda.

Hiyo ndiyo tawfiqi kubwa waliyo ipata watu hawa, nayo ni tawfiqi (uwezesho) iliyo tokana na Mwenyezi Mungu, ambayo humwafiqia (humwezesha) amtakaye katika waja wake. Na lau wangeli shiriki watu hawa walio khitariwa zingeli potea a'mali zao za kheri zote walizo zifanya, na wasingeli pata thawabu.

Ayah: 89

أُو۟لَٰٓئِكَ ٱلَّذِينَ ءَاتَيْنَٰهُمُ ٱلْكِتَٰبَ وَٱلْحُكْمَ وَٱلنُّبُوَّةَ ۚ فَإِن يَكْفُرْ بِهَا هَٰٓؤُلَآءِ فَقَدْ وَكَّلْنَا بِهَا قَوْمًا لَّيْسُوا۟ بِهَا بِكَٰفِرِينَ

Hao ndio tulio wapa Vitabu na hukumu na Unabii. Ikiwa hawa watayakataa hayo, basi tumekwisha yawakilisha kwa watu wasio yakataa.

Hao ndio tulio wapa Vitabu vilivyo teremshwa, na ilimu zenye manufaa, na utukufu wa Unabii. Na washirikina wa Makka wakiyapinga mambo haya matatu, basi wamekwisha ahidiwa watu wengine wasiyo yakataa hayo wayachunge na wanafiike kwayo. Surah Al-Anam 6:84-89

۞ إِنَّآ أَوْحَيْنَآ إِلَيْكَ كَمَآ أَوْحَيْنَآ إِلَىٰ نُوحٍ وَٱلنَّبِيِّۧنَ مِنۢ بَعْدِهِۦ ۚ وَأَوْحَيْنَآ إِلَىٰٓ إِبْرَٰهِيمَ وَإِسْمَٰعِيلَ وَإِسْحَٰقَ وَيَعْقُوبَ وَٱلْأَسْبَاطِ وَعِيسَىٰ وَأَيُّوبَ وَيُونُسَ وَهَٰرُونَ وَسُلَيْمَٰنَ ۚ وَءَاتَيْنَا دَاوُۥدَ زَبُورًا

Hakika Sisi tumekuletea wahyi wewe kama tulivyo wapelekea wahyi Nuhu na Manabii walio kuwa baada yake. Na tulimpelekea wahyi Ibrahim na Ismail na Is-haka na Yaakub na wajukuu zake, na Isa na Ayub na Yunus na Harun na Suleiman, na Daud tukampa Zaburi.

Hakika Sisi tumekufunulia wewe, ewe Nabii! (tumekuteremshia Wahyi), Qur'ani na Sharia, kama tulivyo wafunulia kabla yako Nuhu na Manabii wa baada yake, na kama tulivyo wapa Wahyi Ibrahim, na Ismail, na Is-haq, na Yaakub, na wajukuu zake, nao wale walio kuwa Manabii wa Mwenyezi Mungu miongoni mwa dhuriya (wazao) wa Yaakub, na Isa, na Ayubu, na Yunus, na Haarun, na Suleiman, na kama tulivyo mfunulia Daud tukamteremshia Kitabu cha Zabur. (Qur'an 4:163)

Na taja katika Kitabu hadithi ya Ismaili. Hakika yeye alikuwa mkweli wa ahadi zake, na yeye alikuwa Mjumbe, Nabii. Alikuwa akiwaamrisha watu wake kusali na kutoa zaka, na alikuwa apendwaye na Mola wake. (Qur'an 19:54-55, 58)

Maswali ya kujiuliza:

Je, Nuhu alikuwa Nabii wa Umma upi?

Je, kitabu alicho pewa Nuhu kinaitwaje?

Je, Ibrahim alikuwa Nabii wa Umma upi?

Jina la kitabu alicho pewa Ibrahim ni lipi?

Je, Ismaili alikuwa Nabii wa Umma upi?

Je, Ismaili alipewa kitabu gani?

Je, jina la kitabu alicho pewa Ismaili ni lipi?

Qur'an inaendelea kudai kuwa, Ishaq na Yaakub pamoja na wajukuu zao walikuwa Manabii na walipewa vitabu.

Upo wapi uthibitisho kuwa Ishaq alikuwa Nabii na kwa Umma upi?

Upo wapi uthibitisho kuwa Yaakub alikuwa Nabii na kwa Umma upi?

Ishmael amejumuishwa kama mmoja wa wale waliopokea Kitabu na unabii, na inasemekana kwamba aliamrisha sala na sadaka (zakat) kwa watu/wazao wake. Zaidi ya hayo, Waislamu wanatakiwa kuamini yale ambayo Allah alifunua/kuvuvia kwa Ishmael:

قُولُوٓاْ ءَامَنَّا بِٱللَّهِ وَمَآ أُنزِلَ إِلَيْنَا وَمَآ أُنزِلَ إِلَىٰٓ إِبْرَٰهِـۧمَ وَإِسْمَٰعِيلَ وَإِسْحَٰقَ وَيَعْقُوبَ وَٱلْأَسْبَاطِ وَمَآ أُوتِيَ مُوسَىٰ وَعِيسَىٰ وَمَآ أُوتِيَ ٱلنَّبِيُّونَ مِن رَّبِّهِمْ لَا نُفَرِّقُ بَيْنَ أَحَدٍ مِّنْهُمْ وَنَحْنُ لَهُ مُسْلِمُونَ

Semeni nyinyi: Tumemuamini Mwenyezi Mungu na yale tuliyo teremshiwa sisi, na yaliyo teremshwa kwa Ibrahim na Ismail na Is-hak na Yaakub na wajukuu zake, na waliyo pewa Musa na Isa, na pia waliyo pewa Manabii wengine kutoka kwa Mola wao Mlezi; hatutafautishi baina ya yeyote katika hao, na sisi tumesilimu kwake.

Waambieni: Sisi tunamuamini Mwenyezi Mungu, na tunaamini Qur'ani iliyo teremshwa kwetu, na kadhaalika <u>tunaamini waliyo teremshiwa Ibrahim, na Ismail, na Is-hak, na Yaakub na watoto na wajukuu zao,</u> na tunaiamini Taurati ile Mwenyezi Mungu aliyo mteremshia Musa ambayo iliyo kuwa haijakorogwa, na Injili aliyo teremshiwa Isa na Mwenyezi Mungu, ambayo haikukorogwa, na walio pewa Manabii wote kutokana na Mola wao Mlezi. Sisi hatutafautishi hata mmoja kati yao, tukawa tunawakanusha baadhi na kuwaamini wengineo. Na katika haya sisi tunakuwa ndio Waislamu wenye kunyenyekea amri ya Mwenyezi Mungu. (Qur'an 2:136)

Semeni: "Tunaamini Mwenyezi Mungu na yale yaliyoteremshwa kwetu, na yaliyoteremshwa kwa Ibrahimu na Ismaili na Ishaaku na Yaakobu na makabila, na yaliyoteremshwa kwa Musa na Isa na Manabii kutoka kwa Mola wao. Hatufanyi tafauti baina ya yeyote katika hao, na sisi tumesilimu Kwake." (Qur'an 3:84)

Mafungu yaliyotangulia yanadokeza kwamba Ishmael aliamuru watu wake kuzingatia Kitabu na maelekezo ya kidini ambayo yeye mwenyewe alipokea. Hii inamaanisha kwamba Waarabu wa Makka, ambao Waislamu wanadai kuwa ni uzao wa Ishmael, walipokea kitabu kabla ya Qur'an.

Swali la kujiuliza, ni kitabu gani alipokea Ishmael? Kwanini Allah ateremshe vitabu tofauti kwa Umma mmoja wa Waarabu?

Hata Qur'an inadai kwamba Ibrahimu na Ishmael walijenga nyumba kwa ajili ya Mwenyezi Mungu, ambayo Waislamu kwa kawaida wanaitambua kuwa ni Kaaba huko Makkah:

Ayah: 125

وَإِذْ جَعَلْنَا ٱلْبَيْتَ مَثَابَةً لِّلنَّاسِ وَأَمْنًا وَٱتَّخِذُواْ مِن مَّقَامِ إِبْرَٰهِ‍ۧمَ مُصَلًّى ۖ وَعَهِدْنَآ إِلَىٰٓ إِبْرَٰهِ‍ۧمَ وَإِسْمَٰعِيلَ أَن طَهِّرَا بَيْتِيَ لِلطَّآئِفِينَ وَٱلْعَٰكِفِينَ وَٱلرُّكَّعِ ٱلسُّجُودِ

Na kumbukeni tulipo ifanya ile Nyumba (ya Alkaaba) iwe pahala pa kukusanyikia watu na pahala pa amani. Na alipo kuwa akisimama Ibrahim pafanyeni pawe pa kusalia. Na tuliagana na Ibrahim na Ismail: Itakaseni Nyumba yangu kwa ajili ya wanao izunguka kwa kut'ufu na wanao jitenga huko kwa ibada, na wanao inama na kusujudu.

Na kadhaalika kumbukeni hadithi ya Ibrahim na mwanawe Ismail walipo ijenga ile Nyumba Takatifu ya Makka, Alkaaba. Katika kisa hichi pana funzo linalo fika mbali kwa mwenye moyo wa kuzingatia. Basi kumbukeni tulipo ifanya Nyumba hii ni pahala wanapo kwenda viumbe kutoka kila pahala duniani na kukusanyika. Na tukaifanya kuwa ni pahala pa usalama na amani kwa kila mwenye kutaka hifadhi. Na pia tulivyo amrisha kuwa pahala alipo kuwa akisimama Ibrahim kuijenga hiyo Nyumba pafanywe ni msala, yaani pahala pa kusalia. Na tukaagana na Ibrahim na Ismail waihifadhi Nyumba hiyo isipate kitu ambacho hakistahiki na utakatifu wake, na waitayarishe kwa matayarisho yanayo silihi kwa wanao kusanyika huko, wale wanao kwenda kut'ufu, na wanao kaa kwa ibada ya ii'tikafu, na wanao sali.

Ayah: 126

وَإِذْ قَالَ إِبْرَٰهِ‍ۧمُ رَبِّ ٱجْعَلْ هَٰذَا بَلَدًا ءَامِنًا وَٱرْزُقْ أَهْلَهُ مِنَ ٱلثَّمَرَٰتِ مَنْ ءَامَنَ مِنْهُم بِٱللَّهِ وَٱلْيَوْمِ ٱلْأَخِرِ ۖ قَالَ وَمَن كَفَرَ فَأُمَتِّعُهُ قَلِيلًا ثُمَّ أَضْطَرُّهُ إِلَىٰ عَذَابِ ٱلنَّارِ ۖ وَبِئْسَ ٱلْمَصِيرُ

Na alipo sema Ibrahim: Ee Mola wangu Mlezi! Ufanye huu uwe mji wa amani, na uwaruzuku watu wake matunda, wale wanao muamini Mwenyezi Mungu na Siku ya Mwisho. Akasema: Na mwenye kukufuru pia nitamstarehesha kidogo, kisha nitamsukumiza kwenye adhabu ya Moto, napo ni pahala pabaya mno pa kurejea.

Na kumbukeni Ibrahim alipo mwomba Mola wake Mlezi ajaalie mji utakao kuwapo hapo kwenye nyumba ya Alkaaba uwe mji wa amani, na awaruzuku matunda ya ardhi na kheri zake watu wake watao muamini Mwenyezi Mungu na Siku ya mwisho. Mwenyezi Mungu alimjibu kuwa hatamnyima riziki hata kafiri muda wa uhai wake mfupi, kisha Siku ya Kiyama atakwenda ingia katika adhabu ya Jahannam, na mwisho wa watu hao ni muovu mno.

Ayah: 127

وَإِذْ يَرْفَعُ إِبْرَٰهِۦمُ ٱلْقَوَاعِدَ مِنَ ٱلْبَيْتِ وَإِسْمَٰعِيلُ رَبَّنَا تَقَبَّلْ مِنَّآ إِنَّكَ أَنتَ ٱلسَّمِيعُ ٱلْعَلِيمُ

Na kumbukeni Ibrahim na Ismail walipo inyanyua misingi ya ile Nyumba wakaomba: Ewe Mola Mlezi wetu! Tutakabalie! Hakika Wewe ndiye Msikizi Mjuzi.

Na alipo kuwa Ibrahim na mwanawe Ismail wananyanyua misingi ya Alkaaba na huku wakimwomba Mwenyezi Mungu: Mola Mlezi wetu, Ewe Muumba wetu, na Muanzishi wetu! Tupokelee hii kazi yetu tuifanyayo kwa usafi wa niya kwa ajili yako, kwani Wewe ni Mwenye kusikia maombi yetu, ni Mwenye kujua ukweli wa niya yetu.

Ayah: 128

رَبَّنَا وَٱجْعَلْنَا مُسْلِمَيْنِ لَكَ وَمِن ذُرِّيَّتِنَآ أُمَّةً مُّسْلِمَةً لَّكَ وَأَرِنَا مَنَاسِكَنَا وَتُبْ عَلَيْنَآ إِنَّكَ أَنتَ ٱلتَّوَّابُ ٱلرَّحِيمُ

Ewe Mola Mlezi wetu! Tujaalie tuwe ni wenye kusilimu kwako, na pia miongoni mwa vizazi vyetu wawe umma ulio silimu kwako. Na utuonyeshe njia za ibada yetu na utusamehe. Bila shaka Wewe ndiye Mwenye kusamehe Mwenye kurehemu.

Mola Mlezi wetu! Tuwezeshe na utujaalie tuwe wenye kukusafia niya Wewe, na miongoni mwa vizazi vyetu wajaalie watoke watu wenye kukusafia Wewe. Na tufundishe njia za ibada yetu kukuabudu Wewe katika Nyumba hii takatifu na pembezoni mwake, na pokea toba yetu tunapo sahau au tunapo kosea. Hakika Wewe ni mwingi wa kupokea toba za waja wako, na Msamehevu kwao kwa fadhila yako na rehema yako.

Ayah: 129

رَبَّنَا وَٱبْعَثْ فِيهِمْ رَسُولًا مِّنْهُمْ يَتْلُوا۟ عَلَيْهِمْ ءَايَٰتِكَ وَيُعَلِّمُهُمُ ٱلْكِتَٰبَ وَٱلْحِكْمَةَ وَيُزَكِّيهِمْ إِنَّكَ أَنتَ ٱلْعَزِيزُ ٱلْحَكِيمُ

Ewe Mola Mlezi wetu! Waletee Mtume anaye tokana na wao, awasomee Aya zako, na awafundishe Kitabu na hikima na awatakase. Hakika Wewe ndiye Mwenye nguvu, Mwenye hikima.

Mola Mlezi wetu! Waletee kutokana na vizazi vyetu Mtume miongoni mwao atakaye wasomea Aya zako na atawafundisha yale utakayo mfunulia yeye katika Kitabu na ilimu zenye manufaa na sharia zenye hikima, na awatakase kutokana na tabia mbovu. Hakika Wewe ndiye Mwenye kushinda, Mwenye nguvu, Mwenye hikima katika uyatendayo na unayo yaamrisha na unayo yakataza. Mwenyezi Mungu hakupeleka Mtume kutokana na vizazi vya Ismail ila Muhammad s.a.w. Kwake yeye ndiyo dua hii imepokelewa na Mwenyezi Mungu kwa kutumwa kwa vizazi vya Ismaili na wanaadamu wote. (Qur'an 2:125-129)

Kwa hiyo, kama Ibrahimu na Ishmael walijenga Kaaba, basi bila shaka wangewapa maelekezo kuhusu ibada zinazofanywa huko (hii ni kwa mtazamo wa Waislamu na si kwa msingi wa ukweli wa kihistoria). Na ikiwa Ishmael na Ibrahimu walipokea vitabu, je, wasingewashirikisha na wale waliokuwa wakiishi nao?

Kuna zaidi. Qur'an inataja manabii na wajumbe wawili wasio wa Kiyahudi waliokwenda kwa majimbo ya Hud na Salih:

Ayah: 124

إِذْ قَالَ لَهُمْ أَخُوهُمْ هُودٌ أَلَا تَتَّقُونَ

Alipo waambia ndugu yao, Hud: Je! Hamchimngu?

Alipo waambia ndugu yao Hud: Hamumwogopi Mwenyezi Mungu, mkamsafia ibada?

Ayah: 125

إِنِّي لَكُمْ رَسُولٌ أَمِينٌ

Basi mcheni Mwenyezi Mungu, na nit'iini mimi.

Hakika mimi nimetumwa kutoka kwa Mwenyezi Mungu ili nikuongoeni mfuate uwongozi, na ni mwenye kuulinda ujumbe wa Mwenyezi Mungu. Naufikisha ujumbe huo kama alivyo niamrisha Mola wangu Mlezi. (Qur'an 26:124-125)

Ayah: 142

إِذْ قَالَ لَهُمْ أَخُوهُمْ صَٰلِحٌ أَلَا تَتَّقُونَ

Alipo waambia ndugu yao Swaleh: Je! Hamumchimngu?

Ewe Mtume! Watajie watu wako, wakati ule kina Thamud walipo ambiwa na ndugu yao kwa uzao na uwananchi, si kwa dini, Swaleh: Hamumwogopi Mwenyezi Mungu, mkamuaabudu Yeye tu?

Ayah: 143

إِنِّي لَكُمْ رَسُولٌ أَمِينٌ

Hakika mimi kwenu ni Mtume muaminifu.

Hakika mimi nimetumwa na Mwenyezi Mungu kwenu kwa mambo yenye kheri yenu na mafanikio yenu. Na mimi ni mwenye kuuhifadhi Ujumbe huu kama nilivyo upokea kwa Mwenyezi Mungu. (Qur'an 26:142-143)

Mwandishi wa Qur'an anahisi kwamba wasomaji au wasikilizaji wake tayari walikuwa wanafahamu hadithi ya watu wa Hud na Salih. Labda ndiyo sababu hakuona ulazima wa kuelezea kwa usahihi ni nani walikuwa na walitoka wapi hawa watu wa Hud and Salih.

Y. Ali, katika maelezo yake kwa Surah 7:65 na 73, anatoa maelezo zaidi kwa watu ambao hatujui kuhusu hadithi ya Hud na Salih:

"... Watu wa 'Ad, na nabii wao Hud, wameelezwa katika sehemu nyingi... Hadithi hii inatokana na mila ya Kiarabu. Mwanzilishi wao wa kihistoria, 'Ad, alikuwa wa kizazi cha nne kutoka kwa Nuhu, akiwa mwana wa 'Aus, mwana wa Aramu, mwana wa Samu, mwana wa Nuhu. Walikaa eneo kubwa la nchi katika Arabia ya Kusini, kuanzia 'Umman katika mwambao wa Ghuba ya Uajemi hadi Hadhramaut na Yemen kwenye mwisho wa kusini mwa Bahari Nyekundu..." (Ali, *Maana ya Qur'an Takatifu: Tafsiri na Maelezo, ukurasa 358, fn. 1040*)

... Watu wa Thamud walikuwa wafuasi wa utamaduni na ustaarabu wa watu wa 'Ad... Walikuwa jamaa wa 'Ad, inaonekana wakiwa tawi dogo zaidi la kabila moja. Hadithi yao pia inatokana na mila ya Kiarabu, ambapo mwanzilishi wao wa kihistoria, Thamud, alikuwa mwana wa 'Abir (ndugu wa Aramu), mwana wa Samu, mwana wa Nuhu. Walikuwa wakikaa katika pembe ya kaskazini-magharibi ya Arabia (Arabia Petraea), kati ya Madina na Syria. Eneo lao lilijumuisha nchi yenye miamba (Hijr, xv. 80), na bonde pana na nchi tambarare ya Qura, ambayo ilianza kaskazini mwa Mji wa Madina na ukanda wa Hijazi... Mji wa kale wa Petra, karibu na Ma'an, ambao umefukuliwa hivi karibuni, huenda unahusiana na Thamud, ingawa muundo wake una sifa nyingi zinazounganishwa na utamaduni wa Misri na Ugiriki-Rumi unaofunika kitu kinachoitwa utamaduni wa Nabatean unaotajwa na waandishi wa Ulaya. Ni nani walikuwa Nabateans? Walikuwa kabila la Kiarabu la zamani ambalo walihusika na sehemu kubwa katika historia baada ya kuwa katika mgogoro na Antigonus I mwaka 312 KK. Mji wao mkuu ulikuwa Petra, lakini walieneza eneo lao hadi Mto Frati. Mwaka 85 KK, walikuwa watawala wa Damasko chini ya mfalme wao Haritha (Aretas katika historia ya Kirumi). Kwa muda fulani, walikuwa washirika wa Dola la Roma na walidhibiti mwambao wa Bahari Nyekundu. Kaisari Trajan aliwadhibiti na kuunganisha eneo lao mwaka 105 BK. Nabateans walichukua nafasi ya Thamud katika mila ya Kiarabu. Thamud anatajwa kwa jina katika kumbukumbu ya Mfalme wa Ashuru, Sargon, iliyodaiwa kuwa ya mwaka 715 KK, kama watu wa Mashariki na Kati mwa Arabia (Encyclopaedia of Islam)... (Ibid., ukurasa 360, fn. 1043)

Muhammad Asad anaandika kuhusu aya hizo hizo:

... Hud anasemekana kuwa nabii wa kwanza wa Kiarabu. Huenda akawa sawa na Eber wa Biblia, mzee wa Waebrania (Ibrim) ambaye - kama makabila mengi ya Kiseemiti - huenda walitoka kusini mwa Arabia. (Marejeo kwa Eber yanapatikana katika Mwanzo x, 24-25 na xi, 14 ff.) Jina la zamani la Kiarabu Hud bado linaakisiwa katika jina la mwana wa Yakobo, Yuda (Yahudah kwa Kiebrania), ambalo lilitoa jina la baadaye la Wayahudi. Jina la Eber - kwa Kiebrania na kwa Kiarabu Abir - lina maana ya "yule anayevuka" (yaani, kutoka eneo moja hadi jingine), na linaweza kuwa kumbukumbu ya Kibiblia ya ukweli kwamba kabila hili "lilivuka" kutoka Arabia kwenda Mesopotamia kabla ya Abrahamu. - Kabila la Ad, ambalo Hud alikuwa sehemu yake ("ndugu yao Hud"), walikaa katika eneo kubwa la jangwa linalojulikana kama Al-Ahqaf, kati ya `Uman na Hadramawt, na walikuwa maarufu kwa nguvu yao na ushawishi (angalia 89:8 - "hakuna kama yeye aliyelelewa katika nchi yote"). Kabila hilo lilipotea katika historia muda mrefu kabla ya kuzaliwa kwa Uislamu, lakini kumbukumbu yake daima ilikuwa hai katika mila ya Kiarabu. (Asad, Ujumbe wa Qur'an [Dar Al-Andalus Limited 3 Library Ramp, Gibraltar rpt. 1993], ukurasa 213, fn. 48)

... Kabila la Nabatea la Thamud lilitokana na kabila la 'Ad lililotajwa katika sehemu iliyotangulia, na kwa hivyo mara nyingi linatajwa katika mashairi yaliyo kuwepo kabla ya Uislamu kama "Ad wa Pili". Mbali na vyanzo vya Kiarabu, "mlolongo wa marejeo ya zamani, sio ya asili ya Kiarabu, unathibitisha kuwepo kihistoria kwa jina na watu wa Thamud. Kwa hivyo, kumbukumbu ya Sargon ya mwaka 715 KK inataja Thamud kati ya watu wa Mashariki na Kati mwa Arabia waliochini ya Waashuru. Pia tunapata Thamudaei, Thamudenes wakitajwa katika maandishi ya Aristo, Ptolemy, na Pliny" (Encyclopaedia of Islam IV, 736). Wakati Qur'an inazungumza, Thamud walikuwa wamekaa katika Hijazi kaskazini kabisa, karibu na mpaka wa Syria.

... Maandishi kwenye miamba yanayohusishwa nao bado yapo katika eneo la Al-Hijr. - Kama ilivyo kwa nabii wa Ad Hud na nabii Shu'ayb waliotajwa katika aya 85-93 za Surah hii - Salih anaitwa "ndugu" wa kabila kwa sababu alikuwa mwanachama wake. (Ibid., ukurasa 214, fn. 56)

Asad anasema juu ya Surah ya 26:195:...

Manabii wengine waliotajwa katika Qur'an ambao "walihubiri kwa lugha ya Kiarabu" ni Ismail, Hud, Salih, na Shu'ayb, wote wakiwa Waarabu. Aidha, tukizingatia kwamba Kiebrania na Kiaramaiki ni lahaja za zamani zaidi ya Kiarabu, manabii wote wa Kiebrania wanaweza kujumuishwa miongoni mwa "wale waliokuwa wakihubiri kwa lugha ya Kiarabu." (Ibid., ukurasa 572, fn. 82)

Kulingana na teolojia ya Kiislamu, mjumbe (rasuli) ni yule anayepokea kitabu. Mwanachuo maarufu wa Mutazila al-Zamakhshari alidai: Hatujawahi kutuma mjumbe au nabii: (Hii) ni ushahidi wazi kwamba kuna tofauti kati ya mjumbe (rasuli) na nabii (nabi).

Kama Ismail alikuwa nabii kwa Umma ya Waarabu, iweje, Allah atume nabii mwengine? Yaani, kwanini Allah alimtuma Muhammad kwa Umma ulio kuwa tayari na Manabii?

(Imeelezwa) kutoka kwa Mtume kwamba alikuwa ameulizwa juu ya manabii, ambapo alijibu: '(Walikuwepo) Laki Moja na Ishirini na nne elfu.' Alipoulizwa ni wangapi kati yao walikuwa ni wajumbe, alijibu: 'Jeshi kubwa la mia tatu kumi na tatu.' Tofauti kati ya hao wawili ni kwamba mjumbe ni mmoja wa manabii ambao, pamoja na ishara ya kuthibitisha (mu'jiza), kitabu kinateremshwa kwake. Nabii, kwa upande mwingine, ambaye si mjumbe, ni yule ambaye kitabu hakiteremshwi kwake, lakini aliamrishwa tu kuwahimiza watu kwa msingi wa sheria iliyofunuliwa hapo awali (shari'a). (Helmut Gätje, The Qur'an and its Exegesis [Oneworld Publications, Oxford 1996], ukurasa 54)

Swali la kujiuliza, vipo wapi vitabu vya hao Wajumbe Mia Tatu na Kumi na tatu walio tumwa na Allah kabla ya kuzaliwa Muhammad?

Qur'an inasema, kinyume na mtazamo wa al-Zamakhshari, kwamba manabii wa kweli hupokea vitabu vya kimungu:

Ayah: 213

كَانَ ٱلنَّاسُ أُمَّةً وَٰحِدَةً فَبَعَثَ ٱللَّهُ ٱلنَّبِيِّنَ مُبَشِّرِينَ وَمُنذِرِينَ وَأَنزَلَ مَعَهُمُ ٱلْكِتَٰبَ بِٱلْحَقِّ لِيَحْكُمَ بَيْنَ ٱلنَّاسِ فِيمَا ٱخْتَلَفُواْ فِيهِ وَمَا ٱخْتَلَفَ فِيهِ إِلَّا ٱلَّذِينَ أُوتُوهُ مِنۢ بَعْدِ مَا جَآءَتْهُمُ ٱلْبَيِّنَٰتُ بَغْيًا بَيْنَهُمْ فَهَدَى ٱللَّهُ ٱلَّذِينَ ءَامَنُواْ لِمَا ٱخْتَلَفُواْ فِيهِ مِنَ ٱلْحَقِّ بِإِذْنِهِ وَٱللَّهُ يَهْدِي مَن يَشَآءُ إِلَىٰ صِرَٰطٍ مُّسْتَقِيمٍ

Watu wote walikuwa ni umma mmoja. Mwenyezi Mungu akapeleka Manabii wabashiri na waonyaji. Na pamoja nao akateremsha Kitabu kwa Haki, ili kihukumu baina ya watu katika yale walio khitalifiana. Na wala hawakukhitalifiana ila wale walio pewa Kitabu hicho baada ya kuwafikia hoja zilizo wazi, kwa sababu ya uhasidi baina yao. Ndipo Mwenyezi Mungu kwa idhini yake akawaongoa walio amini kwendea haki katika mambo waliyo khitalifiana. Na Mwenyezi Mungu humwongoa amtakaye kwenye Njia Iliyo Nyooka.

Hakika watu wana tabia moja ya kuwa wapo tayari kupotoka, na wapo ambao sababu za uwongofu zinakuwa na nguvu kwao, na wengine upotovu ndio unawatawala. Kwa hivyo

wakakhitalifiana. Mwenyezi Mungu akawapelekea Manabii
kuwaongoa na kuwabashiria kheri na kuwaonya. Na akateremsha
kwa hao Manabii Vitabu vyenye kukusanya Haki, ili viwe ndivyo
vya kuwahukumu iondoke mizozo baina yao. Lakini wale walio
nafiika na uwongofu wa Manabii ndio wao tu walio amini, hao
ambao Mwenyezi Mungu amewaongoa kutokana na khitilafu
wakafuata Haki. Na Mwenyezi Mungu ndiye anaye wapa tawfiqi
watu wa Haki pindi wakisafi niya zao. Surah ya 2:213 (Shakir)

Ayah: 79

مَا كَانَ لِبَشَرٍ أَن يُؤْتِيَهُ ٱللَّهُ ٱلْكِتَٰبَ وَٱلْحُكْمَ وَٱلنُّبُوَّةَ ثُمَّ يَقُولَ لِلنَّاسِ كُونُواْ عِبَادًا لِّي مِن دُونِ
ٱللَّهِ وَلَٰكِن كُونُواْ رَبَّٰنِيِّنَ بِمَا كُنتُمْ تُعَلِّمُونَ ٱلْكِتَٰبَ وَبِمَا كُنتُمْ تَدْرُسُونَ

*Haiwezi kuwa mtu aliye pewa na Mwenyezi Mungu Kitabu na
hikima na Unabii kisha awaambie watu: Kuweni wa kuniabudu mimi
badala ya Mwenyezi Mungu. Bali atawaambia: Kuweni wenye
kumuabudu Mola Mlezi wa viumbe vyote, kwa kuwa nyinyi
mnafundisha Kitabu na kwa kuwa mnakisoma.*

Si akili wala haimfalii mwanaadamu aliye teremshiwa
Kitabu na Mwenyezi Mungu na akapewa ilimu ya manufaa na
kuweza kuzungumza mambo yanayo tokana na Mwenyezi Mungu,
tena awatake watu wamuabudu yeye badala ya kumuabudu
Mwenyezi Mungu. Lakini linalo ingia akilini, na lifaalo, ni kuwa
yeye awatake watu wamsafie ibada Mola wao Mlezi aliye waumba
kwa mujibu alivyo wafunza kutokana na ilimu ya Kitabu na kwa
mujibu ya wanayo soma. Surah ya 3:79 (Y. Ali)

Ayah: 81

وَإِذْ أَخَذَ ٱللَّهُ مِيثَٰقَ ٱلنَّبِيِّۦنَ لَمَآ ءَاتَيْتُكُم مِّن كِتَٰبٍ وَحِكْمَةٍ ثُمَّ جَآءَكُمْ رَسُولٌ مُّصَدِّقٌ لِّمَا مَعَكُمْ
لَتُؤْمِنُنَّ بِهِۦ وَلَتَنصُرُنَّهُۥ قَالَ ءَأَقْرَرْتُمْ وَأَخَذْتُمْ عَلَىٰ ذَٰلِكُمْ إِصْرِي قَالُوٓاْ أَقْرَرْنَا قَالَ فَٱشْهَدُواْ
وَأَنَا۠ مَعَكُم مِّنَ ٱلشَّٰهِدِينَ

*Na pale Mwenyezi Mungu alipo chukua ahadi kwa Manabii:
Nikisha kupeni Kitabu na hikima, kisha akakujieni Mtume mwenye
kusadikisha mliyo nayo, ni juu yenu mumuamini na mumsaidie.
Akasema: Je, mmekiri na mmekubali kushika agizo langu juu ya hayo?
Wakasema: Tumekubali. Akasema: Basi shuhudieni, na Mimi ni pamoja
nanyi katika kushuhudia.*

Ufafanuzi wa Qur'an ya Ali Muhsen Alberwany: Ewe Nabii! Watajie kuwa Mwenyezi Mungu aliahidiana na akaagana na kila Nabii aliye teremshiwa Kitabu na akapewa ilimu ya manufaa, ya kwamba akija Mtume ambaye wito wake unakubaliana na wito wao basi ni waajibu wao wamuamini na wamsaidie. Na Manabii wote walikiri kuitimiza ahadi hiyo, na wakakiri na wakashuhudia kwa nafsi zao, na Mwenyezi Mungu akawashuhudia hayo. Tena wao wakayafikisha hayo kwa kaumu zao. Ahadi hiyo imewapasia wao imani na wamnusuru wakimwahi. Kama hawakumwahi basi ni waajibu wa kaumu zao wamuamini na wamnusuru kwa kutimiza na kufuata yaliyo walazimu Manabii wao. (Tazama katika Biblia: Kumbukumbu 18.17-19, Injili ya Yohana 16.7-14) Surah ya 3:81 (Y. Ali)

Hivyo, ukichukulia Qur'an na teolojia ya Kiislamu kwa umakini, Ismaili, Hud na Salih walikuwa manabii na wajumbe ambao walipokea vitabu kwa ajili ya jamii zao husika. Kwa maneno mengine, aya zote zilizotangulia zinahusisha kwamba hata kabla ya Muhammad, Allah alikuwa amewatuma manabii na wajumbe kwa kila taifa, ambalo bila shaka linajumuisha Waarabu, hasa Waarabu wa Makka ambao Waislamu wanadai kuwa ni wazao wa Ismaili. Angalia Sahih Al-Bukhari, Juzuu ya 4, Kitabu cha 55, Hadithi nambari 583 kwa maelezo Zaidi.

Hitimisho zilizoelezwa hapo juu zinasababisha mgongano na utata kadhaa kwani aya zinazofuata zinadai kuwa hakuna muonyaji aliyepelekwa kwa Waarabu, wala hakuna kitabu kilichopewa kwao, hadi wakati wa Muhammad:

Ayah: 46

$$\text{وَمَا كُنتَ بِجَانِبِ ٱلطُّورِ إِذْ نَادَيْنَا وَلَٰكِن رَّحْمَةً مِّن رَّبِّكَ لِتُنذِرَ قَوْمًا مَّآ أَتَىٰهُم مِّن نَّذِيرٍ مِّن قَبْلِكَ لَعَلَّهُمْ يَتَذَكَّرُونَ}$$

Wala hukuwa kando ya mlima tulipo nadi. Lakini ni rehema itokayo kwa Mola wako Mlezi ili uwaonye watu wasio pata kufikiwa na mwonyaji kabla yako, huenda wakakumbuka.

Ufafanuzi wa Qur'an ya Ali Muhsen Alberwany: Wala wewe, ewe Mtume, hukuwepo hapo kando ya mlima pale Mwenyezi Mungu alipo mwita Musa na akamteuwa kumpa Utume wake. Lakini Mwenyezi Mungu amekujuvya haya kwa njia ya wahyi (ufunuo), kutokana na rehema yake kwako na kwa umma wako, wapate kufikisha hayo kwa kaumu ambayo haikupata kufikiwa na Mtume kabla yako wewe, ili wakumbuke. Surah ya 28:46.

Ayah: 3

أَمْ يَقُولُونَ ٱفْتَرَىٰهُ بَلْ هُوَ ٱلْحَقُّ مِن رَّبِّكَ لِتُنذِرَ قَوْمًا مَّآ أَتَىٰهُم مِّن نَّذِيرٍ مِّن قَبْلِكَ لَعَلَّهُمْ يَهْتَدُونَ

Au wanasema: Amekizua? Bali hichi ni Kweli iliyo toka kwa Mola wako Mlezi ili uwaonye watu wasio fikiwa na mwonyaji kabla yako; huenda wakaongoka.

Ufafanuzi wa Qur'an ya Ali Muhsen Alberwany: Ati wanasema: Kaizua Muhammad, naye akamsingizia Mwenyezi Mungu! Haiwafalii wao kusema hayo. Kwani hii ni Haki, Kweli, iliyo teremka kutokana na Mola wako Mlezi, ili upate kuwakhofisha kwayo <u>watu ambao hawajapata kujiwa na Mtume kabla yako</u>, utaraji kwa onyo hili wapate kuongoka na waifuate Haki. Surah ya 32:3

Waliapa kwa nguvu zao zote kwa Allah kwamba kama muonyaji angewajia, wangemfuata muongozo wake bora kuliko yeyote kati ya watu wengine. Lakini walipofikiwa na muonyaji, iliongeza tu kukimbia kwao (kutoka kwenye uongofu). Surah ya 35:42

Kwa Qur'an yenye hikima, wewe bila shaka ni miongoni mwa wajumbe katika njia iliyonyooka. Inashuka kutoka kwa Mwenyezi Mungu mwenye nguvu na mwenye hekima, ili uwaonye watu AMBAO MABABA ZAO HAWAKUWA WAMEONYWA, hivyo wao ni wenye kughafilika. Surah ya 36:2-6 (Arberry)

Ayah: 155

وَهَٰذَا كِتَٰبٌ أَنزَلْنَٰهُ مُبَارَكٌ فَٱتَّبِعُوهُ وَٱتَّقُواْ لَعَلَّكُمْ تُرْحَمُونَ

Na hichi ni Kitabu tulicho kiteremsha, kilicho barikiwa. Basi kifuateni, na mchenimngu, ili mrehemewe.

Maelezo: Na hii Qur'ani ni Kitabu, kilicho barikiwa, tulicho kiteremsha, chenye kukusanya kheri za Mwenyezi Mungu, na manufaa ya Dini na dunia. Basi kifuateni, na ogopeni msende kinyume chake, ili Mola wenu Mlezi apate kukurehemuni.

Ayah: 156

أَن تَقُولُوٓا۟ إِنَّمَآ أُنزِلَ ٱلْكِتَٰبُ عَلَىٰ طَآئِفَتَيْنِ مِن قَبْلِنَا وَإِن كُنَّا عَن دِرَاسَتِهِمْ لَغَٰفِلِينَ

Msije mkasema: Hakika mataifa mawili kabla yetu yameteremshiwa Kitabu; na sisi tulikuwa hatuna khabari ya waliyo kuwa wakiyasoma.

Maelezo: Tumeiteremsha hii Qur'ani ili msipate kutoa udhuru kwa uasi wenu mkasema: Wahyi haukuteremka ila kwa mataifa mawili tu ya kabla yetu, nao ni watu wa Taurati na watu wa Injili. Na sisi hatuna ilimu kabisa ya kusoma vitabu vyao na kufahamu uwongozi uliomo humo.

Ayah: 157

أَوْ تَقُولُوٓا۟ لَوْ أَنَّآ أُنزِلَ عَلَيْنَا ٱلْكِتَٰبُ لَكُنَّآ أَهْدَىٰ مِنْهُمْ فَقَدْ جَآءَكُم بَيِّنَةٌ مِّن رَّبِّكُمْ وَهُدًى وَرَحْمَةٌ فَمَنْ أَظْلَمُ مِمَّن كَذَّبَ بِـَٔايَٰتِ ٱللَّهِ وَصَدَفَ عَنْهَا سَنَجْزِي ٱلَّذِينَ يَصْدِفُونَ عَنْ ءَايَٰتِنَا سُوٓءَ ٱلْعَذَابِ بِمَا كَانُوا۟ يَصْدِفُونَ

Au mkasema: Lau kuwa tumeteremshiwa sisi Kitabu tungeli kuwa waongofu zaidi kuliko wao. Basi imekufikieni bayana kutoka kwa Mola wenu Mlezi, na uwongofu, na rehema. Basi nani aliye dhaalimu mkubwa zaidi kuliko yule anaye kanusha Ishara za Mwenyezi Mungu, na akajitenga nazo? Tutawalipa wanao jitenga na Ishara zetu adhabu kali kabisa kwa sababu ya kujitenga kwao.

Na Sisi tumeiteremsha Qur'ani ili wasiseme pia: Lau kuwa sisi tumeteremshiwa ufunuo kama walivyo teremshiwa wao, tungewashinda kwa uwongofu, na hali yetu ingeli kuwa bora zaidi, kwa sababu ya akili zetu ni pana zaidi na sisi tumetengenea vizuri! Baada ya hii leo hamna hoja ya kuasi kwenu. Wala hapana udhuru wa kauli yenu hii. Kwani Qur'ani imekujieni kutoka kwa Mola Mlezi wenu, nayo ni alama iliyo wazi ya ukweli wa Muhammad. Inabainisha yote mnayo yahitajia katika Dini yenu na dunia yenu. Inakuongoeni kwenye Njia iliyo sawa, na rehema kwenu kuifuata. Na hapana mwenye kudhulumu zaidi kuliko huyo anaye zikanusha Ishara za Mwenyezi Mungu alizo ziteremsha katika Vitabu vyake, na Ishara zake alizo ziumba katika ulimwengu, naye akazipuuza na asiziamini, na wala asizitende! Na Sisi tutawaadhibu hao wanao zikataa Ishara zetu, wala hawazingatii adhabu yenye mwisho wa uchungu, kwa sababu ya kukataa kwao na kuacha kuzingatia kwao. Surah ya 6:155-157

Lakini hatukutoa Kitabu walichoweza kusoma, wala hatukawatuma Mitume kabla yako kuwa ni waonyaji. Surah ya 34:44

Je! Tuliwapa wao Kitabu kabla ya haya wanachoshikilia? Surah ya 43:21

Kwa kuzingatia yaliyotangulia, tunasemaje kuhusu Ismaili, Salih, na Hud ambao walitumwa kama wajumbe kwa mataifa ya Kiarabu, ambayo inapingana moja kwa moja na Surah ya 34:44? Zaidi ya hayo, imethibitishwa wazi kuwa Ismaili alipokea Kitabu (Surah ya 6:89), lakini Surah ya 34:44 inasema kuwa Waarabu hawakuwa wamepokea kitabu chochote kabla ya wakati wa Muhammad. Huu ni utata mkubwa sana. [Tunaweza kuuliza swali kuhusu vitabu vya Hud na Salih, kwanini wanaitwa wajumbe? Kutokana na ufafanuzi wa al-Zamakhshari wa neno hilo, mjumbe (rasul) ni yule aliyepokea kitabu wakati yule anayeitwa nabii anaweza asiwe na kitabu. Hivyo, hii inaonyesha kuwa Hud na Salih pia walikuwa na vitabu.] Sasa, kwaninia Allah anamwambia Muhammad kuwa yeye ndie wa kwanza kupokea Kitabu?

Tutawaachia Waislamu wenyewe watueleze kivipi kuna mgongano na utata mkubwa namna hii kwenye Qur'an wanayo dai kuwa haina shaka ndani yake.

Zaidi ya hayo, tunapaswa kufikiriaje juu ya Kitabu cha Ismaili? Je! Hakukipitisha kwa wanaodaiwa kuwa ni wazawa wake, ambao Waislamu wanadai kuwa ni Waarabu wa Makkah? Ikiwa alifanya hivyo, basi ni vipi Qur'an inadai kuwa Waarabu hawakupokea kitabu kabla ya wakati wa Muhammad? Ikiwa Ismaili hakukipitisha, basi kitabu chake kilikuwa kwa Umma upi na kilipotelea wapi? Mbaya zaidi, je! Hii haiwezi kuonyesha kuwa Ismaili alikuwa hatii mwongozo wa Allah kwa kukataa kutoa ujumbe aliopewa?

Kwa maneno mengine, inaonekana kuwa Waarabu ni watu wabaya zaidi kuliko Wayahudi. Walikipoteza kabisa, au hata kuharibu kwa makusudi, kitabu ambacho Allah alimpa Ismaili, na kutozingatia vitabu vya Hud na Salih, kinyume chake, Wayahudi wamehifadhi kwa uangalifu Taurati, Zaburi na Injili hadi leo. Qur'an inawashutumu Wayahudi tu kwa kuisoma vibaya au kuficha sehemu ya ufunuo wao kutoka kwa Waislamu, lakini sio kwa kuiharibu au kuipoteza.

Kwanini Allah anawapa Waarabu kitabu kingine ikiwa wamekitendea dharau kitabu chake cha kwanza? Na swali hili linakuwa muhimu zaidi ikiwa hawakupoteza au kuharibu tu kitabu cha Ismaili, bali pia vitabu vya Hud na Salih!

Kulingana na Qur'an, Surat Yunus 10:47, kwa kila watu alitumwa mjumbe. Mjumbe aliyetumwa kwa Waafrika, Wamarekani, na Wazungu ni nani?

Vipo wapi vitabu walivyo pewa hao wajumbe?

Majina ya hivyo vitabu ni yapi?

SEHEMU YA III

Kwanini Muhammad hakuwa na uhakika na unabii wake?

Kwanini Muhammad hakuwa na uhakika na unabii wake?

Katika Surat Saba 34:50, Muhammad anaamriwa kusema yafuatayo: Sema:

قُل إِن ضَلَلْتُ فَإِنَّمَآ أَضِلُّ عَلَىٰ نَفْسِيٍّ وَإِنِ ٱهْتَدَيْتُ فَبِمَا يُوحِيَ إِلَيَّ رَبِّيٌّ إِنَّهُ سَمِيعٌ قَرِيبٌ

"Ikiwa nimepotea, basi nimepotea kwa hasara yangu mwenyewe; lakini ikiwa nimeongoka, ni kwa sababu ya yale aliyonifunulia Mola wangu. Hakika Yeye ni Mwenye kusikia yote, aliye karibu." (Tafsiri ya Kiswahili inategemea tafsiri ya Kiingereza)

Mada inayohusu aya hizi si iwapo kama Muhammad aliacha kuelekea upande ulio sahihi au aliendelea kuelekea upande ulio sahihi; Waislamu na wasio Waislamu wataendelea kukubaliana au kutokubaliana kuhusu hilo. Aya hii ni kinyume cha maantiki, bila kujali ikiwa Muhammad aliongozwa au la.

Ikiwa Muhammad alikuwa amekosea, nani atapata hasara? Jambo la kwanza: Waislamu wanatakiwa kumchukulia Muhammad kama mfano bora, na kwa hivyo Waislamu wengi wanaiga na kufuata maisha yake. Wanavaa kama Muhammad, wanatumia miswaki kusafisha meno yao kama alivyofanya Muhammad, n.k. Ikiwa Muhammad alikuwa amekosea, basi hii itamaanisha kwamba mamilioni ya Waislamu wameishi maisha ya udanganyifu na usumbufu usio wa lazima. (Miswaki ni mzizi wa mti wa Salvadora persica (inajulikana kama arāk, أراك, kwa Kiarabu).)

Hata hivyo, kuna mambo mengi ambayo si ya kubahatisha unapo muhusisha Mwenyezi Mungu. Ikiwa ujumbe na kanuni za Muhammad zilikuwa potofu, basi, amewasababishia mateso maelfu ya wanawake wa Kiislamu bila ya malipo yoyote kwa utiifu wao! Zaidi ya hayo, si wale tu waliomfuata Muhammad waliopata hasara, bali mamilioni ya watu wanaoitwa "makafiri" wameshauawa na Waislamu kwa kukataa Uislam, au wamezuiwa na kanuni za Muhammad na kuishi kama raia wa daraja la pili.

Kwa bahati mbaya, watu hao "Waislamu" wamepata hasara hata kama Muhammad angekuwa nabii wa kweli. Iwe Muhammad alikuwa amepotea au anaongozwa, maisha mengi yameharibiwa na mashambulizi ya Waislamu dhidi ya wasioamini, hivyo kauli hii si tu kwamba ni batili kulingana na maantiki, bali pia ni batili kihistoria na kutisha shaka katika dini ya Uislamu pamoja na Qur'an.

Bila kujali ukatili na mateso katika maisha ya hapa duniani yaliyosababishwa na mafundisho mabaya ya Muhammad, nia ya aya hii bila shaka ilikuwa kutoa taarifa kuhusu hasara inayopatikana na maisha baada ya kifo. Yaani, ikiwa watu watapata adhabu au thawabu katika siku ya mwisho kulingana na kukubali au kukataa ujumbe wa Mungu.

Chini ya dhana kwamba Muhammad alikuwa mjumbe wa kweli, basi wale waliouawa kwasababu hawakukubali ujumbe wake papo hapo wamepoteza siyo tu maisha yao bali pia fursa ya kuwa na hakika juu ya ukweli wa Uislamu kwa kupata muda wa kusoma ujumbe wa Uislamu kwa kina.

Kama Uislamu ni dini ya amani, kwanini Muhammad na Waislam wanalazimisha watu kujiunga na Uislam?

Kama Allah ni Mwenyezi Mungu, iweje aruhusu Muhammad na Maswahaba wake kuuwa Wayahudi, Wakristo na watu walio kataa ujumbe wake?

[Iwapo Uislamu ungetumia amani kama njia yake ya kuenea na ushawishi wa kiakili badala ya kutumia nguvu na vurugu, hali ingekuwa tofauti sana.]

Kama ilivyo, watu hawa wamepoteza maisha yao duniani, na wanastahili adhabu ya milele kwa sababu walikufa wakiukataa ujumbe wa Mungu. Hivyo, wengi wa wasioamini watasumbuka na kupotea milele hata kama Muhammad alikuwa sahihi kwasababu Muhammad hakuwapa muda wa kuutafakari ujumbe wake, kinyume chake aliwauwa kwa kuwakata vichwa. Ingawa Waislamu wanaweza kudai kwamba katika mtazamo wa Qur'an hili jambo linaweza kuhalalishwa, hakuna shaka kwamba wamepata hasara ya milele kutokana na asili yenye vurugu ya Uislamu. Kwa upande mwingine, ikiwa Biblia ni kweli isiyo na dosari na Muhammad alikuwa nabii wa uongo, basi idadi ya wale wanaoteseka na kupoteza milele inaongezeka sana kwasababu Waislamu wataingia Jehannam:

(1) Wasioamini (wafuasi wa sanamu, wakana Mungu, washirikina...) ambao waliuawa kwasababu ya kukataa Uislamu, bado wamepoteza fursa ya kusikia, kuelewa, na kukubali ujumbe wa kweli wa Mungu, kwa kukatishwa Maisha yao na Waislamu wenye chuki.

(2) Mamilioni na mamilioni ya Waislamu ambao wamekataa Injili ya kweli ya Yesu kwa msingi wa ujumbe bandia wa Muhammad watapotea milele kwa sababu walikataa wokovu kutoka dhambi ya Uislamu uliotolewa na Mungu kupitia kifo cha Yesu msalabani.

Hivyo, idadi kubwa ya watu watasumbuka na kupata hasara duniani na milele ikiwa Muhammad alikuwa amekosea, kinyume kabisa na Surat Saba (34:50).

Baada ya kutafakari ukweli huu, hauwezi kuwa na shaka kwamba Surah 34:50 ni tamko lisilo sahihi kwa mtazamo wa kifalsafa. Ni kosa la wazi katika Qur'an na kwa Allah kwa kushindwa kujua kama Muhammad alikuwa sahihi au amekosea. Kosa hili linamfanya Allah kuwa mungu wa Uongo.

Je, Mungu hufanya makosa au kosea? Je, Mungu angevuvia tamko kama hili ambalo si sahihi na lenye shaka ndani yake?

Aya hii inafunua asili ya kibinadamu ya Qur'an. Ni dhahiri kwamba Mungu hakuteremsha Qur'an, bali ni kazi ya Muhammad mwenyewe, na inaweza kuelezwa kwa urahisi kwanini Muhammad alikuwa na wasiwasi wa ujumbe wake na kuongeza taarifa kama hiyo katika ufunuo wake. Ikiwa wakati utaruhusu, huenda baadaye nitaelezea katika kijitabu cha marejeo maana ya kisaikolojia ya kosa hili. (Katika Kitabu changu cha "Asili ya Qur'an", nimelezea kwa urefu makosa haya ya Qur'an).

Hatimaye, kuna uchunguzi muhimu mwingine wa kufanywa katika sehemu hii. Kutazama jinsi Muhammad alivyoshughulika na wale ambao walisambaza ujumbe tofauti na Uislamu, au walitoa maoni ya kukosoa Uislamu, inaonyesha kwamba hata Muhammad mwenyewe hakuamini taarifa hii. Hasa, maelekezo ya Muhammad ni: Mtu yeyote anayeacha Uislamu, muue (kwa mfano, Sahih Al-Bukhari 4.260). Dhahiri, Muhammad aliona ukafiri na kutoa kauli za hadharani za imani nyingine isipokuwa Uislamu kuwa ni kitisho kikubwa kwa jamii ya Kiislamu, hivyo hatua kali zaidi zililazimika kuchukuliwa dhidi yake. Mahali popote katika jamii ya Kiislamu, mahubiri ya wazi ya dini nyingine hayaruhusiwi. Kwanini hawaruhusuwi, ikiwa wale wanaofanya hivyo "Watapotea wenyewe katika upotevu wao"? Si Allah angewaacha tu wapotee? Kwanini kuwauwa kwasababu wamekataa Uislamu? Sheria za Shariah na jinsi Waislamu wanavyo washughulikia Waislamu ambao wanataka kuingia imani nyingine, vinathibitisha kwamba hawaamini Surah 34:50 kuwa ni ya ukweli, na Zaidi yah apo, inathibitisha kuwa Uislamu ni dini ya kulazimishana na Allah sio Mwenyezi Mungu.

Mgongano.

Hata hivyo, kuna zaidi. Surah 34:50 si tu kosa la ukweli (yaani, linapingana na ukweli wa kimantiki) kama ilivyoelezwa hapo juu, pia ni sehemu ya mgongano na utata wa Qur'an ambao utakuwa mada katika sehemu iliyobaki ya makala hii.

Ingawa kauli "Ikiwa nitaacha njia, nitaacha kwa hasara yangu mwenyewe" ni dhana (yaani, utabiri ni kwamba, Muhammad hajaacha njia bali yuko kwenye njia sahihi), inaleta utata dhahiri na idadi kubwa ya aya katika Qur'an ambazo zinahitaji waumini kumtii na kumfuata mjumbe (Muhammad), yaani, maneno na mfano wa Muhammad yanatarajiwa kuwa na athari na mwongozo wa moja kwa moja kwa wale wanaomwamini Allah. Baadhi ya mifano:

قُلْ أَطِيعُوا۟ ٱللَّهَ وَٱلرَّسُولَ فَإِن تَوَلَّوْا۟ فَإِنَّ ٱللَّهَ لَا يُحِبُّ ٱلْكَٰفِرِينَ

Sema: Mt'iini Mwenyezi Mungu na Mtume. Na wakigeuka basi Mwenyezi Mungu hawapendi makafiri.

Sema: Mt'iini Mwenyezi Mungu na Mtume. Na wakikukataa basi hao ni makafiri, wamemkataa Mwenyezi Mungu na Mtume wake. Na Mwenyezi Mungu hawapendi makafiri. S. 3:32

وَأَطِيعُوا۟ ٱللَّهَ وَٱلرَّسُولَ لَعَلَّكُمْ تُرْحَمُونَ

Na mt'iini Mwenyezi Mungu na Mtume ili mpate kurehemewa.

Na mt'iini Mwenyezi Mungu, na mt'iini Mtume katika kila wanacho amrisha na kila wanacho kikataza ili mpate kurehemeka duniani na Akhera. S. 3:132

تِلْكَ حُدُودُ ٱللَّهِ وَمَن يُطِعِ ٱللَّهَ وَرَسُولَهُ يُدْخِلْهُ جَنَّٰتٍ تَجْرِي مِن تَحْتِهَا ٱلْأَنْهَٰرُ خَٰلِدِينَ فِيهَا وَذَٰلِكَ ٱلْفَوْزُ ٱلْعَظِيمُ

Hiyo ni mipaka ya Mwenyezi Mungu. Na anaye mt'ii Mwenyezi Mungu na Mtume wake, Yeye atamtia katika Pepo zipitazo mito kati yake, wadumu humo. Na huko ndiko kufuzu kukubwa. S. 4:13

يَسْـَٔلُونَكَ عَنِ ٱلْأَنفَالِ قُلِ ٱلْأَنفَالُ لِلَّهِ وَٱلرَّسُولِ فَٱتَّقُوا۟ ٱللَّهَ وَأَصْلِحُوا۟ ذَاتَ بَيْنِكُمْ وَأَطِيعُوا۟ ٱللَّهَ وَرَسُولَهُ إِن كُنتُم مُّؤْمِنِينَ

Wanakuuliza juu ya Ngawira. Sema: Ngawira ni ya Mwenyezi Mungu na Mtume. Basi mcheni Mwenyezi Mungu na suluhisheni mambo baina yenu, na mt'iini Mwenyezi Mungu na Mtume wake ikiwa nyinyi ni Waumini.

Maelezo ya Aya: Nabii Muhammad (s.a.w.) katolewa Makka na kalazimishwa kuihama kwa sababu ya vitimbi vya wapagani, washirikina, na kwa kuazimia kwao kumuuwa, ili Waislamu wapate kuwa na dola yao. Naye akenda kukaa Madina kwenye amani na manusura. Huko ikawa hapana budi ila kuwania kujilinda na uvamizi wa maadui, wasije wenye Imani wakapata mateso. Vikatokea hivyo Vita vya Badri. Waumini wakapata ushindi ulio wazi na ngawira nyingi waliziteka. Ikatokea khitilafu kidogo na suala katika shauri la ugawaji wa hizo ngawira. Ndio hivyo Mwenyezi Mungu anasema: Wanakuuliza khabari ya ngawira, zende wapi? Apewe nani? Ni za nani? Zigawanywe vipi? Ewe Nabii! Waambie: Hizo ngawira ni za Mwenyezi Mungu kwanza. Na Mtume, kwa amri ya Mola wake Mlezi, ndiye mwenye madaraka ya kuzigawa. Basi wacheni kukhitalifiana kwa ajili ya hayo. Na uwe mtindo wenu ni kumkhofu Mwenyezi Mungu na kumt'ii. Na tengenezeni yaliyo baina yenu, na mfanye mapenzi na uadilifu ndio makhusiano baina yenu. Kwani hakika hizi ndizo sifa za watu wa Imani. S. 8:1 Pickthall

وَمَا كَانَ لِمُؤْمِنٍ وَلَا مُؤْمِنَةٍ إِذَا قَضَى ٱللَّهُ وَرَسُولُهُ أَمْرًا أَن يَكُونَ لَهُمُ ٱلْخِيَرَةُ مِنْ أَمْرِهِمْ وَمَن يَعْصِ ٱللَّهَ وَرَسُولَهُ فَقَدْ ضَلَّ ضَلَٰلًا مُّبِينًا

Haiwi kwa Muumini mwanamume wala Muumini mwanamke kuwa na khiari katika jambo, Mwenyezi Mungu na Mtume wake wanapo kata shauri katika jambo lao. Na mwenye kumuasi Mwenyezi Mungu na Mtume wake basi hakika amepotea upotofu ulio wazi. S. 33:36 Arberry

﴿ يَٰٓأَيُّهَا ٱلَّذِينَ ءَامَنُوٓاْ أَطِيعُواْ ٱللَّهَ وَأَطِيعُواْ ٱلرَّسُولَ وَلَا تُبْطِلُوٓاْ أَعْمَٰلَكُمْ

Enyi mlio amini! Mt'iini Mwenyezi Mungu, na mt'iini Mtume, wala msiviharibu vitendo vyenu. S. 47:33 Arberry

لَّيْسَ عَلَى ٱلْأَعْمَىٰ حَرَجٌ وَلَا عَلَى ٱلْأَعْرَجِ حَرَجٌ وَلَا عَلَى ٱلْمَرِيضِ حَرَجٌ وَمَن يُطِعِ ٱللَّهَ وَرَسُولَهُ يُدْخِلْهُ جَنَّٰتٍ تَجْرِي مِن تَحْتِهَا ٱلْأَنْهَٰرُ وَمَن يَتَوَلَّ يُعَذِّبْهُ عَذَابًا أَلِيمًا

Kipofu hana lawama, wala kiguru hana lawama, wala mgonjwa hana lawama. Na mwenye kumt'ii Mwenyezi Mungu na Mtume wake, atamuingiza katika Mabustani yapitayo mito kati yake. Na atakaye geuka upande atamuadhibu kwa adhabu chungu. S. 48:17

مَّن يُطِعِ ٱلرَّسُولَ فَقَدْ أَطَاعَ ٱللَّهَ وَمَن تَوَلَّىٰ فَمَآ أَرْسَلْنَٰكَ عَلَيْهِمْ حَفِيظًا

Mwenye kumt'ii Mtume basi ndio amemt'ii Mwenyezi Mungu. Na anaye kengeuka, basi Sisi hatukukutuma wewe uwe ni mlinzi wao. S. 4:80 Pickthall

وَأَقِيمُواْ ٱلصَّلَوٰةَ وَءَاتُواْ ٱلزَّكَوٰةَ وَأَطِيعُواْ ٱلرَّسُولَ لَعَلَّكُمْ تُرْحَمُونَ

Na shikeni Swala, na toeni Zaka, na mt'iini Mtume, ili mpate kurehemewa. S. 24:56

إِنَّ ٱلَّذِينَ يُبَايِعُونَكَ إِنَّمَا يُبَايِعُونَ ٱللَّهَ يَدُ ٱللَّهِ فَوْقَ أَيْدِيهِمْ فَمَن نَّكَثَ فَإِنَّمَا يَنكُثُ عَلَىٰ نَفْسِهِ وَمَنْ أَوْفَىٰ بِمَا عَٰهَدَ عَلَيْهُ ٱللَّهَ فَسَيُؤْتِيهِ أَجْرًا عَظِيمًا

Bila ya shaka wanao fungamana nawe, kwa hakika wanafungamana na Mwenyezi Mungu. Mkono wa Mwenyezi Mungu uko juu ya mikono yao. Basi avunjaye ahadi hizi anavunja kwa kuidhuru nafsi yake; na anaye tekeleza aliyo muahadi Mwenyezi Mungu, Mwenyezi Mungu atamlipa ujira mkubwa. S. 48:10

مَّآ أَفَآءَ ٱللَّهُ عَلَىٰ رَسُولِهِ مِنْ أَهْلِ ٱلْقُرَىٰ فَلِلَّهِ وَلِلرَّسُولِ وَلِذِي ٱلْقُرْبَىٰ وَٱلْيَتَمَىٰ وَٱلْمَسَكِينِ وَٱبْنِ ٱلسَّبِيلِ كَيْ لَا يَكُونَ دُولَةً بَيْنَ ٱلْأَغْنِيَآءِ مِنكُمْ وَمَآ ءَاتَلكُمُ ٱلرَّسُولُ فَخُذُوهُ وَمَا نَهَلكُمْ عَنْهُ فَٱنتَهُواْ وَٱتَّقُواْ ٱللَّهَ إِنَّ ٱللَّهَ شَدِيدُ ٱلْعِقَابِ

Mali aliyo leta Mwenyezi Mungu kwa Mtume wake kutoka kwa watu wa hivi vijiji ni kwa ajili ya Mwenyezi Mungu, na kwa ajili ya Mtume, na jamaa, na mayatima, na masikini, na msafiri, ili yasiwe yakizunguka baina ya matajiri tu miongoni mwenu. Na anacho kupeni Mtume chukueni, na anacho kukatazeni jiepusheni nacho. Na mcheni Mwenyezi Mungu. Hakika Mwenyezi Mungu ni Mkali wa kuadhibu. S. 59:7 Arberyy

Na kuna mengi zaidi kama hayo, angalia S. 4:59, 69; 5:92; 8:20, 24, 46; 9:71; 24:51-52, 54; 33:33, 71; 49:14; 58:13; 64:12, n.k.

Qur'an hailazimishi kumtii Muhammad (iwe ni aya zilizopo katika Qur'an au maneno ya Muhammad mwenyewe, angalia S. 24:45, 57:9), bali inafanya kila kitu alichofanya na kusema Muhammad kuwa kiwango cha kuigwa: Rafiki yako hakuwa amepotoka wala kuwa katika upotovu. Wala hamsemi kwa matamanio yake. Bali ni ufunuo uliofunuliwa kwake. Amefundishwa na Aliye na nguvu... S. 53:2-5

Na hakika wewe (Ewe Muhammad) una tabia tukufu. S. 68:4

Hakika katika Mtume wa Allah (Muhammad) mna mfano mwema wa kuigwa kwa yule anayetaraji kukutana na Allah na Siku ya Mwisho na anamkumbuka Allah sana. S. 33:21

Kutokana na aya hizi, Muhammad anachukuliwa kuwa ni mfano bora na aliyeidhinishwa na Mungu, na Waislam wanatakiwa kumfuata na kuiga Maisha yake. Hivyo, si sahihi kudai kwamba, ikiwa Muhammad atapotea haitasababisha madhara yoyote kwa wale wanaomfuata katika kila jambo (S. 34:50).

Kama ilivyoelezwa hapo juu, aya hizi bado hazitoi mgongano wa wazi na S. 34:50, lakini zina mvutano ns utata mkubwa. Mgongano wa wazi unatokea tunapoongeza aya zifuatazo katika uwiano: Na wale walio kufuru huwaambia walio amini: Fuateni njia yetu na sisi tutachukua makosa yenu. Wala hawatakuwa na sehemu yoyote katika kuwachukulia makosa yenu.

وَقَالَ ٱلَّذِينَ كَفَرُواْ لِلَّذِينَ ءَامَنُوٓاْ ٱتَّبِعُواْ سَبِيلَنَا وَلْنَحْمِلْ خَطَٰيَٰكُمْ وَمَا هُم بِحَٰمِلِينَ مِنْ خَطَٰيَٰهُم مِّن شَىْءٍ إِنَّهُمْ لَكَٰذِبُونَ

Na walio kufuru waliwaambia walio amini: Fuateni njia yetu, nasi tutayabeba makosa yenu. Wala wao hawatabeba katika makosa yao chochote kile. Hakika hao ni waongo. S. 29:12

لِيَحْمِلُوٓاْ أَوْزَارَهُمْ كَامِلَةً يَوْمَ ٱلْقِيَٰمَةِ وَمِنْ أَوْزَارِ ٱلَّذِينَ يُضِلُّونَهُم بِغَيْرِ عِلْمٍ أَلَا سَآءَ مَا يَزِرُونَ

Ili wabebe mizigo yao kwa ukamilifu Siku ya Kiyama, na sehemu ya mizigo ya wale wanao wapoteza bila ya kujua. Angalia, ni maovu mno hayo wanayo yabeba! S. 16:25

Aya hizi zinaeleza wazi kwamba "kufuata wale wanaokupotosha" haita kuwa sababu ya wewe kuto hukumiwa kwa makosa yako. Siku ya Kiyama, viongozi hao walio kupoteza hawatawajibika (kubeba mzigo) kwa kupotea kwako.

Hakuna mtu atakayeweza kujitetea kabisa kwa kusema " lakini nilifuata nabii au mwalimu huyu au yule wa uongo". S. 16:25 inaashiria kwamba sehemu ya mzigo wako wa dhambi utawekwa juu ya yule aliyekupoteza, lakini hiyo aya bado inatufundisha kuwa, dhambi zako zilizo bakia zitabebwa na wewe mwenyewe uliyemfuata nabii wa uongo na kuvunja amri za Mungu. Hivyo, manabii wanao sababisha watu wapotee, watasababisha wafuasi wao kuteseka na adhabu ya moto wa Jehannam, ingawa ni Allah aliye tuma hao manabii wa uongo.

Hivyo basi, Surah 34:50 ("Iwapo nitapotea, nitapotea tu kwa hasara yangu mwenyewe"), pamoja na aya nyingi zinazowaamuru waumini kufuata na kumtii Muhammad, inapingana na Surah 16:25 na 29:12. Huu ni utata mkubwa sana kwa Waislam.

Kuna idadi kubwa wa aya ambazo zinathibitisha kwamba wale wanaofuata wengine waliopotea hawapewi udhuru kwa kuwa waathirika tu, bali wanalaaniwa na Allah kwa kuwafuata katika uwongo:

وَإِذَا قِيلَ لَهُمُ ٱتَّبِعُوا۟ مَآ أَنزَلَ ٱللَّهُ قَالُوا۟ بَلْ نَتَّبِعُ مَآ أَلْفَيْنَا عَلَيْهِ ءَابَآءَنَآ أَوَلَوْ كَانَ ءَابَآؤُهُمْ لَا يَعْقِلُونَ شَيْـًٔا وَلَا يَهْتَدُونَ

Na wanapo ambiwa: Fuateni aliyo yateremsha Mwenyezi Mungu; wao husema: Bali tutafuata tuliyo wakuta nayo baba zetu. Je, hata ikiwa baba zao walikuwa hawaelewi kitu, wala hawakuongoka?

Maelezo ya aya: Wapotovu walio acha njia ya uwongofu wamezoea kuyashika waliyo yarithi kwa baba zao (Kama ambavyo Waislam wengi wamerithi dini ya baba yao) katika itikadi na vitendo. Wanapo itwa wafuate uwongofu wa Mwenyezi Mungu husema: Hatuachi tuliyo yakuta kwa baba zetu. Katika ujinga mkubwa kabisa ni kukhiari kufuata wazee kuliko kumt'ii Mwenyezi Mungu na kufuata uwongofu wake. Kefu basi inapo kuwa baba zao hawanacho wakijuacho katika Dini, na hawana mwangaza wa kuwanawirisha uwongofu na Imani? S. 2:170; angalia pia 5:104

Ayah: 70

قَالُوٓا۟ أَجِئْتَنَا لِنَعْبُدَ ٱللَّهَ وَحْدَهُ وَنَذَرَ مَا كَانَ يَعْبُدُ ءَابَآؤُنَا فَأْتِنَا بِمَا تَعِدُنَآ إِن كُنتَ مِنَ ٱلصَّٰدِقِينَ

Wakasema: Je! Umetujia ili tumuabudu Mwenyezi Mungu peke yake, na tuyaache waliyo kuwa wakiyaabudu baba zetu? Basi tuletee hayo unayo tuahidi, ukiwa miongoni mwa wasemao kweli.

Ayah: 71

قَالَ قَدْ وَقَعَ عَلَيْكُم مِّن رَّبِّكُمْ رِجْسٌ وَغَضَبٌ أَتُجَٰدِلُونَنِي فِىٓ أَسْمَآءٍ سَمَّيْتُمُوهَآ أَنتُمْ وَءَابَآؤُكُم مَّا نَزَّلَ ٱللَّهُ بِهَا مِن سُلْطَٰنٍ فَٱنتَظِرُوٓا۟ إِنِّى مَعَكُم مِّنَ ٱلْمُنتَظِرِينَ

Akasema: Bila ya shaka adhabu na ghadhabu zimekwisha kukuangukieni kutoka kwa Mola wenu Mlezi. Mnabishana nami kwa ajili ya majina tu mliyo yaita nyinyi na baba zenu ambayo kwayo Mwenyezi Mungu hakuteremsha uthibitisho? Basi ngojeni, mimi pia ni pamoja nanyi katika wanao ngoja. S. 7:70-71

وَإِذَا فَعَلُوا۟ فَٰحِشَةً قَالُوا۟ وَجَدْنَا عَلَيْهَآ ءَابَآءَنَا وَٱللَّهُ أَمَرَنَا بِهَا قُلْ إِنَّ ٱللَّهَ لَا يَأْمُرُ بِٱلْفَحْشَآءِ أَتَقُولُونَ عَلَى ٱللَّهِ مَا لَا تَعْلَمُونَ

Na wanapo fanya mambo machafu husema: Tumewakuta nayo baba zetu, na Mwenyezi Mungu ametuamrisha hayo. Sema: Hakika Mwenyezi Mungu haamrishi mambo machafu. Mnamzulia Mwenyezi Mungu msiyo yajua? S. 7:28

فَلَا تَكُ فِي مِرْيَةٍ مِّمَّا يَعْبُدُ هَٰؤُلَاءِ مَا يَعْبُدُونَ إِلَّا كَمَا يَعْبُدُ ءَابَاؤُهُم مِّن قَبْلُ وَإِنَّا لَمُوَفُّوهُمْ نَصِيبَهُمْ غَيْرَ مَنقُوصٍ

Basi usiwe na shaka juu ya wanayo yaabudu hao. Hawaabudu ila kama walivyo abudu baba zao zamani. Na hakika Sisi tutawatimilizia fungu lao bila ya kupunguzwa. S. 11:109

Ayah: 51

۞ وَلَقَدْ ءَاتَيْنَا إِبْرَٰهِيمَ رُشْدَهُ مِن قَبْلُ وَكُنَّا بِهِ عَٰلِمِينَ

Na hakika tulikwisha mpa Ibrahim uwongofu wake zamani, na tulikuwa tunamjua.

Ayah: 52

إِذْ قَالَ لِأَبِيهِ وَقَوْمِهِ مَا هَٰذِهِ ٱلتَّمَاثِيلُ ٱلَّتِي أَنتُمْ لَهَا عَٰكِفُونَ

Alipo mwambia baba yake na watu wake: Ni nini haya masanamu mnayo yashughulikia kuyaabudu?

Ayah: 53

قَالُوا وَجَدْنَا ءَابَاءَنَا لَهَا عَٰبِدِينَ

Wakasema: Tumewakuta baba zetu wakiyaabudu.

Ayah: 54

قَالَ لَقَدْ كُنتُمْ أَنتُمْ وَءَابَاؤُكُمْ فِي ضَلَٰلٍ مُّبِينٍ

kasema: Bila ya shaka nyinyi na baba zenu mmekuwa katika upotofu ulio dhaahiri. S. 21:51-54

Ayah: 63

إِنَّا جَعَلْنَٰهَا فِتْنَةً لِّلظَّٰلِمِينَ

Hakika Sisi tumeufanya huo kuwa ni mateso kwa walio dhulumu.

Ayah: 64

إِنَّهَا شَجَرَةٌ تَخْرُجُ فِي أَصْلِ ٱلْجَحِيمِ

Hakika huo ni mti unao toka katikati ya Jahannamu.

Ayah: 65

طَلْعُهَا كَأَنَّهُ رُءُوسُ ٱلشَّيَٰطِينِ

Mashada ya matunda yake kama kwamba vichwa vya mashet'ani.

Ayah: 66

فَإِنَّهُمْ لَآكِلُونَ مِنْهَا فَمَالِئُونَ مِنْهَا ٱلْبُطُونَ

Basi hakika bila ya shaka hao watayala hayo, na wajaze matumbo.
Ayah: 67

ثُمَّ إِنَّ لَهُمْ عَلَيْهَا لَشَوْبًا مِّنْ حَمِيمٍ

Kisha juu yake wanyweshwe mchanganyo wa maji yamoto yaliyo chemka.
Ayah: 68

ثُمَّ إِنَّ مَرْجِعَهُمْ لَإِلَى ٱلْجَحِيمِ

Kisha hakika marejeo yao bila ya shaka yatakuwa kwenye Jahannamu.
Ayah: 69

إِنَّهُمْ أَلْفَوْا۟ ءَابَآءَهُمْ ضَآلِّينَ

Hakika waliwakuta baba zao wamepotea.
Ayah: 70

فَهُمْ عَلَىٰٓ ءَاثَٰرِهِمْ يُهْرَعُونَ

Na wao wakafanya haraka kufuata nyayo zao.
Ayah: 71

وَلَقَدْ ضَلَّ قَبْلَهُمْ أَكْثَرُ ٱلْأَوَّلِينَ

Na wao wakafanya haraka kufuata nyayo zao.
Ayah: 72

وَلَقَدْ أَرْسَلْنَا فِيهِم مُّنذِرِينَ

Na Sisi hakika tuliwapelekea waonyaji.
Ayah: 73

فَٱنظُرْ كَيْفَ كَانَ عَٰقِبَةُ ٱلْمُنذَرِينَ

Basi hebu angalia ulikuje mwisho wa walioonywa. S. 37:63-73

Hapa, watu hawa walio potoshwa na manabii wa uongo wanafuata dini waliyofundishwa na baba zao, na wengine wanafanya hata matendo ya aibu ya kuoa watoto wadogo wa miaka sita, pamoja na kuzunguka Jiwe Jeusi la Kaaba kama walivyo jifunza kwa kufuata mkumbo wa dini za mababu zao. Lakini, Allah bado anawahukumu kwa imani na matendo haya, na wataendelea kubeba adhabu kamili (S. 11:109). Hata haiwasaidii kudai kwamba ilikuwa ni Allah aliyeamrisha hayo kwao (S. 7:28), kupitia nabii Muhammad aliyedai kuja na amri kutoka kwa Allah, lakini alikuwa nabii wa uongo.

Watu wanaofuata walimu au manabii wa uongo watateseka na kupata hasara na adhabu iliyosababishwa na wale waliowapotosha. Hii ni kanuni ya akili ambayo inapingwa na Surah 34:50, huu ni utata mkubwa katika Qur'an.

Kama Allah ni Mwenyezi Mungu, kwanini aliruhusu Muhammad kusema: "Ikiwa nimepotea, basi nimepotea kwa hasara yangu mwenyewe; lakini ikiwa nimeongoka, ni kwa sababu ya yale aliyonifunulia Mola wangu"?

Kama Qur'an ni Kitabu cha Mwenyezi Mungu, kwanini hatusomi Manabii wa kwenye Taurati, Zaburi, na Injili wakiwa na shaka na wasiwasi wa ujumbe wao kama alivyokuwa Muhammad Nabii wa uongo wa kwenye Qur'an?

SEHEMU YA IV

Uhusiano kati ya Allah, Adamu, Malaika na Shetani

Allah, Adamu, Malaika, na Shetani

Qur'an ina mengi ya kusema kuhusu uhusiano kati ya Allah, Adamu, Malaika, na Shetani. Bila shaka, sehemu ya yale Qur'an inasema kuhusu watu au viumbe hawa inatuletea maswali, mashaka, na maoni kadhaa yanayo zua utata ndani ya Quran. Hapa kuna mjadala katika Suraht Al-Baqarah (2:30-38) ambayo ninainukuu hapa chini.

Suraht Al-Baqarah 30-38

Ayah: 30

وَإِذْ قَالَ رَبُّكَ لِلْمَلَٰئِكَةِ إِنِّي جَاعِلٌ فِي ٱلْأَرْضِ خَلِيفَةً قَالُوٓا۟ أَتَجْعَلُ فِيهَا مَن يُفْسِدُ فِيهَا وَيَسْفِكُ ٱلدِّمَآءَ وَنَحْنُ نُسَبِّحُ بِحَمْدِكَ وَنُقَدِّسُ لَكَ قَالَ إِنِّي أَعْلَمُ مَا لَا تَعْلَمُونَ

Na pale Mola wako Mlezi alipo waambia Malaika: Mimi nitamweka katika ardhi Khalifa (mfwatizi), wakasema: Utaweka humo atakaye fanya uharibifu humo na kumwaga damu, hali sisi tunakutakasa kwa sifa zako na tunakutaja kwa utakatifu wako? Akasema: Hakika Mimi nayajua msiyo yajua.

Ayah: 31

وَعَلَّمَ ءَادَمَ ٱلْأَسْمَآءَ كُلَّهَا ثُمَّ عَرَضَهُمْ عَلَى ٱلْمَلَٰئِكَةِ فَقَالَ أَنۢبِـُٔونِي بِأَسْمَآءِ هَٰٓؤُلَآءِ إِن كُنتُمْ صَٰدِقِينَ

Na akamfundisha Adam majina ya vitu vyote, kisha akaviweka mbele ya Malaika, na akasema: Niambieni majina ya hivi ikiwa mnasema kweli.

Ayah: 32

قَالُوا۟ سُبْحَٰنَكَ لَا عِلْمَ لَنَآ إِلَّا مَا عَلَّمْتَنَآ إِنَّكَ أَنتَ ٱلْعَلِيمُ ٱلْحَكِيمُ

Wakasema: Subhanaka, Wewe umetakasika! Hatuna ujuzi isipokuwa kwa uliyo tufunza Wewe. Hakika Wewe ndiye Mjuzi Mwenye hikima.

Ayah: 33

قَالَ يَـٰٓـَٔادَمُ أَنۢبِئْهُم بِأَسْمَآئِهِمْ فَلَمَّآ أَنۢبَأَهُم بِأَسْمَآئِهِمْ قَالَ أَلَمْ أَقُل لَّكُمْ إِنِّىٓ أَعْلَمُ غَيْبَ ٱلسَّمَٰوَٰتِ وَٱلْأَرْضِ وَأَعْلَمُ مَا تُبْدُونَ وَمَا كُنتُمْ تَكْتُمُونَ

Akasema: Ewe Adam! Waambie majina yake. Basi alipo waambia majina yake alisema: Sikukwambieni kwamba Mimi ninajua siri za mbinguni na za duniani, na ninayajua mnayo yadhihirisha na mliyo kuwa mnayaficha?

Ayah: 34

وَإِذْ قُلْنَا لِلْمَلَـٰٓئِكَةِ ٱسْجُدُوا۟ لِـَٔادَمَ فَسَجَدُوٓا۟ إِلَّآ إِبْلِيسَ أَبَىٰ وَٱسْتَكْبَرَ وَكَانَ مِنَ ٱلْكَٰفِرِينَ

Na tulipo waambia Malaika: Msujudieni Adam, wakamsujudia wote isipo kuwa Ibilisi, alikataa na akajivuna na akawa katika makafiri.

Ayah: 35

وَقُلْنَا يَـٰٓـَٔادَمُ ٱسْكُنْ أَنتَ وَزَوْجُكَ ٱلْجَنَّةَ وَكُلَا مِنْهَا رَغَدًا حَيْثُ شِئْتُمَا وَلَا تَقْرَبَا هَٰذِهِ ٱلشَّجَرَةَ فَتَكُونَا مِنَ ٱلظَّـٰلِمِينَ

Na tulisema: Ewe Adam! Kaa wewe na mkeo katika Bustani, na kuleni humo maridhawa popote mpendapo, lakini msiukaribie mti huu tu; mkawa katika wale walio dhulumu.

Ayah: 36

فَأَزَلَّهُمَا ٱلشَّيْطَٰنُ عَنْهَا فَأَخْرَجَهُمَا مِمَّا كَانَا فِيهِ وَقُلْنَا ٱهْبِطُوا۟ بَعْضُكُمْ لِبَعْضٍ عَدُوٌّ وَلَكُمْ فِى ٱلْأَرْضِ مُسْتَقَرٌّ وَمَتَٰعٌ إِلَىٰ حِينٍ

Lakini Shet'ani aliwatelezesha hao wawili na akawatoa katika waliyo kuwamo, na tukasema: Shukeni, nanyi ni maadui nyinyi kwa nyinyi. Katika ardhi yatakuwa makaazi yenu na starehe kwa muda.

Ayah: 37

فَتَلَقَّىٰٓ ءَادَمُ مِن رَّبِّهِۦ كَلِمَٰتٍ فَتَابَ عَلَيْهِ إِنَّهُۥ هُوَ ٱلتَّوَّابُ ٱلرَّحِيمُ

Kisha Adam akapokea maneno kwa Mola wake Mlezi, na Mola wake Mlezi alimkubalia toba yake; hakika Yeye ndiye Mwingi wa kukubali toba na Mwenye kurehemu.

Ayah: 38

قُلْنَا ٱهْبِطُوا۟ مِنْهَا جَمِيعًا فَإِمَّا يَأْتِيَنَّكُم مِّنِّى هُدًى فَمَن تَبِعَ هُدَاىَ فَلَا خَوْفٌ عَلَيْهِمْ وَلَا هُمْ يَحْزَنُونَ

Tukasema: Shukeni nyote; na kama ukikufikieni uwongofu utokao kwangu, basi watakao fuata uwongofu wangu huo haitakuwa khofu juu yao wala hawatahuzunika. S. 2:30-38 (Pickthall)

Aya zilizotajwa katika Suraht Al-Baqarah zinazua maswali kadhaa.

Kwanza, malaika walijua vipi hali ya binadamu itakavyo kuwa kabla ya kuumbwa kwake?

Wapi walipata wazo kwamba binadamu angekuwa kiumbe mwenye vurugu? Nani aliwaambia? Maandiko haya hayasemi chochote kuhusu Allah kuwapa habari hii. Je, malaika ni wajuzi wa kila kitu?

Kivipi Malaika walijua Mwanadamu atakaye umbwa mwili wake utakuwa na damu?

Kivipi Malaika walijua Mwanadamu atamwaga damu hata kabla ya dhambi kuumbwa na Allah?

Je, Mwanadamu, yaani Adamu na Hawa, waliumbwa wakiwa na ujuzi wa mema na mabaya?

Pili, kwanini Allah alimfundisha Adamu majina yasiyojulikana kwa siri ili kuwanyamazisha malaika kuhusu utabiri wao sahihi na thabiti walio toa dhidi ya binadamu?

Je, unafikiri ilikuwa haki kwa Allah kumfundisha Adamu majina haya na kisha kuwapa changamoto malaika wasema siri ambazo alimwambia Adamu?

Je, unafikiri Adamu alijisikiaje alipo ambiwa na Allah kuwa atamwaga damu na atakuwa mtenda maovu?

Je, huku si kumpangia Adamu Maisha ya uovu hata bila ya kujua uovu ni nini?

Je, unafikiri Allah alitenda haki kutumia hila na uwongo ili kujitetea dhidi ya mashtaka yaliyowasilishwa na malaika kuhusu Adamu (mashtaka ambayo baadaye yalithibitika kuwa sahihi)?

Je, hii haionyeshi kuwa Allah si mjuzi wa kila kitu?

Je, si kweli kwamba Adamu angekuwa mjinga kama malaika walivyo tabiri, kama asinge pata mafundisho ya Allah?

Je, huu si uthibitisho kwamba Adamu alijua tu majina haya kwasababu Mwenyezi Mungu alimfundisha, wakati malaika walikuwa wajinga kwa sababu Mwenyezi Mungu hakuwa amewafundisha mambo haya?

Je, ni kivipi kujua majina ya vitu inahalalisha uumbaji wa mwanadamu licha ya uovu wote na vurugu atakazofanya?

Baada ya yote, ikiwa kuna thamani ya juu katika binadamu inayothibitisha uumbaji wao, licha ya tabia yao ya vurugu na dhambi, basi inapaswa kutajwa kwa njia iliyo wazi badala ya kutumia hila zenye kuonyesha kidogo ukuu wa binadamu.

Allah angeweza kufudisha majina hayo kwa kiumbe yeyote. Kitendo hiki cha kumfundisha binadamu kutaja vitu vyote hakitoi sababu ya kutosha kwanini binadamu wanapaswa kuumbwa licha ya ukweli kwamba watamwaga damu. Allah angeweza tu kuwafundisha malaika majina hayo, na mtu yeyote angeweza kuyajua (ikiwa hiyo ilikuwa ni lengo lake), bila kuwa na umwagaji wa damu. Kwa hivyo, tunajifunza nini kwenye hadithi hii?

Tatu, baada ya kutumia hila kuwanyamazisha malaika, Allah anaamuru malaika kumuabudu binadamu. Amri hii ya kuabudu ilikuwa ni matokeo ya binadamu kuwashinda Malaika kwa kujua majina ambayo Allah mwenyewe alimfundisha. Kwa hivyo tunahitaji kujiuliza, kwanini malaika wamwabudu Adamu kwasababu ya kutoweza kutaja vitu ambavyo yeye "Adamu" alijua tu majina haya kama matokeo ya Mwenyezi Mungu kumfundisha?

Na kwanini Mwenyezi Mungu anawaamrisha wamsujudie Adamu, kiumbe, na hali ni haramu kabisa kufanya hivyo katika Uislamu?

Kama inasemwa kwamba kusujudu kuliashiria heshima na sio ibada basi kwa nini matendo kama hayo ya heshima yamekatazwa katika Uislamu wa leo?

Ni dhahiri kwamba Allah ni tofauti na Mungu wa kweli wa Biblia Takatifu, ambaye anabadili mawazo na amri zake kadri muda unavyokwenda.

Nne, Ibilisi au Shetani analaumiwa kwa kutomwabudu Adamu ingawa amri hiyo ilitolewa kwa malaika. Kulingana na Qur'an, Ibilisi sio malaika, bali anasemekana kuwa ni jinni:

وَإِذْ قُلْنَا لِلْمَلَـٰئِكَةِ ٱسْجُدُوا۟ لِءَادَمَ فَسَجَدُوٓا۟ إِلَّآ إِبْلِيسَ كَانَ مِنَ ٱلْجِنِّ فَفَسَقَ عَنْ أَمْرِ رَبِّهِۦٓ أَفَتَتَّخِذُونَهُۥ وَذُرِّيَّتَهُۥٓ أَوْلِيَآءَ مِن دُونِى وَهُمْ لَكُمْ عَدُوٌّ ۚ بِئْسَ لِلظَّـٰلِمِينَ بَدَلًا

Na tulipo waambia Malaika: Msujudieni Adam! Walimsjudia isipo kuwa Ibilisi. Yeye alikuwa miongoni mwa majini, na akavunja amri ya Mola wake Mlezi. Je! Mnamshika yeye na dhuriya zake kuwa marafiki badala yangu, hali wao ni adui zenu? Ni ovu mno badala hii kwa wenye kudhulumu. S. 18:50 Shakir

Marehemu Maulana Muhammad Ali aliandika katika tafsiri yake ya Qur'an:

50a. Ibilisi ni miongoni mwa majini au roho mbaya, kwa hivyo ni makosa kumchukua kuwa malaika au roho mwema. Roho ya uovu daima ni ya uasi, na ndiyo ambayo mtu anatahadharishwa dhidi yake, ili aweze kupinga kila mwelekeo wa uovu. (Chanzo: www.muslim.org)

Kwanini basi Allah anamlaumu Ibilisi kwa kutotii amri iliyowalenga Malaika na sio majini? Moja Muislamu ambaye ni mfuatiliaji wetu wa Tovuti za Max Shimba Ministries anatujibu kama ifuatavyo hapa chini:

Je, Ibilisi ni Malaika au Jinni?

Swali:

Qur'an katika sehemu kadhaa inasema kwamba Ibilisi alikuwa malaika, lakini katika Surah Kahf inasema kwamba Ibilisi alikuwa Jinn. Je, huu sio utata katika Qur'an?

Jibu:

1. Tukio la Ibilisi na Malaika linatajwa katika Qur'an

Hadithi ya Adamu na Ibilisi inatajwa katika Qur'an katika sehemu mbalimbali ambapo Allah (swt) anasema, "Tulisema kwa Malaika: Msujudieni Adamu, wakamsujudia isipokuwa Ibilisi." Hii inatajwa katika:

Surah ya Al-Baqarah Surah ya 2 aya ya 43

Surah ya Al-'Araf Surah ya 7 aya ya 17

Surah ya Al-Hijr Surah ya 15 aya ya 28-31

Surah ya Al-Isra Surah ya 17 aya ya 61
Surah ya Ta Ha Surah ya 20 aya ya 116
Surah ya Sad Surah ya 38 aya ya 71-74
Lakini katika Surah Al-Kahf Surah ya 18 aya ya 50, Qur'an inasema:

"Tulimwambia Malaika: Msujudieni Adamu. Wakamsujudia isipokuwa Ibilisi. Alikuwa katika majini." [Al-Qur'an 18:50]

Msomaji wetu wa Kiislamu anatujibu kama ifuatavyo:

2.   Kanuni ya Kiarabu ya Tagleeb

Tafsiri ya Kiingereza ya sehemu ya kwanza ya aya 'Tulisema kwa Malaika: Msujudieni Adamu. Wakamsujudia isipokuwa Ibilisi', inatupa picha kwamba Ibilisi alikuwa malaika. Qur'an ilifunuliwa kwa lugha ya Kiarabu. Katika sarufi ya Kiarabu kuna kanuni inayoitwa Tagleeb, kulingana na kanuni hiyo, ikiwa wengi wametajwa, hata wachache pia wametajwa. Kwa mfano, ikiwa ninaongea na darasa lenye wanafunzi 100 ambapo 99 ni wavulana na mmoja ni msichana, na ikiwa niseme kwa Kiarabu kuwa wavulana wainuke, hiyo inajumuisha msichana pia. Sina haja ya kumtaja kwa kujitegemea.

Vivyo hivyo katika Qur'an, wakati Allah anawasiliana na Malaika, hata Ibilisi yuko pia, lakini haifai kumtaja kwa kujitegemea. Kwa hivyo, kulingana na sentensi hiyo, Ibilisi anaweza kuwa malaika au hata si malaika, lakini tunajua kutoka Surat Al-Kahf "Surah ya 18" aya ya 50 kwamba Ibilisi alikuwa Jinn. Qur'an haijasema popote kwamba Ibilisi alikuwa malaika. Kwa hivyo, hakuna utata katika Qur'an. (irf.net/irf/dtp/dawah_tech)

Ili kuonyesha ni kwanini maelezo haya yaliyo na kipengele cha haraka yana nguvu hata kidogo, hebu tuchukue mfano ule ule na tufanye mabadiliko kidogo. Kwa mfano, ikiwa ninaongea na darasa hilo hilo lenye wanafunzi 100 ambapo 99 ni wavulana na mmoja ni msichana, na ikitokea kuwa wazazi pia wapo na watoto wao, na nikasema kwa Kiarabu kwamba wavulana wote wainuke na bado hakuna mzazi anasimama, siwezi kuwahesabu au kuwatia hatiani kwasababu sikuwa nawahutubia moja kwa moja. Hebu tuseme kuwa katika darasa hilo, mwalimu mkuu na naibu mkuu wa shule walikuwepo na hawakusimama baada ya kuwaambia wavulana wainuke kutoka viti vyao. Je, ninaweza kuwawajibisha kisheria kwa kushindwa kutii maagizo yangu? Bila shaka haiwezekani, kwa kuwa hawaangukii chini ya jamii ya wavulana, wala hawapo chini ya jamii ya wanafunzi. Kama ningetaka wazazi na maafisa wa shule wasimame ningehitaji kuwataja.

Njia pekee ambayo mfano wa "Naik" ungeweza kuwa mfano sahihi ni ikiwa tukikubaliana kuwa Ibilisi anahusika katika jamii ile ile ya malaika. Ni dhahiri kwamba msichana katika mfano wa Naik anaanguka chini ya jamii sawa ya jumla ya wanafunzi wenzake na watoto, kwa hivyo kumbukumbu ya wavulana inaweza kumjumuisha kwani neno wavulana halingekuwa maalum kijinsia katika hoja hii. (Lakini hata hiyo italazimika kukusanywa kutoka kwa muktadha ambao neno linatumiwa kwani unaweza kuwa na darasa ambalo linaundwa na wavulana pekee)

Kutajwa kwa wavulana katika muktadha huu itakuwa taarifa ya jumla inayorejelea kikundi kinachojumuisha watoto wadogo na wanafunzi wenzao. Kwa hivyo neno hilo litajumuisha watu wote ambao wangeanguka chini ya jamii hiyo, bila kujali jinsia. Kwahiyo, ilikuwa rahisi kwa mwalimu kusema wanafunzi wote wanasimame, badala ya wavulana wote kusimama kwa kudhani na au kufanya msichana mmoja kuwa sehemu ya wavulana.

Lakini hakuna kitu ndani ya Qur'an kinachoeleza kuwa majini ni katika jamii ile ile ya viumbe kama malaika, au kwamba wanashiriki asili ile ile. Kwa kweli, Waislamu wanatafsiri katika mafungu yafuatayo na kukataa kwamba majini ni malaika kwani wanaamini kuwa mafungu haya yanaashiria kwa namna fulani majini wameumbwa kutoka kwa chanzo tofauti na kwamba malaika hawaasi wakati majini wanaweza ikiwa watakusudia:

وَلِلَّهِ يَسْجُدُ مَا فِي ٱلسَّمَٰوَٰتِ وَمَا فِي ٱلْأَرْضِ مِن دَآبَّةٍ وَٱلْمَلَٰئِكَةُ وَهُمْ لَا يَسْتَكْبِرُونَ

Na vyote viliomo katika mbingu na katika ardhi, tangu wanyama mpaka Malaika, vinamsujuidia Mwenyezi Mungu, na wala havitakabari.

يَخَافُونَ رَبَّهُم مِّن فَوْقِهِمْ وَيَفْعَلُونَ مَا يُؤْمَرُونَ

Vinamkhofu Mola wao Mlezi aliye juu yao, na vinafanya vinavyoamrishwa. Surah ya 16:49-50

يَٰٓأَيُّهَا ٱلَّذِينَ ءَامَنُوا۟ قُوٓا۟ أَنفُسَكُمْ وَأَهْلِيكُمْ نَارًا وَقُودُهَا ٱلنَّاسُ وَٱلْحِجَارَةُ عَلَيْهَا مَلَٰئِكَةٌ غِلَاظٌ شِدَادٌ لَّا يَعْصُونَ ٱللَّهَ مَآ أَمَرَهُمْ وَيَفْعَلُونَ مَا يُؤْمَرُونَ

Enyi mlio amini! Jilindeni nafsi zenu na ahali zenu na Moto ambao kuni zake ni watu na mawe. Wanausimamia Malaika wakali, wenye nguvu, hawamuasi Mwenyezi Mungu kwa anayo waamrisha, na wanatenda wanayo amrishwa. (Qur'an 66:6)

وَيَوْمَ يَحْشُرُهُمْ جَمِيعًا يَٰمَعْشَرَ ٱلْجِنِّ قَدِ ٱسْتَكْثَرْتُم مِّنَ ٱلْإِنسِ وَقَالَ أَوْلِيَآؤُهُم مِّنَ ٱلْإِنسِ رَبَّنَا ٱسْتَمْتَعَ بَعْضُنَا بِبَعْضٍ وَبَلَغْنَآ أَجَلَنَا ٱلَّذِي أَجَّلْتَ لَنَا قَالَ ٱلنَّارُ مَثْوَىٰكُمْ خَٰلِدِينَ فِيهَآ إِلَّا مَا شَآءَ ٱللَّهُ إِنَّ رَبَّكَ حَكِيمٌ عَلِيمٌ

Na ile Siku atapo wakusanya wote awaambie: Enyi makundi ya majini! Hakika nyinyi mmechukua wafuasi wengi katika wanaadamu. Na marafiki zao katika wanaadamu waseme: Mola Mlezi wetu! Tulinufaishana sisi na wao. Na tumefikia ukomo wetu ulio tuwekea. Basi Mwenyezi Mungu atasema: Moto ndio makaazi yenu, mtadumu humo, ila apendavyo Mwenyezi Mungu. Hakika Mola wako Mlezi ni Mwenye hikima, na Mwenye kujua.

وَكَذَٰلِكَ نُوَلِّي بَعْضَ ٱلظَّٰلِمِينَ بَعْضًا بِمَا كَانُوا۟ يَكْسِبُونَ

Ndio kama hivi tunawaelekeza madhaalimu wapendane wao kwa wao kwa sababu ya waliyo kuwa wakiyachuma.

يَٰمَعْشَرَ ٱلْجِنِّ وَٱلْإِنسِ أَلَمْ يَأْتِكُمْ رُسُلٌ مِّنكُمْ يَقُصُّونَ عَلَيْكُمْ ءَايَٰتِي وَيُنذِرُونَكُمْ لِقَآءَ يَوْمِكُمْ هَٰذَا قَالُوا۟ شَهِدْنَا عَلَىٰٓ أَنفُسِنَا وَغَرَّتْهُمُ ٱلْحَيَوٰةُ ٱلدُّنْيَا وَشَهِدُوا۟ عَلَىٰٓ أَنفُسِهِمْ أَنَّهُمْ كَانُوا۟ كَٰفِرِينَ

Enyi makundi ya majini na watu! Je, hawakukujieni Mitume kutokana na nyinyi wenyewe wakikubainishieni Aya zangu, na wakikuonyeni mkutano wa Siku yenu hii. Nao watasema: Tumeshuhudia juu ya nafsi zetu. Na yaliwadanganya maisha ya dunia. Nao watajishuhudia wenyewe ya kwamba walikuwa makafiri. (Qur'an 6:128-130)

وَلَقَدْ ذَرَأْنَا لِجَهَنَّمَ كَثِيرًا مِّنَ ٱلْجِنِّ وَٱلْإِنسِ لَهُمْ قُلُوبٌ لَّا يَفْقَهُونَ بِهَا وَلَهُمْ أَعْيُنٌ لَّا يُبْصِرُونَ بِهَا وَلَهُمْ ءَاذَانٌ لَّا يَسْمَعُونَ بِهَآ أُو۟لَٰٓئِكَ كَٱلْأَنْعَٰمِ بَلْ هُمْ أَضَلُّ أُو۟لَٰٓئِكَ هُمُ ٱلْغَٰفِلُونَ

Na tumeiumbia Jahannamu majini wengi na watu. Wana nyoyo, lakini hawafahamu kwazo. Na wana macho, lakini hawaoni kwayo. Na wana masikio, lakini hawasikii kwayo. Hao ni kama nyama howa, bali wao ni wapotofu zaidi. Hao ndio walio ghafilika. (Qur'an 7:179)

فَيَوْمَئِذٍ لَّا يُسْئَلُ عَن ذَنبِهِ إِنسٌ وَلَا جَآنٌّ

Siku hiyo hat;aulizwa dhambi zake mtu wala jinni (Qur'an 55:39)

Tatizo kuu la msimamo wa Waislamu ni kwamba ingawa kuna marejeo yanayosema kuwa majini waliumbwa kutokana na moto: "Na hakika tuliwaumba majini hapo zamani kutokana na moto safi." (Qur'an 15:27) "Na hakika majini tuliwaumba kutokana na moto bila kutoa moshi." (Qur'an 55:15) Qur'an haina habari yoyote kuhusu uumbaji wa malaika, yaani, ikiwa waliumbwa kutokana na kitu kingine tofauti na majini na kwa hiyo ni kundi tofauti la viumbe au ikiwa waliumbwa kutokana na chanzo kile kile. Hata hivyo, ni imani ya wengi, ikiwa sio wote, wanazuoni wa Kiislamu kuwa malaika na majini ni viumbe tofauti.

Pia, kuna hali ambapo sehemu tu ya darasa inapaswa kusimama. Fikiria tu kuna wavulana 30 na wasichana kumi katika darasa. Mwalimu anasema kuwa wavulana wote wanapaswa kusimama. Je, Mwalimu anamaanisha wanafunzi wote? Au inaweza kuwa alikuwa na maana ya wavulana pekee na si wasichana? Kwa mfano, kwasababu wavulana wanapaswa kutoka nje ya chumba kwenda kwenye darasa la ufundi wa magari kujifunza jinsi ya kurekebisha magari wakati wasichana wanabaki ndani ya chumba kujifunza kupamba vitambaa, au kitu kama hicho. Kwahiyo, hiyo si sheria halisi inayo weza kuleta maana, bali ni muktadha.

Sasa, kama Qur'an ingesema tu kwamba Allah aliwaamuru viumbe wa mbinguni au wakazi wa mbinguni kumwabudu Adamu, basi ingekuwa hadithi tofauti. Kumbukumbu ya wakazi wa mbinguni ingejumuisha Ibilisi, ikidhaniwa kwamba tukio hili lilitokea mbinguni na kwamba alikuwa kiumbe wa mbinguni tofauti na wa ardhini. (Jambo hili la mwisho si la lazima kwani angeweza kuinuliwa mbinguni baada ya kuumbwa ardhini. Baada ya yote, ni sawa iwe Ibilisi, ingawa ni jinni, ni kiumbe wa ardhini kwani majini wanasemekana kuwepo duniani, sio mbinguni.)

Ili kusaidia kuimarisha hii hoja, kuna mfano mwingine. Fikiria mbinguni kulikuwa na malaika, majini, watu, na wanyama walipokuwepo wakati Allah alipochagua kumtukuza mmoja tu, Adamu, kwa heshima na baraka maalum. Fikiria Allah aliamuru kwamba malaika wote wainamishe vichwa mbele ya Adamu, ambao wanatii na kufanya hivyo, lakini hakuna binadamu wengine, majini au wanyama wanafanya hivyo. Je, Allah anaweza kuwalaumu kwa kutofanya wajibu wao wa kuinamisha vichwa mbele ya Adamu licha ya ukweli kwamba hakuwataja wazi kama alivyofanya kwa malaika? Jibu wazi ni kwamba, la hasha.

Kwa hali ilivyo, hoja ya Naik ni dhaifu sana, haivutii na imejaaa hila ya kutetea uongo. Daktari Naik anafanya kwa makusudi kosa la uwongo.

Tano, aya inasema kuwa Adamu/Binadamu alikuwa khalifa/naibu wa Allah duniani, na aya nyingine zinasema aliumbwa kutokana na matope, mavumbi, udongo nk.:

"Hakika mfano wa Isa kwa Allah ni kama mfano wa Adamu. Alimuumba kwa mavumbi, kisha akamwambia: Kuwa! Na yeye akawa." (Qur'an 3:59) "Tulimuumba mtu kutokana na udongo ulio ng'arisha, uliofanywa katika umbo." (Qur'an 15:26) "Miongoni mwa ishara zake ni kuwa amekuumbeni kwa udongo." (Qur'an 30:20)

Kabla ya kuendelea na hoja yetu, je, ni kweli Isa aliumbwa kwa udongo kama Adamu na Allah akasema kuwa na Isa akawa?

Adamu na mkewe baada ya kuumbwa waliambiwa waingie kwenye Bustani kwa pamoja, ambayo inaweza kuwa ilikuwa mahali fulani hapa hapa duniani. Lakini Surah 2:36 inaujumbe tofauti kabisa: "Kisha Shetani akawapoteza wote wawili kutoka katika Bustani hiyo, na akawatoa katika hali ya neema waliyokuwamo. Tukasema: 'Nendeni, ninyi nyote. Kwa hakika mtakuwa na uadui baina yenu. Kwenye ardhi mtapata makazi yenu na riziki yenu kwa muda.' " (Yusuf Ali)

Kifungu kilichotajwa hapo juu kinaashiri kuwa kuna Bustani mbinguni kwasababu Adamu na Hawa wanaambiwa kuja chini kuishi duniani au labda Bustani ilikuwa mahali fulani palipo inuliwa ambapo si duniani. Kama alivyosema Yusuf Ali kuhusu Surah 2:35:

Je, bustani ya Edeni ilikuwa mahali hapa duniani? Kufuatana na Qur'an ni hapana. Kwa maana katika mstari wa 36 hapo juu, ilikuwa baada ya kutenda dhambi na hii sentensi ndio ilitamkwa: "Duniani kutakuwa makao yenu." Kabla ya Kuanguka, lazima tufikirie kwamba Mwanadamu alikuwa katika kiwango kingine kabisa cha furaha, ukosefu wa hatia, imani, uwepo wa kiroho bila chuki, ukosefu wa imani, na uovu wote na hakuwa anaishi Duniani.

Kwanini Allah aliwaambia Adamu na Hawa kuwa Duniani kutakuwa makao yenu kama walikuwa wanaishi Duniani?

Je, Adamu na Hawa walikuwa wanaishi wapi kabla ya kutupwa Duniani?

Labda "Wakati na Mbingu" pia hazikuwepo, na Bustani ni ya mfano vilevile kama mti. Mti ulioharamishwa haukuwa mti wa maarifa kwa kuwa Mtu aliumbwa katika hali kamili ya maarifa aliyo nayo sasa (ii. 31): ulikuwa mti wa Uovu, ambao aliambiwa si tu kula, bali hata kuukaribia." (Ali, The Qur'an: Text, Translation and Commentary [Tahrike Tarsile Qur'an, Inc., Elmhurst NY, Paperback edition], uk. 25, fn. 50)

Maulana Muhammad Ali pia alikubaliana naye:

"35a. Bustani iliyotajwa katika aya hii ilikuwa hapa duniani ambapo mtu aliwekwa. Hakika haikuwa ni pepo ambayo watu huingia baada ya kifo, na ambayo hawatafukuzwa kamwe (15:48) ..."

(www.muslim.org/english-Qur'an/ch002-49.pdf)

Lakini hii inatuacha na tatizo la Adamu kuumbwa kutoka kwa udongo, mavumbi, n.k. wakati akiwa mbinguni. Je, tunapaswa kuamini kwamba mbinguni, eneo la kiroho, lina udongo, mavumbi, na mambo haya ya duniani?

Sasa mtu anaweza kupendekeza kwamba ingawa Adamu na Hawa waliumbwa duniani, hatimaye waliinuka mbinguni juu ili wakae Bustanini. Hii inaonekana kusaidiwa na Surah 2:35 kwani inasema:

"Tukasema: Ewe Adamu! Kaa wewe na mkeo katika bustani, na kuleni humo kwa raha popote mtakapotaka. Wala msikaribie mti huu, mkaingia katika madhambi." (Shakir)

Amri ya kuishi katika Bustani inaweza kudokeza (lakini sio lazima) kwamba awali Adamu na Hawa walikuwa mahali pengine. Hivyo, Muislamu anaweza kutaka kufikiria kwamba baada ya Allah kuwaumba kutoka ardhini, aliwaweka katika Bustani ya mbinguni. (Lakini kama tulivyosema hapo juu, kuwa sehemu nyingine haimaanishi lazima iwe sehemu nyingine tofauti na dunia. Wanaweza kuumbwa mahali tofauti duniani na sio kwenye Bustani hiyo ya duniani).

Maelezo yaliyotolewa hapo juu bado yanatuletea tatizo la kuelezea kwa nini Adamu alikuwa mbinguni wakati aliumbwa ili akae ardhini kama mwakilishi wa Allah. Hakuumbwa ili akae mbinguni (angalau si kwa awali kwani Qur'an inasema kwamba hatimaye waumini wa kweli wote watamalizia katika Bustani). Kwahiyo, kwanini Adamu alikuwa mbinguni wakati Allah alimuumba kwa kusudi maalum la kuishi ardhini?

Wengine wanaweza kusema kuwa kauli katika Surah Al Baqarah 2:36 haiashirii kushuka kwa kweli kutoka eneo lililo juu hadi chini. Badala yake, inahusu kushuka katika cheo na heshima, kwamba Adamu na Hawa walishushwa ngazi katika cheo na hadhi. Hii inaweza kumaanisha kuwa kauli inayosema ardhini itakuwa mahali pa kuishi kwao inaashiria ukweli kwamba badala ya kufurahia anasa na neema za Pepo ya kidunia, wawili hao sasa watalazimika kufanya kazi ili kupata chakula na mavazi yao wenyewe. Tatizo na tafsiri hii ni kwamba inapuuza ukweli kwamba amri ya kushuka haikuwa ilielekezwa tu kwa Adamu na Hawa, bali kwa pande zote zilizohusika ambazo pia zinajumuisha Shetani. Kama alivyobainisha Yusuf Ali:

Uamuzi wa Mungu ni matokeo ya matendo ya mwanadamu. Tafadhali angalia mabadiliko katika lugha ya Kiarabu kutoka namba ya umoja katika aya ya 33, hadi namba ya mbili katika aya ya 35, na wingi hapa katika Surah Al Baqarah [2:36], ambayo nimeonyesha kwa Kiswahili ("Ninyi watu wote"). Dhahiri Adamu ni mfano wa binadamu wote, na jinsia zinaenda pamoja katika mambo yote ya kiroho. Zaidi ya hayo, kutimuliwa kunahusu Adamu, Hawa, na Shetani, na wingi katika Kiarabu unafaa kwa idadi yoyote kubwa kuliko mbili. (Ibid., uk. 26, fn. 53).

Shetani tayari alikuwa ameshushwa katika heshima na hadhi, akawa amelaaniwa kwa kukataa kumwabudu Adamu:

وَلَقَدْ خَلَقْنَٰكُمْ ثُمَّ صَوَّرْنَٰكُمْ ثُمَّ قُلْنَا لِلْمَلَٰئِكَةِ ٱسْجُدُوا۟ لِءَادَمَ فَسَجَدُوٓا۟ إِلَّآ إِبْلِيسَ لَمْ يَكُن مِّنَ ٱلسَّٰجِدِينَ

Na hakika tulikuumbeni, kisha tukakutieni sura, kisha tukawaambia Malaika: Msujudieni Adam. Basi wakasujudu isipo kuwa Ibilisii, hakuwa miongoni mwa walio sujudu.

قَالَ مَا مَنَعَكَ أَلَّا تَسْجُدَ إِذْ أَمَرْتُكَ قَالَ أَنَا۠ خَيْرٌ مِّنْهُ خَلَقْتَنِي مِن نَّارٍ وَخَلَقْتَهُۥ مِن طِينٍ

Mwenyezi Mungu akasema: Nini kilicho kuzuia kumsujudia nilipo kuamrisha? Akasema: Mimi ni bora kuliko yeye. Umeniumba kwa moto, naye umemuumba kwa udongo

قَالَ فَٱهْبِطْ مِنْهَا فَمَا يَكُونُ لَكَ أَن تَتَكَبَّرَ فِيهَا فَٱخْرُجْ إِنَّكَ مِنَ ٱلصَّٰغِرِينَ

Akasema: Basi teremka kutoka humo! Haikufalii kufanya kiburi humo. Basi toka! Hakika wewe u miongoni mwa walio duni.

قَالَ أَنظِرْنِي إِلَىٰ يَوْمِ يُبْعَثُونَ

Akasema: Nipe muhula mpaka siku watakapo fufuliwa.

قَالَ إِنَّكَ مِنَ ٱلْمُنظَرِينَ

Akasema: Utakuwa miongoni mwa walio pewa muhula

قَالَ فَبِمَآ أَغْوَيْتَنِي لَأَقْعُدَنَّ لَهُمْ صِرَٰطَكَ ٱلْمُسْتَقِيمَ

Akasema: Kwa kuwa umenihukumia upotofu, basi nitawavizia katika Njia yako Iliyo Nyooka.

ثُمَّ لَءَاتِيَنَّهُم مِّنۢ بَيْنِ أَيْدِيهِمْ وَمِنْ خَلْفِهِمْ وَعَنْ أَيْمَٰنِهِمْ وَعَن شَمَآئِلِهِمْ وَلَا تَجِدُ أَكْثَرَهُمْ شَٰكِرِينَ

Kisha nitawazukia mbele yao na nyuma yao na kuliani kwao na kushotoni kwao. Wala hutawakuta wengi wao wenye shukrani.

جَهَنَّمَ مِنكُمْ أَجْمَعِينَ

Akasema: Toka humo, nawe umekwisha fedheheka, umekwisha fukuzwa. Hapana shaka atakaye kufuata miongoni mwao, basi nitaijaza Jahannam kwa nyinyi nyote S. 7:11-18 (Tafsiri ya Qur'an ya Shakir)

Surah 15 Ayah: 28

وَإِذْ قَالَ رَبُّكَ لِلْمَلَٰئِكَةِ إِنِّي خَٰلِقٌ بَشَرًا مِّن صَلْصَٰلٍ مِّنْ حَمَإٍ مَّسْنُونٍ

Na Mola wako Mlezi alipo waambia Malaika: Hakika Mimi nitamuumba mtu kwa udongo unao toa sauti, unao tokana na matope yaliyo tiwa sura.

Ayah: 29

فَإِذَا سَوَّيْتُهُ وَنَفَخْتُ فِيهِ مِن رُّوحِي فَقَعُوا۟ لَهُۥ سَٰجِدِينَ

Basi nitakapo mkamilisha na nikampulizia roho yangu, basi mumwangukie kumsujudia.

Ayah: 30

فَسَجَدَ ٱلْمَلَٰئِكَةُ كُلُّهُمْ أَجْمَعُونَ

Basi Malaika wote pamoja walimsujudia,

Ayah: 31

إِلَّآ إِبْلِيسَ أَبَىٰٓ أَن يَكُونَ مَعَ ٱلسَّٰجِدِينَ

Isipo kuwa Ibilisii. Yeye alikataa kuwa pamoja na walio sujudu.

Ayah: 32

قَالَ يَٰٓإِبْلِيسُ مَا لَكَ أَلَّا تَكُونَ مَعَ ٱلسَّٰجِدِينَ

(Mwenyezi Mungu) akasema: Ewe Ibilisii! Una nini hata hukuwa pamoja na walio sujudu?

Ayah: 33

قَالَ لَمْ أَكُن لِّأَسْجُدَ لِبَشَرٍ خَلَقْتَهُۥ مِن صَلْصَٰلٍ مِّنْ حَمَإٍ مَّسْنُونٍ

Akasema: Haiwi mimi nimsujudie mtu uliye muumba kwa udongo unaotoa sauti, unao tokana na matope yenye sura.

Ayah: 34

قَالَ فَٱخْرُجْ مِنْهَا فَإِنَّكَ رَجِيمٌ

(Mwenyezi Mungu) akasema: Basi toka humo, kwani hakika wewe ni maluuni!
Ayah: 35

وَإِنَّ عَلَيْكَ ٱللَّعْنَةَ إِلَىٰ يَوْمِ ٱلدِّينِ

Na hakika juu yako ipo laana mpaka Siku ya Malipo.
Ayah: 36

قَالَ رَبِّ فَأَنظِرْنِيٓ إِلَىٰ يَوْمِ يُبْعَثُونَ

Akasema (Ibilisii): Mola wangu Mlezi! Nipe muhula mpaka siku watapofufuliwa.
Ayah: 37

قَالَ فَإِنَّكَ مِنَ ٱلْمُنظَرِينَ

(Mwenyezi Mungu) akasema: Hakika wewe ni katika walio pewa muhula
Ayah: 38

إِلَىٰ يَوْمِ ٱلْوَقْتِ ٱلْمَعْلُومِ

Mpaka siku ya wakati maalumu.
Ayah: 39

قَالَ رَبِّ بِمَآ أَغْوَيْتَنِي لَأُزَيِّنَنَّ لَهُمْ فِي ٱلْأَرْضِ وَلَأُغْوِيَنَّهُمْ أَجْمَعِينَ

Akasema: Mola wangu Mlezi! Ilivyo kuwa umenitia makosani, basi nahakikisha nitawazaini hapa duniani na nitawapoteza wote,
Ayah: 40

إِلَّا عِبَادَكَ مِنْهُمُ ٱلْمُخْلَصِينَ

Ila waja wako walio safika.
Ayah: 41

قَالَ هَٰذَا صِرَٰطٌ عَلَيَّ مُسْتَقِيمٌ

Akasema: Hii Njia ya kujia kwangu Iliyo Nyooka.
Ayah: 42

إِنَّ عِبَادِي لَيْسَ لَكَ عَلَيْهِمْ سُلْطَٰنٌ إِلَّا مَنِ ٱتَّبَعَكَ مِنَ ٱلْغَاوِينَ

Hakika waja wangu, wewe hutakuwa na mamlaka juu yao, isipo kuwa wale wapotofu walio kufuata.
Ayah: 43

وَإِنَّ جَهَنَّمَ لَمَوْعِدُهُمْ أَجْمَعِينَ

Na bila shaka Jahannamu ndipo pahali pao walipo ahidiwa wote.

Ayah: 44

لَهَا سَبْعَةُ أَبْوَٰبٍ لِّكُلِّ بَابٍ مِّنْهُمْ جُزْءٌ مَّقْسُومٌ

Ina milango saba; na kwa kila mlango iko sehemu walio tengewa. S. 15:28-44

Bwana wako alipowaambia malaika: Hakika Mimi nataka kuumba kiumbe kutokana na udongo; basi, nilipokwisha kumaliza kumtengeneza na kumpulizia roho yangu, mnyenyekeeni kwa kumsujudia. Malaika wote wakamsujudia isipokuwa Ibilisii, alijivuna na akawa miongoni mwa makafiri. Akasema: Ewe Ibilisii! Ni nini kilichokuzuia kumsujudia yule niliyemuumba kwa mikono yangu miwili? Je, wewe una kiburi au umekuwa miongoni mwa watukufu? Akasema: Mimi ni bora kuliko yeye. Umeniumba kwa moto na umemuumba kwa udongo. Akasema: Basi toka hapa! Kwani wewe umelaaniwa. Na hakika laana yangu itakuwa juu yako mpaka siku ya malipo. Akasema: Ewe Mola wangu! Nipe muhula mpaka siku watakapofufuliwa. Akasema: Hakika wewe umepewa muhula mpaka siku ya wakati uliowekwa. Akasema: Basi kwa nguvu zako nitawapoteza wote, isipokuwa waja wako waliotakasika miongoni mwao. Akasema: Haki na hakika mimi nasema. Nitaijaza Jahannamu na wewe na wale wote wanaokufuata. S. 38:71-85

Haya yanathibitisha kwamba kushushwa hakukuwa tu katika cheo au nafasi. Kushushwa kulikuwa ni halisi, kutupwa kutoka daraja au ulimwengu wa juu (Bustani ya Mbinguni) hadi ulimwengu wa chini (ardhi chini).

Lakini hii inaleta matatizo zaidi. Aya zilizotajwa hapo juu zinasema kwamba Allah alimtoa Shetani Peponi kwa kukataa kumsujudia Adamu.

Kwahiyo, kivipi Shetani alifanikiwa kuingia Peponi na kumjaribu Adamu na Hawa?

Zaidi ya hayo, baada ya kumtoa na kumshusha Shetani, Allah aliapa kumpa muhula hadi Siku ya Kiyama, ambao unaonyesha kwamba hataadhibiwa tena hadi Siku ya Hukumu. Vipi basi Shetani alitolewa tena Peponi na kushushwa mara ya pili wakati alisha fukuwa mara kwanza alipo kataaa kumsujudia Adam? Je, Allah alivunja ahadi yake?

Sita, dhambi ya Adamu ilikuwa na athari kwa vizazi vyote vijavyo vya binadamu, kwani katika aya ya 2:36 na 38, wingi (zaidi ya wawili) hutumiwa, tofauti na wingi mdogo. Hapa tena ni 2:38, pamoja na 37 kwa muktadha:

Kisha Adamu akapokea maneno kutoka kwa Mola wake, na akamrudia. Hakika Yeye ni Mwenye kurehemu. Tukasema: Shukeni, NYOTE, kutoka hapa; lakini hakika kutakuja kwenu uongofu utokao kwangu; na atakayefuata uongofu wangu, hatapata khofu wala hatahuzunika.

Tayari tuliona jinsi wingi katika 2:36 unajumuisha Shetani, lakini hapa katika 2:38 wingi hauwezi kumjumulisha Shetani kwani yeye amelaaniwa kuingia Jahannamu na hatafuata uongozi utakaotoka kwa Allah. Kwa hiyo, ni dhahiri kabisa kwamba wingi unawahusu binadamu wote, kwamba ubinadamu ulipatwa na kutimuliwa kwasababu ya dhambi aliyo fanya Adamu.

Mungu alisema, `Ondokeni, baadhi yenu mtakuwa maadui wa wengine. Na kwa ajili yenu kuna makazi duniani na riziki kwa muda.' S. 7:24

Kama Ibn Kathir alivyosema kuhusu 2:38-39:

Allah anawaonya Adamu, mkewe na Shetani, WAZAO WAO, alipowaamuru WAO kushuka kutoka Peponi. Anasema atawatuma mitume na vitabu, ishara na dalili... (Tafsiri ya Ibn Kathir, Sehemu ya 1, Surahh Al-Fatiah Surahh Al-Baqarah, aya 1 hadi 141, Imefupishwa na Sheikh Nasib Ar-Rafa'i [Al-Firdous Ltd., London: Toleo la Pili 1998], ukurasa 109-110; Maneno ya Herufi kubwa ni yetu)

Hapa pia ni maoni yake kuhusu 7:24:

Ondokeni, ilikuwa inawahusu Adamu, Hawa', Ibilisi na nyoka. Baadhi ya wanazuoni hawakutaja nyoka, na Allah anajua zaidi. (tafsir.com)

Swali la wazi kwa wakati huu ni: Nyoka gani?

Wapi kwenye Qur'an panataja nyoka katika muktadha huu? Katika ufahamu wa Kibiblia, nyoka ni marejeo kwa Shetani, katika maoni hapo juu, inaonekana kuwa ni vitu viwili tofauti. Maoni ya Ibn Kathir kuhusu nyoka pia ni tatizo kwani nyoka alikuwa anafanya nini katika Bustani ya mbinguni? Hii inaashiria kuwa Bustani ambayo inaleta matatizo yote yaliyotajwa hapo juu ilikuwa duniani. Lakini ukweli ni kwamba Ibn Kathir anataja Ibilisi na nyoka, pamoja na Adamu na Hawa, unaashiria kuwa maandishi yanawahusu watu au viumbe zaidi ya wawili.

Ni dhahiri kwamba wingi katika 2:38 na 7:24 unahusiana na Adamu na vizazi vyake. Marehemu Muhammad Asad kimsingi anatoa hoja kama hizo kwa kusema kuwa hadithi ya Adamu na Hawa ni kitendawili kinachohusu binadamu wote. Aliandika kuhusu 7:24:

"kutoka hali hii ya baraka na ukamilifu". Kama ilivyo katika hadithi inayo saidia mfano huu wa Kuanguka katika 2:35-36, matumizi ya pili yanabadilika katika hatua hii na kuwa wingi, hivyo kuunganisha tena na aya ya 10 na mwanzo wa aya ya 11 ya Surah hii, na kuifanya iwe wazi kwamba hadithi ya Adamu na Hawa ni KITENDAWILI cha hatima ya binadamu. Katika hali yake ya awali ya ukamilifu, binadamu alikuwa hajui kuhusu uwepo wa uovu na, hivyo, hakuwa na haja ya kufanya uchaguzi kati ya mema na mabaya: kwa maneno mengine, aliishi, kama wanyama wengine wote, kwa kuzingatia tu haja za kimwili. Hata hivyo, kwa kuwa ukamilifu huu ulikuwa hali tu ya uwepo wake na sio wema, uliipa maisha yake ubora wa kutokuhama na hivyo ukamzuia kufikia maendeleo ya kimaadili na kiakili. Ukuaji wa ufahamu wake – uliofanywa kwa kitendo cha kukaidi amri ya Mungu - kilibadilisha yote haya. Kilimgeuza kutoka kuwa kiumbe bora na kuwa kiumbe kamili kama tunavyomjua - binadamu anayeweza kutofautisha kati ya mema na mabaya na hivyo kuchagua njia yake ya maisha. Kwa maana hiyo kuu, KITENDAWILI cha Kuanguka hakielezi tukio la kurudi nyuma, bali hatua mpya ya maendeleo ya binadamu: ufunguzi wa milango kwa mambo ya maadili. Kwa kumkataza "kusogea karibu na mti huu", Mungu alifanya iwezekane kwa binadamu kutenda mabaya - na kutenda sawa pia: na hivyo, binadamu akapewa huo uhuru wa maamuzi ya maadili ambayo yanamtenganisha na viumbe wengine wenye ufahamu. - Kuhusu jukumu la Shetani - au Ibilisi - kama mpotoshaji wa milele wa binadamu, tazama maelezo ya 26 katika 2:34 na maelezo ya 31 katika 15:41. (www.geocities.com)

Kwa sentensi hii, hoja inabadilika kutoka namba ya umoja wa Shufwaa iliyotumika hapo awali hadi wingi: ishara nyingine kwamba hadithi inahusiana na binadamu wote kwa ujumla... (geocities.com umuhimu umewekwa mkazo)

Hapa ni maoni ya Y. Ali kuhusu 2:36 ambayo tuliyoainisha hapo awali:

... Tazama mabadiliko katika Kiarabu kutoka namba ya wingi katika ii. 33, hadi lahaja ya Shufaa katika ii. 35, na wingi hapa [2:36], ambao nilionyesha kwa Kiswahili "watu wote." Dhahiri, Adamu ni mfano wa wanadamu wote, na jinsia zinakwenda pamoja katika mambo yote ya kiroho. Zaidi ya hayo, kuondolewa kulihusisha Adamu, Hawa, na Shetani, na wingi kwa Kiarabu ni sahihi kwa idadi yoyote kubwa kuliko mbili.

Qur'an inakubaliana kimsingi na Biblia Takatifu kwamba Adamu aliwafanya watoto wake wote wafukuzwe kutoka Bustani. Sisi si pekeyetu tu tunaoona hivyo; vyanzo vya Waislamu vifuatavyo pia viliiona kwa njia hii:

Imehadithiwa na Abu Huraira na Hudhaifa kwamba Mtume wa Allah (amani iwe juu yake) alisema: Allah, Mwenye Baraka na Mwenye Enzi, atawakusanya watu. Waumini watasimama hadi Pepo itakapowekwa karibu nao. Watafika kwa Adamu na kusema: Ewe baba yetu, tufungulie Pepo. Atasema: Kile kilichowafukuza kutoka kwa Pepo NI DHAMBI YA BABA YENU ADAMU. Sipo katika nafasi ya kufanya hivyo; ... (Sahih Muslim, Kitabu 001, Nambari 0380)

Imehadithiwa na Abu Huraira:

Mtume alisema, "Adamu na Musa walizozana. Musa akamwambia Adamu, 'Ewe Adamu! Wewe ndiye baba yetu

ULIYETUANGUSHA NA KUTUFUKUZA KUTOKA PEPO.' Kisha Adamu akamwambia, 'Ewe Musa! Allah alikufanyia wewe neema ya kuzungumza nawe (alizungumza na wewe moja kwa moja) na Akakuandikia (Taurati) kwa Mkono wake Mwenyewe. Je, unanilaumu kwa tendo ambalo Allah aliandika katika hatima yangu miaka arobaini kabla ya kuumbwa kwangu?' Kwahiyo, Adamu alimshinda Musa," Mtume akaongeza, akirudia kauli hiyo mara tatu. (Sahih Al-Bukhari, Juzuu ya 8, Kitabu cha 77, Hadithi namba 611)

Abu Huraira aliripoti kwamba mjumbe wa Mungu alisimulia juu ya Adamu na Musa wakifanya mabishano mbele ya Mola wao na Adamu akimshinda Musa katika hoja. Musa alisema, "Wewe ni Adamu ambae Mungu alikuumba kwa mkono wake, akakuvuvia roho yake, akafanya malaika wakusujudie, na akakuweka katika bustani yake; kisha KWA SABABU YA DHAMBI YAKO ilisababisha WATU WAFUZUKWE KATIKA ARDHI." Adamu akajibu, "Na wewe ni Musa ambaye Mungu alikuteua na alikupa ujumbe wake, alikupa maandishi ambayo yalielezea kila kitu, na alikufanya msiri wake. Muda gani kabla sijaumbwa uligundua kwamba Mungu ameandika Taurati? Musa akasema, 'Miaka arobaini.' Adamu akamuuliza, 'Je, ulisoma ndani yake kwamba, "Na Adamu alimuasi Mola wake na akapotea"?'" Alipoelezwa kwamba ndiyo, akasema, "Je, basi unanilaumu mimi kwa kutenda kitendo ambacho Allah alikuwa amekiamuru nifanye miaka arobaini kabla Hajaniumba?" Mjumbe wa Mungu akasema, "Kwa hiyo, Adamu alimshinda Musa katika hoja." (Mishkat Al-Masabih Tafsiri ya Kiingereza na Maelezo ya Kufafanua na Dr. James Robson, Juzuu ya Kwanza [Sh. Muhammad Ahsraf Publishers, Booksellers & Exporters, Lahore-Pakistan, Nakala tena 1990], ukurasa 23; mkazo mzito na wa kawaida umewekwa)

Yahya anaripoti kutoka kwa Malik, kutoka kwa Abu'z-Zinad, kutoka kwa al-Araj, kutoka kwa Abu Hurayra kwamba Mtume wa Allah, amani na rehema za Allah ziwe juu yake, alisema, "Adamu na Musa walizozana na Adamu akamshinda Musa. Musa alimlaumu Adamu, 'Wewe ndiye Adamu

ULIOWAPOTEZA WATU na kuwatoa katika Bustani.' Adamu akamwambia, 'Wewe ndiye Musa ambaye Allah alikupa ujuzi wa kila kitu na ambaye alikuteua wewe juu ya watu na ujumbe wake.' Musa akasema, 'Ndiyo.' Adamu akasema, 'Je, basi unanilaumu mimi kwa jambo ambalo lilikuwa limeamriwa kwangu kabla sijaumbwa?'" (Muwatta wa Malik, Kitabu cha 46, Hadithi namba 46.1.1)

Aya hii inataja heshima kubwa ambayo Allah alimpa Adamu, na Allah akawakumbusha wazao wa Adamu kuhusu ukweli huu. Allah aliwaamrisha Malaika wamsujudie Adamu, kama inavyoshuhudiwa na Aya hii na Hadithi nyingi, kama vile Hadithi kuhusu shafa'a ambayo tumejadili. Kuna Hadithi kuhusu dua ya Musa, "Ewe Mola wangu! Nionyeshe Adamu ambaye alitufanya sisi na yeye mwenyewe kutupwa nje ya Pepo." Musa alipokutana na Adamu, alimwambia, "Je, wewe ndiye Adamu ambaye Allah alikuumba kwa Mkono wake Mwenyewe, akavipulizia uhai na akawaamrisha Malaika wakusujudie?" Ibilisi alikuwa miongoni mwa wale ambao waliamriwa wamsujudie Adamu, ingawa yeye si Malaika. (Ibn Kathir juu ya Surah ya 2:34; tafsir.com)

Hadithi hizi zinafanya mambo kuwa magumu zaidi. Zinamlaumu Adamu kwa kufanya dhambi na kutupwa kwake kwa amri ya mapema ya Allah, kwamba Allah tayari alikuwa ameandaa kibali cha Adamu kutenda dhambi. Hapa tena ni maoni ya Ibn Kathir, safari hii kuhusu 2:37.

... Imenukuliwa Sufyan At-Thawri akimnukuu 'Abd al-'Aziz Ibn Rafi 'kwamba mtu fulani alisikia Mujahid akimnukuu 'Ubayd Ibn 'Umayr akisema kwamba Adam alisema: "Mola wangu, je, dhambi niliyoifanya ni ile iliyotangulia kuandaliwa kabla ya wewe kuniumba au ni kitu nilichokiletea mwenyewe?" Allah akajibu: "Niliiweka tayari juu yako kabla sijakuumba." Adam akasema: "Ewe Mola nisamehe, kama ulivyoipanga tayari juu yangu." Mpokezi akasema, ndipo ikaja aya <Kisha Adam akapokea maneno kutoka kwa Mola wake, na Mola wake akamrehemu>.

Imenukuliwa al-'Awfi, Sa'id Ibn Jubayr, Sa'id Ibn Ma'bad na al-Hakim wakimnukuu Ibn 'Abbas: Adam alimwambia Allah: "Je, Hukuniumba kwa mikono yako mwenyewe?" Jibu lilikuwa ndiyo. Kisha akauliza: "Na Umenivuvia roho yako ndani yangu?" Jibu tena lilikuwa ndiyo. Aliendelea kusema: "Na Umeamuru kwangu kufanya hivi?" Jibu lilikuwa ndiyo. Akasema: "Ikiwa nitatubu, je, utanirudisha Peponi?" Allah akasema: "Ndiyo." (Tafsiri ya Ibn Kathir, Iliyonukuliwa na Sheikh Muhammad Nasib Ar-Rafa'i, uk. 106; mkazo ulio chini umetu).

Kile kinachopatikana hapo juu kinamaanisha kuwa Allah tayari alikuwa ameamua kwamba Adamu angeishia duniani kwa kuvunja amri ya Allah, hivyo kupelekea kutupwa kwake kutoka Bustanini!

Kwanini Allah alimtega Adamu kwa kumtengenezea dhambi hata kabla haja muumba?

Kwanini Adamu alaumiwe kwa kosa ambalo Allah aliliandaa miaka arobani kabla ya Adamu kuumbwa?

Allah alipata faida gani kuumba dhambi ili Adamu aitende?

SEHEMU YA V

Je, Watu watakula Motoni?

Je, watu watakula Motoni?
Ni nini chakula cha watu wa Motoni?

Qur'an inatoa taarifa zifuatazo kuhusu chakula ambacho makafiri na washirikina watapata Motoni:

لَّيْسَ لَهُمْ طَعَامٌ إِلَّا مِن ضَرِيعٍ

Hawatakuwa na chakula isipo kuwa kichungu chenye miba (Suraht al-Ghashiyah 88:6, tafsiri ya Y. Ali)

وَلَا طَعَامٌ إِلَّا مِنْ غِسْلِينٍ

Wala hana chakula ila usaha wa watu wa Motoni.
" (Suraht al-Haqqah 69:36, tafsiri ya Y. Ali)

Swali la kujiuliza, kwanini Allah awape watu chakula wakiwa Jehannam?

Kwani watu wanaweza kufa na njaa wasipo kula chakula huko Jehannam?

Kama watu watawaeza kufa na njaa wakiwa Jehannam, je, watakapo kufa, hawa watu wataenda wapi?

Katika maelezo ya pembeni, Yusuf Ali anatoa ufafanuzi ufuatao kuhusu Dhari: "Ni mmea, mchungu na wenye miiba, una harufu na muonekano mbaya, ambao hautoi lishe yenye faida kwa mwili wala kwa njia yoyote kukidhi njaa kali. ..."

Watafsiri wengine wanatafsiri neno hilo kama "tunda chungu lenye miiba" (Pickthall), "mimea mikavu, michungu na yenye miiba" (Sher Ali), "miiba ya mtini" (Arberry), "miiba mibaya" (Palmer).

Kwa dhahiri, aina zote za 'chakula' zimechaguliwa ili kuleta hisia za kutisha tunapofikiria kuhusu Motoni. Walakini, hitilafu iko katika madai mawili kwamba hicho ndio kitakuwa chakula pekee cha Jehannam, yaani:

- Hakuna chakula ila Dhari (88:6).
- Hakuna chakula ila usaha mbaya (69:36).

Kuna aya nyingine inayohusiana na mjadala huu:

Surah 37: Ayah: 62

أَذَٰلِكَ خَيْرٌ نُّزُلًا أَمْ شَجَرَةُ ٱلزَّقُّومِ

Je! Kukaribishwa hivi si ndio bora, au mti wa Zaqqum?

Ayah: 63

إِنَّا جَعَلْنَاهَا فِتْنَةً لِّلظَّالِمِينَ

Hakika Sisi tumeufanya huo kuwa ni mateso kwa walio dhulumu.

Ayah: 64

إِنَّهَا شَجَرَةٌ تَخْرُجُ فِي أَصْلِ ٱلْجَحِيمِ

Hakika huo ni mti unao toka katikati ya Jahannamu.

Ayah: 65

طَلْعُهَا كَأَنَّهُ رُءُوسُ ٱلشَّيَاطِينِ

Mashada ya matunda yake kama kwamba vichwa vya mashet'ani.

Ayah: 66

فَإِنَّهُمْ لَآكِلُونَ مِنْهَا فَمَالِئُونَ مِنْهَا ٱلْبُطُونَ

Basi hakika bila ya shaka hao watayala hayo, na wajaze matumbo.

Ayah: 67

ثُمَّ إِنَّ لَهُمْ عَلَيْهَا لَشَوْبًا مِّنْ حَمِيمٍ

Kisha juu yake wanyweshwe mchanganyo wa maji yamoto yaliyo chemka.

Ayah: 68

ثُمَّ إِنَّ مَرْجِعَهُمْ لَإِلَى ٱلْجَحِيمِ

Kisha hakika marejeo yao bila ya shaka yatakuwa kwenye Jahannamu.

Surah 56 Ayah: 52

لَآكِلُونَ مِن شَجَرٍ مِّن زَقُّومٍ

Kwa yakini mtakula mti wa Zaqqumu.

(Suraht as-Saffat 37:62-68, tafsiri ya Y. Ali; angalia pia 56:52)

Hivyo, kuhusiana na mada hii moja pekee, Qur'an ina hitilafu tatu:

1. "Kula matunda ya Zaqqum" (37:66) inapingana na "kula Dhari pekee" (88:6).
2. "Kula matunda ya Zaqqum" (37:66) inapingana na "kula usaha mbaya pekee" (69:36).
3. "Kula Dhari pekee" (88:6) inapingana na "kula usaha mbaya pekee" (69:36).

Tafsiri ya Surat al-Ghashiyah 88:6 na Abul Ala Maududi inasema: Sehemu fulani katika Qur'an imeeleza kuwa watu wa Motoni watakula Zaqqum; Sehemu nyingine imeeleza kuwa hawatakuwa na chakula kingine ila ghislin (majimaji ya kujisafishia yaani usaha), na hapa imeelezwa kuwa chakula chao pekee kitakuwa majani makavu yenye miiba.

Je, ni kweli hakuna hitilafu katika taarifa hizi?

Labda hii inaweza pia maanisha kuwa Motoni kutakuwa na vyumba tofauti ambapo makundi mbalimbali ya wahalifu watafungwa kulingana na makosa yao, na kuadhibiwa kwa njia tofauti.

Hii pia inaweza maanisha kuwa ikiwa watajaribu kukwepa Zaqqum watapewa ghislin, na ikiwa watajaribu kukwepa hata hiyo, wataambulia majani makavu yenye miiba. Kwa ufupi, hawatapata chakula chochote chenye ladha.

Lakini hoja yenye utata ni hii hapa:

Kwanini Allah aseme hakuna chakula Jehannamu ila Dhari (88:6), halafu ageuke na kusema hakuna chakula ila usaha mbaya (69:36)?

Je, huu si utata kwenye Qur'an?

Je, hizi aya hazithibitishi kuwa Allah anakigeugeu?

Vipi kuhusu usemi huu wa Allah: Chakula chao pekee kitakuwa majani makavu yenye miiba. Je, huu si utata kwenye Qur'an?

SEHEMU YA VI

Je, Malaika wanaweza kuchukua Uhai Wako?

Je, Malaika wanaweza kuchukua uhai wako?

Qur'an, kwa kuwakemea Wakristo na washirikina, inadai kuwa hakuna mtu yeyote kati ya wale walio-waomba na kuwaabudu wanaweza kuombea, kuumba, kutoa uhai, au kusababisha kifo:

Surah ya 16: Ayah 17

أَفَمَن يَخْلُقُ كَمَن لَّا يَخْلُقُ أَفَلَا تَذَكَّرُونَ

Ati anaye umba ni kama asiye umba? Basi hebu, hamkumbuki?

Ayah: 20

وَٱلَّذِينَ يَدْعُونَ مِن دُونِ ٱللَّهِ لَا يَخْلُقُونَ شَيْئًا وَهُمْ يُخْلَقُونَ

Na wale wanao waomba wasio kuwa Mwenyezi

Ayah: 21

أَمْوَٰتٌ غَيْرُ أَحْيَآءٍ وَمَا يَشْعُرُونَ أَيَّانَ يُبْعَثُونَ

Ni wafu si wahai, na wala hawajui watafufuliwa lini. Surah ya 16:17, 20-21 (Tafsiri ya Qur'an ya Kiswahili)

وَٱتَّخَذُوا مِن دُونِهِ ءَالِهَةً لَّا يَخْلُقُونَ شَيْئًا وَهُمْ يُخْلَقُونَ وَلَا يَمْلِكُونَ لِأَنفُسِهِمْ ضَرًّا وَلَا نَفْعًا وَلَا يَمْلِكُونَ مَوْتًا وَلَا حَيَوٰةً وَلَا نُشُورًا

Na wamechukua badala yake miungu ambayo haiumbi chochote, bali hiyo inaumbwa, haijimilikii nafsi zao madhara wala manufaa, wala haimiliki mauti, wala uhai, wala kufufuka. Surah ya 25:3 (Tafsiri ya Qur'an ya Kiswahili)

وَلَمْ يَكُن لَّهُم مِّن شُرَكَآئِهِمْ شُفَعَٰٓؤُا۟ وَكَانُوا بِشُرَكَآئِهِمْ كَٰفِرِينَ

Wala hawatakuwa na waombezi miongoni mwa walio kuwa wakiwashirikisha na Mungu; na wao wenyewe watawakataa hao washirikishwa wao. Surah ya 30:13 (Tafsiri ya Qur'an ya Kiswahili)

Na wale wanaowaomba badala ya Mwenyezi Mungu HAWANA UWEZO WA KUOMBEA - ila yule anayetoa ushahidi wa Ukweli, nao wanamjua. Ukiwauliza, "Ni nani aliye waumba?" Bila shaka watasema, "Mwenyezi Mungu." Basi vipi wanapotoshwa? Mwenyezi Mungu anajua sauti ya Nabii, "Ewe Mola wangu! Hakika hawa ni watu ambao hawataamini!" Surah ya 43:86-88 (Tafsiri ya Qur'an ya Kiswahili)

Qur'an pia inakemea na kuonya watu kwa kuwaabudu, kuwaheshimu, na kuwaita Malaika:

Naye hakukukatazeni kuwafanya malaika na manabii kuwa ni waungu. Je, angewakatazeni mpate kufuru baada ya kuwa mmemaliza kumtii Mwenyezi Mungu? Surah ya 3:80 (Tafsiri ya Qur'an ya Kiswahili)

Sema: Waombeni wale (watakatifu na malaika) mliodhani kuwa ni miungu. Hawana uwezo wa kukutoeni na shida wala kubadili hali yenu. Wale wanaoombwa wanaomba njia ya kufikia kwa Mola wao ili yupi kati yao atakuwa karibu zaidi. Wana matumaini ya rehema yake na wanakhofu adhabu yake. Hakika adhabu ya Mola wako inapaswa kuepukwa. Surah ya 17:56-57 (Tafsiri ya Qur'an ya Kiswahili)

Kulingana na Qur'an, wale waliokaribu zaidi na Mwenyezi Mungu ni Yesu pamoja na malaika: Tazama! Malaika walisema: "Ewe Mariamu! Mwenyezi Mungu anakubashiria habari njema ya neno litokalo kwake. Jina lake ni Masih Isa, mwana wa Mariamu, mwenye heshima duniani na Akhera, na miongoni mwa waliokaribu zaidi na Mwenyezi Mungu." Surah ya 3:45 (Tafsiri ya Qur'an ya Kiswahili)

لَّن يَسْتَنكِفَ ٱلْمَسِيحُ أَن يَكُونَ عَبْدًا لِّلَّهِ وَلَا ٱلْمَلَٰئِكَةُ ٱلْمُقَرَّبُونَ وَمَن يَسْتَنكِفْ عَنْ عِبَادَتِهِ وَيَسْتَكْبِرْ فَسَيَحْشُرُهُمْ إِلَيْهِ جَمِيعًا

Masihi hataona uvunjifu kuwa mtumwa wa Mwenyezi Mungu, wala Malaika walio karibishwa. Na watakao ona uvunjifu utumwa wa Mwenyezi Mungu na kufanya kiburi, basi atawakusanya wote kwake.

Maelezo chini ya Qur'an: Masihi hakujiona bora hata akatae kuwa ni mtumwa wa Mwenyezi Mungu, wala hawakujiona bora Malaika

walio karibishwa. Na mwenye kutakabari na kujiona mtu wa juu hataweza kuikimbia adhabu ya Mwenyezi Mungu Siku atakayo wakusanya watu kwa ajili ya hisabu. Surah ya 4:172 (Tafsiri ya Qur'an ya Kiswahili)

Kwahiyo, tunaweza kuhitimisha kutokana na yale yaliyotangulia kwamba Surah ya 17:56-57 inarejelea ibada inayotolewa kwa Kristo na malaika na wasioamini. Ibn Kathir anaunga mkono tafsiri hii katika maoni yake juu ya Surah ya 17:56:

Sema: "Waombeni wale mnaodhani kuwa ni miungu yenu." Al-'Awfi aliripoti kutoka kwa Ibn 'Abbas, "Watu wa ushirikina walikuwa wakisema, 'sisi tunamuabudu malaika na Masihi na Uzair,' wakati hao (malaika na Masihi na Uzair) wenyewe wanamwomba Allah."...

Wale wanaoombwa, wanataka) Al-Bukhari amerekodi kutoka kwa Sulayman bin Mahran Al-A'mash, kutoka kwa Ibrahim, kutoka kwa Abu Ma'mar, kutoka kwa 'Abdullah ...

Wale wanaoombwa, wanataka njia ya kumfikia Mola wao, "Baadhi ya majini walikuwa wakiabudiwa, kisha wakawa Waislamu." Kulingana na taarifa nyingine: "Baadhi ya binadamu walikuwa wakiabudu majini fulani, kisha majini hao wakawa Waislamu, lakini binadamu hao waliendelea kushikamana na dini yao (ya kuabudu majini)." (Chanzo: www.tafsir.com)

Ibn Kathir aliandika kuhusu maandishi mengine (angalia Surah ya 21:98-103) kwamba:

Kwa hakika, wale ambao mema yamekwisha kuwapitia kutoka kwetu. Ilikuwa imesemwa kuwa hii inahusu malaika na 'Isa, na wengine ambao wanaheshimiwa badala ya Allah. Haya ndiyo maoni ya 'Ikrimah, Al-Hasan na Ibn Jurayj. Muhammad bin Ishaq bin Yasar alisema katika kitabu chake cha Sirah: "Kulingana na nilivyosikia, Mtume wa Allah aliwahi kuketi siku moja na Al-Walid bin Al-Mughirah katika Msikiti, na An-Nadr bin Al-Harith akaja na kuketi nao. Kulikuwa na watu wengine wa Quraysh katika Msikiti. Mtume wa Allah aliongea, kisha An-Nadr bin Al-

Harith akamkaribia na Mtume wa Allah akazungumza naye mpaka akamshinda katika hoja. Kisha akasoma kwake na kwao,...

Na hawataisikia humo. Kisha Mtume wa Allah alisimama na akaenda kuketi na 'Abdullah bin Al-Zab'ari As-Sahmi. Al-Walid bin Al-Mughirah alimwambia 'Abdullah bin Al-Zab'ari, "Wallahi, An-Nadr bin Al-Harith hakuweza kumshinda mwana wa 'Abd Al-Muttalib katika hoja.

Muhammad anadai kuwa sisi na miungu hii tunayoiabudu ni kuni za Jahannamu." 'Abdullah bin Az-Zab'ari akasema: "Wallahi, ikiwa nitakutana naye, nitamshinda katika hoja. Muulize Muhammad ikiwa kila mtu anayeabudiwa badala ya Allah atakuwa katika Jahannamu pamoja na wale walioabudu, kwani sisi tunaabudu malaika, na Wayahudi wanamuabudu Uzair, na Wakristo wanamuabudu Al-Masih, 'Isa bin Maryam." Al-Walid na wale waliokuwa wakiketi naye walishangazwa na kile alichosema 'Abdullah bin Az-Zab'ari, na wakafikiri amepata hoja nzuri. Alisema haya kwa Mtume wa Allah, ambaye alisema ... (Chanzo: www.tafsir.com)

Kuweka pamoja yale tuliyoyajifunza hadi sasa, Qur'an inakemea wasioamini kwa kuabudu viumbe ambavyo haviwezi kuwaombea, kuumba, kutoa uhai, au kusababisha kifo. Baadhi ya viumbe hivi ambavyo wasioamini walikuwa wakiabudu ni pamoja na malaika, hivyo kuashiria kwamba hakuna kati ya viumbe hawa wa malaika anaweza kuombea, kuumba uhai au kuuondoa.

Kwa kweli, Muislamu mmoja alitumia baadhi ya marejeo yaliyonukuliwa hapo juu kuthibitisha kuwa Yesu hakuweza kuumba chochote, hivyo akaelezea ishara zile za Qur'an zinazosema kuwa Yesu aliumba kama ifuatavyo:

"...Kitendo cha khalq (kuumba) katika maana ya uumbaji hakiwezi kuhusishwa na kiumbe chochote isipokuwa Allah. Qur'an imesisitiza sana jambo hili. Inazungumza tena na tena juu ya Kiumbe cha Mungu kama Muumba wa kila kitu, hivyo hakuna kitu ambacho mtu yeyote mwingine anaweza kuitwa Muumba. Na kati ya wale wanaotwaliwa kama miungu na watu fulani, inasema kwa ujumla kuwa hawajaumba chochote, huku wakijiumba wao wenyewe (16:20; 25:3)." (Ali, Holy Qur'an - Arabic Text, Tafsiri ya Kiingereza na Maelezo [Ahmadiyya Anjuman Isha'at Islam Lahore Inc. USA 1995], uk. 49: http://www.muslim.org/english-Qur'an/ch003-59.pdf)

Na:

"Ili kuelewa umuhimu wa aya hii, ni muhimu kukumbuka kuwa sifa kuu ya hotuba za Yesu ni kwamba aliongea kwa mifano na alipendelea kuweka mawazo yake kwa lugha ya mithali ... Inaeleweka vizuri ikiwa inachukuliwa kama mfano, lakini ni ngumu kueleweka kama taarifa ya ukweli. Ikiwa kwa upande mmoja hadhi ya Isa Bin Maryam iko juu sana maana aliumba ndege kutoka kwenye udongo, kwa upande mwingine kitendo cha uumbaji hakiwezi kuhusishwa na binadamu isipokuwa Mwenyezi Mungu ..." (Ibid.; mstari ulio boldi ni wetu)

Mantiki hiyo iliyotajwa hapo juu, ikiwa itakuwa thabiti, lazima pia iweze kutumika kwa imani kwamba malaika wanaweza kuumba.

Walakini, Qur'an inafundisha waziwazi kuwa malaika wana uwezo wa kuwaletea watu kifo, ambayo inamaanisha kwamba malaika wanauwezo wa kutoa roho, na hivyo kufanya Qur'an kuwa na utata na kujipinga yenyewe!

إِنَّ ٱلَّذِينَ تَوَفَّىٰهُمُ ٱلْمَلَٰئِكَةُ ظَالِمِي أَنفُسِهِمْ قَالُواْ فِيمَ كُنتُمْ قَالُواْ كُنَّا مُسْتَضْعَفِينَ فِي ٱلْأَرْضِ قَالُوٓاْ أَلَمْ تَكُنْ أَرْضُ ٱللَّهِ وَٰسِعَةً فَتُهَاجِرُواْ فِيهَا فَأُوْلَٰئِكَ مَأْوَىٰهُمْ جَهَنَّمُ وَسَآءَتْ مَصِيرًا

Hakika Malaika watawaambia wale ambao wamewafisha nao wamejidhulumu nafsi zao: Mlikuwa vipi? Watasema: Tulikuwa tunaonewa. Watawaambia: Kwani ardhi ya Mwenyezi Mungu haikuwa na wasaa wa kuhamia humo? Basi hao makaazi yao ni Jahannamu, nayo ni marejeo mabaya kabisa; 4:97 Sher Ali

ٱلَّذِينَ تَتَوَفَّىٰهُمُ ٱلْمَلَٰئِكَةُ ظَالِمِي أَنفُسِهِمْ فَأَلْقَوُاْ ٱلسَّلَمَ مَا كُنَّا نَعْمَلُ مِن سُوٓءٍ بَلَىٰ إِنَّ ٱللَّهَ عَلِيمٌۢ بِمَا كُنتُمْ تَعْمَلُونَ

Ambao Malaika waliwafisha nao wamejidhulumu nafsi zao! Basi watasalimu amri, waseme: Hatukuwa tukifanya uovu wowote. (Wataambiwa): Kwani! Hakika Mwenyezi Mungu anajua sana mliyo kuwa mkiyatenda.

Maelezo ya aya chini ya Qur'an: Hizaya itawashukia makafiri walio endelea na ukafiri wao mpaka Malaika walipo watoa roho, nao wamejidhulumu nafsi zao kwa ushirikina na kutenda maovu, na wakasalimu amri tena baada ya inadi ndefu walipo jua hakika ya makosa yao. Wakasema uwongo kwa jinsi walivyo shituka: Hatukuwa duniani tukifanya maasi yoyote! Malaika na Manabii watawaambia: Hasha! Hakika nyinyi ni waongo, bali mmetenda maasi maovu kabisa! Na Mwenyezi Mungu, Subhanahu, anajua vyema kila dogo na kubwa mlilo kuwa mkilitenda katika dunia yenu. Hakukuleteeni faida yoyote huko kukataa kwenu! S. 16:28, 32 Shakir

Ayah: 32

ٱلَّذِينَ تَتَوَفَّىٰهُمُ ٱلْمَلَٰئِكَةُ طَيِّبِينَ يَقُولُونَ سَلَٰمٌ عَلَيْكُمُ ٱدْخُلُواْ ٱلْجَنَّةَ بِمَا كُنتُمْ تَعْمَلُونَ

Wale ambao Malaika huwafisha katika hali njema, wanawaambia: Amani iwe juu yenu! Ingieni Peponi kwa sababu ya yale mliyo kuwa mkiyatenda.

Maelezo ya aya chini ya Qur'an: Na ndio hao Malaika huzichukua roho zao na hali wamesafika na uchafu wa ushirikina na maasi. Na Malaika watawaambia kwa kuwatuza: Amani kwenu itokayo kwa Mwenyezi Mungu! Baada ya hii leo hamtopata la karaha. Na ifurahieni Pepo mtakayo ingia kwa sababu ya vitendo vyema mlivyo vitanguliza katika dunia yenu.

Sema, 'Malaika wa mauti aliyewekwa kuwa mlinzi wenu atawaletea kifo; kisha mtarudishwa kwa Mola wenu.' S. 32:11 Sher Ali

Hadithi za Kiislamu zinakwenda mbali zinaposema kwamba hata malaika hutumika kuumba roho ya mtu wakati bado iko tumboni mwa uzazi:

'Abdullah bin Mas'ud aliripoti: Mtu mbaya ni yule aliye mbaya tumboni mwa mama yake na mtu mwema ni yule anayepata mafunzo kutokana na (hatima ya) wengine. Mzungumzaji alikwenda kwa mtu mmoja miongoni mwa Masahaba wa Mtume wa Allah (rehema na amani ziwe juu yake) ambaye alijulikana kwa jina la Hudhaifa bin Usaid Ghifari na akasema: Jinsi gani mtu anaweza kuwa mbaya bila (kutenda uovu)? Kwa hiyo mtu huyo akamwambia: Wewe unashangaa kuhusu hili, lakini mimi nimemsikia Mtume wa Allah (rehema na amani ziwe juu yake) akisema: Wakati siku arobaini zinapopita baada ya mbegu kuingia tumboni, Allah anamtuma malaika na kumpa umbo. Kisha anamuumba hisia ya kusikia, hisia ya kuona, ngozi yake, nyama yake, mifupa yake, na kisha anasema: Mola wangu, atakuwa mwanamume au mwanamke? Na Mola wako anachagua kama apendavyo na malaika anandika hayo pia, kisha anasema: Mola wangu, vipi kuhusu umri wake? Na Mola wako anachagua kama apendavyo na malaika anandika hayo. Kisha anasema: Mola wangu, vipi kuhusu riziki yake? Na kisha Mola anachagua kama apendavyo na malaika anaandika hayo, na kisha malaika anatoka na daftari lake la hatima mkononi mwake na hakuna kitu kinachoongezwa au kupunguzwa. (Sahih Muslim, Kitabu cha 033, Nambari 6393)

Abu Tufail aliripoti: Nilimtembelea Abu Sariha Hudhaifa bin Usaid al-Ghifari ambaye alisema:

Nilisikia kwa masikio yangu haya mawili ya kwangu kutoka kwa Mtume wa Allah (rehema na amani ziwe juu yake) akisema: Mbegu inakaa tumboni kwa siku arobaini, kisha malaika anampa umbo. Zubair alisema: Nadhani alisema: Yule anayepamba na kuamua ikiwa atakuwa mwanamume au mwanamke. Kisha (malaika) anasema: Je, viungo vyake vitakuwa kamili au si kamili? Na kisha Mola anavifanya kuwa kamili au vinginevyo kama apendavyo. Kisha anasema: Mola wangu, vipi kuhusu riziki yake, na kifo chake na vipi kuhusu tabia yake? Na kisha Mola anachagua kuhusu shida na bahati yake. (Sahih Muslim, Kitabu cha 033, Nambari 6395)

Hapa kuna toleo lingine lililotafsiriwa kutoka kwa Kiarabu: Abdullah ibn Masud alisema: "Mtume wa Allaah (rehema na amani ziwe juu yake), ambaye ni mwenye ukweli zaidi (kati ya wanadamu) na ukweli wake (ni ukweli) alituambia: 'Sehemu za mmoja wenu zinakusanywa katika tumbo la mama yake kwa siku arobaini, kisha inakuwa kipande cha damu katika kipindi kingine cha siku arobaini. Kisha inakuwa kipande cha nyama iliyokatwa, na baada ya siku arobaini, Allah anamtuma malaika wake kuipulizia roho. Malaika anakuja na maagizo kuhusu mambo manne, kwa hivyo malaika anaandika riziki yake, kifo chake, matendo yake, na ikiwa ataangamia au kujaaliwa baraka." (Sahih Muslim, Kitabu 33, Nambari 6893)

Zaidi ya hayo, Qur'an na hadithi zinafundisha kwamba malaika wana ombea binadamu:

Surat Al Anbiya Ayah: 25

وَمَآ أَرْسَلْنَا مِن قَبْلِكَ مِن رَّسُولٍ إِلَّا نُوحِيٓ إِلَيْهِ أَنَّهُ لَآ إِلَٰهَ إِلَّآ أَنَا۠ فَٱعْبُدُونِ

Na hatukumtuma kabla yako Mtume yeyote ila tulimfunulia ya kwamba hapana mungu isipo kuwa Mimi. Basi niabuduni Mimi tu.

Ayah: 26

وَقَالُواْ ٱتَّخَذَ ٱلرَّحْمَٰنُ وَلَدًا۠ سُبْحَٰنَهُۥ بَلْ عِبَادٌ مُّكْرَمُونَ

Na wanasema: Arrahman, Mwingi wa Rehema, ana mwana! Subhanahu, Ametakasika na hayo! Bali hao (wanao waita wana) ni watumwa walio tukuzwa.

Ayah: 27

لَا يَسْبِقُونَهُۥ بِٱلْقَوْلِ وَهُم بِأَمْرِهِۦ يَعْمَلُونَ

Hawamtangulii kwa neno, nao wanafanya amri zake.

Ayah: 28

يَعْلَمُ مَا بَيْنَ أَيْدِيهِمْ وَمَا خَلْفَهُمْ وَلَا يَشْفَعُونَ إِلَّا لِمَنِ ٱرْتَضَىٰ وَهُم مِّنْ خَشْيَتِهِۦ مُشْفِقُونَ

Anayajua yaliyo mbele yao na yaliyo nyuma yao. Wala hawamwombei yeyote ila yule anaye mridhia Yeye, nao kwa ajili ya kumwogopa wananyenyekea.

Ayah: 29

وَمَن يَقُلْ مِنْهُمْ إِنِّيٓ إِلَٰهٌ مِّن دُونِهِۦ فَذَٰلِكَ نَجْزِيهِ جَهَنَّمَ كَذَٰلِكَ نَجْزِي ٱلظَّٰلِمِينَ

Na yeyote kati yao atakaye sema: Mimi ni mungu, badala yake, basi huyo tutamlipa malipo yake Jahannamu. Hivyo ndivyo tuwalipavyo wenye kudhulumu. Surah ya 21:25-29 (Qur'an, tafsiri ya Kiswahili)

Tafadhali kumbuka kuwa marejeo haya yanasema kwamba angalau baadhi ya watumwa wateule ambao walikuwa wanaabudiwa kama miungu au kuchukuliwa kuwa watoto wa Mungu waliweza kutoa maombezi! Hii ni pamoja na malaika kama ilivyo thibitishwa hapo juu na maelezo yafuatayo hapa chini:

Wale wanaosimamia Kiti cha Enzi (cha Mungu) na wale walioko karibu nacho wanamtakasa na kumsifu Mola wao; wanamuamini, na wanamuomba msamaha kwa ajili ya wale walioamini: "Mola wetu! Uwezo wako unaenea juu ya kila kitu, kwa rehema na ujuzi wako. Basi wasamehe wale wanaorudi kwa toba, na uwaelekeze kwenye njia yako, na uwahifadhi na adhabu ya Moto unaowaka! Na waingize, Mola wetu! katika Bustani za Milele ulizoahidi kwao, na kwa wema miongoni mwa baba zao, wake zao, na vizazi vyao! Hakika Wewe ndiye Mwenye nguvu, Mwenye hekima. Na uwahifadhi kutokana na madhara, na yeyote utakayemhifadhi kutokana na madhara siku hiyo, basi umemrehemu kwa kweli. Na hilo litakuwa ni kufanikiwa kwa hakika." Surah ya 40:7-9 (Qur'an, tafsiri ya Kiswahili)

Mbingu zina karibia kupasuka juu yao, wakati malaika wanaposifu na kuomba msamaha kwa ajili ya wale walio duniani. Hakika Mungu, Yeye ni Mwenye kusamehe, Mwenye kurehemu. Surah ya 42:5 (Qur'an, tafsiri ya Kiswahili)

..."Hakika! Allah hasemi ubaya hata wa uzito wa atomi (au mdudu mdogo zaidi) lakini kama kuna wema, basi Yeye huongeza mara mbili." (4:40) Mtume akaongeza, "Kisha manabii na malaika na waumini wataombea, na (mwishoni) Mwenyezi (Allah) atasema, 'Sasa inabaki Shafa'a yangu. Kisha Ataokota kiasi cha Moto ambao atawatoa watu ambao miili yao imeungua, na watatupwa katika mto kwenye mlango wa Peponi, uitwao maji ya uzima. ..." (Sahih al-Bukhari, Juzuu ya 9, Kitabu cha 93, Hadithi namba 532s)

Hebu tuangalie maana ya marejeo yaliyotajwa hapo juu kwa ufupi:

1. Qur'an inasema kuwa viumbe ambavyo makafiri walikuwa wanaviomba na kuabudu, haviwezi kuombea, kuumba chochote au kusababisha kifo.

2. Baadhi ya viumbe hivi ambavyo makafiri walikuwa wanaviabudu ni pamoja na malaika.

3. Qur'an, kwa dhahiri ikisahau yale iliyosema mahali pengine, inathibitisha kuwa malaika wanaweza kusababisha kifo kwa binadamu.

4. Baadhi ya hadithi za Kiislamu tulizo soma hapo juu zinathibitisha kwamba Allah anatumia malaika kuumba roho ya binadamu, na kumpa umbo wakati inakua tumboni. Pia zinafundisha kwamba malaika huombea binadamu.

5. Hivyo, makafiri walikuwa na haki ya kuabudu malaika hata kwa vigezo vya Qur'an yenyewe, kwani ni viumbe wenye ufahamu ambao wanaweza kuumba uhai na kusababisha kifo.

6. Hivyo, siyo tu hadithi zinapingana na Qur'an, bali Qur'an yenyewe pia inajipinga.

Huu ni utata mkubwa sana kwenye Qur'an inayo gonganisha aya zake yenyewe.

SEHEMU YA VII

Wanawake walio Pewa Talaka hawana haki ya kuolewa kabla ya Miezi Mitatu

Sheria ya 'Iddah kwa wanawake walioachwa na waliowifiwa Kwa ujumla, wakati ndoa inafikia mwisho - iwe kwa talaka au kifo cha mume - Uislamu unatambua kipindi cha kusubiri ('iddah) kwa mwanamke kabla hajaolewa tena.

Surat Al Baqarah Ayah: 228

وَٱلْمُطَلَّقَٰتُ يَتَرَبَّصْنَ بِأَنفُسِهِنَّ ثَلَٰثَةَ قُرُوٓءٍ وَلَا يَحِلُّ لَهُنَّ أَن يَكْتُمْنَ مَا خَلَقَ ٱللَّهُ فِىٓ أَرْحَامِهِنَّ إِن كُنَّ يُؤْمِنَّ بِٱللَّهِ وَٱلْيَوْمِ ٱلْءَاخِرِ وَبُعُولَتُهُنَّ أَحَقُّ بِرَدِّهِنَّ فِى ذَٰلِكَ إِنْ أَرَادُوٓاْ إِصْلَٰحًا وَلَهُنَّ مِثْلُ ٱلَّذِى عَلَيْهِنَّ بِٱلْمَعْرُوفِ وَلِلرِّجَالِ عَلَيْهِنَّ دَرَجَةٌ وَٱللَّهُ عَزِيزٌ حَكِيمٌ

Na wanawake walio achwa wangoje peke yao mpaka t'ahara (au hedhi) tatu zipite. Wala haiwajuzii kuficha alicho umba Mwenyezi Mungu katika matumbo yao, ikiwa wanamuamini Mwenyezi Mungu na Siku ya Mwisho. Na waume wao wana haki ya kuwarejesha katika muda huo, kama wakitaka kufanya sulhu. Nao wanawake wanayo haki kwa Sharia kama ile haki iliyo juu yao. Na wanaume wana daraja zaidi kuliko wao. Na Mwenyezi Mungu ni Mwenye nguvu na Mwenye hikima ... 2:228

Surat At-Talaq Ayah: 1

يَٰٓأَيُّهَا ٱلنَّبِىُّ إِذَا طَلَّقْتُمُ ٱلنِّسَآءَ فَطَلِّقُوهُنَّ لِعِدَّتِهِنَّ وَأَحْصُواْ ٱلْعِدَّةَ وَٱتَّقُواْ ٱللَّهَ رَبَّكُمْ لَا تُخْرِجُوهُنَّ مِنۢ بُيُوتِهِنَّ وَلَا يَخْرُجْنَ إِلَّآ أَن يَأْتِينَ بِفَٰحِشَةٍ مُّبَيِّنَةٍ وَتِلْكَ حُدُودُ ٱللَّهِ وَمَن يَتَعَدَّ حُدُودَ ٱللَّهِ فَقَدْ ظَلَمَ نَفْسَهُۥ لَا تَدْرِى لَعَلَّ ٱللَّهَ يُحْدِثُ بَعْدَ ذَٰلِكَ أَمْرًا

Ewe Nabii! Mtakapo wapa talaka wanawake, basi wapeni talaka katika wakati wa eda zao. Na fanyeni hisabu ya eda. Na mcheni Mwenyezi Mungu, Mola wenu Mlezi. Msiwatoe katika nyumba zao, wala wasitoke wenyewe, ila wakifanya jambo la uchafu ulio wazi. Hiyo ndiyo mipaka ya Mwenyezi Mungu, msiikeuke. Na mwenye kuikeuka mipaka ya Mwenyezi Mungu, basi amejidhulumu nafsi yake. Hujui; labda Mwenyezi Mungu ataleta jambo jengine baada ya haya.

Maelezo chini ya Aya: Ewe Nabii! Mkitaka kuwapa talaka wanawake, basi wapeni talaka kwa kukabiliana na eda zao, (yaani wakati wa tahara kabla ya kuwaingilia), na idhibitini eda, na mcheni Mwenyezi Mungu, Mola wenu Mlezi. Msiwatoe watalaka katika nyumba zao walimo pewa talaka. Wasitoke humo ila ikiwa wamefanya kitendo kichafu wazi. Hukumu hizo zilizo tangulia ni alama za Mwenyezi Mungu amezifanya ni sharia kwa waja wake. Na Mwenye kukiuka mipaka ya Mwenyezi Mungu basi amejidhulumu nafsi yake. Hujui pengine Mwenyezi Mungu labda ataleta jambo usilo litaraji baada ya talaka hiyo, na wakapendana.

Ayah: 4

وَٱلَّٰٓئِي يَئِسْنَ مِنَ ٱلْمَحِيضِ مِن نِّسَآئِكُمْ إِنِ ٱرْتَبْتُمْ فَعِدَّتُهُنَّ ثَلَٰثَةُ أَشْهُرٍ وَٱلَّٰٓئِي لَمْ يَحِضْنَ وَأُوْلَٰتُ ٱلْأَحْمَالِ أَجَلُهُنَّ أَن يَضَعْنَ حَمْلَهُنَّ وَمَن يَتَّقِ ٱللَّهَ يَجْعَل لَّهُۥ مِنْ أَمْرِهِۦ يُسْرًا

Na wale walio sita hedhi miongoni mwa wanawake wenu, ikiwa mnayo shaka, basi muda wa eda yao ni miezi mitatu, pamoja na ambao hawapati hedhi. Na wenye mimba eda yao mpaka watakapo zaa. Na anaye mcha Mwenyezi Mungu, Mwenyezi Mungu humfanyia mambo yake kuwa mepesi.

Maelezo chini ya aya: Na wenye eda ya talaka miongoni mwa wanawake walio sita kuingia myezini kwa utu uzima, kama hawajui wahisabu vipi eda yao, basi eda yao ni miezi mitatu. Na wale ambao hawaingii hedhi kabisa ni kadhaalika. Na wenye mimba, eda yao inakwisha wanapo jifungua. Na mwenye kumcha Mwenyezi Mungu, na akazitimiza hukumu zake Mwenyezi Mungu atamsahilishia mambo yake. Surah ya 65:1,4

وَٱلَّذِينَ يُتَوَفَّوْنَ مِنكُمْ وَيَذَرُونَ أَزْوَٰجًا يَتَرَبَّصْنَ بِأَنفُسِهِنَّ أَرْبَعَةَ أَشْهُرٍ وَعَشْرًا فَإِذَا بَلَغْنَ أَجَلَهُنَّ فَلَا جُنَاحَ عَلَيْكُمْ فِيمَا فَعَلْنَ فِيٓ أَنفُسِهِنَّ بِٱلْمَعْرُوفِ وَٱللَّهُ بِمَا تَعْمَلُونَ خَبِيرٌ

Na wale miongoni mwenu wanao kufa na wakaacha wake, hawa wake wangoje peke yao miezi mine na siku kumi. Na wanapo timiza eda yao basi hapana ubaya kwao kwa wanao jifanyia kwa mujibu wa ada. Na Mwenyezi Mungu anazo khabari za yote mnayo yatenda. Surah ya 2:234

Mwanamke aliyeachwa na mumewe anapaswa kusubiri (angalau) vipindi vitatu vya mwezi na mwanamke ambaye mumewe amekufa anapaswa kusubiri (angalau) miezi minne na siku kumi kabla hawajaolewa tena. Lengo kuu linaonekana kuwa ni kuepuka shaka kuhusu baba halisi ikiwa mwanamke atazaa mtoto baadaye. Ndani ya kipindi hiki, inapaswa kuwa dhahiri ikiwa mwanamke ni mjamzito au la. Ikiwa atabainika kuwa mjamzito, basi kipindi chake cha kusubiri kitaendelea hadi kujifungua mtoto, vinginevyo anaruhusiwa kuolewa baada ya kumaliza miezi mitatu.

Inashangaza kuona kuwa mjane anapaswa kusubiri kwa muda mrefu zaidi kuliko mwanamke aliyeachwa, je huu si ukosefu wa haki kwa wajane?

Jambo linalovutia zaidi ni kwamba Qur'an inafanya ubaguzi wa wazi kwa sheria iliyotajwa hapo juu kwa wanawake walioachwa: Enyi mlioamini! Mkiwaoa wanawake Waumini kisha mkiwapa talaka kabla ya kuwagusa, basi haitakuwa juu yenu kuwahisabia iddah; basi wapeni cha kuwakirimu na waacheni kwa kuwaachilia kwa wema. Surah ya 33:49

Yaani, ikiwa ndoa bado haikufungwa, yaani, hakukuwa na uhusiano wa ngono, basi haiwezekani kuwepo kwa mtoto ambaye hajazaliwa. Katika kesi hii, mwanamke haifai kuzingatia kipindi cha 'iddah; na mume ambaye hataki kumwacha (kwasababu yoyote ile), hahitaji kulipa gharama zake kwa miezi mitatu zaidi, ambayo kwa kawaida ingekuwa ni wajibu wake (angalia Surah ya 65:6-7).

Hata hivyo, ubaguzi huu unafanywa tu kwa wanawake walioachwa, sio kwa wajane. Lengo la hoja hii ni kujadili ubaguzi huu. Katika sehemu ifuatayo, nitawasilisha baadhi ya maneno kutoka kwa watafsiri wa Kiislamu kuhusu kipindi cha kusubiri kwa wajane ili kuelewa sheria za Kiislamu kuhusu mada hii.

Mfasiri wa Qur'an wa zamani Ibn Kathir anasema katika maelezo yake juu ya 2:234: 'Iddah (Kipindi cha Kusubiri) cha Mjane.

Aya hii ina amri kutoka kwa Allah kwa wake ambao waume zao wanafariki, kwamba wanapaswa kuzingatia kipindi cha 'iddah cha miezi minne na siku kumi, ikiwa ndoa imefungwa AU LA, kulingana na makubaliano (ya wanazuoni).

Uthibitisho kwamba hukumu hii inajumuisha kesi ambapo ndoa HAIKUFUNGWA umo katika maana ya jumla ya Aya. Katika hadithi iliyoandikwa na Imam Ahmad na wachapishaji wa Sunan, ambayo At-Tirmidhi aliipima kuwa Sahihi, Ibn Masud alikuwa ameulizwa kuhusu mwanaume aliyemwoa mwanamke, lakini alikufa kabla ya kufungisha ndoa. Pia alikuwa bado hajatoa mahari. Walizidi kumuuliza Ibn Masud juu ya suala hili mpaka akasema, "Nitawapa maoni yangu mwenyewe, na ikiwa ni sahihi basi ni kutoka kwa Allah, lakini ikiwa ni makosa ni kwa sababu ya kosa langu na kwa sababu ya (juhudi mbaya za) Shetani. Katika kesi hii, Allah na Mtume wake hawana hatia kwa maoni yangu. Anapata mahari yake kamili." Katika hadithi nyingine, Ibn Masud alisema, "Anapata mahari sawa na ile ya wanawake wa hadhi yake, bila ubahili au ufujaji." Kisha akaendelea, "Anapaswa kutumia 'iddah na ana haki ya urithi." Maqil bin Yasar Ashja'i alisimama kisha akasema, "Nimesikia Mtume wa Allah akitoa hukumu kama hiyo kwa faida ya Barwabint Washiq."Abdullah bin Masud alifurahi sana aliposikia tamko hili. Katika hadithi nyingine, wanaume kadhaa kutoka Ashja (kabila) walisimama na kusema, "Tunashuhudia kwamba Mtume wa Allah alitoa hukumu kama hiyo kwa faida ya Barwa` bint Washiq."

Kwa kesi ya mjane ambaye mume wake anafariki akiwa mja mzito, kipindi chake cha 'iddah kinamalizika anapojifungua, hata kama kinatokea muda mfupi (baada ya kifo cha mume wake). Hukumu hii imetolewa kutokana na kauli ya Allah... Na wajawazito, 'iddah yao ni mpaka wajifungue mimba zao. (65:4)

Pia kuna Hadithi kutoka kwa Subayah Al-Aslamiyah katika Sahihi Mbili, kupitia minyororo mbalimbali ya hadithi. Mume wake, Sad bin Khawlah, alifariki akiwa mja mzito na yeye akajifungua baada ya siku chache tu baada ya kifo chake. Baada ya kumaliza kipindi chake cha Nifasi (baada ya kujifungua), alijipamba kwa ajili ya wale ambao wanaweza kumtaka kumuoa. Kisha, Abu Sanabil bin Bakak alimjia na kumwambia, "Kwanini nakuona umepamba, je, unataka kuolewa? Wallahi! Hutaolewa hadi zimepita miezi minne na siku kumi." Subayah alisema, "Aliponiambia hivyo, nilikusanya nguo zangu wakati usiku ulipoingia na kwenda kwa Mtume wa Allah na kumuuliza kuhusu jambo hili. Alisema kwamba kipindi changu cha 'iddah kilimalizika nilipojifungua na kuniruhusu kuolewa ikiwa ningetaka." (Chanzo: www.tafsir.com)

Ibn Kathir pia anathibitisha yale yaliyosemwa hapo juu, yaani, kwamba sababu ya kutungwa kwa kipindi hiki ni kujua ikiwa mwanamke ni mja mzito au la.

Hekima ya Kuweka Sheria ya "Iddah" Sa'id bin Musayyib na Abu Al-Aliyah walisema kwamba hekima ya kuweka 'iddah ya mjane kuwa miezi minne na siku kumi ni kwamba tumbo linaweza kuwa na mimba. Wanawake wanaposubiri kipindi hiki, itakuwa dhahiri ikiwa mwanamke ni mja mzito. Vivyo hivyo, kuna Hadithi katika Sahihi Mbili iliyosimuliwa na Ibn Masud inayosema ... (Uumbaji wa) kiumbe binadamu unakamilishwa katika tumbo la mama yake kwa siku arobaini katika mfumo wa mbegu, na kisha huwa damu nzito kwa kipindi kama hicho, na kisha kipande cha nyama kwa kipindi kama hicho. Kisha, Allah humtuma malaika ambaye ameamrishwa kumpulizia uhai kwenye kiinitete. Kwa hivyo, hii ni miezi minne na siku kumi zaidi ili kuhakikisha, kwani baadhi ya miezi ni fupi (isiyo na siku thelathini), na kiinitete kisha kitatoa dalili za uhai baada ya roho kuwekwa ndani yake. Allah anajua zaidi. (Chanzo: www.tafsir.com) Mtaalamu wa Kiislamu wa kisasa aliyefariki Abu A'la Mawdudi kimsingi alirudia msimamo huo huo kwani aliandika kuhusu aya hii ya Qur'an kwamba:

Kipindi cha kusubiri kutokana na kifo cha mume ni lazima hata kwa Mwanamke ambae ndoa haijafanyika. Walakini, Mwanamke mja mzito hafungwi na kipindi hiki. Kipindi chake cha kusubiri kinamalizika na kujifungua, bila kujali ikiwa kipindi kati ya kifo cha mume na kujifungua ni kifupi kuliko kipindi cha kusubiri kilichowekwa kisheria. (Mawdudi, Kuelekea Kuelewa Qur'an: Tafsiri ya Kiingereza ya Tafhim al-Qur'an, imefasiriwa na kuhaririwa na Zafar Ishaq Ansari [The Islamic Foundation, Leicestershire, United Kingdom, Kuchapishwa tena 1995], Juzuu ya Kwanza, Surahs 1-3, ukurasa wa 182-183; msisitizo wetu).

Kwa kuhitimisha: Sababu ya kuweka 'iddah ni uwezekano kwamba mwanamke anaweza kuwa mja mzito wakati wa talaka au kifo cha mumewe. Kwa hivyo, ikiwa mwanamke anajifungua mtoto, basi 'iddah yake inamalizika moja kwa moja. Imetimiza lengo lake. Hii inatumika sawa kwa mwanamke aliyepewa talaka na mjane.

Kesi nyingine ambapo tunaweza kuwa na uhakika kwamba hakutakuwa na mtoto ambaye jamii ya Kiislamu haijui baba yake ni nani ikiwa hakuna tendo la ndoa lililofanyika kati ya mume na mke. Kwa hivyo, ubaguzi uliopo katika Surah ya 33:49 ni wa maantiki.

Kutofautiana: Qur'an haikupatia mjane ubaguzi sawa na talaka. Ikiwa ndoa inafutwa kabla haijakamilishwa - iwe kwa talaka au kwa kifo cha mume - kwa nini mjane lazima apitie kipindi cha kusubiri cha miezi minne na siku kumi, lakini mwanamke aliyeachwa talaka yuko huru kuolewa anapotaka? Kwa nini wanawake hawa wawili hawashughulikiwi kwa usawa?

Wataalamu walionukuliwa hapo juu wanafuata tu Qur'an katika kanuni hii isiyo sawa, na wanajaribu kusaidia kanuni hii kwa wajane kwa kunukuu mazoea ya Muhammad. Hii haiondoi kutofautiana, utata, na mgongano kati ya mjane na aliye pewa talaka, ila inamaanisha kwamba Muhammad alipingana na Qur'an ingawa haikuwa sahihi katika suala hili.

Qur'an inaeleza wazi kuwa wanawake waliopewa talaka na wajane wanapaswa kuzingatia kipindi cha kusubiri cha miezi mitatu au miezi minne na siku kumi, angalia Surah ya 2:228, 65:4, na 2:234 iliyotajwa hapo juu.

Je, hakuna ubaguzi uliotajwa kwa wajane?

Kuna ubaguzi miwili uliotajwa kwa wanawake walio pewa talaka: (a) Ikiwa mwanamke ni mjamzito, basi kipindi chake cha kusubiri kinamalizika baada ya kujifungua mtoto (Surah ya 65:4), (b) ikiwa ndoa haijakamilishwa, basi hakuna kipindi cha kusubiri kabisa (Surah ya 33:49).

Hapa kuna mgongano wa pili. Isipokuwa aya zote mbili hapo juu zinaelezwa kwa mwanamke aliye pewa talaka tu lakini watoa maoni hutumia ubaguzi kwa wanawake wajane, na wakati huo huo hawakubali kuwa kuna ubaguzi unatumika kwao.

Kwa muhtasari tena: Kuna tofauti mbili. (1) Wakati ndoa inakomeshwa kabla ya kukamilika, wanawake hutendewa tofauti sana. Aliye pewa talaka anaweza kuolewa tena mara moja, lakini mjane anapaswa kusubiri angalau miezi minne na siku kumi. (2) Katika Qur'an, kuna tofauti mbili kwa kipindi cha kawaida cha kusubiri kwa mwanamke aliye pewa talaka. Hakuna tofauti zilizotajwa kwa mwanamke mjane. Wadadisi wa Kiislamu na mafaqihi hutumia moja ya tofauti ambazo hutolewa kwa kesi ya talaka pia kwa kesi ya mjane, yaani, wanapanua matumizi ya sheria kulingana na mfano, lakini wanakataa matumizi ya ubaguzi wa pili ingawa aina hiyo hiyo ya hoja inaweza kutumika.

[Excursus: Kwa mfano, wazia visa viwili vifuatavyo: Wanandoa A na wanandoa B wameoana hivi karibuni. Kama ilivyo kawaida katika sehemu nyingi za ulimwengu wa Kiislamu, inaweza hata kuwa ndoa iliyoandaliwa na jamaa, yaani, mume na mke hawakujuana kabla ya sherehe ya harusi. Mara tu baada ya harusi, kitu kinatokea kinachosababisha hasira kubwa kinafanyika na mume anakuwa na hasira sana kwa mkewe. Mume A anamtaliki mkewe mpya. Mume B ana moyo dhaifu, na kabla hajamtaliki mkewe, anafariki dunia kutokana na mshtuko wa moyo. Hali ni sawa kabisa katika visa vyote viwili, lakini uamuzi wa Qur'an ni tofauti sana. Hakuna ndoa iliyokamilishwa kwa wanandoa wote wawili. Wanawake wote wawili wanajikuta bila ya mume muda mfupi baada ya harusi yao. Walakini, yule wa kwanza anaweza kuolewa mara moja, wakati yule wa pili lazima asubiri kipindi cha zaidi ya miezi minne.]

Takwimu za Kiislamu ziko wazi. Swali linabakia: Kwa nini hukumu hiyo ni tofauti katika kesi hizi mbili zinazofanana?

Ndoa hukomeshwa kabla ya kukamilishwa. Hii ni sawa katika kesi zote mbili. Ni nini kinachowafanya kuwa tofauti? Labda sababu ya kipindi cha kusubiri itatoa kidokezo. Wasiwasi mkubwa ni kwamba haipaswi kuwa na mtoto ambaye baba yake ana shaka. Katika hali zote mbili, hakuna ngono iliyofanywa na wanandoa. Lakini tunajuaje kwamba hii ni kweli?

Hilo ni swali muhimu: Tunawezaje kuwa na uhakika? Hapa kuna tofauti:

Katika kesi ya talaka, tuna ushuhuda wa mume wa zamani, ushuhuda wa mke aliye pewa talaka, kwamba hakuna tendo la ndoa lililofanyika. Katika kesi ya mjane, tuna ushuhuda wa mwanamke tu.

Je, sababu halisi ya maamuzi tofauti inaweza kuwa kwamba ushuhuda wa mwanamke hautoshi?

Kama Qur'an haina shaka na inaelewa sayansi, kwanini wasimpekele huyo Mwanamke kupima na kujua kama ana mimba?

Je, hii sheria ya kusubiri miezi minne na siku kumi ina maana gani kwa kipindi hiki ambacho teknolojia ya uzazi ipo juu, na tunaweza kujua kama Mwanamke anamimba kwa kumpima?

Hakika Qur'an si kitabu cha MwenyezI Mungu ambaye ni mjuzi wa yote, la sivyo, Allah angefahamu kuwa katika kipindi hiki, kuna elimu ya kutosha ya kufahamu mimba hata kama ina siku moja tumboni.

SEHEMU YA VIII

Umri wa ndoa katika Uislam ni upi?

Umri wa ndoa katika Uislamu ni upi?

Qur'an, katika angalau kifungu kimoja, inadokeza kwamba kuna umri ambao msichana lazima afikie kabla ya kuchukuliwa kuwa wa ndoa:

Surat An-Nisa Ayah 6

وَٱبْتَلُواْ ٱلْيَتَمَىٰ حَتَّىٰ إِذَا بَلَغُواْ ٱلنِّكَاحَ فَإِنْ ءَانَسْتُم مِّنْهُمْ رُشْدًا فَٱدْفَعُواْ إِلَيْهِمْ أَمْوَٰلَهُمْ وَلَا تَأْكُلُوهَآ إِسْرَافًا وَبِدَارًا أَن يَكْبَرُواْ وَمَن كَانَ غَنِيًّا فَلْيَسْتَعْفِفْ وَمَن كَانَ فَقِيرًا فَلْيَأْكُلْ بِٱلْمَعْرُوفِ فَإِذَا دَفَعْتُمْ إِلَيْهِمْ أَمْوَٰلَهُمْ فَأَشْهِدُواْ عَلَيْهِمْ وَكَفَىٰ بِٱللَّهِ حَسِيبًا

Na wajaribuni mayatima mpaka wafike umri wa kuoa. Mkiwaona ni wekevu, basi wapeni mali yao. Wala msiyale kwa fujo na pupa kwa kuwa watakuja kuwa watu wazima. Na aliye kuwa tajiri naajizuilie, na aliye fakiri basi naale kwa kadri ya ada. Na mtakapo wapa mali yao washuhudizieni. Na Mwenyezi Mungu anatosha kuwa Mhasibu. Surah ya 4:6 (Hilali-Khan)

Tafadhali kumbuka kwamba neno "mpaka wafikie umri wa kuoa" linachukulia kuwa kuna umri ambao wasichana lazima wafikie kabla ya mtu kuwaoa. Kwa hakika, umri huo unaweza kuwa mkubwa, kitu kinachokubaliwa na maelezo ya Kiislamu.

Hapa kuna maelezo matatu kuhusu maana ya maandishi hapo juu, kutoka kwa baadhi ya wasomi na wafafanuzi wakubwa wa Uislamu:

(Kuthibitisha mayatima) wajaribuni akili ya mayatima (mpaka wafikie umri wa kuoa) umri wa ukubwa; ... (Tanwîr al-Miqbâs min Tafsîr Ibn 'Abbâs; chanzo www.altafsir.com)

Jaribu, jaribu, vizuri mayatima, kabla ya kufikia ukomavu kwa kuzingatia [wajibu wa] dini na [kabla] wanaweza [kisheria] kusimamia mambo yao wenyewe, mpaka wafikie umri wa kuoa, yaani, mpaka watakapokuwa wamestahiki kwa njia ya kubalehe au umri [halali], ambao, kwa mujibu wa al-Shafi'i, ni kukamilika kwa miaka kumi na tano; ... (Tafsir Al-Jalalayn; chanzo www.altafsir.com; msisitizo wa ujasiri na wa chini yetu)

Mpaka wafikie umri wa ndoa>, umri wa kubalehe, kulingana na Mujahid. Umri wa kubalehe kulingana na wasomi wengi huja wakati mtoto ana ndoto ya "mvua". Katika Sunan yake, Abu Dawud aliandika kwamba Ali alisema, "Nilikariri maneno haya kutoka kwa Mtume wa Allah, ...

Katika Sunan yake, Abu Dawud alinakili kuwa Ali alisema, "Nimehifadhi maneno haya kutoka kwa Mtume wa Allah, ... Hakuna yatima baada ya umri wa kubalehe wala kujifunga nadhiri ya ukimya kutoka mchana hadi usiku." Katika Hadith nyingine, A'ishah na Masahaba wengine walisema kuwa Mtume alisema ...

Kalamu haiandiki matendo ya watu watatu: mtoto mpaka afikie umri wa kubalehe, mtu aliye na usingizi mpaka aamke, na mzee mpaka awe na akili timamu. Au, umri wa miaka kumi na tano unachukuliwa kuwa umri wa ujana. Katika Sahihi mbili, imeandikwa kuwa Ibn Umar alisema, "Nililetwa mbele ya Mtume siku ya mapambano ya Uhud, nilipokuwa na umri wa miaka kumi na nne, na hakuniruhusu kushiriki katika mapambano hayo. Lakini nililetwa mbele yake siku ya mapambano ya Al-Khandaq (Kanisa), nilipokuwa na umri wa miaka kumi na tano, na aliniruhusu (kushiriki katika mapambano hayo)." Umar bin Abdul-Aziz alitoa maoni alipopata Hadithi hii, "Hii ni tofauti kati ya mtoto na mtu mzima." Kuna tofauti ya maoni juu ya iwapo nywele za sehemu za siri "mavuzi" zinachukuliwa kuwa ni ishara ya utu uzima, na maoni sahihi ni kwamba ni hivyo. Sunnah inaunga mkono mtazamo huu, kulingana na Hadithi iliyokusanywa na Imam Ahmad kutoka kwa `Atiyah Al-Qurazi aliyekuwa akisema, "Tuliletwa mbele ya Mtume siku ya Quraizah, yeyote aliye na nywele za sehemu za siri aliuawa, yeyote asiye na nywele hizo aliruhusiwa kuondoka, mimi nilikuwa mmoja wa wale ambao hawakuwa nazo, hivyo niliachwa huru." Wachapishaji wa Sunan Wanne pia walirekodi jambo kama hilo. At-Tirmidhi alisema, "Hasan Sahihi." (Tafsiri ya Ibn Kathir; chanzo www.tafsir.com)

Wachanganuzi wote watatu hapo juu wanakubaliana kwamba kubalehe ni umri sahihi kwa msichana kufikiria ndoa, huku wote Ibn Kathir na al-Shafi wakiweka umri huo katika umri wa miaka kumi na tano. Al-Shafi alikuwa mmoja wa wanazuoni na mafaqihi wakubwa wa Kiislamu na hata ana shule ya Kiislamu ya sheria iliyopewa jina lake.

Kwa mara nyingine tena, Muhammad anapatikana akikiuka amri yake mwenyewe tangu alipoa msichana ambaye alikuwa na umri wa miaka sita:

Imehadithiwa na Aisha:

Mtume (s.a.w.w.) alinishirikisha nilipokuwa msichana wa miaka sita (miaka sita). Tulikwenda Madina na tukakaa nyumbani kwa Bani-al-Harith bin Khazraj. Baada ya hapo niliugua na nywele zangu zikaanguka. Baadaye nywele zangu zilikua (tena) na mama yangu, Um Ruman, alikuja kwangu nilipokuwa nikicheza katika bembea na baadhi ya marafiki zangu. Aliniita, na nikaenda kwake, bila kujua nini alitaka kunifanyia. Alinishika kwa mkono na kunifanya nisimame kwenye mlango wa nyumba. Wakati huo nilikosa pumzi, na baada ya kupumua vizuri, aliniletea maji na kuniosha uso na kichwa changu. Kisha alinichukua ndani ya nyumba. Huko ndani ya nyumba niliona wanawake Ansari ambao walisema, "Heri na Baraka za Allah na bahati njema." Kisha alinikabidhi kwao na wakaniandalia (kwa ajili ya ndoa). Ghafla Mtume wa Allah alikuja kwangu asubuhi na mama yangu akanikabidhi kwake, na wakati huo nilikuwa msichana wa miaka tisa. (Sahih al-Bukhari, Juzuu ya 5, Kitabu 58, Hadithi Na. 234)

Imehadithiwa na 'Aisha:

kwamba Mtume alimuoa yeye alipokuwa na umri wa miaka sita na alikamilisha ndoa yao alipokuwa na umri wa miaka tisa, na kisha akaendelea kuishi naye kwa miaka tisa (yaani, hadi kifo chake). (Sahih al-Bukhari, Juzuu ya 7, Kitabu 62, Hadithi Na. 64; angalia pia Hadithi Na. 65 na 88)

Muislamu anaweza kusema kuwa, kinyume na maoni ya Ibn Kathir na al-Shafi, umri wa kubalehe hauwezi kuwekwa kuwa kumi na tano kwani baadhi ya wasichana wanafikia balehe katika umri mdogo. Wanaweza pia kudai kuwa Aisha alifika balehe akiwa na umri wa miaka tisa, ambayo inamaanisha kuwa alikuwa halali kwa Muhammad. Tatizo la hoja hii ni kwamba inapingana na taarifa za vyanzo vya Kiislamu maalum ambavyo vinasema kwamba Aisha hakuwa amefikia balehe wakati Muhammad alipokamilisha ndoa yake na Aisha:

'Aisha (Allah awe radhi naye) aliripoti kuwa Mtume wa Allah (rehema na amani zimshukie juu yake) alimuoa yeye alipokuwa na umri wa miaka saba, na yeye alipelekwa nyumbani kwake kama binti arusi aliyekuwa na umri wa miaka tisa, na wanasesere wake "madoli" vilikuwa pamoja naye; na alipofariki (Mtume wa Allah), yeye alikuwa na umri wa miaka kumi na nane. (Sahih Muslim, Kitabu 008, Hadithi Na. 3311)

Sababu ya Muhammad kumruhusu Aisha kuchukua Wanasesere "madoli" yake nyumbani kwake na kucheza nao baada ya ndoa yao ilikuwa ni kwa sababu hakuwa amefikia kubalehe:

Imehadithiwa na 'Aisha:

Nilikuwa nacheza na wanasesere "madoli" mbele ya Mtume, na marafiki zangu wa kike pia walikuwa wakicheza nami. Wakati Mtume wa Allah alipoingia (mahali nilipokuwa), walijificha, lakini Mtume alikuwa anawaita wajiunge nami na kucheza. (Kucheza na wanasesere na picha kama hizo ni haramu, lakini ilikuwa imekubaliwa kwa 'Aisha wakati huo, kwa kuwa alikuwa msichana mdogo, BADO HAJAFIKIA UMRI WA

KUBALEHE.) (Fateh-al-Bari ukurasa wa 143, Juzuu ya 13) (Sahih Al-Bukhari, Juzuu ya 8, Kitabu 73, Hadithi Na. 151).

Matatizo yanazidi kwa Waislamu. Mahali pengine katika Qur'an, wanaume wanaruhusiwa kuoa na kutoa talaka kwa wasichana wadogo ambao hawajafikia ukomavu wa kijinsia:

وَٱلَّٰٓئِي يَئِسْنَ مِنَ ٱلْمَحِيضِ مِن نِّسَآئِكُمْ إِنِ ٱرْتَبْتُمْ فَعِدَّتُهُنَّ ثَلَٰثَةُ أَشْهُرٍ وَٱلَّٰٓئِي لَمْ يَحِضْنَ وَأُولَٰتُ ٱلْأَحْمَالِ أَجَلُهُنَّ أَن يَضَعْنَ حَمْلَهُنَّ وَمَن يَتَّقِ ٱللَّهَ يَجْعَل لَّهُ مِنْ أَمْرِهِ يُسْرًا

Na wale walio sita hedhi miongoni mwa wanawake wenu, ikiwa mnayo shaka, basi muda wa eda yao ni miezi mitatu, pamoja na ambao hawapati hedhi. Na wenye mimba eda yao mpaka watakapo zaa. Na anaye mcha Mwenyezi Mungu, Mwenyezi Mungu humfanyia mambo yake kuwa mepesi. S. 65:4.

Wale ambao hawajafikia hedhi bado ni wasichana ambao hawajafikia utu uzima au balehe. Qur'an inasema kuwa hakuna kipindi cha eda (muda wa kungoja) kwa wanawake ambao ndoa zao hazijakamilishwa:

يَٰٓأَيُّهَا ٱلَّذِينَ ءَامَنُوٓا۟ إِذَا نَكَحْتُمُ ٱلْمُؤْمِنَٰتِ ثُمَّ طَلَّقْتُمُوهُنَّ مِن قَبْلِ أَن تَمَسُّوهُنَّ فَمَا لَكُمْ عَلَيْهِنَّ مِنْ عِدَّةٍ تَعْتَدُّونَهَا فَمَتِّعُوهُنَّ وَسَرِّحُوهُنَّ سَرَاحًا جَمِيلًا

Enyi mlio amini! Mkiwaoa wanawake, Waumini, kisha mkawapa t'alaka kabla ya kuwagusa, basi hamna eda juu yao mtakayo ihisabu. Basi wapeni cha kuwaliwaza, na muwawache kwa kuwachana kwa wema. S. 33:49.

Maana ya hili ni kwamba Q. 65:4 inaelezea wasichana wadogo ambao bado hawajafikia balehe (wasichana ambao hawajafikia ukomavu wa kijinsia) ambao waliolewa na kuachwa baada ya ndoa zao kukamilika!

Isije Muislamu akatushtaki kwa kupotosha maana ya rejea, hapa, kwa mara nyingine tena, ni maelezo matatu tuliyoyanukuu hapo awali:

(Na kwa wanawake wenu ambao wanakosa hedhi) kwa sababu ya uzee, (iwapo mnahisi shaka) juu ya kipindi chao cha kungojea, (kipindi chao cha kungojea kitakuwa miezi mitatu) ambapo mtu mwingine aliuliza: "Ewe Mtume wa Allah! Je, kipindi cha kungojea cha wale ambao hawana hedhi KWA SABABU NI WADOGO?" (Pamoja na wale ambao hawana) kwa sababu ya umri mdogo, kipindi chao cha kungojea ni miezi mitatu. Mtu mwingine aliuliza: "kipindi cha kungojea ni kipi kwa wanawake wajawazito?" (Na kwa wajawazito) yaani wenye mimba, kipindi chao cha kungojea (kitakuwa mpaka wajifungue mizigo yao) mtoto wao. (Na mwenye kumcha Allah) na yeyote anayemcha Allah kuhusu yale anayomuamuru, (Mwenyezi Mungu atafanya mambo yake kuwa mepesi kwake) Anafanya mambo yake kuwa mepesi; na pia imesemwa kwamba hii inamaanisha: Atamsaidia kuabudu vyema. (Tanwîr al-Miqbâs min Tafsîr Ibn 'Abbâs; chanzo www.altafsir.com)

Na [kwa] wanawake wenu ambao (soma alla'i au alla'i katika hali zote mbili) hawatarajii tena kupata hedhi, ikiwa mnayo shaka yoyote kuhusu kipindi chao cha kungojea, kipindi chao kilichowekwa kitaendelea kuwa miezi mitatu, na [pia] kwa wale ambao bado hawajapata hedhi, kwa sababu ya umri wao mdogo, kipindi chao kitakuwa miezi mitatu - hali zote mbili zinahusu isipokuwa wale ambao waume zao wamefariki; kwa wao [wale waliowekewa kipindi], kipindi chao kimeainishwa katika aya: wao watangoja kwa muda wa miezi minne na siku kumi [Q. 2:234]. Na kwa wale ambao ni wajawazito, kipindi chao, kumalizika kwa kipindi chao cha kungojea kilipotengwa kama talaka au ikiwa waume zao wamekufa, ni wakati watakapojifungua. Na yeyote anayemcha Mungu, Atafanya mambo kuwa mepesi kwake, katika ulimwengu huu na Akhera. (Tafsir al-Jalalayn; chanzo www.altafsir.com)

'Iddah ya Wale walio katika Uzazi na Wale ambao hawana Hedhi.

Allah Aliye Mkuu anaelezea kipindi cha kungojea cha mwanamke aliye katika uzazi. Na huyu ni yule ambaye hedhi yake imekwisha kutokana na umri wake mkubwa. 'Iddah yake ni miezi mitatu badala ya mizunguko ya kila mwezi kwa wale wanaopata hedhi, ambayo inategemea aya katika (Suraht) Al-Baqarah. [tazama 2:228] Hali kadhalika kwa wale vijana, AMBAO BADO

HAWAJAFIKIA UMRI WA HEDHI. 'Iddah yao ni miezi mitatu kama wale walio katika uzazi. Hii ndio maana ya kauli Yake...

Na kwa wale wasio na siku za hedhi... kuhusu maneno yake...

Ikiwa una shaka ... Kuna maoni mawili: Kwanza, ni kauli ya kundi la Salaf, kama Mujahid, Az-Zuhri na Ibn Zayd. Yaani, kama wanaona damu na kuna shaka kama ilikuwa damu ya hedhi au la. Ya pili, ni kwamba kama hujui hukumu katika kesi hii, basi ujue kwamba 'Iddah yao ni miezi mitatu. Hii imeripotiwa kutoka kwa Sa'id bin Jubayr na ni mtazamo unaopendelewa na Ibn Jarir. Na hii ndiyo maana ya wazi zaidi. Kuunga mkono mtazamo huu ni kile kinachoripotiwa kutoka kwa Ubay bin Ka'b kwamba alisema: "Ewe Mtume wa Mwenyezi Mungu! Baadhi ya wanawake hawakutajwa katika Qur'an, VIJANA, wazee na wajawazito." Mwenyezi Mungu Mtukufu na Mwenye kuheshimika zaidi ameteremsha Aayah hii.

Wale wanawake walio katika ukomo wa hedhi, 'Iddah yao, ikiwa una shaka, ni miezi mitatu; na kwa wale wasio na siku za hedhi. Na kwa wale wajawazito, 'Iddah yao ni mpaka wajifungue mzigo wao. Ibn Abi Hatim alirekodi riwaya rahisi kuliko hii kutoka kwa Ubay bin Ka'b ambaye alisema, "Ewe Mtume wa Allah! Wakati Aya katika Surat Al-Baqarah ilifunuliwa ikiamuru 'Iddah ya talaka, baadhi ya watu huko Al-Madinah walisema, 'Bado kuna wanawake ambao 'Iddah zao hazikutajwa katika Qur'an. Kuna YA KIJANA, mzee ambaye hedhi yake imekwisha, na mjamzito.'" (Tafsiri ya Ibn Kathir; chanzo www.tafsir.com)

Wanazuoni hawa hawakuwa peke yao katika kudai kuwa Q. 65:4 inahusu wasichana wachanga ambao wanaolewa na kuachwa na wanaume Waislamu kabla ya kubalehe. Tafadhali angalia kile mfasiri wa kisasa, marehemu Syed Abu-Ala' Maududi, aliyoandika kuhusu aya hii:

Wanaweza kuwa hawajapata hedhi kwa sababu ya umri mdogo, au kuchelewa kwa kutokwa na hedhi kama inavyotokea kwa wanawake wengine, au kwa sababu ya kutokwa kabisa katika maisha ambayo, ingawa ni nadra, inaweza pia kuwa hivyo. Kwa hali yoyote, kusubiri kwa mwanamke kama huyo ni sawa na mwanamke, ambaye ameacha hedhi, hiyo ni miezi mitatu tangu talaka ilipotamkwa.

Hapa, mtu anapaswa kukumbuka kwamba kulingana na maelezo yaliyotolewa katika Qur'an, suala la kipindi cha kusubiri linatokea kuhusiana na wanawake ambao ndoa imeweza kukamilika, kwasababu hakuna kipindi cha kusubiri ikiwa talaka inatangazwa kabla ya ndoa kutekelezwa. (Al-Ahzab: 49). Kwa hiyo, kutaja kipindi cha kusubiri kwa wasichana ambao bado hawajapata hedhi, inathibitisha wazi kwamba si tu kuruhusiwa kumwoza msichana katika umri huu, lakini pia ni halali kwa mume kutekeleza ndoa na yeye. Sasa, kwa dhahiri hakuna Muislamu mweye haki ya kuzuia jambo ambalo Qur'an imehalalisha. (Maududi, Towards Understanding the Qur'an, juzuu ya 5, ukurasa wa 620, maelezo ya 13; chanzo www.tafheem.net)

Je, umri wa ndoa katika uislamu ni upi?

Je, ni miaka kumi na tano?

Je, ni mpaka msichana apate hedhi?

Je, ni mpaka msichana abalehe?

Je, ni mpaka msichana aote nyewele kwenye sehemu zake za siri?

Huu ni utata na mgongano mkubwa sana kwenye Uislamu.

SEHEMU YA IX

Uislam unaruhusu kuoa wasichana wadogo

Kwanini Uislam unaruhusu kuoa washichana wadogo?

Kwa mujibu wa maneno ya Allah, "hili linawahusu pia wale ambao bado hawajapata hedhi" (65:4) na Ameifanya 'idda ya msichana kabla ya baleghe kuwa miezi mitatu. 4840. Imehadithiwa kutoka kwa 'Aisha kwamba Mtume, amani na baraka za Allah ziwe juu yake, alimwoa alipokuwa na umri wa miaka sita na kufanya ndoa kuwa ya kweli alipokuwa na umri wa miaka tisa, na alikuwa mkewe kwa miaka tisa. (Aisha Bewley, The Sahih Collection of Al-Bukhari, Surah ya 70. Kitabu cha Ndoa; chanzo www.bewley.virtualave.net)

Imam al-Bukhari alitumia ndoa ya Aisha kama mfano wa msichana ambaye hajabalehe ambaye aliolewa, hivyo kuthibitisha kwamba Q. 65:4 inaruhusu wanaume kuoa wasichana ambao hawaja balehe. Zaidi ya hayo, maoni ya imamu huyo yanatoa ushahidi zaidi kwamba Muhammad alimwoa Aisha kabla hajafikia umri wa kubalehe!

Kwa hiyo, sasa tuna mgongano kati ya maelekezo mawili ya Qur'an, ambayo inaonyesha umri unaofaa wa kuolewa kwa wasichana na nyingine ambayo haiweki ukomo wowote kwa umri ambao msichana anaweza kuolewa!

Hivyo, haijalishi kutoka mtazamo upi Muislamu anajaribu kuangalia suala hili, Muhammad bado anaonekana kuwa na hatia ya kuvunja amri zake mwenyewe na kuweka mafundisho yanayopingana ndani ya tafsiri yake inayodai kuwa Qur,an ni ya ajabu.

Je, Muhammad alifanya kosa alipo muoa binti Aisha wa miaka sita?

Je, Muhammad yupo juu ya sheria za Allah na Quran?

SEHEMU YA X

Qur'an inakataza Waislam kuoa wasio Waislamu

Je, Qur'an inakataza Waislam kuoa Makafiri?

Qur'an inakataza wanaume Waislamu kuoa wasioamini na washirikina, ikisema kwamba ni bora kwao kuoa wanawake waumini:

وَلَا تَنكِحُواْ ٱلْمُشْرِكَٰتِ حَتَّىٰ يُؤْمِنَّ وَلَأَمَةٌ مُّؤْمِنَةٌ خَيْرٌ مِّن مُّشْرِكَةٍ وَلَوْ أَعْجَبَتْكُمْ وَلَا تُنكِحُواْ ٱلْمُشْرِكِينَ حَتَّىٰ يُؤْمِنُواْ وَلَعَبْدٌ مُّؤْمِنٌ خَيْرٌ مِّن مُّشْرِكٍ وَلَوْ أَعْجَبَكُمْ أُوْلَٰئِكَ يَدْعُونَ إِلَى ٱلنَّارِ وَٱللَّهُ يَدْعُوٓاْ إِلَى ٱلْجَنَّةِ وَٱلْمَغْفِرَةِ بِإِذْنِهِ وَيُبَيِّنُ ءَايَٰتِهِ لِلنَّاسِ لَعَلَّهُمْ يَتَذَكَّرُونَ

Wala msiwaoe wanawake washirikina mpaka waamini. Na mjakazi Muumini ni bora kuliko mshirikina hata akikupendezeni. Wala msiwaoze (binti zenu) wanaume washirikina mpaka waamini. Na mtumwa mwanamume Muumini ni bora kuliko mshirikina hata akikupendezeni. Hao wanaitia kwenye Moto, na Mwenyezi Mungu anaitia kwenye Pepo na maghafira kwa idhini yake. Naye huzibainisha Aya zake kwa watu ili wapate kukumbuka. Surat Al-Baqarah 2:221

Maneno yanayotafsiriwa kama "wanawake washirikina" na "mashirikina" yanatokana na neno la Kiarabu "mushrik," ambalo linatokana na "shirk," na kwa maana zaidi linamaanisha mtu anayejiunganisha au anayempa washirika Mwenyezi Mungu. Hivi ndivyo alivyotafsiri maneno haya marehemu Muhammad Asad:

NA MSIWEKE wanaume na wanawake ambao wanamshirikisha Mwenyezi Mungu kabla hawajaamini, kwani mjakazi muumini ni bora kuliko mwanamke ambaye anamshirikisha Mwenyezi Mungu, hata kama anawapendezeni

107

sana. Na msiwaoze wanawake wenu kwa wanaume ambao wanamshirikisha Mwenyezi Mungu kabla hawajaamini, kwani mtumwa muumini ni bora kuliko mwanamume ambaye anamshirikisha Mwenyezi Mungu, hata kama anawapendezeni sana. Hawa ni watu wa motoni, na Mwenyezi Mungu anakuita uelekee Peponi na msamaha kwa idhini yake. Na anafafanua Ishara zake kwa watu ili muweze kuzikumbuka. (Muhammad Asad)

Kwa kweli, waumini wa kweli kulingana na maandiko ya Kiislamu ni wale tu wanaoamini katika Allah na Muhammad kama mtume wake:

إِنَّمَا ٱلْمُؤْمِنُونَ ٱلَّذِينَ ءَامَنُواْ بِٱللَّهِ وَرَسُولِهِ وَإِذَا كَانُواْ مَعَهُ عَلَىٰ أَمْرٍ جَامِعٍ لَّمْ يَذْهَبُواْ حَتَّىٰ يَسْتَـْٔذِنُوهُ إِنَّ ٱلَّذِينَ يَسْتَـْٔذِنُونَكَ أُوْلَـٰئِكَ ٱلَّذِينَ يُؤْمِنُونَ بِٱللَّهِ وَرَسُولِهِ فَإِذَا ٱسْتَـْٔذَنُوكَ لِبَعْضِ شَأْنِهِمْ فَأْذَن لِّمَن شِئْتَ مِنْهُمْ وَٱسْتَغْفِرْ لَهُمُ ٱللَّهَ إِنَّ ٱللَّهَ غَفُورٌ رَّحِيمٌ

Hakika Waumini wa kweli ni walio muamini Mwenyezi Mungu na Mtume wake; na wanapo kuwa pamoja naye kwa jambo la kuwakhusu wote hawaondoki mpaka wamtake ruhusa. Kwa hakika wale wanao kuomba ruhusa, hao ndio wanao muamini Mwenyezi Mungu na Mtume wake. Na wakikuomba ruhusa kwa baadhi ya kazi zao, mruhusu umtakaye miongoni mwao, uwaombee msamaha kwa Mwenyezi Mungu. Hakika Mwenyezi Mungu ni Mwenye kusamehe, Mwenye kurehemmu. Surah 24:62 (Hilali-Khan)

Mstari unaofuata unawaamuru wanaume Waislamu wasibaki kuwa ndoa na wasioamini:

يَـٰٓأَيُّهَا ٱلَّذِينَ ءَامَنُوٓاْ إِذَا جَآءَكُمُ ٱلْمُؤْمِنَـٰتُ مُهَـٰجِرَٰتٍ فَٱمْتَحِنُوهُنَّ ٱللَّهُ أَعْلَمُ بِإِيمَـٰنِهِنَّ فَإِنْ عَلِمْتُمُوهُنَّ مُؤْمِنَـٰتٍ فَلَا تَرْجِعُوهُنَّ إِلَى ٱلْكُفَّارِ لَا هُنَّ حِلٌّ لَّهُمْ وَلَا هُمْ يَحِلُّونَ لَهُنَّ وَءَاتُوهُم مَّآ أَنفَقُواْ وَلَا جُنَاحَ عَلَيْكُمْ أَن تَنكِحُوهُنَّ إِذَآ ءَاتَيْتُمُوهُنَّ أُجُورَهُنَّ وَلَا تُمْسِكُواْ بِعِصَمِ ٱلْكَوَافِرِ وَسْـَٔلُواْ مَآ أَنفَقْتُمْ وَلْيَسْـَٔلُواْ مَآ أَنفَقُواْ ذَٰلِكُمْ حُكْمُ ٱللَّهِ يَحْكُمُ بَيْنَكُمْ وَٱللَّهُ عَلِيمٌ حَكِيمٌ

Enyi mlio amini! Wakikujilieni wanawake Waumini walio hama, basi wafanyieni mtihani - Mwenyezi Mungu ndiye Mwenye kujua zaidi Imani yao. Mkiwa mnawajua kuwa ni Waumini basi msiwarudishe kwa makafiri. Wanawake hao si halali kwa hao makafiri, wala hao makafiri hawahalalikii wanawake Waumini. Na wapeni hao wanaume mahari walio toa. Wala hapana makosa kwenu kuwaoa mkiwapa mahari yao. Wala msiwaweke wanawake makafiri katika kifungo cha ndoa zenu. Na takeni mlicho kitoa, na wao watake walicho kitoa. Hiyo ndiyo hukumu ya Mwenyezi Mungu anayo kuhukumuni. Na Mwenyezi Mungu ni Mwenye kujua, Mwenye hikima. (Qur'an 60:10, Shakir)

Neno linalotafsiriwa kama makafiri linatokana na neno "kafiri," ambalo linahusu mtu anayefanya kufr. Kulingana na Qur'an, Wayahudi na Wakristo (hasa wale wa mwisho) wanajumuishwa katika vikundi hivi vya mushrik na kafiri.

Surat At Tawbah Ayah: 28

يَٰٓأَيُّهَا ٱلَّذِينَ ءَامَنُوٓا۟ إِنَّمَا ٱلْمُشْرِكُونَ نَجَسٌ فَلَا يَقْرَبُوا۟ ٱلْمَسْجِدَ ٱلْحَرَامَ بَعْدَ عَامِهِمْ هَٰذَا ۚ وَإِنْ خِفْتُمْ عَيْلَةً فَسَوْفَ يُغْنِيكُمُ ٱللَّهُ مِن فَضْلِهِۦٓ ۚ إِن شَآءَ ۚ إِنَّ ٱللَّهَ عَلِيمٌ حَكِيمٌ

Enyi mlio amini! Hakika washirikina ni najsi, kwa hivyo wasiukaribie Msikiti Mtakatifu baada ya mwaka wao huu. Na ikiwa mnakhofia umasikini, basi Mwenyezi Mungu atakutajirisheni kwa fadhila yake akipenda. Hakika Mwenyezi Mungu ni Mwenye kujua Mwenye hikima.

Ayah: 29

قَٰتِلُوا۟ ٱلَّذِينَ لَا يُؤْمِنُونَ بِٱللَّهِ وَلَا بِٱلْيَوْمِ ٱلْءَاخِرِ وَلَا يُحَرِّمُونَ مَا حَرَّمَ ٱللَّهُ وَرَسُولُهُۥ وَلَا يَدِينُونَ دِينَ ٱلْحَقِّ مِنَ ٱلَّذِينَ أُوتُوا۟ ٱلْكِتَٰبَ حَتَّىٰ يُعْطُوا۟ ٱلْجِزْيَةَ عَن يَدٍ وَهُمْ صَٰغِرُونَ

Piganeni na wasio muamini Mwenyezi Mungu wala Siku ya Mwisho, wala hawaharimishi alivyo harimisha Mwenyezi Mungu na Mtume, wala hawashiki Dini ya Haki, miongoni mwa walio pewa Kitabu, mpaka watoe kodi kwa khiari yao, hali wamet'ii.

Ayah: 30

وَقَالَتِ ٱلْيَهُودُ عُزَيْرٌ ٱبْنُ ٱللَّهِ وَقَالَتِ ٱلنَّصَٰرَى ٱلْمَسِيحُ ٱبْنُ ٱللَّهِ ۖ ذَٰلِكَ قَوْلُهُم بِأَفْوَٰهِهِمْ ۖ يُضَٰهِـُٔونَ قَوْلَ ٱلَّذِينَ كَفَرُوا۟ مِن قَبْلُ ۚ قَٰتَلَهُمُ ٱللَّهُ ۚ أَنَّىٰ يُؤْفَكُونَ

Na Mayahudi wanasema: Uzeir ni mwana wa Mungu. Na Wakristo wanasema: Masihi ni mwana wa Mungu. Hiyo ndiyo kauli yao kwa vinywa vyao. Wanayaiga maneno ya walio kufuru kabla yao. Mwenyezi Mungu awaangamize! Wanageuzwa namna gani hawa!

Ayah: 31

ٱتَّخَذُوٓا۟ أَحْبَارَهُمْ وَرُهْبَٰنَهُمْ أَرْبَابًا مِّن دُونِ ٱللَّهِ وَٱلْمَسِيحَ ٱبْنَ مَرْيَمَ وَمَآ أُمِرُوٓا۟ إِلَّا لِيَعْبُدُوٓا۟ إِلَٰهًا وَٰحِدًا ۖ لَّآ إِلَٰهَ إِلَّا هُوَ ۚ سُبْحَٰنَهُۥ عَمَّا يُشْرِكُونَ

Wamewafanya makuhani wao na wamonaki wao kuwa ni marabi badala ya Mwenyezi Mungu, na pia Masihi bin Maryamu. Na wala hawakuamrishwa isipo kuwa wamuabudu Mungu Mmoja, hapana mungu ila Yeye. Subhanahu, Ametakasika na hayo wanayo mshirikisha nayo.

Ayah: 32

يُرِيدُونَ أَن يُطْفِئُوا۟ نُورَ ٱللَّهِ بِأَفْوَٰهِهِمْ وَيَأْبَى ٱللَّهُ إِلَّآ أَن يُتِمَّ نُورَهُۥ وَلَوْ كَرِهَ ٱلْكَٰفِرُونَ

Wanataka kuizima Nuru ya Mwenyezi Mungu kwa vinywa vyao, na Mwenyezi Mungu anakataa ila aitimize Nuru yake ijapo kuwa makafiri watachukia.

Ayah: 33

هُوَ ٱلَّذِىٓ أَرْسَلَ رَسُولَهُۥ بِٱلْهُدَىٰ وَدِينِ ٱلْحَقِّ لِيُظْهِرَهُۥ عَلَى ٱلدِّينِ كُلِّهِۦ وَلَوْ كَرِهَ ٱلْمُشْرِكُونَ

Yeye ndiye aliye mtuma Mtume wake kwa uwongofu na Dini ya Haki ipate kushinda dini zote, ijapo kuwa washirikina watachukia. (Qur'an 9:28-33, Sher Ali)

Sehemu iliyotajwa inadai kwamba siyo tu Wakristo ni washirikina (au wanaoshirikisha washirika na Mungu), na makafiri (au wasioamini), bali hata Wayahudi pia. Hivyo basi, Qur'an inawatambua Wayahudi na Wakristo kuwa ni najisi!

Surat Al Maidah Ayah: 17

لَّقَدْ كَفَرَ ٱلَّذِينَ قَالُوٓا۟ إِنَّ ٱللَّهَ هُوَ ٱلْمَسِيحُ ٱبْنُ مَرْيَمَ قُلْ فَمَن يَمْلِكُ مِنَ ٱللَّهِ شَيْـًٔا إِنْ أَرَادَ أَن يُهْلِكَ ٱلْمَسِيحَ ٱبْنَ مَرْيَمَ وَأُمَّهُۥ وَمَن فِى ٱلْأَرْضِ جَمِيعًا وَلِلَّهِ مُلْكُ ٱلسَّمَٰوَٰتِ وَٱلْأَرْضِ وَمَا بَيْنَهُمَا يَخْلُقُ مَا يَشَآءُ وَٱللَّهُ عَلَىٰ كُلِّ شَىْءٍ قَدِيرٌ

Hakika wamekufuru walio sema: Mwenyezi Mungu ni Masihi mwana wa Maryamu. Sema: Ni nani mwenye kumiliki cho chote mbele ya Mwenyezi Mungu ikiwa Yeye angetaka kumuangamiza Masihi mwana wa Maryamu, na mama yake, na wote waliomo katika ardhi? Na mamlaka ya mbingu na ardhi na vilivyomo ndani yake ni vya Mwenyezi Mungu. Huumba apendavyo. Na Mwenyezi Mungu anao uweza juu ya kila kitu. (Qur'an 5:17, Sher Ali)

Surat Al Maidah Ayah: 72

لَقَدْ كَفَرَ ٱلَّذِينَ قَالُوٓا۟ إِنَّ ٱللَّهَ هُوَ ٱلْمَسِيحُ ٱبْنُ مَرْيَمَ وَقَالَ ٱلْمَسِيحُ يَٰبَنِىٓ إِسْرَٰٓءِيلَ ٱعْبُدُوا۟ ٱللَّهَ رَبِّى وَرَبَّكُمْ إِنَّهُۥ مَن يُشْرِكْ بِٱللَّهِ فَقَدْ حَرَّمَ ٱللَّهُ عَلَيْهِ ٱلْجَنَّةَ وَمَأْوَىٰهُ ٱلنَّارُ وَمَا لِلظَّٰلِمِينَ مِنْ أَنصَارٍ

Hakika wamekufuru walio sema: Mwenyezi Mungu ni Masihi mwana wa Maryamu! Na hali Masihi mwenyewe alisema: Enyi Wana wa Israili! Muabuduni Mwenyezi Mungu, Mola wangu Mlezi na Mola wenu Mlezi. Kwani anaye mshirikisha Mwenyezi Mungu, hakika Mwenyezi Mungu atamharimishia Pepo, na mahala pake ni Motoni. Na walio dhulumu hawatakuwa na wa kuwanusuru. (Qur'an 5:72, Arberry)

Ayah: 73

لَّقَدْ كَفَرَ ٱلَّذِينَ قَالُوٓاْ إِنَّ ٱللَّهَ ثَالِثُ ثَلَٰثَةٍ وَمَا مِنْ إِلَٰهٍ إِلَّآ إِلَٰهٌ وَٰحِدٌ وَإِن لَّمْ يَنتَهُواْ عَمَّا يَقُولُونَ لَيَمَسَّنَّ ٱلَّذِينَ كَفَرُواْ مِنْهُمْ عَذَابٌ أَلِيمٌ

Kwa hakika wamekufuru walio sema: Mwenyezi Mungu ni wa tatu wa Utatu. Hali hakuna mungu ila Mungu Mmoja. Na ikiwa hawaachi hayo wanayo yasema, kwa yakini itawakamata adhabu chungu wale wanao kufuru. (Qur'an 5:73, Shakir)

Hadith sahihi ifuatayo inathibitisha mtazamo kwamba Wakristo ni washirikina (mushrik) na makafiri (kafir):

Wakristo ni mushrikin.

Ibn Abbas alisema, "Ikiwa mtu yeyote atasema Siku ya Kiyama, 'Mimi ni mtumwa,' Pepo itakuwa juu yake. Ikiwa mtu yeyote atasema, 'Mimi ni mtumwa aliyeachiliwa huru,' Pepo itakuwa juu yake. Ikiwa mtu yeyote atasema, 'Mimi ni shahidi,' Pepo itakuwa juu yake. Ikiwa mtu yeyote atasema, 'Mimi ni Mu'ahid (asiye Muislamu aishiye katika dola ya Kiislamu kwa makubaliano ya ulinzi),' Moto wa Jahannamu utakuwa juu yake." (Muwatta Malik, Kitabu 41, Hadithi 8; chanzo www.sunnah.com)

Nafi' alisimulia:

Kila mara Ibn 'Umar alipoulizwa kuhusu kumuoa mwanamke Mkristo au Myahudi, alisema: "Allah amefanya kuwa haramu kwa Waumini kuoa wanawake ambao wanamshirikisha Allah katika ibada, na sijui jambo kubwa zaidi, linapokuja suala la kumshirikisha Allah na kadhalika, kuliko mwanamke kusema kuwa Yesu ni Bwana wake ingawa yeye ni mtumwa wa Allah tu." (Sahih al-Bukhari, Juzuu ya 7, Kitabu cha 63, Hadithi namba 209)

Tovuti ya Salafi mtandaoni kwa uwazi inawaita Wakristo makafiri na inasema:

Hili ni jambo linalojulikana miongoni mwa Waislamu, na wameafikiana kikamilifu kwamba Wakristo ni makafiri, na hata wale ambao hawawaoni kuwa makafiri PIA NI MAKAFIRI. Shaykh Muhammad ibn 'Abd al-Wahhaab alisema kuhusu mambo ambayo wameafikiana kuyatangaza kuwa yanaharibu Uislamu:

"Yeyote asiyeona mushrikoon kuwa makafiri, au ana shaka kuwa ni makafiri, au anadhani dini yao ni sahihi, yeye mwenyewe ni kafiri." ...

Utata unaanza hapa: Quran sasa inaruhusu kuoa makafiri.

Kwenye aya ifuatayo Qur'an inasema kuwa wanaume Waislamu wanaweza kuoa wanawake ambao ni Wayahudi na Wakristo!

Surat Al Maidah Ayah: 5

ٱلْيَوْمَ أُحِلَّ لَكُمُ ٱلطَّيِّبَٰتُ وَطَعَامُ ٱلَّذِينَ أُوتُوا۟ ٱلْكِتَٰبَ حِلٌّ لَّكُمْ وَطَعَامُكُمْ حِلٌّ لَّهُمْ وَٱلْمُحْصَنَٰتُ مِنَ ٱلْمُؤْمِنَٰتِ وَٱلْمُحْصَنَٰتُ مِنَ ٱلَّذِينَ أُوتُوا۟ ٱلْكِتَٰبَ مِن قَبْلِكُمْ إِذَآ ءَاتَيْتُمُوهُنَّ أُجُورَهُنَّ مُحْصِنِينَ غَيْرَ مُسَٰفِحِينَ وَلَا مُتَّخِذِىٓ أَخْدَانٍ وَمَن يَكْفُرْ بِٱلْإِيمَٰنِ فَقَدْ حَبِطَ عَمَلُهُ وَهُوَ فِى ٱلْءَاخِرَةِ مِنَ ٱلْخَٰسِرِينَ

Leo mmehalalishiwa kila vilivyo vizuri. Na chakula cha walio pewa Kitabu ni halali kwenu, na chakula chenu ni halali kwao. Na pia wanawake wema miongoni mwa Waumini, na wanawake wema miongoni mwa walio pewa Kitabu kabla yenu, mtakapo wapa mahari yao, mkafunga nao ndoa, bila ya kufanya uhasharati wala kuwaweka kinyumba. Na anaye kataa kuamini bila shaka a'mali yake imepotea, naye katika Akhera atakuwa miongoni mwa wenye khasara. Surah ya 5:5 (Arberry)

Hakuna kitabu cha Mungu wa kweli kinachoweza kujipinga kama hivi. Hivyo, kwa msingi wa mkanganyiko katika mistari iliyotajwa hapo juu, Qur'an hakika haiwezi kutoka kwa Mwenyezi Mungu.

Utata:

1. Qur'an inasema msione wanawake makafiri "Wakristo na Wayahudi" katika Surat Al-Baqarah 2:221

2. Qur'an inasema muoe wanakwe makafiri "Wakristo na Wayahudi" katika Surat Al Maidah ya 5:5

Je, huu si utata kwenye Qur'an wanayo dai kuwa haina shaka ndani yake?

SEHEMU YA XI

Je, Allah atawalipa Wayahudi Na Wakristo Thawabu za Matendo Yao mema?

Je, Allah atawalipa Wayahudi na Wakristo thawabu za matendo yao mema?

Dini zote, pamoja na washirikina, wanawahimiza na kuwasihi wafuasi wao kufanya matendo mema, yaani, kusaidia wanyonge na maskini. Hata wale wasioamini uwepo wa Mungu, yaani, wasioamini kuwepo kwa thawabu au adhabu ya milele kwa wanayofanya katika maisha haya, bado wanasisitiza kwamba watu wanapaswa kufanya mema na kusaidia wale wenye mahitaji.

Mada ya thawabu na adhabu kwa kila tunachofanya katika maisha haya ni somo kuu sana katika Qur'an. Mistari mingi inazungumzia matendo mema ya waumini au matendo mabaya ya wasioamini, na hakuna mshangao mkubwa tunapofikiria matokeo ya hayo. Mambo yanakuwa magumu zaidi tunapotaka kujua Qur'an inafundisha nini kuhusu matendo mema ya wale ambao wanakataa Uislamu.

فَمَن يَعْمَلْ مِنَ ٱلصَّـٰلِحَـٰتِ وَهُوَ مُؤْمِنٌ فَلَا كُفْرَانَ لِسَعْيِهِۦ وَإِنَّا لَهُۥ كَـٰتِبُونَ

Kwa hiyo, yeyote anayetenda matendo mema wakati yeye ni muumini (katika umoja wa Allah, Uislamu wa Mungu mmoja), juhudi zake hazitakataliwa. Hakika! Tunayarekodi katika Kitabu chake cha matendo. Surah Al Anbiya 21:94 Al Hilali & Khan.

Aya hii inawahakikishia Waislamu kwamba matendo yao mema hayatakataliwa na Allah. Kwa upande mwingine, aya hii inamaanisha kwamba wale ambao sio waumini (Waislamu) angalau wanakabiliwa na hatari kwamba matendo yao mema yatakataliwa. Kwamba hii ndiyo hali halisi, inabainishwa wazi katika baadhi ya aya nyingine.

Wasioamini, yaani, wale waliokataa ujumbe wa Muhammad, hawawezi kutarajia kwamba matendo yao mema yatapokea thawabu yoyote kutoka kwa Mungu:

مَا كَانَ لِلْمُشْرِكِينَ أَن يَعْمُرُواْ مَسَـٰجِدَ ٱللَّهِ شَـٰهِدِينَ عَلَىٰٓ أَنفُسِهِم بِٱلْكُفْرِ أُوْلَـٰٓئِكَ حَبِطَتْ أَعْمَـٰلُهُمْ وَفِي ٱلنَّارِ هُمْ خَـٰلِدُونَ

Si jukumu la Mushrikun (washirikina, wafuasi wa masanamu, washirikina ambao hawana imani katika Umoja wa Allah), kuendeleza misikiti ya Allah (yaani, kusali na kumwabudu Allah humo, kuhakikisha usafi na ujenzi wao, nk.), huku wakiwa mashahidi dhidi ya imani yao wenyewe. Matendo ya watu kama hao ni bure na watakuwa katika Moto. Surah At Tawbah 9:17 Al Hilali & Khan.

كَٱلَّذِينَ مِن قَبْلِكُمْ كَانُوٓاْ أَشَدَّ مِنكُمْ قُوَّةً وَأَكْثَرَ أَمْوَٰلًا وَأَوْلَـٰدًا فَٱسْتَمْتَعُواْ بِخَلَـٰقِهِمْ فَٱسْتَمْتَعْتُم بِخَلَـٰقِكُمْ كَمَا ٱسْتَمْتَعَ ٱلَّذِينَ مِن قَبْلِكُم بِخَلَـٰقِهِمْ وَخُضْتُمْ كَٱلَّذِي خَاضُوٓاْ أُوْلَـٰٓئِكَ حَبِطَتْ أَعْمَـٰلُهُمْ فِي ٱلدُّنْيَا وَٱلْـَٔاخِرَةِ وَأُوْلَـٰٓئِكَ هُمُ ٱلْخَـٰسِرُونَ

Kama ilivyokuwa kwa wale walio kuwa kabla yenu: walikuwa na nguvu zaidi kuliko ninyi, na walikuwa na utajiri na watoto zaidi. Walifurahia sehemu yao, na ninyi mna sehemu yenu, kama walivyokuwa hao kabla yenu; na ninyi mnajihusisha na maneno yasiyo na maana kama walivyofanya wao. Kazi yao ni bure katika ulimwengu huu na Akhera, na watapoteza (kila kitu kizuri kiroho). Surah 9:69 Yusuf Ali.

Aya inayofuata inasema kitu kama hicho, lakini wakati huu muktadha unahusika na kesi maalum ya Muislamu anayeacha Uislamu. Inaonekana kuwa haina maana ikiwa baadaye anakuwa mshirikina, mkanamungu, au Mkristo:

... Na hawatakoma kupigana nanyi mpaka wakurudishe katika dini yenu (Uislamu wa Mungu Mmoja) ikiwa wanaweza. Na yeyote kati yenu anayeacha dini yake na akafa kama kafiri, basi matendo yake yatakuwa bure katika maisha haya na Akhera, na wao watakuwa wenyeji wa Moto. Watakaa humo milele. Surah Al-Baqarah 2:217 Al-Hilali & Khan.

Kwa upande mwingine, tukizungumzia siku za mwisho na hukumu ya mwisho ya Mungu kwa binadamu, Surah ya 99 inasema:

Kwa Jina la Mwenyezi Mungu, Mwingi wa rehema, Mwenye kurehemu sana.

Surat Az-Zalzalah

Ayah: 1

إِذَا زُلْزِلَتِ ٱلْأَرْضُ زِلْزَالَهَا

Itakapo tetemeshwa ardhi kwa mtetemeko wake!

Ayah: 2

وَأَخْرَجَتِ ٱلْأَرْضُ أَثْقَالَهَا

Na itakapo toa ardhi mizigo yake!

Ayah: 3

وَقَالَ ٱلْإِنسَٰنُ مَا لَهَا

Na mtu akasema: Ina nini?

Ayah: 4

يَوْمَئِذٍ تُحَدِّثُ أَخْبَارَهَا

Siku hiyo itahadithia khabari zake.

Ayah: 5

بِأَنَّ رَبَّكَ أَوْحَىٰ لَهَا

Kwa sababu Mola wake Mlezi ameifunulia!

Ayah: 6

يَوْمَئِذٍ يَصْدُرُ ٱلنَّاسُ أَشْتَاتًا لِيُرَوْا۟ أَعْمَٰلَهُمْ

Siku hiyo watu watatoka kwa mfarakano wakaonyweshwe vitendo vyao!

Ayah: 7

فَمَن يَعْمَلْ مِثْقَالَ ذَرَّةٍ خَيْرًا يَرَهُ

Basi anaye tenda chembe ya wema, atauona!

Ayah: 8

وَمَن يَعْمَلْ مِثْقَالَ ذَرَّةٍ شَرًّا يَرَهُ

Na anaye tenda chembe ya uovu atauona! (Al-Hilali & Khan)

Sura hii yote ni ya jumla kabisa, hakuna kizuizi kwa waumini (Waislamu), lakini inasema katika aya ya 7 kwamba kila mtu anayefanya mema, hata kama ni kidogo tu, ataiona, na hii inamaanisha aina fulani ya malipo. Kifungu hiki kinazungumzia wanadamu wote (6). Ahadi hii ya jumla imethibitishwa tena katika Sura ya 4:40:

Mungu kamwe hafanyi udhalimu hata kidogo: Ikiwa kuna wema, Ataufanya mara mbili, na Atatoa thawabu kubwa kutoka kwenye uwepo wake mwenyewe. (Yusuf Ali)

Kwa hakika! Mwenyezi Mungu hafanyi udhalimu hata wa uzito wa atomu (au chungu ndogo) lakini ikiwa kuna wema, Ataufanya mara mbili, na Atatoa thawabu kubwa kutoka kwake. (Al-Hilali & Khan)

Kwa kuwa Surah ya 99:7 na 4:40 zinatoa taarifa zisizobadilika ambazo zinawahusu watu wote, zinapingana na sehemu zingine ambazo zinaeleza wazi kwamba hakutakuwa na thawabu kabisa kwa matendo mema ya wasioamini. Mbali na taarifa hizi za jumla zilizopo katika Surah ya 99:7 na 4:40, Qur'an pia inawapa Wayahudi na Wakristo ahadi wazi ya thawabu kwa matendo yao mema.

نَّ ٱلَّذِينَ ءَامَنُوا۟ وَٱلَّذِينَ هَادُوا۟ وَٱلنَّصَٰرَىٰ وَٱلصَّٰبِـِينَ مَنْ ءَامَنَ بِٱللَّهِ وَٱلْيَوْمِ ٱلْءَاخِرِ وَعَمِلَ صَٰلِحًا فَلَهُمْ أَجْرُهُمْ عِندَ رَبِّهِمْ وَلَا خَوْفٌ عَلَيْهِمْ وَلَا هُمْ يَحْزَنُونَ

Hakika Walio amini, na Mayahudi na Wakristo, na Wasabai; yeyote atakaye muamini Mwenyezi Mungu na Siku ya Mwisho na akatenda mema basi watapata malipo yao kwa Mola wao Mlezi, wala haitakuwa khofu juu yao, wala hawatahuzunika. Surah ya 2:62 (Al-Hilali & Khan)

Aya hii inatoa ahadi zaidi. "Hakuna hofu" na "wala hawatahuzunika" inaweza kumaanisha tu kwamba watakwenda Peponi na si Jahannamu, ambayo ni zaidi ya thawabu kama vile kuna Waislamu wengi ambao hawaamini na hawaishi kwa mujibu wa kanuni za Uislamu, vivyo hivyo kuna watu wengi wanaojiona kuwa Wayahudi au Wakristo lakini hawaamini kweli mafundisho ya Biblia wala kuishi kulingana na viwango vyake vya maadili. Kwa hiyo, inaeleweka kwamba Qur'an inabainisha baadhi ya mahitaji ya chini: (1) Imani katika Allah, (2) imani katika Siku ya Mwisho (Hukumu ya Mwisho), na (3) kufanya matendo mema. Yeyote anayetimiza masharti hayo matatu miongoni mwa wale ambao ni Waislamu, Wayahudi, Wakristo au Wasabato, basi watapata malipo yao kwa matendo yao mema. Hata zaidi, hawatakuwa na hofu yoyote au haja ya kuhuzunika kuhusu maisha yajayo.

Ukweli kwamba aya hii imeandaliwa kama ilivyo, inatufahamisha kwamba, kwa mujibu wa Qur'an – Wayahudi na Wakristo wanaamini katika Mungu sawa na Waislamu. Masharti (1) - (3) yanasisitiza tu kwamba ahadi hii inashikilia tu kwa wale ambao wana nia ya dhati juu ya imani yao na wanaishi kulingana na mafundisho ya maandiko yao. Watu wa dini ambao wanaabudu miungu mingine hawajumuishwi. Ongeza kwenye hii taarifa maalum:

۞ وَلَا تُجَٰدِلُوٓاْ أَهۡلَ ٱلۡكِتَٰبِ إِلَّا بِٱلَّتِي هِيَ أَحۡسَنُ إِلَّا ٱلَّذِينَ ظَلَمُواْ مِنۡهُمۡ وَقُولُوٓاْ ءَامَنَّا بِٱلَّذِيٓ أُنزِلَ إِلَيۡنَا وَأُنزِلَ إِلَيۡكُمۡ وَإِلَٰهُنَا وَإِلَٰهُكُمۡ وَٰحِدٌ وَنَحۡنُ لَهُۥ مُسۡلِمُونَ

Na wala msibishane na Watu wa Kitabu (Wayahudi na Wakristo) isipokuwa kwa njia nzuri (kwa maneno mema na kwa njia njema, kuwaalika kwenye Umoja wa Mungu wa Kiislamu kwa Aya zake), isipokuwa na wale ambao wanafanya uovu, na sema (kwao): "Sisi tunasadiki kilichofunuliwa kwetu na kilichofunuliwa kwenu; Mungu wetu (Ilah) na Mungu wenu (Ilah) ni Mmoja (yaani Allah), na kwake tumekubali "silimu" (kama Waislamu)." Surah ya 29:46 (Al-Hilali & Khan)

Hivyo, Wayahudi na Wakristo ambao kweli wanaamini na kufuata maandiko yao yanakidhi masharti hayo mawili ya kwanza yaliyotajwa katika Surah ya 2:62, kwani Biblia inafundisha wazi kwamba kutakuwa na Siku ya Mwisho ambapo Mungu atawahukumu wanadamu (k.m., Yoeli 3:1-3, 11-13; Zaburi 62:12, 96:13, 98:9; Isaya 40:10, 62:11; Yeremia 17:10; Mathayo 25:31-46; Matendo 10:42, 17:30-31; Warumi 2:5-6, 16, 14:10; 2 Wakorintho 5:10; 2 Wathesalonike 1:5-10; Ufunuo 20:11-15).

Hata hivyo, Qur'an pia inawaita Wayahudi na Wakristo wasioamini na washirikina. Neno linalomaanisha wasioamini linatokana na neno kafir, ambalo linahusu yule anayefanya kufr. Kulingana na Qur'an, Wayahudi na Wakristo (hasa wa mwisho) wanajumuishwa katika vikundi hivi vya mushrik na kafir.

Enyi mlioamini! Hakika washirikina ni najisi (al-mushrikoona najasun). Basi wasikaribie Msikiti Mtakatifu baada ya mwaka huu wao. Na ikiwa mnahofia umaskini, Mwenyezi Mungu atakutajirisheni kwa fadhila Zake, akipenda. Hakika Mwenyezi Mungu ni Mwenye kujua, Mwenye hikima. Piganeni na wale miongoni mwa watu wa Kitabu ambao hawaamini Mwenyezi Mungu, wala Siku ya Mwisho, wala haramu iliyo haramishwa na Mwenyezi Mungu na Mtume Wake, wala hawafuati dini ya kweli, mpaka watoe jizya kwa hiari yao hali wameridhika na kuwa wanyonge. Na Mayahudi wanasema: "Uzairi ni mwana wa Mwenyezi Mungu," na Wakristo wanasema: "Masih ni mwana wa Mwenyezi Mungu." Hayo ndiyo wanayoyasema kwa vinywa vyao. Wanayasema kama kusema kwa watu waliotangulia. Amewalaani Mwenyezi Mungu. Anaingia vipi wamegeuka? Wamechukua makasisi wao na wamonaki wao kuwa ni wakuu badala ya Mwenyezi Mungu, na pia Masihi, mwana wa Maryamu. Na hawakuamrishwa isipokuwa wamuabudu Mungu Mmoja tu. Hapana mungu ila Yeye. Ametakasika na hayo waliyo mshirikisha nayo. Wanataka kuzima nuru ya Mwenyezi Mungu kwa vinywa vyao. Lakini Mwenyezi Mungu atakamilisha nuru Yake, ingawa makafiri (al-kafiroona) watachukia. Yeye ndiye Ambaye amemtuma Mtume Wake kwa uwongofu na dini ya haki, ili amfanye ishinde dini zote, ijapo kuwa washirikina (al-mushrikoona) wanachukia. Surah ya 9:28-33 (Sher Ali)

Aya zilizotajwa hapo juu zinadai kwamba si tu Wakristo ni washirikina (au wanaomshirikisha Mungu na wengine) na wabaguzi (au wasioamini), lakini pia Wayahudi ni hivyo. Hata inawajumuisha Wayahudi na Wakristo kama najisi!

Hakika wamemkufuru (kafara) wale wanaosema, "Hakika Mwenyezi Mungu ni Masihi, mwana wa Maryamu." Sema: "Basi ni nani aliye na nguvu za kumzuia Mwenyezi Mungu asije akamtaka kumuua Masihi, mwana wa Maryamu, na mama yake na wote waliomo duniani?" Na mamlaka ya mbingu na ardhi na vilivyomo baina yake ni vya Mwenyezi Mungu. Yeye huziumba apendavyo. Na Mwenyezi Mungu ni Muweza wa kila kitu. Surah ya 5:17 (Sher Ali)

Hakika wao ni makafiri (kafara) wanaosema, "Mwenyezi Mungu ni Masihi, mwana wa Maryamu." Kwani Masihi alisema, "Enyi wana wa Israeli! Muabuduni Mwenyezi Mungu, Mola wangu na Mola wenu." Hakika yule anayemshirikisha Mwenyezi Mungu, basi Mwenyezi Mungu atamharamishia Pepo, na pahala pake ni Moto. Na wenye dhulma hawatakuwa na wa kuwanusuru. Surah ya 5:72 (Arberry)

Swali la kijuiliza, Huyu Masihi alisema lini haya maneno maana hayapo kwenye Injili?

Hakika wao wamekufuru (kafara) wale wanaosema, "Hakika Mwenyezi Mungu ni wa tatu katika Utatu." Na hapana mungu ila Mungu Mmoja. Na kama hawataacha hayo wayasemayo, bila shaka adhabu chungu itawafikia wale walio kufuru miongoni mwao. Surah ya 5:73 (Shakir)

Kwa ufupi, Qur'an inatoa taarifa zifuatazo:

1. Wakristo watakuwa na thawabu kwa matendo yao mema na hawatakuwa na hofu kwa maisha ya baadaye (Surah ya 2:62).
2. Wakristo ni mushriks na makafiri (Surah ya 9:28-33; 5:17, 72-73).
3. Mushriks hawatapata thawabu na watadumu katika Jahannamu milele (Surah ya 9:17).

Huu ni utata mkubwa sana kwenye Qur'an inayojipinga yenyewe.

Maswali yanayo leta utata kwenye Quran:

Je, Wakristo watapewa thawabu na sio lazima kusilimu kama inavyo dai Quran Surat Baqarah 2:62?

Je, Wakristo ni mushriks na makafiri kama inavyo dai Quran katika (Surah ya 9:28-33; 5:17, 72-73)?

Je, Wakristo hawata pata thawabu na watadumu katika Jehannamu kama inavyo dai Quran katika Surah 9:17?

Je huu si msiba mkubwa sana na utata kwenye Quran?

SEHEMU YA XII

Allah kasema Wakristo na Wayahudi sio lazina Kusilimu

Je, Wakristo na watu wa dini nyingine hawana haja ya kuwa Waislamu?

Huu ni msiba mkubwa sana kwa Waislam wanao lazimisha Wakristo na Wayahudi kusilimu.

Qur'an inasema kuwa Allah anakubali matendo mema ya muumini:

فَمَن يَعْمَلْ مِنَ ٱلصَّٰلِحَٰتِ وَهُوَ مُؤْمِنٌ فَلَا كُفْرَانَ لِسَعْيِهِ وَإِنَّا لَهُۥ كَٰتِبُونَ

"Na atakayetenda mema, akiwa ni muumini, basi juhudi yake haitapokewa bure. Sisi wenyewe tunaiandika kwa ajili yake." (Surat Al-Anbiya 21:94, Arberry)

Qur'an inawaweka Wayahudi na Wakristo ndani ya kundi hili:

إِنَّ ٱلَّذِينَ ءَامَنُوا۟ وَٱلَّذِينَ هَادُوا۟ وَٱلنَّصَٰرَىٰ وَٱلصَّٰبِـِٔينَ مَنْ ءَامَنَ بِٱللَّهِ وَٱلْيَوْمِ ٱلْءَاخِرِ وَعَمِلَ صَٰلِحًا فَلَهُمْ أَجْرُهُمْ عِندَ رَبِّهِمْ وَلَا خَوْفٌ عَلَيْهِمْ وَلَا هُمْ يَحْزَنُونَ

"Hakika wale walioamini, na Mayahudi, na Wakristo, na Sabaiini - yeyote mwenye kumwamini Mwenyezi Mungu na Siku ya Mwisho na akatenda mema - basi watakuwa na ujira wao kwa Mola wao Mlezi, wala haitakuwa khofu juu yao wala hawatahuzunika." (Surat Al-Baqarah 2:62)

إِنَّ ٱلَّذِينَ ءَامَنُوا۟ وَٱلَّذِينَ هَادُوا۟ وَٱلصَّٰبِـُٔونَ وَٱلنَّصَٰرَىٰ مَنْ ءَامَنَ بِٱللَّهِ وَٱلْيَوْمِ ٱلْءَاخِرِ وَعَمِلَ صَٰلِحًا فَلَا خَوْفٌ عَلَيْهِمْ وَلَا هُمْ يَحْزَنُونَ

"Hakika walioamini, na Mayahudi, na Sabaiini, na Wakristo - yeyote aliyemwamini Mwenyezi Mungu na Siku ya Mwisho na akatenda mema - basi haitakuwa khofu juu yao wala hawatahuzunika." (Surat Al-Ma'idah 5:69)

Aya hizi zinaonekana kuwa wazi kabisa: Wayahudi na Wakristo hawana wajibu wa kuwa Waislamu ili kuokolewa. Wanachotakiwa ni kuamini kuwa Mungu yupo, kwamba kuna Siku ambayo atawafufua na kuwahukumu wanadamu (yaani, "Siku ya Mwisho"), na kufanya mema.

Hata hivyo, maelezo yaliyotajwa hapo juu yanapingana na kauli nyingine zinazosema kwamba Uislamu ndio dini pekee inayokubalika na ambayo hata inazungumza dhidi ya kukumbatia imani za Kiyahudi na Kikristo!

Na wanasema: "Hakuna atakayeingia Peponi isipokuwa yeye awe Myahudi au Mkristo." Haya ni matamanio yao tu. Sema (Ewe Muhammad, amani iwe juu yake): "Leteni hoja yenu ikiwa mnasema kweli." Naam, lakini mwenye kujisalimisha uso wake kwa Allah (yaani, anafuata Dini ya Tawhid ya Allah) na yeye ni Muhsin (mtenda mema, yaani, anatenda mema kikamilifu kwa ajili ya Allah pekee bila kujionyesha au kutafuta sifa au umaarufu, n.k., na kwa mujibu wa Sunnah ya Mtume Muhammad, amani iwe juu yake), basi ujira wake uko kwa Mola wake (Allah), juu yake hakutakuwa na khofu, wala hawatahuzunika. [Tazama Tafsiri ya Ibn Kathir, Juzuu ya 1, Ukurasa wa 154]. Wayahudi walisema kuwa Wakristo hawafuati kitu (yaani, hawako kwenye dini sahihi); na Wakristo walisema kuwa Wayahudi hawafuati kitu (yaani, hawako kwenye dini sahihi); ingawa wote wanakisoma Kitabu. Kama vile maneno yao, walivyosema (wasiokuwa waumini). Allah atawahukumu baina yao Siku ya Kiyama kuhusu yale ambayo walikuwa wanatofautiana. (Surat Al-Baqarah 2:111-113)

إِنَّ ٱلدِّينَ عِندَ ٱللَّهِ ٱلْإِسْلَٰمُ وَمَا ٱخْتَلَفَ ٱلَّذِينَ أُوتُوا۟ ٱلْكِتَٰبَ إِلَّا مِنۢ بَعْدِ مَا جَآءَهُمُ ٱلْعِلْمُ بَغْيًۢا بَيْنَهُمْ وَمَن يَكْفُرْ بِـَٔايَٰتِ ٱللَّهِ فَإِنَّ ٱللَّهَ سَرِيعُ ٱلْحِسَابِ

Bila ya shaka Dini mbele ya Mwenyezi Mungu ni Uislamu. Na walio pewa Kitabu hawakukhitilafiana ila baada ya kuwajia ujuzi, kwa sababu ya uhasidi ulio kuwa baina yao. Na anaye zikataa Ishara za Mwenyezi Mungu basi hakika Mwenyezi Mungu ni Mwepesi wa kuhisabu. (Surat Al-Imran 3:19)

Ibrahimu (Abraham) hakuwa Myahudi wala Mkristo, bali alikuwa Muislamu mwaminifu Hanifa (Tawhid ya Kiislamu -

kumuabudu Allah pekee) wala hakuwa miongoni mwa washirikina (Tazama Aya ya 105). (Surat Al-Imran 3:67)

Je, wanatafuta dini nyingine isipokuwa dini ya Allah (Tawhid ya kweli - kumuabudu Allah pekee), wakati vyote vilivyomo katika mbingu na dunia vimesilimu kwake, kwa hiari au kwa lazima. Na vyote vitarudishwa kwake. Sema (Ewe Muhammad SAW): "Tunamuamini Allah na tuliyoteremshiwa sisi, na yaliyoteremshwa kwa Ibrahimu (Abraham), Isma'il (Ishmael), Ishaq (Isaac), Ya'qub (Jacob) na Al-Asbat [wana kumi na wawili wa Ya'qub (Jacob)] na yale yaliyopewa Musa (Moses), 'Isa (Yesu) na Manabii kutoka kwa Mola wao. Hatufanyi tofauti kati ya wao na sisi, na kwake (Allah) tumesilimu (katika Uislamu)." Na mwenye kutafuta dini nyingine isipokuwa Uislamu, haitakubaliwa kwake, na Akhera atakuwa miongoni mwa wenye kukhasirika. (Surah Al-Imran 3:83-85)

...Leo hii wale waliokufuru wamekata tamaa na dini yako; basi usiwaogope, lakini niogope Mimi. Leo hii nimekukamilishieni Dini yenu, na nimekutimizieni neema yangu, na nimekuridhieni Uislamu kuwa ndiyo Dini yenu... (Surah Al-Ma'idah 5:3)

Zaidi ya hayo, Qur'an inasema kuwa Wayahudi na Wakristo wanalaaniwa kwa kuamini katika Umungu wa wajumbe wa Mungu kama vile Yesu na Ezra:

Hakika, wamekufuru wale wanaosema: "Allah ni Masih ['Isa (Yesu)], Mwana wa Maryam (Mariamu)." Lakini Masih ['Isa (Yesu)] alisema: "Enyi Wana wa Israel! Muabuduni Allah, Mola wangu na Mola wenu." Hakika, yeyote anayemshirikisha Allah katika ibada, basi Allah amemharamishia Pepo, na Moto utakuwa makazi yake. Na kwa wenye kufanya dhulma (washirikina na madhalimu) hakuna wa kuwanusuru. Hakika, wale walio kufuru ni wale wanaosema: "Allah ni wa tatu katika watatu (katika Utatu)." Lakini hapana mungu (hakuna anayestahiki kuabudiwa) isipokuwa Mungu mmoja, Allah. Na wakikoma na hayo wayasemayo, bila shaka adhabu chungu itawapata walio kufuru miongoni mwao. (Surat Al-Ma'idah 5:72-73)

Kabla ya kuendelea na hoja yetu, Je, wapi tunaweza kupata uthibitisho kuwa Yesu alisema haya maneno kuwa tumuabudu Allah? Je, kuna aya yeyote kwenye Injili iliyo kuja kabla ya kuzaliwa Muhammad na uwepo wa Qur'an inasema hivyo?

Na Mayahudi husema: "Uzair (Ezra) ni mwana wa Allah," na Wakristo husema: "Masih ni mwana wa Allah." Hiyo ni kauli itokayo vinywani mwao. Wanayafuata maneno ya makafiri waliopita. Lau kuwa wanayafahamu! Adui wao ni Allah. Anawapiga laana. Hawa wamepotea mbali na haki! (Surat At-Tawbah 9:30)

Kwa kuzingatia yaliyotajwa hapo juu, tunajifunza kuwa Qur'an inawaahidi Wayahudi na Wakristo thawabu kutoka kwa Mola wao Mlezi kwa kumwamini na kutenda mema wakati wao si Waislamu na kushikilia uungu wa manabii, yaani Wakristo wanaamini kuwa Yesu ni Mungu, huku Waislamu wanadai kuwa Yesu ni Nabii wa Allah.

Ili kuepuka tatizo hilo baadhi ya Waislamu wanaelekea kuelewa kuwa neno Uislamu si kama dini yenyewe bali kama rejea ya kujiwasilisha, ambayo ndiyo maana halisi. Kwa maana hii mtu yeyote anayejisalimisha kwa Mungu anakuwa Muislamu hata kama anajiita Myahudi au Mkristo.

Tatizo kuu la madai haya ni kwamba hii sio jinsi Qur'an inavyofafanua Uislamu kwa maana Uislamu ni dini tofauti na Uyahudi na Ukristo, kama Quran 2:111 na 3:67 zinavyo onyesha wazi na kutambuliwa kama dini katika Quran 3:19 na 83-85.

Qur'an ndani ya Qur'an inadai kwamba jina la Waislamu lilipewa mitume muda mrefu kabla ya Muhammad. Qur'an inathibitsiah haya kwa kutumia Qur'an na sio nje ya Qur'an kama ifuatavyo:

Na fanyeni juhudi katika Njia ya Allah kama inavyostahiki kuwa mnavyopasa kufanya (kwa ikhlasi na kwa juhudi zenu zote ili Jina lake liwe juu). Amewachagua nyinyi (kuwaleta watu kwenye Ujumbe wake wa Tawhid ya Kiislamu kwa kuwaalika katika dini yake, Uislamu), wala hakuweka juu yenu katika dini uzito wowote, hii ndiyo dini ya baba yenu Ibrahim (Ibrahim) (Tawhid ya Kiislamu). Yeye (Allah) ndiye aliye waita nyinyi Waislamu tangu zamani na katika hii (Qur'an), ili Mtume (Muhammad SAW) awe shahidi juu yenu na nyinyi muwe mashahidi juu ya watu! Basi simamisheni Sala (Iqamat-as-Salat), toeni Zaka na shikamaneni na Allah [yaani kuwa na imani kwa Allah na tegemeeni kwake katika mambo yenu yote] Yeye ndiye Mola wenu (Msaidizi, Bwana, n.k.), ni nani Mola bora (Msaidizi, Bwana, n.k.) na ni nani Msaidizi bora! (Surat Al-Hajj 22:78)

Hapa ndivyo baadhi ya wafafanuzi wa kikristo walivyoelezea maandishi haya: (Yeye amewaiteni Waislamu nyinyi kabla na katika hii (Qur'an),

Imamu Abdullah bin Al-Mubarak alisema, akisimulia kutoka kwa Ibn Jurayj, kutoka kwa Ata', kutoka kwa Ibn Abbas: kuhusu kusema kwa Allah, ... Yeye amewaiteni Waislamu kabla. "Hii inahusu Allah, aliye juu sana." Haya pia yalikuwa maoni ya Mujahid, Ata', Ad-Dahhak, As-Suddi, Muqatil bin Hayyan na Qatadah. Mujahid alisema, "Allah aliwaita Waislamu kabla, katika vitabu vyao vya awali na katika Adh-Dhikr,

... na katika hii ina maana, Qur'an." Haya pia yalikuwa maoni ya wengine, kwa sababu Allah anasema ...

Yeye amekuchagua, wala hakukuwekeeni katika Dini taabu yoyote.

Kisha akawahimiza wafuate ujumbe ambao Mtume wake alileta, kwa kuwakumbusha kwamba hii ni dini ya baba yao Ibrahim. Kisha akataja baraka zake kwa Ummah huu, ambapo aliwataja na kuwasifu zamani katika vitabu vya Mitume ambavyo vilisomwa kwa rabi na watawa. Mwenyezi Mungu anasema:

Yeye amewaiteni ninyi Waislamu "kabla" inamaanisha, kabla ya Qur'an,

... na katika hii. Chini ya ufafanuzi wa Aya hii, An-Nasa'i alirekodi kutoka kwa Al-Harith Al-Ash`ari kutoka kwa Mtume wa Allah, aliyekuwa akisema ...

((Yeyote atakayekubali wito wa Jahiliyyah, atakuwa miongoni mwa wale watakaotambaa kwenye magoti yao katika Jahannam))

Mtu mmoja alisema, "Ewe Mtume wa Allah, hata kama atafunga na kusali?" Akasema...

((Ndiyo, hata kama atafunga na kusali. Basi, fuata wito wa Allah ambao amekuiteni kuwa Waislamu na waumini na waja wa Allah.)) (Tafsiri ya Ibn Kathir (Imepunguzwa) (Suraht Al-Isra', Aya 39 Hadi mwisho wa Suraht Al-Mu'minun), imepunguzwa na kikundi cha wanazuoni chini ya uangalizi wa Shaykh Safiur-Rahman Al-Mubarakpuri [Darussalam Distributors & Publishers, Riyadh, Houston, New York, Lahore; Toleo la Kwanza: Julai 2000], Juzuu ya 6, ukurasa 625-626)

(Na jishindeni kwa ajili ya Allah kwa juhudi ambayo ni haki Yake) na timilizeni kwa ajili ya Allah yale ambayo ni haki Yake. (Amewateuwa nyinyi) kwa ajili ya dini Yake (wala hajaweka juu yenu katika dini) katika mambo ya dini (uzito wowote) Anasema: yeyote asiye weza kuswali akiwa amesimama, basi aswali akiwa ameketi; na yeyote asiye weza kuswali akiwa ameketi, basi aswali akiwa amelala, kwa kutumia ishara; (imani ya baba yenu Ibrahim) fuateni dini ya baba yenu Ibrahim. (Amekuiteni) Allah amekuiteni (Waislamu wa zamani) kabla ya Qur'an hii, katika Vitabu vya manabii wa zamani (na katika hiki (Kitabu)) yaani, Qur'an (ili Nabii) Muhammad (rehma na amani ziwe juu yake) (awe shahidi juu yenu) dhidi ya makafiri na kwa ajili ya waumini, (na nyinyi muwe mashahidi juu ya watu) kwa ajili ya manabii. (Basi simamisheni sala) swali sala tano za kila siku, kwa kumalizia wudhuu, rukuu, sujudu na yale yaliyofaradhishwa katika nyakati zake, (toeni Zaka) kutoka mali yenu, (na shikamaneni na Allah) na shikamaneni na dini na Kitabu cha Allah. (Yeye ndiye rafiki yenu wa kulindwa. Rafiki mwenye baraka) Mlinzi (na msaidizi mwenye baraka) Atakayekulinda! (Tanwîr al-Miqbâs min Tafsîr Ibn 'Abbâs; mstari mliojazwa na sisi)

Hivyo, Qur'an inaamini kwamba hata kabla ya wakati wa Muhammad, manabii na waumini walitambulishwa kwa jina la Waislamu! Kwa maneno mengine, dini yao haikuwa ya Kiyahudi au Kikristo, bali ni Uislamu na ndio maana walipewa jina la Waislamu. Hii pia inaeleza kwanini Quran 3:67 inamtambulisha Ibrahim kama Muislamu na inaonyesha kuwa Qur'an haijafafanua neno Uislamu kwa maana ya jumla tu, hivyo mtu yeyote anayejisalimisha kwa Mungu ni Muislamu kwa hakika bila kujali ikiwa mtu huyo anajitambulisha kuwa Myahudi, Mkristo, Mhindu, n.k.

Swali la kujiuliza: Kama kweli Manabii walitambuliwa kwa jina la Waislam hata kabla ya kuteremka kwa Qur'an, upo wapi ushahid kwenye Torati au Zaburi au Injili iliyo kuwepo kabla ya kuzaliwa kwa Muhammad na kuteremka kwa Qur'an lenye aya yenye jina Uislamu au Waislamu?

Wengine wanaweza kudai kuwa Qur'an inahusu tu Wayahudi na Wakristo ambao wanathibitisha tawhid kamili, au dhana ya Kiislamu ya umoja wa Mungu, na sio wale wanaoamini uungu wa manabii kama Yesu. Tatizo la dai hili ni kuwa mafungu haya hayafanyi kikwazo kama hicho, yaani, kuwa ni Wayahudi na Wakristo tu wanaoamini Tauhid ya Kiislamu ndio watakaopokea thawabu kutoka kwa Mola wao. Aidha, ni jambo linalojulikana kihistoria kuwa Wayahudi na Wakristo wa Orthodox wanashikilia umoja wa Mungu, licha ya ukweli kuwa Waislamu hawaridhishwi na tauhidi ya makundi kama hayo na ukosoaji wao kuhusu mafundisho kama Utatu wa Kikristo.

Zaidi ya hayo, Qur'an inaonya dhidi ya kukubali baadhi ya wajumbe na vitabu vya Mungu, huku ikiwakataa wengine:

ثُمَّ أَنتُمْ هَٰؤُلَاءِ تَقْتُلُونَ أَنفُسَكُمْ وَتُخْرِجُونَ فَرِيقًا مِّنكُم مِّن دِيَٰرِهِمْ تَظَٰهَرُونَ عَلَيْهِم بِٱلْإِثْمِ وَٱلْعُدْوَٰنِ وَإِن يَأْتُوكُمْ أُسَٰرَىٰ تُفَٰدُوهُمْ وَهُوَ مُحَرَّمٌ عَلَيْكُمْ إِخْرَاجُهُمْ أَفَتُؤْمِنُونَ بِبَعْضِ ٱلْكِتَٰبِ وَتَكْفُرُونَ بِبَعْضٍ فَمَا جَزَاءُ مَن يَفْعَلُ ذَٰلِكَ مِنكُمْ إِلَّا خِزْيٌ فِي ٱلْحَيَوٰةِ ٱلدُّنْيَا وَيَوْمَ ٱلْقِيَٰمَةِ يُرَدُّونَ إِلَىٰ أَشَدِّ ٱلْعَذَابِ وَمَا ٱللَّهُ بِغَٰفِلٍ عَمَّا تَعْمَلُونَ

Kisha nyinyi kwa nyinyi mnauwana, na mnawatoa baadhi yenu majumbani kwao, mkisaidiana kwa dhambi na uadui. Na wakikujieni mateka mnawakomboa, na hali kuwatoa mmekatazwa. Je! Mnaamini baadhi ya Kitabu na mnakataa baadhi yake? Basi hana malipo mwenye kutenda hayo miongoni mwenu ila hizaya katika maisha ya duniani, na Siku ya Kiyama watapelekwa kwenye adhabu kali kabisa. Na Mwenyezi Mungu si mwenye kughafilika na yale mnayo yatenda. S. 2:85

إِنَّ ٱلَّذِينَ يَكْفُرُونَ بِٱللَّهِ وَرُسُلِهِ وَيُرِيدُونَ أَن يُفَرِّقُواْ بَيْنَ ٱللَّهِ وَرُسُلِهِ وَيَقُولُونَ نُؤْمِنُ بِبَعْضٍ وَنَكْفُرُ بِبَعْضٍ وَيُرِيدُونَ أَن يَتَّخِذُواْ بَيْنَ ذَلِكَ سَبِيلًا

Hakika wale wanao mkataa Mwenyezi Mungu na Mitume wake, na wanataka kufarikisha baina ya Mwenyezi Mungu na Mitume wake, kwa kusema: Wengine tunawaamini na wengine tunawakataa. Na wanataka kushika njia iliyo kati kati ya haya. S. 4:150

Kihistoria, Uyahudi daima umemkataa Yohana Mbatizaji, Yesu Kristo na Muhammad kama wajumbe kutoka kwa Mungu, wakati Ukristo unamkataa Muhammad kama nabii wa kweli na mjumbe. Zaidi ya hayo, Wayahudi hawakubali Injili ya Bwana Yesu Kristo au Qur'an na Wakristo wakikataa Qur'an kama ufunuo. Basi, ni kwa jinsi gani watu wanaweza kubaki katika dini hizi bila kukiuka kauli za Qur'an zilizotangulia? Na Mwenyezi Mungu ataahidije kwamba watu kama hao hawatakuwa na haja ya kuogopa ila watapata thawabu kutoka kwake?

Zaidi ya hayo, kwa kukataa baadhi ya Mitume na vitabu, watu hawa wamekuwa makafiri. Qur'an inasisitiza kwamba Allah kamwe hatakubali matendo mema ya makafiri:

Haitakiwi kwa Mushrikun (washirikina, wanaoabudu masanamu, makafiri katika Umoja wa Allah), kudumisha misikiti ya Allah (yaani, kusali na kumuabudu Allah humo, kuzingatia usafi wao na ujenzi wao, n.k.), hali wao wakitoa ushahidi dhidi ya nafsi zao wenyewe kwa ukafiri. Kazi za watu hao ni bure na watakuwa katika Moto milele. S. 9:17

Kama walivyokuwa wale walio kuwa kabla yenu, walikuwa na nguvu zaidi kuliko ninyi, na mali nyingi na watoto. Walifurahia sehemu yao kwa muda, basi furahieni sehemu yenu kwa muda kama wale walio kuwa kabla yenu walivyofurahia sehemu yao kwa muda; na mlijihusisha na michezo na mizaha (na kusema uongo dhidi ya Allah na Mtume wake Muhammad SAW) kama walivyofanya wao. Hao ndio watu ambao matendo yao ni bure katika dunia hii na Akhera. Hao ndio wanaopotea. S. 9:69

Watasema: "Je! Hawakujieni Mitume wenu na hoja na dalili waziwazi?" Watasema: "Ndio." Watasema: "Basi ombeni (kama mnavyotaka)! Na maombi ya makafiri hayana chochote ila ni upotofu!" S. 40:50

Tena, jinsi gani mtu anaweza kubaki kuwa Myahudi au Mkristo na matendo yake mema yakubaliwe wakati anakataa baadhi ya Mitume na vitabu hivyo ambavyo Qur'an inasema lazima viaminiwe na kukubalika kikamilifu?

Marejeo yote yametolewa kutoka katika tafsiri ya Qur'an ya Hilali-Khan.

SEHEMU YA XIII

Je, Uislam ni dini ya Amani?

Je, Waislamu wanapaswa kukubali amani au la?
Uislamu na Vita
Imesimuliwa kwamba Muhammad alisema kuwa vita ni udanganyifu:

Imepokewa kutoka kwa Abu Huraira: Mtume alisema, "Khosrau ataharibika, na baadae hatakuwepo Khosrau, na Caesar bila shaka ataharibika, na baadae hatakuwepo Caesar, na mtatumia hazina zao katika Njia ya Allah." Alisema, "Vita ni udanganyifu." (Sahih al-Bukhari, Juzuu ya 4, Kitabu cha 52, Hadiyth Na. 267)

Imepokewa kutoka kwa Jabir bin 'Abdullah: Mtume alisema, "Vita ni udanganyifu." (Sahih al-Bukhari, Juzuu ya 4, Kitabu cha 52, Hadiyth Na. 269)

Hii kimsingi inamaanisha kuwa Waislamu wanaweza kutumia uongo na udanganyifu wanapohisi kuwa wako vitani dhidi ya makafiri. Hakuna ushahidi mkubwa zaidi wa hili kuliko tunavyopata katika Qur'an.

Kwa mfano, Qur'an inaruhusu Waislamu kukubali mkataba wa amani kutoka kwa makafiri wanaopigana nao:

وَإِن جَنَحُوا۟ لِلسَّلْمِ فَٱجْنَحْ لَهَا وَتَوَكَّلْ عَلَى ٱللَّهِ إِنَّهُۥ هُوَ ٱلسَّمِيعُ ٱلْعَلِيمُ ۝

Na wakielekea amani nawe pia elekea, na mtegemee Mwenyezi Mungu. Hakika Yeye ndiye Mwenye kusikia Mwenye kujua S. 8:61 (Hilali-Khan)

Moja ya maelezo yaliyotajwa kwa Ibn Abbas anasema:

(Na wakitaka amani) ikiwa Banu Qurayzah wanataka na kutamani amani, (nanyi pia tafuteni amani) na tamani hiyo, (na mtegemee Allah) kuhusiana na kuvunja au kuheshimu mikataba. (Hakika Yeye ni Mwenye kusikia) ya wanayosema, (Mjuzi) wa kuvunja na kuheshimu mikataba. (Tanwîr al-Miqbâs min Tafsîr Ibn 'Abbâs; chanzo mtandaoni altafsir.com) Ibn Kathir, anayechukuliwa kuwa mmoja wa mfasiri wakuu wa Uislamu, aliandika:

Amri ya Kurahisisha Amani Wakati Adui Anatafuta Suluhisho la Amani.

Allah anasema, ikiwa unahofia hila kutoka kwa kabila la watu, basi koma mkataba wa amani ulio kuwa nao, ili muwe sawa. Ikiwa wanaendelea kuwa maadui na kukupinga, basi wapigeni vita, ...

Lakini wakitaka na kutafuta, ... amani, ikiwa wanatafuta upatanishi na kutaka mkataba wa kutokuwa na uadui, ...

nanyi pia tafuteni amani, na kubali maombi ya amani kutoka kwao. Ndiyo sababu wakati washirikina walitaka amani katika mwaka wa Hudaybiyah na kutafuta kukomeshwa kwa uadui kwa miaka tisa, kati yao na Mtume wa Allah, alikubali hilo kutoka kwao, pamoja na kukubali masharti mengine ya amani waliyotoa. 'Abdullah bin Al-Imam Ahmad alirekodi kwamba 'Ali bin Abi Talib alisema kwamba Mtume wa Allah alisema, ... ((Baada yangu kutakuwa na migogoro, kwa hivyo ikiwa una njia ya kumaliza migogoro hiyo kwa amani, basi fanya hivyo.))

Allah alisema baadaye, ...

na mtegemee Allah. Allah anasema, fanya mkataba wa amani na wale wanaotamani amani, na mtegemee Allah. Hakika, Allah atakutosha na atakusaidia hata ikiwa wao watatumia amani kama udanganyifu, ili wakusanye na kuratibu nguvu zao ... (Tafsir Ibn Kathir (Abridged) (Suraht Al-A'raf hadi mwisho wa Surah Yunus), iliyoafupishwa na kikundi cha wasomi chini ya usimamizi wa Shaykh Safiur-Rahman Al-Mubarakpuri [Darussalam Publishers & Distributors, Riyadh, Houston, New York, Lahore; Toleo la kwanza: Mei 2000], Juzuu ya 4, ukurasa 348-349)

Hii inapingana waziwazi na maandishi yafuatayo:

Kwa hivyo msidhoofike na msitake amani (kutoka kwa maadui wa Uislamu), wakati mna nguvu zaidi. Mungu yupo pamoja nanyi, na kamwe hatapunguza thawabu ya vitendo vyenu vizuri. S. 47:35 Hilali-Khan

Waislamu wanatakiwa kutotafuta amani na wasioamini, ikiwa wao ndio upande wenye nguvu zaidi! Kama tafsiri ya Ibn Abbas inavyosema:

(Basi msiyumbeyumbe) usidhoofike, enyi muumini, katika kupigana na makafiri (mkaitie amani) na imeelezwa kwamba hii inamaanisha: kwa ajili ya Uislamu kabla ya kupigana (wakati mtakuwa mnawazidi) wakati mnapata ushindi na matokeo ya mwisho yatakuwa upande wako, (na Allah yupo pamoja nanyi) Anakusaidieni kuwashinda adui zenu, (wala Hatakuudhurishieni) na Hataidhoofisha kazi zenu mnazofanya katika Jihadi. (Tanwîr al-Miqbâs min Tafsîr Ibn 'Abbâs; chanzo mtandaoni altafsir.com)

Watafsiri mashuhuri wa Kisuni, al-Jalalayn, wanaafikiana:

Basi msidhoofike, [msiwe] dhaifu, na [msiite] amani (soma salm au silm), yaani, kusitisha vita na makafiri mnapokutana nao, wakati mnapokuwa na nguvu zaidi (al-a'lawna: herufi ya tatu ya mzizi wa tatu, waw, imeachwa), [mnapokuwa] washindi, waliowashinda, na Mungu yupo pamoja nanyi, akisaidia na kusaidia, na Hatakukatiza, kukupunguzieni, [thawabu ya] kazi zenu, yaani, thamani yake. (Tafsir al-Jalalayn; chanzo mtandaoni www.altafsir.com)

Huu ni mgongano na utata wa wazi na Surah 8:61!

Ili kusuluhisha mgongano dhahiri kati ya amri hizi mbili zinazopingana, baadhi ya Waislamu wametumia mafundisho ya kufuta, yaani, kwamba Surah 8:61 imefutwa:

Na wakitaka suluhu (soma salm au silm, maana yake, 'makubaliano'), basi patanisheni nao na afikianeni nao makubaliano: Ibn 'Abbas alisema, 'Hii imefutwa na aya ya "aya ya upanga" [Q. 2:191]'; Mujahid alisema, 'Hili [sharti] linatumika pekee katika muktadha wa Watu wa Kitabu, kwa kuwa lilifunuliwa kuhusu Banu Qurayza; na tegemeeni Mungu, mtegemeeni Yeye; hakika Yeye ni Msikiaji, wa maneno, Mjuzi, wa matendo. (Tafsir al-Jalalayn; chanzo mtandaoni www.altafsir.com)

Kufutafuta aya ni kukiri kwamba Qur'an inajipinga yenyewe na imejaa shaka, kama Muislamu mmoja alivyokiri kwa uwazi hapa chini:

Msingi ambao nadharia ya kufutafuta aya za Qur'an unategemea, ni msingi usiokubalika, kwani ni kinyume na mafundisho ya Qur'an. Aya inachukuliwa kuwa imefutwa wakati ambapo hizo mbili haziwezi kusuluhishwa; yaani, wakati zinaonekana kuzipinga. Lakini Qur'an inaangamiza msingi huu inaposema kwamba hakuna sehemu yoyote ambayo inapingana na nyingine: "Je, hawatafakari Qur'an? Na kama ingekuwa kutoka kwa asiye kuwa Mwenyezi Mungu, bila ya shaka wangeiona humo upotovu mwingi" (4: 82). Ilikuwa kutokana na kutofikiri kwamba aya moja ilidhaniwa kuwa inapingana na nyingine; na ndiyo sababu karibu katika kila kesi ambapo kufuta aya kumeungwa mkono na mtu mmoja, kumekuwa na mwingine ambaye, akiweza kuzisuluhisha hizo aya mbili, basi anakataa mtindo wa kufuta aya. (Ali, The Religion of Islam [The Ahmadiyya Anjuman Isha'at Islam (Lahore) U.S.A., Toleo la Nane 2005], uk. 32; mwangwi na kiashirio cha wazi ni wetu)

Marehemu Muhammad Asad alikuwa na maoni kama hayo:

...Msingi uliowekwa katika sehemu hii - inayohusiana na kuzidiwa kwa agizo la Biblia na lile la Qur'an - umesababisha tafsiri potofu na baadhi ya maulamaa, Waislamu. Neno "ayah" (ujumbe) linalotokea katika muktadha huu pia hutumiwa kuashiria "aya" ya Qur'an (kwa kuwa kila moja ya aya hizi zina ujumbe). Kwa kuchukua maana iliyozuiwa ya neno "ayah", baadhi ya wanazuoni wanahitimisha kutokana na mstari ulio hapo juu kwamba baadhi ya aya za Qur'an zimefutwa kwa amri ya Mungu kabla ya kukamilika kwa ufunuo wa Qur'an. Mbali na ubunifu wa madai haya - AMBAYO YANATUKUMBUSHA KWAMBA MWANDISHI WA QUR'AN NI BINADAMU NA NDIO MAANA

ANABADILISHA AU SAHIHISHA, AYA ZENYE UTATA, kwa kufuta sehemu moja na kuiweka nyingine - hakuna HADITHI HALISI HATA MOJA inayosema kwamba Mtume aliwahi kutangaza kuwa aya ya Qur'an imeshafutwa. Chanzo cha hivyo vinavyoitwa "misingi ya kufuta" KINAWEZA KUWA UWEZO MDOGO WA BAADHI YA MAWASILIANO YA AWALI KUSULUHISHA AYA MOJA YA QUR'AN NA NYINGINE; changamoto ambayo ilishindwa kwa kutangaza kuwa moja ya aya zinazohusika imefutwa. Utaratibu huu wa kiholela unaelezea pia kwanini hakuna makubaliano yoyote kati ya wanaounga mkono "misingi ya kufuta" kuhusu aya gani, na ni ngapi, za Qur'an zimeathiriwa na hiyo; na zaidi, ikiwa hiyo kufuta iliyodaiwa inamaanisha kuondolewa kabisa kwa aya kutoka kwa muktadha wa Qur'an, au tu kufuta agizo au kauli maalum iliyomo ndani yake. Kwa ufupi, "misingi ya kufuta" haina msingi wa ukweli wa kihistoria, na inapaswa kukataliwa... (Asad, The Message of the Qur'an [Dar Al-Andalus Limited 3 Library Ramp, Gibraltar rpt. 1993], uk. 22-23, n. 87; toleo la mtandaoni www.geocities.com; mwangwi na kiashirio cha wazi ni wetu)

Zaidi ya hayo, Surah 47:35 sio tu inakataza kutafuta amani bali pia inatoa mfano wa kufuatwa na Waislamu. Matini inasema wazi kwamba Waislamu hawapaswi kutafuta amani ikiwa wana shinda vita, ambayo inamaanisha kuwa ikiwa hawako katika nafasi ya utawala basi amri ya Surah 8:61 inapaswa kutekelezwa. Kwa maneno ya Ibn Kathir:

Basi msishindwe, maana yake, msidhoofike kuhusu maadui...

na kuomba amani, maana yake, kusuluhisha, amani, na kumaliza mapigano kati yenu na makafiri wakati hamko katika nafasi ya nguvu, idadi kubwa na maandalizi...

< Basi msishindwe na kuomba amani wakati hamko katika nafasi ya juu.> maana yake, katika hali ya uwezo wenu juu ya adui yenu. Ikiwa, kwa upande mwingine, makafiri wanachukuliwa kuwa wenye nguvu na wengi kuliko Waislamu, basi Imam (amiri jeshi mkuu) anaweza kuamua kufanya mkataba ikiwa anaamini

kuwa una manufaa kwa Waislamu. Hii ni kama vile Mtume wa Allah alivyofanya wakati makafiri walimzuia kuingia Makkah na kumpa mkataba ambao mapigano yote yangesimamishwa kwa miaka kumi kati yao ... (Tafsir Ibn Kathir (Abridged) (Surat Al-Jathiyah hadi mwisho wa Suraht Al-Munafiqun) [Toleo la Kwanza: Septemba 2000], Juzuu ya 9, uk. 118; mwangwi na kiashirio cha wazi ni wetu)

Tafsiri hii inaonyesha kwamba mafungu haya hayana mgongano na kwamba amri moja haiwaondolei nyingine. Badala yake, mistari inarejelea hali na hali tofauti ambazo hufanya kifungu kimoja kutumika kinyume na kingine. Kwa maneno mengine, ikiwa makafiri wanazidi idadi ya Waislamu, basi yule wa mwisho anapaswa kukubali na kutafuta amani kwa mujibu wa Sura ya 8:61. Kwa upande mwingine, ikiwa Waislamu wako wengi zaidi na wenye nguvu, basi lazima wasitafute amani lakini watafute kuwatawala makafiri kulingana na Surah 47:35!

Hii ina maana kwamba Waislamu wanaoishi Magharibi wanaweza kufuata mkondo wa amani na majirani zao wasioamini kwa kuwa watu wa Magharibi (Wasio amini Uislamu) ni wengi kuliko Waislamu. Hata hivyo, Waislamu wanapokuwa na uwezo wa kutosha na utajiri wa kuwashinda makafiri, watalazimika kuacha amani na kutafuta kuwashinda makafiri.

Kile kinachomaanisha ni kwamba Waislamu wanaoishi Magharibi wanaweza kufuata njia ya amani na majirani wasioamini kwa kuwa idadi yao ni kubwa kuliko yao. Lakini wakati Waislamu wanapata nguvu na utajiri wa kutosha kuwashinda "makafiri", watalazimika kuacha amani na kutafuta kuwatawala makafiri.

Hasa, mafundisho haya ya Kiislamu yanaharibu msingi wowote wa kuaminiana katika mikataba ya amani iliyofanywa na Waislamu. Mkataba na Waislamu haufikiriwi kuwa wa kudumu lakini mpaka wakati kama huu Waislamu wanahisi kuwa na nguvu ya kutosha kwamba ni kwa faida yao kuvunja amani "mkataba" na kuwashambulia makafiri. Kwasababu hii, Uislamu haujui mikataba ya amani ya kweli na wasio Waislamu, yaani, mikataba ya amani ambayo inamaliza vita mara moja na kwa wote, lakini ni makubaliano ya muda tu ambayo yanaweza kufutwa wakati wowote.

Je, ni ajabu kwamba Muhammad alinukuliwa akisema kuwa vita ni udanganyifu!

Kuna hadithi ambazo zinaelezea wazi kwamba uongo unaruhusiwa katika Jihad ili kupanua utawala wa Allah juu ya makafiri, kwa njia zote, za kijeshi na zisizo za kijeshi. Mtafiti Mkristo wa Uislamu na mwandishi wa maisha ya Muhammad, Sir William Muir aliandika:

Imani ya kawaida ya Muislamu ni kwamba inaruhusiwa kusema uwongo katika hali nne: 1) kuokoa maisha yake; 2) kufikia amani au upatanisho; 3) kuwashawishi wanawake; 4) wakati wa safari au vitani.

La kwanza linaungwa mkono na ruhusa iliyotolewa na Mahomet. Ammar ibn Yasir aliteswa sana na washirikina wa Mecca, na akakanusha imani yake ili aokolewe. Mtume alikubali kitendo chake: "Ikiwa wanafanya hivyo tena, rudia kukanusha tena mbele yao." Katib al Wackidi; uk. 227 ½. Hadithi nyingine iliyohifadhiwa katika familia ya Yasir, inasema hivi: "Washirikina walimkamata Ammar, na hawakumwachilia mpaka alikuwa amemtukana Muhammad na kuongea vema juu ya miungu yao. Kisha alimwendea Mtume, ambaye alimuuliza kilichotokea." - "Baya, ewe Nabii wa Bwana! Sikuachiliwa mpaka nilipokutukana wewe, na kuongea vema juu ya miungu yao." - "Lakini vipi," Mahomet alijibu, "unajihisi vipi moyoni wako?" - "Salama na imara katika imani." - "Basi," Mahomet alisema, "ikiwa watarudia hivyo, na wewe rudia hivyo." Ibid. Mahomet pia alisema uwongo wa Ammar ulikuwa bora kuliko ukweli wa Abu Jahl.

La pili linaidhinishwa moja kwa moja na hadithi ifuatayo: "Mtu huyo si mwongo ambaye anafanya amani kati ya watu wawili, na anasema maneno mazuri kuondoa mzozo wao, ingawa hayo maneno ni ya uwongo." Mishcat, juzuu ya pili, uk. 427.

Kuhusu la tatu, tuna mfano wa kuhuzunisha kwamba Mahomet hakufikiri ni kosa kutoa ahadi za uwongo kwa wake zake, katika suala la Mary, kijakazi wake kutoka Misri. Na kuhusu la nne, ilikuwa ni tabia yake ya kawaida katika kuandaa safari za kijeshi (isipokuwa ile ya Tabuk) kuficha nia zake, na kueneza habari kwamba alikuwa anapanga kwenda kwenye mwelekeo tofauti na wa kweli. Hishami, uk. 392; Katib al Wackidi, uk. 133 ½. (Muir, The Life of Mahomet: With Introductory Chapters On The Original Sources For The Biography Of Mahomet, And On The Pre-Islamite History Of Arabia, Juzuu ya 1, chanzo cha 88)

Hata hivyo, vita ya kijeshi sio njia pekee ambayo Waislamu hutafuta kutekeleza sheria zao katika jamii. Vita inaweza kuwa na Surah nyingi. Kama ilivyo hapo juu, jamii ya Waislamu katika nchi isiyo ya Kiislamu inaweza kujifanya wao ni wafuasi wa sheria na waaminifu kwa katiba (yaani, kuzungumza kuhusu amani) wanapokuwa wadogo na dhaifu, lakini kwa urahisi wanaweza kutozingatia, au hata kuishambulia na kuiharibu, sheria za nchi wanapopata nguvu zaidi.

Zaidi ya hayo, tatizo si hata kauli kwamba "vita ni hila". Katika vita, majeshi yote hutafuta kupata faida kwa kumshangaza adui. Iwe ni halali kimaadili au la, hila na udanganyifu vinatarajiwa katika vita. Tatizo kubwa ni kwamba kwa kuzingatia ukweli huo hapo juu, ni vigumu kuepuka hitimisho kwamba katika Uislamu "amani ni hila", yaani, "mazungumzo ya amani" ya Waislamu ni hila, kwa sababu Waislamu hawatafuti amani ya kweli na ya kudumu ambayo inajumuisha uhuru na usalama kwa wasio Waislamu, hasa uhuru wa dini, lakini wanatafuta kununua muda na fursa ya kukusanyika tena na kupata nguvu mpaka wawe na nguvu ya kudhibiti makafiri na kuwalazimisha chini ya utawala wa Uislamu. Hilo hakika halitaweza kuitwa "kutafuta amani".

Kimsingi, maandiko haya yanahalalisha uwongo kwa wasio Waislamu wakati wote.

Mwanafalsafa maarufu wa Kiislamu Abu Hammid Ghazali anasema:

"Kuzungumza ni njia ya kufikia malengo. Ikiwa lengo lenye sifa njema linaweza kufikiwa kupitia kusema ukweli na uwongo, ni haramu kufikia lengo hilo kupitia uwongo kwa sababu hakuna haja ya hivyo. Wakati inawezekana kufikia lengo kama hilo kwa kusema uwongo lakini si kwa kusema ukweli, ni halali kusema uwongo ikiwa kufikia lengo ni halali." (Ahmad ibn Naqib al-Misri, The Reliance of the Traveller, tafsiri ya Nuh Ha Mim Keller [Amana Publications, 1997], sehemu r8.2, ukurasa 745; mkazo wetu wa wazi)

Jambo linalofanya liwe gumu kuelewa ni kwamba Waislamu wengi ambao wamekimbia hali za kukata tamaa na zisizo salama katika nchi zao na kuja magharibi ili kupata maisha bora sasa wanaharibu taasisi za nchi hizi na kuleta fujo, aina ile ile ya mazingira ambayo awali waliyahama ili kuishi mahali bora.

Uthibitisho tulio usoma unaweka wazi kuwa: Njia wanayo tumia Waislam kujaribu kutetea utekelezaji na utata wa maandiko haya yanayopingana katika Qur'an na dini ya Uislamu ni batili na yanathibitisha kuwa Qur'an imejaa shaka na utata.

Bwana Yesu Mfufuka na Mwenye uhai, Mwana wa Mungu Mwenyezi, atulinde kutokana na haya yote.

Amina.

SEHEMU YA XIV

Kama Uslam ni dini ya Amani, kwanini Muhammad aliuwa Wayahudi?

Mauaji ya Wayahudi wa Banu Qurayza.

Muhammad alikuwa mmoja wa wahalifu wakubwa katika historia. Aliamuru mauaji 60 na kibinafsi alihusika katika ukatili mara 27. Mauaji mabaya aliyo fanya Muhammad yalikuwa huko Banu Qurayza kwa sababu yametajwa na Allah (Mpinga Mungu) katika Qur'an. Wanaume 600 hadi 900 wa Kiyahudi walikatwa vichwa huko Banu Qurayza na wanawake na wasichana wadogo wa Kiyahudi (ambao hawakuchaguliwa kama watumwa wa ngono na wauaji wa Waislamu wa SS wanaojulikana kama (Kampuni) waliuzwa katika utumwa. Muhammad alichagua mmoja wa wanawake wa Kiyahudi na kumbaka na halafu akawa mtumwa wake wa ngono.

Kuhusu Muhammad - Allah alikuwa amechagua - mwuaji kamili wa kutekeleza mapenzi yake. Hapa kulikuwa na mtume wa kweli ambaye hakuonyesha huruma. Hapa kulikuwa na mtume wa kweli ambaye hakuonyesha huruma. Hapa alikuwa mtume, ambaye hangeruhusu kilio cha wanawake na watoto wa makafir kugusa moyo wake. Hapa kulikuwa na mtume, ambaye angesimama kama mfano wa kimaadili wa kuingwa na wanaume wote Waislamu - watu kama Osma bin Laden, Meja Hasan, walipuaji wa kujitoa muhanga, wanajihadi, wachinjaji, nk ambao wanafuata mfano uliowekwa na Mtume wa Allah huko Banu Quraiza na kutekeleza sheria za Allah kama ilivyoainishwa bila huruma katika Qur'an.

Allah, kwa wema wake mwenye huruma, alisherehekea ushindi mkubwa wa mauaji dhidi ya Wayahudi wa Banu Quraiza kupitia aya za Qur'an 33.25, 33.26, 33.27, 8.67, 8.17 (zilizoorodheshwa hapa chini). Lakini kwa kweli, haikuwa Mungu aliyesherehekea vitendo hivi viovu isipokuwa Allah (Mpinga Mungu). Kwa kuuza katika utumwa wanawake na watoto na kuchukua mali ya kabila hili tajiri la Kiyahudi, ngawira kubwa ilipatikana na kuidhinishwa na Allah katika aya za Qur'an zisizo na maadili 8.69, 8.1, 8.41.

BANU QURAIZA: MAELEZO MAFUPI YA MAUAJI HAYO KATIKA MAANDISHI YA UISLAMU

Malaika Jibrili anaonekana kwa Muhammad akimwagiza kushambulia Wayahudi wa Banu Qurayza.

Kulingana na hadith sahihi (Bukhari) - "wakati Mtume aliporejea kutoka vita vya Al-Khandaq (yaani Treni) na kuweka silaha zake chini na kuoga, Jibril alimjia mtume akiwa amevaa kitambaa kilichochorwa wakati akisafiri kwa punda na kiti kilichofunikwa na kipande cha hariri na akauliza, 'Umeweka silaha zako chini? Kwa jina la Mungu, sisi malaika hatujaziweka chini bado na nimekuja tu kutoka kuwafuatia adui. "Mungu anakutuma wewe, Muhammad, uende kwa Banu Qurayza. Ninaenda kuyumbisha ngome yao (kuwatisha Wayahudi). Basi nipo tayari kwenda kwao." Mtume akasema, "Nipewe maelekezo ya kwenda wapi?" Jibril akasema, "Pande hizi," akionyesha kuelekea Banu Quraiza. Basi Mtume akaondoka kwenda kwao." Hapa chini ni hadith sahihi inayothibitisha hadithi hiyo:

Muislamu: Juzuu ya 5, Kitabu cha 59, Hadithi namba 444:

Imeelezwa na Anas: "Kana kwamba sasa hivi ninaona vumbi linapanda barabarani mwa Banu Ghanm (huko Madina) kutokana na msafara wa kikosi cha Jibril wakati Mtume wa Allah alipoelekea Banu Quraiza (kuwashambulia)." Desturi hizi kuhusu uongozi wa Jibril zinalenga kutoa msaada wa kiungu kwa uovu unaotarajiwa kutendeka. Leo, tunaweza kuiona hiki kama kitu cha kufikirika, lakini kwa mamilioni ya Waislamu hiki ni kitendo halisi.

Muhammad aliwazingira Banu Quraiza kwa siku 25. Baada ya Wayahudi kusalimu amri bila masharti, wanaume wote walikatwa vichwa, wanawake na wasichana wadogo walibakwa na kuuzwa utumwani. Mali yao iliporwa.

Sahih Bukhari Juzuu ya 5, Kitabu cha 59, Hadithi namba 448:

"Basi Mtume wa Allah alienda kwao (yaani Banu Quraiza) (aliizingira). Kisha wakasalimu amri kwa hukumu ya Mtume (bila masharti baada ya upinzani mkali wa siku 25), lakini aliwaongoza waende kwa Sad (mshirika) ili atoe uamuzi wake kuhusu wao. Sad alisema, "Natoa hukumu yangu kwamba wapiganaji wao wauawe, wanawake na watoto wachukuliwe mateka, na mali yao igawanywe."

Mtume akasema, "Umehukumu kulingana na hukumu ya Mfalme (yaani Allah)." (Hadithi namba 447, Juzuu ya 5). Hukumu: Kifo kwa kukatwa vichwa kwa wanaume na wavulana waliofikia umri wa kubalehe, na utumwa kwa wanawake na watoto. Ibn Ishaq anasema idadi ya walio katwa vichwa inaweza kuwa kubwa kama 800-900 (uk. 464).

MUHAMMAD MWENYE HURUMA ANAAGIZA MIFEREJI ICHIMBWE KUWEKWA VICHWA VILIVYOKATWA ILI KUDHIBITI MTIRIRIKO WA DAMU.

"Kisha wakajisalimisha, na Mtume akawafunga katika Medina katika eneo la d. al-Harith, mwanamke wa B. al-Najjar. Kisha Mtume akaenda sokoni mwa Medina (ambalo ni soko lake hadi leo) na kuchimba mifereji ndani yake. Kisha aliwaita na kuwakata vichwa vyao katika mifereji hiyo wakati walipokuwa wakiletwa kwake kwa makundi. Miongoni mwao alikuwepo adui wa Allah Huyayy bin Akhtab na Kab. Asad kiongozi wao. Walikuwepo wapatao 600 au 700, ingawa wengine wanasema idadi inaweza kuwa kubwa kama 800 au 900. Walipokuwa wakipelekwa kwa makundi kwa Mtume, walimwuliza Kab wakitaka kujua nini kingefanyika nao. Alikuja na kusema, 'Hamtaelewa kamwe? Je, hamwoni kuwa mwito hauishi na wale wanaochukuliwa hawarudi? Kwa jina la Allah, ni kifo!' Hii ilifanyika mpaka Mtume akawamaliza.

Huyayy aliletwa akiwa amevaa joho iliyopambwa kwa maua ambayo yalikuwa yamechora matundu kama ukubwa wa vidole kila sehemu ili isichukuliwe kutoka kwake kama ngawira, mikono yake ilifungwa kwa kamba shingoni mwake. Alipoona Mtume alisema, 'Kwa Mungu, silaumu nafsi yangu kwa kukupinga, lakini yule anayemwacha Mungu atakuwa ameachwa.' Kisha akaenda kwa wanaume na kusema, "Amri ya Mungu ni ya haki. Kitabu na uamuzi, na mauaji yameandikwa dhidi ya Wana wa Israeli." Kisha akaketi na kichwa chake kikakatwa." [Sirat, ukurasa 464]

Kulingana na maandishi ya Sirat - Muhammad mwenyewe alishiriki katika kuchimba mifereji ambayo Wayahudi waliouawa walitupwa ndani yake. Hata hivyo, yeye mwenyewe hakushiriki tu katika maandalizi hayo, Muhammad pia aliwakata vichwa vyao. Muhammad mwenyewe alikata vichwa vya angalau wanaume wawili waliotajwa na labda wengi zaidi. Kukata vichwa vya wanaume 600-700 mmoja baada ya mwingine inachukua muda na nguvu kubwa. Hakika, hii haikufanywa na mtu mmoja pekee bali na wengi. Yeyote aliyeteuliwa kutekeleza sehemu kubwa ya hukumu hii, lazima awe amepumbazwa kwa dhamiri yake ili kukata vichwa vya mamia ya watu, akiangalia macho ya waathirika watakaouawa.

TATIZO KUBWA: Ni Jinsi gani Magaidi wa SS waliamua ni Wavulana gani wa Kiyahudi wauwawe na au waachwe hai kwa ajili ya utumwa?

Wakati wa mauaji haya, mtume Muhammad alikabiliwa na tatizo kubwa sana. Jinsi ya kutofautisha kati ya wavulana Wayahudi ambao wangeweza kuuzwa utumwani na wanaume Wayahudi vijana ambao walipaswa kupoteza vichwa vyao. Akiwa kiongozi anayejishughulisha na kila kitu, mtume Muhammad alikuja na suluhisho lenye akili. Ili kutofautisha kati ya wanaume wazima na wavulana ambao hawajafikia umri wa kubalehe, Muhammad aliamuru wafuasi wake waaminifu - masahaba kuvua suruali za vijana na kuchunguza kwa mtindo wa SS ikiwa kuna nywele za mavuzi kuzunguka sehemu zao za siri, na ikiwa walikuwa wameota nywele za mavuzi, ilikuwa sababu ya kutosha kuwakata vichwa.

Kitabu 38, Nambari 4390:

Imeeleza Atiyyah al-Qurazi: "Mimi nilikuwa miongoni mwa mateka wa Banu Qurayzah. Walituchunguza, na wale ambao walikuwa wameanza kukua nywele za mavuzi (nywele za uume) waliuawa, na wale ambao hawakuwa wameanza kukua hawakuuawa. Mimi nilikuwa miongoni mwa wale ambao hawakuwa wameota nywele za mavuzi."

Mtu angetarajia tabia kama hii kutoka kwa Hitler na SS yake, si kutoka kwa nabii wa Mungu. Muhammad hakuwa nabii. Tena - MUHAMMAD ALIKUWA HITLER WA KWANZA

Aisha alisema: "Mwanamke mmoja tu kati yao ndiye aliuawa. Alikuwa nami na alikuwa akizungumza nami na kucheka kupita kiasi wakati mtume alipokuwa akimuua mume wake sokoni, ghafla sauti isiyoonekana ilimwita kwa jina lake. 'Yule Mwanamke alilia na kuuliza, 'Nini kinaendelea?' 'Ninapaswa kuuawa,' alijibu. 'Kwanini?' niliuliza. 'Kwa sababu ya kitu nilichofanya,' alijibu. Alikwenda na kukatwa kichwa." Aisha alikuwa akisema, "Sitawahi kusahau mshangao wangu juu ya hali yake nzuri na kicheko chake kikubwa wakati wote alijua kuwa atauawa" (Isahq 465). Kitabu 14, Nambari 2665.

Imesimuliwa na Aisha, Ummul Mu'minin: "Hakuna mwanamke wa Banu Qurayzah aliyekuwa ameuawa isipokuwa mmoja. Alikuwa nami, akizungumza na kucheka huku amelala kifudifudi, wakati Mtume wa Allah... alipokuwa akiwaua watu wake kwa upanga. Ghafla, mwanamume alimwita kwa jina lake: Yuko wapi fulani?... Niliuliza: Kuna nini nae? Alikuja akamchukua na kumkata kichwa." Aisha alisema: "Sitamsahau kamwe alikuwa anacheka sana ingawa alijua atauawa." (Abu Dawud)

Muhammad alimchukua mmoja wa wanawake wa Kiyahudi kama Mtumwa wake wa Ngono baada ya kumbaka.

"Mtume alimchagua mwanamke mmoja kutoka kwao, Rayhana bint Amr... mmoja wa wanawake wa... Qurayza, naye alibaki chini ya mamlaka yake hadi alipokufa. Mtume alikuwa amependekeza kumuoa na kumvisha hijabu, lakini yeye alisema: 'Hapana, najihifadhi chini ya mamlaka yako, kwani itakuwa rahisi kwangu na kwako.' Basi, alimwacha. Alikuwa ameonyesha chuki kuelekea Uislamu alipokamatwa na alishikamana na Uyahudi." (Ibn Ishaq ukurasa wa 466)

Mali iliyoibwa pamoja na Wanawake na Watoto Wayahudi waligawanywa miongoni mwa Waislamu

Hasa, Ibn Ishaq anasema nyara ziligawanywa miongoni mwa Waislamu kama ifuatavyo: "Kisha Mtume akagawa mali, wake, na watoto... miongoni mwa Waislamu, na alitangaza siku hiyo sehemu za farasi na wanaume, na akatoa sehemu ya tano. Mtu mwenye farasi alipata sehemu tatu, mbili kwa ajili ya farasi na moja kwa ajili ya mpanda farasi. Mtu asiye na farasi alipata sehemu moja." (ukurasa wa 466). Kisha Mtume alimtuma Sa'd b. Zayd al-Ansari ndugu wa b. 'Abdu'l-Ashhal na baadhi ya wanawake waliotekwa wa B. Qurayza kwenda Najd na akawauza kwa farasi na silaha." [ukurasa 466]

Allah anaruhusu Muhammad na wapiganaji wake wa jihadi kuwa na mahusiano ya ngono na watumwa wao wa ngono. Vyanzo: Ibn Ishaq, ukurasa 464—66; Tabari, juzuu ya 8, ukurasa 27—41.

Muhammad haonyeshi huruma:

Muhammad haonyeshi huruma yoyote, kwani wanaume na wavulana wanafungwa pingu nyuma ya mgongo na kukatwa vichwa, na wanawake na watoto wanatiwa utumwani. Badala yake, yeye mwenyewe anachukua mmoja wa wanawake Wayahudi wazuri, ambao hivi karibuni wamekuwa 'wajane'.

Muhammad anajitajirisha:

Muhammad alikuwa na nyara kubwa kutokana na "hatua ya mwisho" hii. Muhammad anapata asilimia ishirini ya mali ya Kiyahudi (mali inayoweza kuhamishika, isiyoweza kuhamishika, na binadamu), na wapiganaji wa jihadi wanapata asilimia themanini, ambayo itagawiwa kama anavyoona inafaa. Angalau wanaume wazima 600 waliuawa (wale wenye uwezo wa kupigana). Hii inawakilisha labda karibu familia 500, kila moja ikiwa na wastani wa mke na mtoto, labda wengi zaidi. Fikiria, 1/5 ya mali ya kabila zima (mali ya familia 100 kwa Muhammad) na faida kutokana na kuuza wanawake kama watumwa.

Allah (Mungu wa Uwongo) anashiriki katika uvamizi na uporaji wa mali ya Wayahudi waliouawa Qur'an 8:41 –

۞ وَٱعْلَمُوٓا۟ أَنَّمَا غَنِمْتُم مِّن شَىْءٍ فَأَنَّ لِلَّهِ خُمُسَهُۥ وَلِلرَّسُولِ وَلِذِى ٱلْقُرْبَىٰ وَٱلْيَتَٰمَىٰ وَٱلْمَسَٰكِينِ وَٱبْنِ ٱلسَّبِيلِ إِن كُنتُمْ ءَامَنتُم بِٱللَّهِ وَمَآ أَنزَلْنَا عَلَىٰ عَبْدِنَا يَوْمَ ٱلْفُرْقَانِ يَوْمَ ٱلْتَقَى ٱلْجَمْعَانِ وَٱللَّهُ عَلَىٰ كُلِّ شَىْءٍ قَدِيرٌ

Na jueni ya kwamba ngawira mnayo ipata, basi khums (sehemu moja katika tano) ni kwa ajili ya Mwenyezi Mungu na Mtume, na jamaa, na mayatima, na masikini, na wasafiri, ikiwa nyinyi mmemuamini Mwenyezi Mungu na tuliyo yateremsha kwa mja wetu siku ya kipambanuo, siku yalipo kutana majeshi mawili. Na Mwenyezi Mungu ni Muweza wa kila kitu.

Maana ya aya: Na enyi Waislamu! Jueni kuwa katika mali ya makafiri mliyo yateka, hukumu yake ni kugawiwa mafungu matano. Fungu moja ni la Mwenyezi Mungu na Mtume, na jamaa zake Mtume, na mayatima, nao ni watoto wadogo wa Waislamu waliofiwa na baba zao nao ni mafakiri; na masikini, nao ni wale Waislamu wenye haja; na msafiri, naye ni mwenye kukatikiwa safari yake ya halali. Na yaliyo khusishwa katika hiyo sehemu moja katika tano kuwa ni ya Mwenyezi Mungu na Mtume hukhusishwa kwa maslaha ya umma kama anavyo pasisha Mtume katika uhai wake, au, baada ya kufa kwake, Imam. Na yaliyo baki katika ile Khumsi watapewa walio kwisha tajwa. Ama sehemu nne nyengine katika ghanima (ngawira), na Aya ikanyamaza kimya juu yake, ni za wale walio pigana. Basi jueni hayo, na myajue ikiwa mmemuamini Mwenyezi Mungu kweli, na mmeziamini Ishara tulizo mteremshia mja wetu, Muhammad, za kumthibitisha na kumsaidia, siku ya Mpambanuo, tulipo pambanua baina ya ukafiri na Imani, nayo ndiyo siku lilipo kutana kundi lenu na kundi la makafiri katika Badri. Na Mwenyezi Mungu Mwenye kudra kubwa juu ya kila kitu aliwapa ushindi Waumini juu ya uchache wao, kuwashinda makafiri juu ya wingi wao.

Kwanini Muhammad hana huruma? Muhammad anahitaji kushawishi wapiganaji wake, kwani hawakupata nyara kutoka kwa umoja ulioondoka - Allah anamruhusu kufanya hivyo katika Qur'an 33:27. Nyara kutokana na mali iliyoporwa na kutoka kuuza wanawake na watoto utumwani hutumiwa kulipa wauaji wake na kununua silaha za kuimarisha upya jeshi lake. Na jambo linalofanya tukio hili lichukize zaidi ni kwamba Muhammad na wapiganaji wake wangeweza kuwa na utajiri wote wa Wayahudi baada ya kuwafukuza, lakini bado hakuchukua chaguo hili la huruma.

Tunahitaji kutambua kuwa Muhammad aliangamiza kikundi kikubwa kilichokuwa kinapinga mamlaka na nguvu zake juu ya Madina, na haswa walikataa kumwamini kama nabii wa kweli kutoka kwa Mungu. Jambo hilo lilikuwa muhimu zaidi. Kwa muda mrefu kama kulikuwa na watu wa kitabu ambao walijua maandiko yao, nafasi ya Muhammad ya mamlaka ya kiroho na baadaye kisiasa ilikuwa inapingwa. Tumeshuhudia katika hadithi hii kwamba Wayahudi walikuwa tayari kufa badala ya kukana Neno la Mungu katika Torati na kugeukia Uislamu. Kuondoa changamoto kwa mamlaka yake ya kiroho labda ilikuwa motisha kuu ya Muhammad. Muhammad kupitia kitendo hiki cha kuchukiza alituma ujumbe wenye nguvu kote Arabia - jisalimishe au kufa kwa mateso makubwa na wanawake na watoto wako watachukuliwa utumwani.

ALLAH (MWOVU) ANASHANGILIA MAUAJI YA BANU QURAYZA

Allah (Mungu Mwovu) alifurahishwa sana na ushindi mkubwa wa Mtume wake na akasherehekea mauaji na utumwa wa Wayahudi wa Banu Qurayza. Allah mwenye huruma haraka akatuma mafundisho ya Qur'an wakati huo wa vita vya Banu Qurayza ili kusuluhisha ukatili wa Mtume Muhammad. Tena, chuki ya Allah inamwagika kama mito ya damu kutoka kwenye maneno haya ya kutisha. Qur'an imejaa damu ya makafiri. Hapa kuna mafundisho ya Qur'an ambayo ni uhalifu katika dhana yoyote ya sheria, lakini yanazingatiwa katika sheria za milele za Allah (Mungu Mwovu) na lazima yafuatwe milele na Waislamu wote.

Qur'an-8:1

فَلَمْ تَقْتُلُوهُمْ وَلَٰكِنَّ ٱللَّهَ قَتَلَهُمْ وَمَا رَمَيْتَ إِذْ رَمَيْتَ وَلَٰكِنَّ ٱللَّهَ رَمَىٰ وَلِيُبْلِيَ ٱلْمُؤْمِنِينَ مِنْهُ بَلَاءً حَسَنًا إِنَّ ٱللَّهَ سَمِيعٌ عَلِيمٌ

Hamkuwauwa nyinyi lakini Mwenyezi Mungu ndiye aliye wauwa. Na wewe hukutupa, walakini Mwenyezi Mungu ndiye aliye tupa, ili awajaribu Waumini majaribio mema yatokayo kwake. Hakika Mwenyezi Mungu ndiye Msikizi na Mjuzi. (Allah alisema, mauaji ya askari waliojisalimisha yalifanywa kwa matakwa ya Allah)

Qur'an-8:67 –

مَا كَانَ لِنَبِيٍّ أَن يَكُونَ لَهُ أَسْرَىٰ حَتَّىٰ يُثْخِنَ فِي ٱلْأَرْضِ تُرِيدُونَ عَرَضَ ٱلدُّنْيَا وَٱللَّهُ يُرِيدُ ٱلْأَخِرَةَ وَٱللَّهُ عَزِيزٌ حَكِيمٌ

Haimfalii Nabii yeyote kuwa na mateka mpaka awe ameshinda baraabara katika nchi. Mnataka vitu vya dunia, na Mwenyezi Mungu anataka Akhera. Na Mwenyezi Mungu ni Mtukufu Mwenye nguvu Mwenye hikima. (Allah anasisitiza Mtume kuuwa wafungwa wote, na asiwachukue mateka waliokata tamaa hadi Amechukua Arabia yote.)

Unawezaje kumwamini Mungu ambaye anawaagiza kuwaua wafungwa wote? Haya ni MAOVU DHIDI YA UBINADAMU. HAYA NI MAOVU DHIDI YA MUNGU. Sheria hii ilikuwa amri kutoka kwa Allah (Mungu Mbaya) ya kuwaua wafungwa wote hadi

Arabia itakaposhindwa kwa ajili ya Uislamu. Msiwachukue mateka. Waueni wote. "Fanyeni mauaji katika ardhi." MAUJI YA HALI YA JUU. Neno "mauaji" ni la kushangaza sana kiasi kwamba ni Wendawazimu pekee wanaoweza kuamini Uislamu. Kama tulivyoona tayari - ikiwa Mungu angewaua binadamu - hata mtu mmoja tu, hangekuwa na ukamilifu wa Maadili na kwa hiyo, hangekuwa tena Mungu bali ni kiumbe muuaji. Waislam ndio walio wauwa Wayahudi na sio Mwenyezi Mungu, kama Qur'an inavyo dai.

Qur'an-33:25- "Allah aliwageuza makafiri [Wamekka na washirika wao] katika hali ya hasira, bila kufanikiwa chochote, na Allah aliwaokoa waumini katika vita. Hakika, Allah ni Mwenye Nguvu."

Qur'an-33:26- "Na Aliwatoa wale watu wa Kitabu [Wayahudi wa Banu Qurayza] waliowasaidia kutoka katika ngome zao na kuwatia khofu mioyoni mwao, miongoni mwao mlisema, 'mkawaua (mkawakata vichwa) na miongoni mwao mkawachukua mateka (waliotekwa)'"

Je, hamsikii kelele na vilio vya wanawake na watoto wa watetezi kama Mwenyezi Mungu alivyowashusha waume zao, baba na ndugu zao kutoka katika nafasi zao zilizolindwa na kuwatia hofu mioyoni mwao? Je, hamwoni uchungu wa wanawake hawa na watoto wao? Je, hamuelewi hofu iliyoingizwa na Mungu kwa wanakijiji, wenyewe watetezi dhidi ya uchokozi wa Muhammad?

Maneno ya chuki na hofu yanatoka katika mafundisho ya 33:26: "katika hali ya hasira" "alitia khofu mioyoni mwao" na "baadhi yao mkawaua (mkawakata vichwa)." Je, unaweza kuwazia nguvu ya Mungu, muumba wa ulimwengu - nguvu kamili ya chuki iliyomilikiwa na Mungu ikizua hofu na woga katika mioyo na roho za wanaume, wanawake, watoto, wazee na wagonjwa? Kama mtu mwenye tabia ya kikatili, Mungu anafurahia kuwatesa watu hawa. Kama gaidi mkuu, anafurahia wakati huo. Allah aliwafukuza Wayahudi kutoka ngome zao kwa hofu na woga, ili Muhammad na magaidi wenzake waweze kuwaua na kuwatumikisha wanawake na watoto.

Fikiria kuhusu hilo kwa muda. Je, mtu yeyote mwenye akili timamu anaweza kuamini kwamba Mungu atafanya kitendo kikatili, kisichokuwa cha maadili na cha kuchukiza kama hicho? Mungu kama mtenda maovu, muuaji wa kimbari, mtu mwenye kufurahia mateso – ni mwendawazimu mwenye matatizo. Mungu mkamilifu huonyesha upendo na hisia kwa viumbe vyake na sio kuchochea chuki, vurugu na hofu dhidi yao.

Mungu kamwe hakushusha watu wa kitabu (Wayahudi wa Banu Quraiza) kutoka maeneo yao ili kuwaua na kuwatumikisha. Mungu kamwe hakutia khofu mioyoni mwao. Ni Muhammad na wauaji wake wa jihadi ndio waliofanya vitendo hivi vya uovu. Bila shaka, Qur'an 33:26 ni mafundisho ya jinai na ya kikatili. Kwa hiyo, Qur'an sio kitabu chaenye Maadili, sio Kitabu kilichoandikwa na Mungu, bali na Allah (Mungu Mbaya) na mjumbe wake - Muhammad. Tena, anasema Allah: Qur'an-8:17 - "Sio ninyi mliowaua; ni Mungu; wakati ulipopiga kituko cha mavumbi, haikuwa kitendo chako, bali cha Mungu...."

Ni kwa kiasi gani mafundisho ya Qur'an yanayobebesha lawama ya mauaji ya hovyo ya Muhammad na wafuasi wake wenye jeuri kwa mabega ya Mungu? Ni dhambi mbaya kuomba msaada wa Mungu ili kutenda maovu kama alivyo fanya Muhammad na Magaidi wenzake, aya ya 8:17 ni moja ya mafundisho ya Qur'an yenye kuchukiza na ya kuchukiza zaidi. Ili kusadifu mauaji ya halaiki, ili kupunguza hisia za dhamiri za wauaji wake Waislamu, Muhammad anazua hadithi kwamba "si ninyi mliowaua, bali ni Mungu aliyeuawa." Katika aya hii, Allah anashauri wafuasi wa Muhammad: 'msihangaike juu ya mauaji hayo yasiyokuwa na akili; msiwe na mawazo ya usiku; msiwe na hisia za majuto na kujuta - badala yake, tangulizeni mioyo yenu dhidi ya maadui wa Mungu.' Mungu alifanya jambo zuri kupitia mikono yenu.

Mungu wa kweli kamwe hawezi kusadifu kuua viumbe vyake. Ni Muhammad na wapiganaji wake Waislamu ndio walio waua, sio Mungu. Mafundisho haya ya maovu ya Qur'an hayakuandikwa na Mungu ambaye ni Mtetezi wa Maadili.

Je, kuna mtu mwenye akili timamu anayeamini kwamba Mungu angeamuru kitendo kikatili, kisichokuwa na maadili na cha kuchukiza kama hicho? Mungu kama muhalifu. Mungu kama muuaji wa kimbari. Mafundisho yote yaliyotajwa hapo juu ni maovu na si ya maadili na si ya Mungu. Kwa hiyo, kama ilivyodhihirishwa mara nyingi na itadhihirishwa zaidi, kitabu kizima cha Qur'an sio kitabu chanye maadili - sio kitabu cha Mungu bali kitabu cha uovu.

Furahieni Nyara

Baada ya mauaji, Allah (Mungu Mbaya) sasa anatangaza kwamba Muhammad anaweza kuchukua ardhi ya watu walio wateka Wa-Qurysh, nyumba zao, pesa zao, na ardhi ambayo awali hakuwahi kuweka mguu wake. Mungu anaweza kufanya mambo yote. Sasa ni ardhi yako, nyumba zako, pesa zako. Chukua vyote. Allah siyo tu muuaji wa kimbari, lakini pia ni mharibifu, mnyang'anyi. Fundisho la mwanzo la Allah ni: 'Shambulieni na waueni makafiri, watumikisheni wanawake na watoto, na chukueni mali yao.'

Ni jinsi gani unaweza kupata utajiri wa kidunia na pesa kupitia njia hizo za uovu, na za kikatili zinaweza kuingia katika usawa wa mafundisho ya Mungu? Hakika ngawira ni muhimu sana kwa Mwenyezi Mungu kiasi kwamba anaitaja Sura nzima katika Qur'an; Sura ya 8 Al Anfal: "Nyara za Vita – Spoil of War." Sura hii iliundwa ili kuzuia mapigano miongoni mwa Waislamu kwa ajili ya ngawira.

Ishaq: 307 "Surah 'Nyara za Vita' ilishuka kutoka kwa Allah kwa Mtume wake kuhusu ugawaji wa nyara wakati Waislamu walionyesha tabia yao mbaya. Allah aliiondoa kutoka mikononi mwao na kumpa Mtume."

Bukhari V1B7N1331 "Mtume alisema, 'Nimepewa vitu vitano ambavyo havikupewa yeyote kabla yangu. 1. Allah amenifanya mshindi kwa kuogofya maadui zangu. 2. Dunia imeumbwa kwa ajili yangu. 3. Nyara zimewekwa halali kwangu ingawa hazikuwa halali kwa yeyote kabla yangu. 4. Nimepewa haki ya kuombea. 5. Kila Nabii alitumwa kwa taifa lake tu lakini mimi nimeshawishiwa kwa binadamu wote.'"

Hapa chini ni sheria takatifu za Allah (Mungu Mbaya) zinawakaribisha Waislamu kufurahia nyara za Wayahudi wa Banu Qurayza zilizoidhinishwa kwa ajili yao. Hapa chini ni baadhi ya mifano jinsi Qur'an ilivyo wazi kuunga mkono matendo maovu ya jihadi za Kiislamu:

Qur'an-8:1 –

يَسْـَٔلُونَكَ عَنِ ٱلْأَنفَالِ قُلِ ٱلْأَنفَالُ لِلَّهِ وَٱلرَّسُولِ فَٱتَّقُواْ ٱللَّهَ وَأَصْلِحُواْ ذَاتَ بَيْنِكُمْ وَأَطِيعُواْ ٱللَّهَ وَرَسُولَهُ إِن كُنتُم مُّؤْمِنِينَ

Wanakuuliza juu ya Ngawira. Sema: Ngawira ni ya Mwenyezi Mungu na Mtume. Basi mcheni Mwenyezi Mungu na suluhisheni mambo baina yenu, na mt'iini Mwenyezi Mungu na Mtume wake ikiwa nyinyi ni Waumini.

Qur'an-8:41 –

وَٱعْلَمُوٓاْ أَنَّمَا غَنِمْتُم مِّن شَىْءٍ فَأَنَّ لِلَّهِ خُمُسَهُ وَلِلرَّسُولِ وَلِذِي ٱلْقُرْبَىٰ وَٱلْيَتَٰمَىٰ وَٱلْمَسَٰكِينِ وَٱبْنِ ٱلسَّبِيلِ إِن كُنتُمْ ءَامَنتُم بِٱللَّهِ وَمَآ أَنزَلْنَا عَلَىٰ عَبْدِنَا يَوْمَ ٱلْفُرْقَانِ يَوْمَ ٱلْتَقَى ٱلْجَمْعَانِ وَٱللَّهُ عَلَىٰ كُلِّ شَىْءٍ قَدِيرٌ

Na jueni ya kwamba ngawira mnayo ipata, basi khums (sehemu moja katika tano) ni kwa ajili ya Mwenyezi Mungu na Mtume, na jamaa, na mayatima, na masikini, na wasafiri, ikiwa nyinyi mmemuamini Mwenyezi Mungu na tuliyo yateremsha kwa mja wetu siku ya kipambanuo, siku yalipo kutana majeshi mawili. Na Mwenyezi Mungu ni Muweza wa kila kitu.

Kulingana na aya ya 8:41, sehemu ya tano ya nyara ilichukuliwa na Muhammad ambapo baadhi yake iligawiwa kwa jamaa wa karibu, nk. kama ilivyoelezwa katika aya. Hata hivyo, ugawaji huu ulikuwa uamuzi wa Muhammad. Nyara zilijumuisha wafungwa, ambao walifanywa kuwa watumwa. Baada ya kampeni ya kwanza ya mafanikio, Vita vya Badr, Muhammad aliwaachilia huru wafungwa ambao hawakuweza kutoa fidia kwa Wamekani. Huruma hii ilipingwa na viongozi wa Kiislamu kama vile Umar ambaye alitaka wauawe. Walakini, katika vita vingine, kanuni kuu ilikuwa kuwa wanaume ambao hawakutaka kuongoka walinyongwa wakati wanawake na watoto walichukuliwa mateka.

Qur'an-8:69 – "Basi fanyeni lile mlilolichukua katika vita, halali na jema, na mcheni Mwenyezi Mungu..." (Allah anawahimiza Waislamu kukubali nyara za vita) Kama isingekuwa ruhusa kutoka kwa Mungu ya hapo awali, mngeadhibiwa kwa ukali kwa kile mlichochukua. Kwa hiyo, furahieni vitu vyema na halali ambavyo mmepata vitani, na mcheni Mwenyezi Mungu."

Qur'an-33:27 - "Naye amekufanyieni kuwa ndio warithi wa ardhi zao, nyumba zao, na mali zao, na ardhi mliyokanyaga; na Mwenyezi Mungu ni Mwenye kuhusudu kila kitu." [Allah Mwenye Huruma aliomba Mtume Muhammad kutaifisha mali yote ya Wayahudi waliojisalimisha]

Je, unaweza kufikiria Mungu akifundisha "Naye amekufanyieni kuwa ndio warithi wa ardhi zao, nyumba zao, na mali zao, na ardhi..."

Umeruhusiwa kuiba

Chukua mali yote ya makafiri, chukua yote, ni yako - kuiba, kuangamiza kama wajibu takatifu wa Mungu.

Nyara zote zilizopatikana kupitia mafundisho yote ya Qur'an kutoka kwa mauzo ya wavulana na wanawake kuwa watumwa, na uporaji na uharibifu wa mali ya makafiri waliouawa, ziligawanywa kulingana na maelekezo ya Qur'an 8:41 - 1/5 ilikwenda kwa Allah (Mungu Mbaya) na bila shaka mshirika wake shujaa katika uhalifu - Muhammad - ikibaki 80% kugawanywa kati ya wauaji hao. Kwa njia hii, nabii alikuwa na uwezo wa kuunda jeshi, kuwawezesha na kufadhili vita vyake vya ukoloni na uteketezaji. Kubaka watumwa, kuuza wanawake na watoto, kuua watu kwa ajili ya mali yao na kushiriki faida na Mungu ni uovu usioelezeka - mafundisho haya ya Allah - ni maovu sana kimaadili - na kudai kuwa mafundisho haya katika Qur'an ni neno la Mungu - ni dhambi kubwa ambayo Waislamu wametenda dhidi ya Mungu. Tena - Qur'an ni kitabu cha uovu na uchafu dhidi ya Mungu.

Bila shaka, Allah kwa hekima yake isiyo na kikomo aliumba SHERIA MAALUM YA MUNGU KWA MUHAMMAD PEKEE - ambayo ilimruhusu nabii wake kumiliki 100% ya nyara ikiwa hakukuwa na mapigano yaliyohusika (Qur'an 59:5). Lazima mtu atii uamuzi wa Muhammad (kwa hiyari na au sio hiyari). Hii ni upuuzi mtupu wa kujipendekeza.

Qur'an 59:6 - "Alichokitoa Mwenyezi Mungu kwa ajili ya Mtume wake kutoka kwa watu wa mji huo - (ni kwa sababu) hamkufanya safari yoyote na farasi au ngamia, lakini Mwenyezi Mungu humpa uwezo Mtume wake juu ya kila anayemridhia, na Mwenyezi Mungu anayo uwezo juu ya kila kitu."

Qur'an 59:7 - "Nyara yoyote inayomhusu Muhammad inamilikiwa na Allah; itapewa jamaa, maskini na mgeni msafiri; kataa chochote ambacho Muhammad anatoa."

Hii ni kweli kabisa. Jinsi gani mtu yeyote mwenye mantiki, busara, kawaida, na maadili anaweza kuamini kwamba Mungu angekuwa na nabii - muuaji, mwenye mauaji, mshambuliaji wa kigaidi ambaye aliwaua binadamu, aliwavua chupi wavulana wadogo waliokuwa wakitetemeka kwa hofu ili kuamua ikiwa watasalia hai au kufa, aliruhusu ubakaji wa wanawake na wasichana wadogo, kuwauza wanawake na wasichana wadogo ambao Waislamu hawakuwa wanataka kama watumwa wa ngono, na kuchukua mwanamke mmoja mzuri mdogo kuwa mtumwa wake wa ngono. Je, unaweza kufikiria kuchukiza kwa ubakaji kuwa sheria takatifu ya milele ya Mungu? Je, unaweza kufikiria kuchukiza kwa watoto kuuzwa kama watumwa - baba zao kukatwa vichwa - mama zao na dada zao kubakwa na kubakwa kwa kundi. Mtu anawezaje kuwa mfuasi wa dini kama hiyo? Kumwabudu Mungu kama huyo. Wapi utu wetu kama Waislamu? Wapi utu wetu tunapokubali ukatili kama dini? Tena - wapi hasira yetu?

Mtu yeyote mwenye busara na mwenye maadili atawezaje kuamini kwamba Mungu atasherehekea kwa milele yote uovu kama huo, uhalifu wa kutisha na mafundisho mabaya tena yenye chuki kuandikwa katika kitabu kitakatifu kinachoitwa - Qur'an?

Jinsi gani mtu yeyote mwenye busara, mwenye akili timamu, na maadili anaweza kuamini kwamba Mungu angejiunga na uporaji na uharibifu wa mali ya Wayahudi waliouawa? Mungu kama kiongozi wa kikundi cha uhalifu cha Muhammad na familia yake ya uhalifu ya Waislamu - kwamba Mungu angeipa Surah nzima ya Qur'an; "Nyara za Vita." Haya ni maneno ya uovu - kukuza na kuhamasisha wizi, kuiba mali ya makafiri ni kiini cha uovu. Muue makafiri, watese ili wawape mali zao kama alivyofanya Muhammad kwa kiongozi Myahudi wa Khaybar, (ukurasa wa 99) na wachukue wanawake na watoto wao kama nyara. Haya si matendo matakatifu ambayo Mungu wa Uadilifu angekubali, zaidi ya hayo kuutukuza.

Matendo haya ni maovu sana hata kutoweza kuzungumzika. Tena, kwa kuchukua wazo la Mungu - Mungu mwenye upendo wote wa amani na wema - Mungu wa Uadilifu kamili na kumgeuza kuwa Mpinga Mungu wa uovu wote - Muhammad amefanya uhalifu mkubwa dhidi ya Mungu. Kupitia uovu wake, Muhammad amejipeleka yeye na wafuasi wake Jahannamu. Kama binadamu wengine wote, Muhammad alipewa hiari huru na Mungu ya kufanya mema au mabaya. Kwa kuchagua kwa hiari maisha ya uovu na hakutubu, Muhammad amejihukumu yeye mwenyewe kwenye Jahannamu milele.

SEHEMU YA XV

Kwanini Qur'an inaamuru Waislam kupigana na Wakristo na Wayahudi?

Ikiwa Uislamu ni dini ya amani, kwa nini Qur'an inaamuru Waislamu kupigana na Wayahudi na Wakristo?

Piganeni na wale wasioamini Mungu wala Siku ya Mwisho, wala hawakatazi yale ambayo Mungu na Mtume wake wamekataza, wala hawashikilii dini ya Haki, hata kama ni watu wa Kitabu, mpaka watoe Jizya kwa hiari na wajihisi wamekwishanyenyekezwa. وَلَا ٱلْآخِرِ بِٱلْيَوْمِ وَلَا بِٱللَّهِ يُؤْمِنُونَ لَا ٱلَّذِينَ قَٰتِلُواْ ٱلْجِزْيَةَ يُعْطُواْ حَتَّىٰ ٱلْكِتَٰبَ أُوتُواْ ٱلَّذِينَ مِنَ ٱلْحَقِّ دِينَ يَدِينُونَ وَلَا وَرَسُولُهُ ٱللَّهُ حَرَّمَ مَا يُحَرِّمُونَ وَلَا وَهُمْ صَٰغِرُونَ - سورة التوبة 9:29 يَدٍ عَن

Aya iliyotajwa hapo juu inawahimiza Waislamu kwa nguvu kuwashinda makundi yafuatayo ya watu mpaka watoe kiasi cha pesa (Jizya) kama ishara ya kutiishwa na kudhalilishwa kwao:

• Wasiokuwa na imani (wale ambao hawaamini Mungu wala Siku ya Mwisho).

• Wayahudi na Wakristo (watu wa Kitabu).

• Kila mtu mwingine, iwe ni Wahindu, Wabuddha, nk., kwani makundi haya hayakatazi yale ambayo Muhammad alikataza wala hawaamini Uislamu, unaoitwa "dini ya Haki".

Tafadhali kumbuka kuwa sehemu hiyo haiwakilishi upokeaji wa Jizya kutoka kwa Wayahudi na Wakristo tu; inasema wazi kwamba Jizya inapaswa kutolewa kutoka kwa makundi yote ya watu waliochini ya utawala, yaani, wale ambao hawaamini katika Allah na siku ya mwisho, au hawakatazi yale ambayo Muhammad alikataza, n.k.

Kusema, kama wengine wanavyodai, kwamba aya hii inawahusu Wayahudi na Wakristo pekee haina maana kabisa tunapoona kwamba makundi haya yanamwamini Mwenyezi Mungu na siku ya mwisho, kama vile Qur'an inavyoshuhudia:

Na msihojiane na Watu wa Kitabu isipokuwa kwa njia bora zaidi isipokuwa na wale kati yao ambao wanafanya udhuluma. Na semeni: "Sisi tunaamini yaliyoteremshwa kwetu na yaliyoteremshwa kwenu, na Mungu wetu na Mungu wenu ni mmoja, na sisi tumenyenyekea kwake (katika Uislamu)." Surah 29:46.

Wale wanaoamini (katika Qur'an), wanaofuata Maandiko ya Kiyahudi, na Sabii na Wakristo - yeyote anayeamini katika Mungu na Siku ya Mwisho, na anatenda mema - juu yao hawatakuwa na khofu, wala hawatahuzunika. Surah 5:69, tazama pia 2:62.

Kumbukumbu ya mwisho inatuambia kwamba Wayahudi na Wakristo ni miongoni mwa wale wanaoamini katika Allah na siku ya mwisho. Vipi basi Wayahudi na Wakristo wawe wametajwa pamoja na wale ambao hawaamini kuwepo kwa Mungu na hukumu ya mwisho? Je, hii haifanyi iwe wazi kwamba Qur'an inalenga kundi lingine zaidi ya Wayahudi na Wakristo ambao Jizya inaweza kutolewa kutoka kwao?

Rejeo la mwisho linahitaji kuwa Wayahudi na Wakristo ni miongoni mwa wale wanaoamini katika Allah na siku ya mwisho. Vipi basi Wayahudi na Wakristo wawe wametajwa pamoja na wale ambao hawaamini uwepo wa Mungu na hukumu ya mwisho? Je, hii haionyeshi kwamba Qur'an inalenga kundi lingine zaidi ya Wayahudi na Wakristo ambao Jizya inaweza kutolewa kutoka kwao?

Hii, labda, inaelezea kwanini viongozi wa Waislamu kama Umar ibn al-Khattab walichukua Jizya kutoka kwa Waajemi ingawa walitajwa kuwa washirikina, haswa al-mushrikeen au wale wanaomshirikisha Allah:

Imeelezwa na Jubair bin Haiya:

'Umar alituma Waislamu kwenda nchi kubwa kupigana na washirikina. Alipokubali Uislamu, Al-Hurmuzan, 'Umar alimwambia, "Ningependa kushauriana nawe kuhusu nchi hizi ambazo nina nia ya kuvamia." Al-Hurmuzan akasema, "Ndiyo, mfano wa nchi hizi na wenyeji wao ambao ni maadui wa Waislamu, ni kama ndege mwenye kichwa, mabawa mawili na miguu miwili; Ikiwa moja ya bawa lake limevunjika, litawasimama juu ya miguu yake miwili, na bawa moja na kichwa; na ikiwa bawa lingine limevunjika, litasimama na miguu miwili na kichwa, lakini ikiwa kichwa chake kitaharibiwa, basi miguu miwili, mabawa mawibili na kichwa itakuwa haifai tena. Kichwa kinawakilisha Khosrau, na bawa moja linawakilisha Caesar na bawa jingine linawakilisha Faris. Basi, amuru Waislamu waende kuelekea Khosrau." Basi, 'Umar alitutuma (kwenda Khosrau) akimteua An-Nu'man bin Muqrin kuwa kamanda wetu. Tulipofika katika ardhi ya adui, mwakilishi wa Khosrau alitoka na wapiganaji arobaini elfu, na mkalimani alisimama akisema, "Mtu mmoja wenu aongee nami!" Al-Mughira akajibu, "Uliza chochote unachotaka." Mwingine akauliza, "Wewe ni nani?" Al-Mughira akajibu, "Sisi ni watu fulani kutoka Waarabu; tunaishi maisha magumu, yenye mateso na maafa: tulikuwa tukila ngozi na mbegu za tende kwa sababu ya njaa; tulikuwa tukivaa nguo zilizotengenezwa kwa manyoya ya ngamia na nywele za mbuzi, na kuabudu miti na mawe. Wakati tulipokuwa katika hali hii, Mola wa Mbingu na Ardhi, ametukutanisha na Mtume kutoka katika sisi wenyewe ambaye baba yake na mama yake tunawajua. Mtume wetu, Mjumbe wa Mola wetu, ametuamrisha kupigana nanyi mpaka mnamwabudu Allah pekee au mtoe Jizya (yaani kodi); na Mtume wetu ametufahamisha kuwa Mola wetu anasema: "Yeyote kati yetu anayeuawa (yaani shahidi), atakwenda Peponi kuishi maisha ya anasa ambayo hajawahi kuyaona, na yeyote kati yetu anayebaki hai, atakuwa bwana wenu." (Al-Mughira, kisha alimlaumu An-Nu'man kwa kuchelewesha shambulio) An-Nu'man akamwambia Al-Mughira, "Ikiwa ungekuwa umeshiriki katika vita kama hizi, katika uongozi wa Mtume wa Allah, hangekulaumu kwa kusubiri, wala hangekutia aibu. Lakini mimi nilifuatana na Mtume wa Allah katika vita nyingi na ilikuwa desturi yake kwamba ikiwa hakupigana mapema wakati wa mchana, angengoja hadi upepo uanze kuvuma na wakati wa sala ufike (yaani baada ya mchana)."

حَدَّثَنَا سُلَيْمَانَ، بْنُ الْمُعْتَمِرُ حَدَّثَنَا الرَّقِّيُّ، جَعْفَرِ بْنُ اللَّهِ عَبْدُ حَدَّثَنَا يَعْقُوبَ، بْنُ الْفَضْلُ حَدَّثَنَا حَيَّةَ، بْنِ جُبَيْرِ عَنْ جُبَيْرِ، بْنُ وَزِيَادُ الْمُزَنِيُّ، اللَّهِ عَبْدِ بْنُ بَكْرُ حَدَّثَنَا الثَّقَفِيُّ، اللَّهِ عُبَيْدِ بْنُ سَعِيدُ إِنِّي فَقَالَ الْهُرْمُزَانُ فَأَسْلَمَ الْمُشْرِكِينَ، يُقَاتِلُونَ الْأَمْصَارِ أَفْنَاءِ فِي النَّاسَ عُمَرُ بَعَثَ قَالَ مَثَلُ الْمُسْلِمِينَ عَدُوٍّ مِنَ النَّاسِ مِنْ فِيهَا مَنْ وَمَثَلُ مَثَلُهَا نَعَمْ، قَالَ .هَذِهِ مَغَازِيَّ فِي مُسْتَشِيرُكَ بِجَنَاحِ الرِّجْلَانِ نَهَضَتِ الْجَنَاحَيْنِ أَحَدُ كُسِرَ فَإِنْ رِجْلَانِ، وَلَهُ جَنَاحَانِ وَلَهُ رَأْسٌ لَهُ طَائِرٌ الرِّجْلَانِ ذَهَبَتِ الرَّأْسُ شُدِخَ وَإِنْ وَالرَّأْسُ، الرِّجْلَانِ نَهَضَتِ الْآخَرَ الْجَنَاحُ كُسِرَ فَإِنْ وَالرَّأْسُ، الْمُسْلِمِينَ فَمُرِ فَارِسُ، الْآخَرُ وَالْجَنَاحُ قَيْصَرُ، وَالْجَنَاحُ كِسْرَى، فَالرَّأْسُ وَالرَّأْسُ، وَالْجَنَاحَانِ عَلَيْنَا وَاسْتَعْمَلَ عُمَرُ فَنَدَبَنَا قَالَ حَيَّةَ بْنِ جُبَيْرِ عَنْ جَمِيعًا وَزِيَادُ بَكْرٌ وَقَالَ .كِسْرَى إِلَى فَلْيَنْفِرُوا أَلْفًا، أَرْبَعِينَ فِي كِسْرَى عَامِلُ عَلَيْنَا وَخَرَجَ الْعَدُوَّ، بِأَرْضٍ كُنَّا إِذَا حَتَّى مُقَرِّنٍ، بْنَ النُّعْمَانُ أُنَاسٌ نَحْنُ قَالَ أَنْتُمْ مَا قَالَ .شِئْتَ عَمَّا سَلْ الْمُغِيرَةُ فَقَالَ .مِنْكُمْ رَجُلٌ لِيُكَلِّمْنِي فَقَالَ تُرْجُمَانٌ فَقَامَ الْوَبَرَ وَنَلْبَسُ الْجُوعِ، مِنَ وَالنَّوَى الْجِلْدَ نَمَصُّ شَدِيدٍ، وَبَلَاءٍ شَدِيدٍ شَقَاءٍ فِي كُنَّا الْعَرَبِ مِنَ الْأَرَضِينَ وَرَبُّ السَّمَوَاتِ رَبُّ بَعَثَ إِذْ كَذَلِكَ، نَحْنُ فَبَيْنَا وَالْحَجَرَ، الشَّجَرَ وَنَعْبُدُ وَالشَّعَرَ، رَبَّنَا رَسُولُ نَبِيِّنَا فَأَمَرَنَا وَأُمَّهُ، أَبَاهُ نَعْرِفُ أَنْفُسِنَا، مِنْ نَبِيًّا إِلَيْنَا عَظَمَتُهُ وَجَلَّتْ ذِكْرُهُ تَعَالَى صلى نَبِيِّنَا وَأَخْبَرَنَا الْجِزْيَةَ، تُؤَدُّوا أَوْ وَحْدَهُ اللَّهَ تَعْبُدُوا حَتَّى نُقَاتِلَكُمْ أَنْ وسلم عليه الله صلى وَمَنْ قَطُّ، مِثْلَهَا يَرَ لَمْ نَعِيمٍ فِي الْجَنَّةِ إِلَى صَارَ مِنَّا قُتِلَ مَنْ أَنَّهُ رَبَّنَا عَنْ رِسَالَةٍ عليه الله فَلَمْ عليه الله صلى النَّبِيِّ مَعَ مِثْلَهَا اللَّهُ أَشْهَدَكَ رُبَّمَا النُّعْمَانُ فَقَالَ .رِقَابَكُمْ مَلَكَ مِنَّا بَقِيَ يُقَاتِلْ لَمْ إِذَا كَانَ عليه الله صلى اللَّهِ رَسُولِ مَعَ الْقِتَالَ شَهِدْتُ وَلَكِنِّي يُخْزِكَ، وَلَمْ يُنَدِّمْكَ الصَّلَوَاتُ وَتَحْضُرَ الْأَرْوَاحُ تَهُبَّ حَتَّى انْتَظَرَ النَّهَارِ أَوَّلِ فِي.

Ukusanyaji
Sahih Bukhari
Kumbukumbu ya Dar-us-Salam
Hadithi 3159
Kumbukumbu ndani ya kitabu Kitabu cha 58,
Hadithi 3 Kumbukumbu ya USC-MSA mtandaoni (kwa Kiingereza)
Juzuu ya 4, Kitabu 53, Hadithi 386

Sasa, ili mtu Muislamu asiseme kuwa Waajemi pia walikuwa wameainishwa kuwa watu wa Kitabu, angalia maandiko yafuatayo:

"Na hiki ni Kitabu ambacho tumekiteremsha kama baraka: basi, fuateni na muwe wanyofu, ili mpate rehema. Msije mkasema: "Kitabu kiliteremshwa kwa watu wawili kabla yetu, na kwa upande wetu, tulibaki hatujui chochote walichojifunza kwa kusoma kwa bidii." Surah 6:155-156 Watu wawili waliotajwa hapa ni Wayahudi na Wakristo:

Ili msiseme enyi watu wa Makka, Siku ya Kiyama: (Kitabu kiliteremshwa tu kwa madhehebu mawili) watu wa dini mbili (kabla yetu) yaani Wayahudi na Wakristo, (nasi kwa hakika tulikuwa hatujui) hatuna elimu (ya waliyosoma) kusoma kwao Taurati na Injili; (Tanwir al-Miqbas min Tafsir Ibn 'Abbas)

Tumekiteremsha, ili msiseme, 'Kitabu kiliteremshwa tu kwa makundi mawili - Wayahudi na Wakristo - kabla yetu na sisi (imepunguzwa, kinyume na maandishi, yaani [soma kama] inna) kwa hakika hatukujua kusoma kwao', kusoma kwao [maandiko], tulikuwa hatujui chochote, kwani havipo katika lugha yetu wenyewe. (Tafsir al-Jalalayn)

Dhahiri, Qur'an haimjumuishi mtu mwingine yeyote zaidi ya Myahudi na Mkristo kama watu wa Kitabu, kwani wao ndio tu walio pewa kitabu kutoka kwa Allah. Kwa hiyo, ikiwa Qur'an ilikuwa inapunguza ulipaji wa Jizya kwa watu wa Kitabu basi Muhammad alikiuka amri za maandiko yake mwenyewe kwa kuruhusu Waajemi walipe, kwani hawamo katika kundi hili. Muhammad mwenyewe anaripotiwa kuwaruhusu wafuasi wake kuchukua Jizya kutoka kwa washirikina na wapagani.

UTEUZI WA VIONGOZI WA SAFARI ZA KIJESHI NA USHAURI WAKE JUU YA MAADILI YA VITA NA MASWALA YANAYO HUSIANA NA HAYO

Imeandikwa kutoka kwa Sulaiman bin Buraid kupitia baba yake kwamba Mtume wa Allah (rehema na amani ziwe juu yake) alipomteua mtu yeyote kuwa kiongozi wa jeshi au kikosi, angehimiza sana kumcha Allah na kuwatendea wema Waislamu waliokuwa pamoja naye. Angekwambia: Piganeni kwa jina la Allah na kwa njia ya Allah. Piganeni dhidi ya wale ambao hawamwamini Allah. Fanyeni vita vitakatifu, msichukue ngawira; msivunje ahadi zenu; na msitese (miili ya) waliokufa; msiuwe watoto. Mkikutana na maadui zenu ambao ni washirikina, waiteni kwenye hatua tatu. Ikiwa watakubali mojawapo kati ya hizo, nanyi pia ukubalianeni na wajitenge na kuwafanyia madhara yoyote. Waiteni (wakubali) Uislamu; wakikujibu, kubali kutoka kwao na acha kupigana nao. Kisha waiteni wahamie kutoka nchi zao kwenda kwenye ardhi ya Muhajiri na waambie kwamba, ikiwa watatii hilo, watakuwa na haki na majukumu yote ya Muhajiri. Ikiwa watakataa kuhama, waambie watapata hadhi ya Waislamu wa Bedouin na watakuwa chini ya Amri za Allah kama Waislamu wengine, lakini hawatapata sehemu yoyote ya ngawira za vita au Fai' isipokuwa wakati wakipigana na Waislamu (dhidi ya makafiri). Ikiwa watakataa kukubali Uislamu, dai kutoka kwao Jizya. Ikiwa watakubali kulipa, pokea kutoka kwao na usiwasumbue. Ikiwa watakataa kulipa kodi, tafuta msaada wa Allah na pigana nao. Wakati unakalia ngome na waliokuwa wamezingirwa wanakuomba ulinzi kwa jina la Allah na Mtume wake, usiwape dhamana ya Allah na Mtume wake, bali wape dhamana yako mwenyewe na dhamana ya wenzako, kwani ni dhambi ndogo kwamba usalama uliotolewa na wewe au wenzako usiheshimiwe kuliko kukiukwa kwa usalama uliotolewa kwa jina la Allah na Mtume wake. Unapozingira ngome na waliokuwa wamezingirwa wanataka uwawaachie kulingana na Amri ya Allah, usiwaache kutokana na Amri yake, bali fanya hivyo kwa amri yako mwenyewe, kwani huwezi kujua ikiwa utaweza kutimiza amri ya Allah kuhusu wao au la. (Sahih Muslim, Kitabu 019, Nambari 4294)

Haya yote yanategemea kwamba Uislamu unaruhusu kuwepo kwa dini na mitazamo mingine chini ya upeo wake, ikiwa wale wanaokubali imani hizo wako tayari kulipa Jizya.

Hii inaweza kuwa sababu ya kwanini mwanachuoni wa Kiislamu aliamini kuwa Q. 9:29 inahusu makundi yote ya wakatae imani, si tu Wayahudi na Wakristo:

Aya ya 28 iliyotangulia inahusu Jihad dhidi ya Mushriks wa Makkah. Aya za sasa zinazungumzia Jihad dhidi ya Watu wa Kitabu. Kwa njia fulani, hii ni utangulizi wa vita vya Tabuk vilivyopigwa dhidi ya Watu wa Kitabu. Katika Tafsiri ya al-Durr al-Manthur, imeelezwa kutoka kwa mfasiri wa Qur'an, Mujahid, kwamba aya hizi zimeteremshwa kuhusu vita vya Tabuk. Kisha, kuna kumbukumbu ya 'wale waliopewa Kitabu'. Kwa lugha ya dini ya Kiislamu, wanaitwa 'ahl al-Kitab' au Watu wa Kitabu. Kwa maana yake ya kweli, inajumuisha kila kundi la watu wasioamini wanaoamini Maandiko lakini, katika lugha ya Qur'an Takatifu, neno hili linatumika kwa Wayahudi na Wakristo tu - kwa sababu, ni makundi haya mawili pekee kutoka kwa Watu wa Kitabu yaliyokuwa maarufu katika eneo la Arabia na karibu nayo. Kwa hivyo, Qur'an Tukufu ikizungumza na Mushriks wa Arabia, imeeleza...

Ili msiweke maneno, "Kitabu kimeletwa tu kwa makundi mawili kabla yetu, tulikuwa hatujui waliyoyasoma." - 6:156

Kuhusu agizo la Jihad dhidi ya Watu wa Kitabu lililotolewa katika aya ya 29, kwa kweli halihusiani tu na Watu wa Kitabu. Ukweli ni kwamba agizo hili linatumika kwa makundi yote ya watu wanao kataa Imani ya Kiislam kwasababu ya agizo la kupigana lililotajwa baadaye ni la kawaida kwa wote wakataao Imani ya Kiislam. Ikiwa hivyo, agizo lazima liwe la kawaida pia. Lakini, Watu wa Kitabu wametajwa hapa kwa kusudi Fulani...

Kuhusu maelekezo yaliyotolewa katika aya hii ikiwa watu hawa wamekubali kulipa jizya, mapigano yanapaswa kusitishwa, ufafanuzi kidogo unaweza kuwa muhimu. Kulingana na wengi wa wanazuoni wa Kiislamu, inawahusu watu wote wanao kataa Uislam- iwe ni kutoka kwa Watu wa Kitabu au kutoka kwa wale ambao si wa Kitabu. Walakini, Mushriks wa Arabia wameachwa nje kwa sababu jizya haikuwa ikikubaliwa kutoka kwao. (Mufti

Shafi Usmani, Maariful Qur'an, Juzuu ya 4, ukurasa 360-361, 365; chanzo www.islamibayanaat.com)

Lakini hii inapingana na aya zingine za Qur'an, pamoja na hadithi maalum za Kiislamu, ambazo zinahitaji wale wanaodai kwamba Allah ana mwana au ana washirika wenza lazima wakubali Uislamu au kufa.

Na tangazo kutoka kwa Allah na Mtume wake, kwa watu (waliohudhuria) siku ya Hijja Kubwa - kwamba Allah na Mtume wake wanavunja ahadi za mikataba na Washirikina (al-mushrikeen - kwa maana halisi, wale wanaomshirikisha Mungu na wengine). Ikiwa basi, mtaongoka, ilikuwa bora kwenu; lakini ikiwa mtageuka, tambueni kuwa hamwezi kumzuia Mungu. Na tangazeni adhabu kali kwa wale wanaokataa Imani. (Lakini mikataba) haivunjwi na hao Washirikina (al-mushrikeen) ambao mmefanya muungano nao na ambao hawakukosea kwa chochote, wala hawakusaidia yeyote dhidi yenu. Basi timizeni mikataba yenu nao hadi mwisho wa muda wake: kwani Mungu huwapenda wachamungu. Lakini baada ya miezi mitukufu imepita, basi piganeni na waueni Washirikina (al-mushrikeen) popote mtakapowakuta, na wawakamate, wawazingire, na wangojee kwa hila zote za vita; lakini wakiomba msamaha, na kusimamisha sala za wakati na kutoa sadaka, basi waachilieni: kwani Allah ni Mwingi wa kusamehe, Mwenye kurehemu. Ikiwa mmoja wa hao Washirikina (al-mushrikeen) akikusihi kwa hifadhi, mpe, ili aweze kusikia neno la Allah; kisha msindikize hadi mahali ambapo atakuwa salama. Hii ni kwa sababu wao ni watu wasio na ujuzi... Enyi mlioamini! Hakika Washirikina (al-mushrikoon) ni najisi; basi wasikaribie Msikiti Mtakatifu baada ya mwaka huu. Na ikiwa mnahofia umaskini, Mungu atakuruzukuni, ikiwa anataka, kwa fadhila zake, kwani Mungu ni Mjuzi, Mwenye hekima... Wayahudi wanamwita 'Uzairi mwana wa Mungu, na Wakristo wanamwita Kristo mwana wa Mungu. Hii ni kauli kutoka kinywani mwao; (hivi) wanafuata tu walivyokuwa wakisema makafiri wa zamani. Laana ya Allah iwe juu yao: jinsi walivyopotea mbali na Ukweli! Wanawachukua makuhani wao na watawa wao kuwa miungu badala ya Mungu, na (wanamchukua kama Mola wao) Kristo Mwana wa Maryamu; lakini waliamrishwa kumwabudu Mungu Mmoja tu: hapana mungu ila Yeye. Sifa na utukufu ni wake: (Yupo mbali) na kuwa na washirika wanayomshirikisha (naye). Hakika, wanapenda kuzima nuru ya Mungu kwa midomo yao, lakini Mungu hatakuruhusu isipokuwa nuru yake itimie, hata kama Makafiri wanachukia (hilo). Yeye ndiye aliyepeleka Mtume wake na uongozi na Dini ya Haki, ili aitangaze juu ya dini zote, hata kama Washirikina wanachukia (hilo). Surah 9:3-6, 28, 30-33.

Yaliyotangulia yanasema wazi kwamba:

• Waislamu lazima wapigane na kuwaua al-mushrikeen popote wanapowakuta isipokuwa wakutubie na kuingia katika Uislamu.

• Al-mushrikeen ni najisi na kwa hiyo hawawezi kukaribia msikiti mtakatifu, yaani Kaaba huko Makkah.

• Wayahudi na Wakristo ni al-mushrikeen kwa sababu wanamshirikisha Mungu na washirika, yaani Wayahudi wanamwamini Ezra kuwa ni mwana wa Mungu na kwamba viongozi wao wa kidini ni mabwana pamoja na Mungu, wakati Wakristo wanamkiri Yesu kuwa ni Mwana wa Mungu na kuwa yeye na wamonaki Wakristo ni mabwana badala ya Mungu. Hii ina maana kwamba Waislamu lazima wapigane na kuwaua Wayahudi na Wakristo hadi wakutubie na kuwa Waislamu. Hadithi zinaunga mkono tafsiri yetu kwani zinamnukuu Muhammad akisema kwamba ameagizwa kupigana na watu, si tu Waquraishi, hadi wawe Waislamu:

Imehadithiwa na Ibn 'Umar:

Mtume wa Allah alisema: "Nimeamrishwa (na Allah) kupigana na watu mpaka washuhudie kuwa hapana mungu apasaye kuabudiwa ila Allah na kwamba Muhammad ni Mtume wa Allah, na wakiswali kwa ukamilifu na kutoa sadaka wajibu, basi watakuwa wamejiokoa na mimi kuhusu maisha yao na mali zao isipokuwa kwa sheria za Kiislamu na baadaye hisabu yao itafanywa na Allah." (Sahih al-Bukhari, Juzuu 1, Kitabu 2, Hadithi 24)

Imetamkwa na Anas bin Malik:

Mtume wa Allah alisema, "Nimeamrishwa kupigana na watu mpaka waseme: 'Hakuna mungu anaestahili kuabudiwa ila Allah.' Na ikiwa watasema hivyo, basi wasali kama tunavyosali, wakabili Qibla yetu na wachinje kama tunavyochinja. Hapo damu yao na mali yao itakuwa takatifu kwetu na hatutaingilia nao isipokuwa kwa njia ya sheria, na hisabu yao itakuwa kwa Allah." Maimun ibn Siyah alisimulia kwamba aliuliza Anas bin Malik, "Ewe Abu Hamza! Ni nini kinachofanya maisha na mali ya mtu kuwa takatifu?" Akajibu, "Yeyote anayesema, 'Hakuna mungu anaestahili kuabudiwa ila Allah', anakabili Qibla yetu wakati wa sala, anasali kama sisi na anakula nyama iliyochinjwa na sisi, basi yeye ni Muislamu na anapata haki na majukumu kama Waislamu wengine." (Sahih al-Bukhari, Kitabu cha 1, Hadithi 8, Nambari 387)

AMRI YA KUPAMBANA NA WATU MPAKA WAKIRI KUWA HAKUNA MUNGU ILA ALLAH NA MUHAMMAD NI MTUME WAKE.

Inanakiliwa kwa mamlaka ya Abu Huraira kwamba wakati Mtume wa Allah (rehma na amani ziwe juu yake) alipofariki dunia na Abu Bakr akateuliwa kuwa khalifa wake, wale Waarabu ambao walitaka kuwa murtadi waliwaasi. 'Umar bin Khattab akamwambia Abu Bakr: Kwanini ungepigana na watu, wakati Mtume wa Allah alitangaza: Nimeamrishwa kupigana na watu hadi wakiri: Hapana mungu ila Allah, na yule anayekiri atapata ulinzi kamili wa mali na maisha yake kwa niaba yangu isipokuwa haki? Mambo mengine yake yako mikononi mwa Allah. Abu Bakr akasema: Wallahi, nitaendelea kupigana na yule anayetengua sala na Zakat, kwani ni wajibu kwa matajiri. Wallahi, nitapigana nao hata kama kusudi ni kupata kamba (inayotumika kufunga miguu ya ngamia) ambayo walikuwa wakitoa kwa Mtume wa Allah (kama zakat), lakini sasa wameikata. Umar bin Khattab alisema: Wallahi, sikupata kitu kingine isipokuwa kwamba Allah alikuwa ameufungua moyo wa Abu Bakr kuelewa (ufafanuzi wa) kupigana (dhidi ya wale ambao walikataa kulipa Zakat) na nilitambua kabisa kwamba (msimamo wa Abu Bakr) ulikuwa sahihi. (Sahih Muslim, Kitabu 001, Hadithi Nambari 0029)

Inaripotiwa kwa mamlaka ya Abu Huraira kwamba Mtume wa Allah alisema: Nimeamrishwa kupigana na watu hadi wakiri kwamba hapana mungu ila Allah, na yule anayekiri atapata ulinzi wa mali na maisha yake kwa niaba yangu isipokuwa mambo mengine yako mikononi mwa Allah. (Sahih Muslim, Kitabu 001, Hadithi Nambari 0030)

Inanakiliwa kwa mamlaka ya Jabir kwamba Mtume wa Allah alisema: Nimeamrishwa kupigana na watu hadi wakiri kwamba hapana mungu ila Allah, na wanapokiri kwamba hapana mungu ila Allah, damu yao na mali zao zinapewa ulinzi kwa niaba yangu isipokuwa inapokuwa imethibitishwa kisheria, na mambo yao yako mikononi mwa Allah, na kisha akasoma (aya hii ya Qur'an Tukufu): "Hakika wewe si mwenye mamlaka juu yao" (lxxxviii, 22). (Sahih Muslim, Kitabu 001, Hadithi Nambari 0032)

Imenakiliwa kwa mamlaka ya Abdullah bin 'Umar kwamba Mtume wa Allah alisema: Nimeamrishwa kupigana na watu hadi wathibitishe kwamba hapana mungu ila Allah, kwamba Muhammad ni mjumbe wa Allah, na waisimamishe sala, na watoe Zakat, na ikiwa wanafanya hivyo, damu yao na mali zao zinapewa ulinzi kwa niaba yangu isipokuwa inapokuwa imethibitishwa kisheria, na mambo yao yako mikononi mwa Allah. (Sahih Muslim, Kitabu 001, Hadithi Nambari 0033)

Na yeye (amani na baraka za Allaah ziwe juu yake) alisema: "Nimepelekwa kabla ya Saa na upanga, ili Allaah awe anayeadhimishwa PEKEE bila mshirika au mshirika." Imenakiliwa na Ahmad, 4869; imethibitishwa kuwa sahihi na al-Albaani katika Saheeh al-Jaami', 2831. (Swali Nambari 34647: Kwanini Jihaad imeamrishwa; chanzo www.islamqa.com)

Hivyo, hata Wayahudi na Wakristo, si tu washirikina wa Kiarabu, walilazimika kuwa Waislamu vinginevyo Waislamu wangewaua pia ikiwa hawakufanya hivyo. Hii pia inamaanisha kwamba Wayahudi na Wakristo hawakuweza kukaribia Makkah kwani, wakiwa ni al-mushrikeen, ni najisi. Tena tunapata hadithi zinazounga mkono hoja hii:

Imenakiliwa na Ibn 'Umar:

Umar aliwafukuza Wayahudi na Wakristo kutoka Hijaz. Baada ya Mtume wa Allah kuchukua Khaibar, alitaka kuwafukuza Wayahudi kutoka hapo kwani ardhi yake ilikuwa mali ya Allah, Mtume wake, na Waislamu. Mtume wa Allah alikusudia kuwafukuza Wayahudi lakini walimwomba awaruhusu kuendelea kuishi hapo kwa sharti kwamba watafanya kazi na kupata nusu ya matunda. Mtume wa Allah aliwaambia, "Tutakuruhusu kuishi kwa sharti hilo, kwa muda mrefu kama tunavyotaka." Basi, wao (yaani Wayahudi) waliendelea kuishi hapo hadi 'Umar aliwalazimisha kwenda Taima' na Ariha'. (Sahih al-Bukhari, Juzuu ya 3, Kitabu cha 39, Nambari 531)

Imenakiliwa na 'Umar bin al-Khattab kwamba alimsikia Mtume wa Allah (rehma na amani ziwe juu yake) akisema: Nitawafukuza Wayahudi na Wakristo kutoka Rasi ya Arabia na sitaacha yeyote ila awe Muislamu. (Sahih Muslim, Kitabu 019, Hadithi Nambari 4366)

Kwa kufupisha mizozo:

• Qur'an 9:29 pamoja na hadithi fulani za Kiislamu zinafundisha kuwa Waislamu wanapaswa kupigana na makafiri wote hadi walipe Jizya na wajisikie wamezimwa. Hii inaashiria kwamba Uislamu unaruhusu hata washirikina kuishi chini ya utawala wa Waislamu bila kulazimika kuwa Waislamu.

• Qur'an 9:1-6, 28, 30-33 yote yanasema kwamba Waislamu wanapaswa kuwaua wale wanaoshirikisha viumbe wengine na Mungu, ikiwa ni pamoja na Wayahudi na Wakristo, hadi wakutubu na kuwa Waislamu. Hadithi zinathibitisha kwamba hii ndio amri iliyotolewa na Muhammad, hasa kwamba yeye (na baadaye wafuasi wake) walipaswa kupigana na watu wote hadi wawe Waislamu. Hii kwa asili inaonyesha kwamba Wayahudi na

Wakristo, si tu washirikina, lazima wabadilike kuwa Waislamu au wafe.

Kuna njia ambayo Waislamu wanaweza kusuluhisha Qur'an 9:29 na yale yanayofuata kabla na baada yake. Tunaweza kuelewa kutoka kwenye Surat Tawba kwamba wale wote wanaogeukia Uislamu, iwe ni washirikina, Wayahudi, Wakristo, n.k., wanapaswa kulipa Jizya kama ishara kwamba wameshinda na wameingizwa katika Uislamu.

Ingawa hii inaweza kutatua mkanganyiko ndani ya Qur'an, lakini haiwezi kusaidia kutatua matatizo yaliyoletwa na hadithi. Hadithi za Kiislamu zinamnukuu Muhammad akisema wazi kwamba watu lazima wapigwe vita hadi wakiri kwamba Allah ndiye mungu na yeye ni mjumbe wake, ambayo sio tu inapingana na Qur'an lakini pia inapingana na ripoti nyingine tulizozinukuu ambapo Waislamu waliruhusu washirikina kama Waajemi kuendelea na dini yao ikiwa walilipa Jizya.

Hivyo, haijalishi jinsi Muislamu anavyojaribu kusuluhisha haya yote, baadhi ya mizozo bado itabaki.

Marejeo yote ya Qur'an yalitoka kwenye tafsiri ya Abdullah Yusuf Ali.

SEHEMU YA XVI

Je, hakuna kulazimisha dini kwenye Uislam?

Je, ni kweli hakuna kulazimisha dini kwenye Uislam?

Qur'an mara kwa mara inamkumbusha Muhammad kwamba asiwalazimishe au kuwalazimisha watu kuamini ujumbe wake, kwani jukumu lake pekee ni kuwahubiria na kumwachia Allah kushughulikia mambo mengine:

وَإِن مَّا نُرِيَنَّكَ بَعْضَ ٱلَّذِي نَعِدُهُمْ أَوْ نَتَوَفَّيَنَّكَ فَإِنَّمَا عَلَيْكَ ٱلْبَلَٰغُ وَعَلَيْنَا ٱلْحِسَابُ

"Kama tutakuonyesha sehemu ya tuliyowaahidi au tukakuchukua roho yako (kabla ya yote kutimia), jukumu lako ni kuwafikishia ujumbe huo. Jukumu letu ni kuwahesabia." (Surat Ar-Ra'd, 13:40)

ٱلْمُبِينُ ٱلْبَلَٰغُ عَلَيْكَ فَإِنَّمَا تَوَلَّوْاْ فَإِن

"Lakini ikiwa watageuka, jukumu lako ni kuwahubiria ujumbe wazi." (Surat An-Nahl, 16:82)

رَّبُّكُمْ أَعْلَمُ بِكُمْ إِن يَشَأْ يَرْحَمْكُمْ أَوْ إِن يَشَأْ يُعَذِّبْكُمْ وَمَآ أَرْسَلْنَٰكَ عَلَيْهِمْ وَكِيلًا

"Mola wako anakujua vyema; Atakuwa na rehema kwako ikiwa Atapenda, au Atakutia adhabu ikiwa Atapenda. Wala Hatukukutuma wewe kuwa ni mtunza wao." (Surat Al-Isra, 17:54)

قُلْ أَطِيعُواْ ٱللَّهَ وَأَطِيعُواْ ٱلرَّسُولَ فَإِن تَوَلَّوْاْ فَإِنَّمَا عَلَيْهِ مَا حُمِّلَ وَعَلَيْكُم مَّا حُمِّلْتُمْ وَإِن تُطِيعُوهُ تَهْتَدُواْ وَمَا عَلَى ٱلرَّسُولِ إِلَّا ٱلْبَلَٰغُ ٱلْمُبِينُ

"Sema: Mtiini Allah na mtiini Mtume. Lakini ikiwa mtageuka, basi jukumu lake ni kutekeleza majukumu yake, na jukumu lenu ni kutekeleza majukumu yenu. Ikiwa mnamtii yeye, mtakuwa mmekuwa waongofu. Lakini Mtume hana jukumu lingine isipokuwa kufikisha ujumbe wazi." (Surat An-Nur, 24:54)

إِنَّآ أَنزَلْنَا عَلَيْكَ ٱلْكِتَٰبَ لِلنَّاسِ بِٱلْحَقِّ فَمَنِ ٱهْتَدَىٰ فَلِنَفْسِهِۦ وَمَن ضَلَّ فَإِنَّمَا يَضِلُّ عَلَيْهَا وَمَآ أَنتَ عَلَيْهِم بِوَكِيلٍ

Bila shaka, Tumekuteremshia Kitabu hiki kwa haki kwa ajili ya watu. Basi anayeongoka, ni kwa manufaa ya nafsi yake, na anayepotoka, ni juu ya uharibifu wake. Wewe si mlinzi juu yao. (Surat Az-Zumar, 39:41)

Na wale wanaochukua walii badala yake, Mwenyezi Mungu ni Mlinzi juu yao, na wewe huna uwezo juu yao... Lakini wakikengeuka, hatukukutuma kuwa mlinzi juu yao. Wewe si mlinzi juu yao, ila ni kufikisha tu. Na hakika sisi tunapompa mtu rehema kutoka kwetu, huufurahia. Na wakipatwa na madhara kwa sababu ya yale mikono yao iliyotanguliza, basi hakika mtu ni mwenye kufuru. (Surat Ash-Shura, 42:6, 48)

فَذَكِّرْ إِنَّمَآ أَنتَ مُذَكِّرٌ

Basi kumbusha! Hakika wewe ni Mkumbushaji.

لَّسْتَ عَلَيْهِم بِمُصَيْطِرٍ

Wewe si mwenye kuwatawalia. (Surat Al-Ghashiyah, 88:21-22)

Msingi na nia ya Qur'an na vyanzo vingine vya Kiislamu vinavyopingana na kulazimisha watu kuukubali Uislamu ni kwamba si mapenzi ya Allah kila mtu awe Muislamu. Maandiko ya Kiislamu yanathibitisha kwamba ikiwa Allah angependa, angeweza kufanya kila mtu aamini dini ya Muhammad; lakini hii si mapenzi yake kwani ameamua kuwa watu wengine wasiamini ili wapate kuishia katika Jahannamu.

فَمَا لَكُمْ فِي ٱلْمُنَٰفِقِينَ فِئَتَيْنِ وَٱللَّهُ أَرْكَسَهُم بِمَا كَسَبُوٓا۟ أَتُرِيدُونَ أَن تَهْدُوا۟ مَنْ أَضَلَّ ٱللَّهُ وَمَن يُضْلِلِ ٱللَّهُ فَلَن تَجِدَ لَهُۥ سَبِيلًا

Mmekuwaje kuwa makundi mawili kwa khabari ya wanaafiki, na hali Mwenyezi Mungu amewageuza kwa sababu ya yale waliyo yachuma? Je! Mnataka kumwona mwongofu ambaye Mwenyezi Mungu amemhukumu kuwa kapotea? Na aliye mhukumu Mwenyezi Mungu kuwa amekwisha potea wewe hutampatia njia. (Surat An-Nisa, 4:88)

Kama Mwenyezi Mungu angekuwa amependa, wasingekuwa washirikina. Hatukukufanya wewe kuwa mlinzi juu yao, wala wewe si mwenye kuwajibika juu yao. (Suraht Al-An'am, 6:107)

Na lau kuwa Mola wako angetaka, wote waliomo katika ardhi wangeliamini pamoja. Je, wewe, Muhammad, unawalazimisha watu mpaka wawe Waumini? Haiwi kwa nafsi yoyote kuamini isipokuwa kwa idhini ya Mwenyezi Mungu. Ameweka uchafu juu ya wale ambao hawaelewi. (Surat Yunus, 10:99-100)

Wala hatumtumi Mjumbe ila kwa lugha ya watu wake, ili awabainishie. Kisha Mwenyezi Mungu humwacha apotee amtakaye na humwongoa amtakaye. Yeye ndiye Mwenye nguvu, Mwenye hikima. (Surat Ibrahim, 14:4)

Anayemwongoa Mwenyezi Mungu, basi huyo ndiye aliyeongoka, na anayempotosha, basi hao ndio wenye hasara. Na hakika tumewaumba wengi katika majini na watu kwa ajili ya Jahannamu. Wao wana nyoyo lakini hawafahamu, wana macho lakini hawaoni, na wana masikio lakini hawasikii (haki). Hao ni kama wanyama, bali wao ni wapotovu zaidi. Hao ndio walio ghafilika. (Surat Al-A'raf, 7:178-179)

Na lau kuwa Mwenyezi Mungu angeliwataka, angelijaalia nyinyi nyote kuwa umma mmoja. Lakini anamwacha apotee amtakaye na anamwongoa amtakaye. Na hakika nyinyi mtahisabu kwa yale mliyokuwa mkiyafanya. (Surat An-Nahl, 16:93)

"Kama tungependa, tungeipa kila nafsi uongofu wake; lakini sasa neno langu limefanyika ukweli - 'Hakika nitaijaza Jahannamu kwa majini na watu wote pamoja.' Basi sasa onjeni, kwa sababu mlisahau kukutana na siku yenu hii! Hakika sisi tumekuasahau. Onjeni adhabu ya milele kwa sababu ya vitendo vyenu!" (Surat As-Sajda, 32:13-14)

Kwa hiyo, Qur'an inapingana na mafundisho haya kwa kuamuru Mtume wa Allah na kundi lake kupigana na Wayahudi na Wakristo kwa kutokuamini katika dini yake:

Surat At Tawbah Ayah: 29

قَٰتِلُوا۟ ٱلَّذِينَ لَا يُؤْمِنُونَ بِٱللَّهِ وَلَا بِٱلْيَوْمِ ٱلْءَاخِرِ وَلَا يُحَرِّمُونَ مَا حَرَّمَ ٱللَّهُ وَرَسُولُهُۥ وَلَا يَدِينُونَ دِينَ ٱلْحَقِّ مِنَ ٱلَّذِينَ أُوتُوا۟ ٱلْكِتَٰبَ حَتَّىٰ يُعْطُوا۟ ٱلْجِزْيَةَ عَن يَدٍ وَهُمْ صَٰغِرُونَ

Piganeni na wasio muamini Mwenyezi Mungu wala Siku ya Mwisho, wala hawaharimishi alivyo harimisha Mwenyezi Mungu na Mtume, wala hawashiki Dini ya Haki, miongoni mwa walio pewa Kitabu, mpaka watoe kodi kwa khiari yao, hali wamet'ii.

Ayah: 30

وَقَالَتِ ٱلْيَهُودُ عُزَيْرٌ ٱبْنُ ٱللَّهِ وَقَالَتِ ٱلنَّصَٰرَى ٱلْمَسِيحُ ٱبْنُ ٱللَّهِ ذَٰلِكَ قَوْلُهُم بِأَفْوَٰهِهِمْ يُضَٰهِـُٔونَ قَوْلَ ٱلَّذِينَ كَفَرُوا۟ مِن قَبْلُ قَٰتَلَهُمُ ٱللَّهُ أَنَّىٰ يُؤْفَكُونَ

Na Mayahudi wanasema: Uzeir ni mwana wa Mungu. Na Wakristo wanasema: Masihi ni mwana wa Mungu. Hiyo ndiyo kauli yao kwa vinywa vyao. Wanayaiga maneno ya walio kufuru kabla yao. Mwenyezi Mungu awaangamize! Wanageuzwa namna gani hawa!

Ayah: 31

ٱتَّخَذُوٓا۟ أَحْبَارَهُمْ وَرُهْبَٰنَهُمْ أَرْبَابًا مِّن دُونِ ٱللَّهِ وَٱلْمَسِيحَ ٱبْنَ مَرْيَمَ وَمَآ أُمِرُوٓا۟ إِلَّا لِيَعْبُدُوٓا۟ إِلَٰهًا وَٰحِدًا لَّآ إِلَٰهَ إِلَّا هُوَ سُبْحَٰنَهُۥ عَمَّا يُشْرِكُونَ

Wamewafanya makuhani wao na wamonaki wao kuwa ni marabi badala ya Mwenyezi Mungu, na pia Masihi bin Maryamu. Na wala hawakuamrishwa isipo kuwa wamuabudu Mungu Mmoja, hapana mungu ila Yeye. Subhanahu, Ametakasika na hayo wanayo mshirikisha nayo.

Ayah: 32

يُرِيدُونَ أَن يُطْفِـُٔوا۟ نُورَ ٱللَّهِ بِأَفْوَٰهِهِمْ وَيَأْبَى ٱللَّهُ إِلَّآ أَن يُتِمَّ نُورَهُۥ وَلَوْ كَرِهَ ٱلْكَٰفِرُونَ

Wanataka kuizima Nuru ya Mwenyezi Mungu kwa vinywa vyao, na Mwenyezi Mungu anakataa ila aitimize Nuru yake ijapo kuwa makafiri watachukia.

Ayah: 33

هُوَ ٱلَّذِي أَرْسَلَ رَسُولَهُۥ بِٱلْهُدَىٰ وَدِينِ ٱلْحَقِّ لِيُظْهِرَهُۥ عَلَى ٱلدِّينِ كُلِّهِۦ وَلَوْ كَرِهَ ٱلْمُشْرِكُونَ

Yeye ndiye aliye mtuma Mtume wake kwa uwongofu na Dini ya Haki ipate kushinda dini zote, ijapo kuwa washirikina watachukia. (Surat At-Tawbah, 9:29-33)

"Ewe Nabii! Pambana na makafiri na wanafiki, na kuwa mkali kwao. Makazi yao ya mwisho ni Jahannamu, na hapo ndio mwisho mbaya." (Surat At-Tawbah, 9:73)

"Enyi walioamini, piganeni na makafiri walio karibu yenu. Na wapate kuona katika nyinyi ukali. Na jueni kwamba Mwenyezi Mungu yuko pamoja na wachamungu." (Surat At-Tawbah, 9:123)

Na kulingana na wafafanuzi wa Kiislamu, mungu wa Muhammad aliamrisha mjumbe wake kumlazimisha na kumshinikiza mpagani akubali Uislamu au auawe. Kwa mfano, kulingana na mfasiri wa Kiislamu al-Qurtubi, amri ya Aya ya 2:256 kwamba hakuna kulazimishwa katika dini haifai kwa washirikina kwa sababu Muhammad na wafuasi wake walilazimisha washirikina kuingia Uislamu:

Wasomi wanatofautiana na kushikilia maoni mbalimbali kuhusu hadhi ya kisheria na maana ya aya hii.

• Inachukuliwa kuwa IMEFUTWA kwa sababu Mtume ali-WALAZIMISHA Waarabu kuukubali Uislamu na kuwapinga na aliridhika na Uislamu tu kwa ajili yao. Sulayman ibn Musa alisema, "Imefutwa na 'Ewe Nabii! Pambana na makafiri na wanafiki. (9:73)".

Hii imeripotiwa kutoka kwa Ibn Mas'ud na wafasiri wengi.

• Haijafutwa na ilishushwa hasa kwa watu wa Kitabu na inamaanisha kuwa hawalazimishwi kuukubali Uislamu wanapotoa jizya. Walio lazimishwa ni waabudu Sanamu. Kutoka kwao Uislamu unakubaliwa, na ndio wale ambao aya ya 'Ewe Nabii! Pambana na makafiri na wanafiki.' (9:73) ilifunuliwa. Huu ndiyo msimamo wa ash-Sha'bi, Qatada, al-Hasan, na ad-Dahhak. Ushahidi wa msimamo huu umeelezwa na Zayd ibn Aslam kutoka kwa baba yake, "Nimesikia 'Umar bin Khattab akimwambia mwanamke mzee Mkristo, 'Kuwa Muislamu, mama mzee, kuwa Muislamu. Allah alimtuma Muhammad na Haki.' Yeye alijibu, 'Mimi ni mwanamke mzee na karibu kufa.' 'Umar alisema, 'Ewe Allah, shuhudia!' na alisoma, 'Hakuna kulazimishwa katika dini.'"

• Abu Dawud ameandika kutoka kwa Ibn 'Abbas kwamba hii ilifunuliwa kuhusu Ansar. Kulikuwa na mwanamke, ambaye watoto wake wote walikufa. Alifanya nadhiri kwamba ikiwa angezaa mtoto ambaye angeishi, angekuwa Myahudi. Walipofukuzwa Banu'n-Nadir, miongoni mwao kulikuwa na watoto wengi wa Ansar. Walisema, "Hatutaacha watoto wetu!" Kisha Allah akafunua haya. Aina moja inasema, "Tulifanya tulivyofanya na tunadhani kuwa dini yao ni bora kuliko tujuavyo." Ulipokuja Uislamu, walikataa na hii aya ilifunuliwa. Yeyote aliyetaka kukaa nao akae nao na yeyote aliyetaka kuingia Uislam, akaingia Uislamu. Huu ndiyo msimamo wa Sa'id ibn Jubayr, ash-Sha'bi na Mujahid, lakini aliongeza kuwa sababu ya kuwa nao Banu'n-Nadir ilikuwa ni kunyonyesha. An-Nahhas alisema, "Msimamo wa Ibn 'Abbas kuhusu aya hii ni msimamo bora kwani isnad yake ni sahihi."

• As-Suddi alisema kwamba aya "aya ya Qur'an" ilifunuliwa kuhusu mtu wa Ansar anayeitwa Abu Husayn ambaye alikuwa na wana wawili. Baadhi ya wafanyabiashara kutoka Syria walikuja Madina na mafuta na walipotaka kuondoka, wanae wawili walienda kwao. Walimwalika wanae wawili kuwa Wakristo na wakakubali na kurudi nao Syria. Baba yao alikwenda kwa Mtume wa Allah kulalamika juu ya hilo na akamuomba Mtume wa Allah amtume mtu kuwarudisha. Kisha, "Hakuna kulazimishwa katika dini" ilifunuliwa. Hamkuamriwa kupigana na Watu wa Kitabu. Alisema, "Allah amewaweka mbali. Wao ni wa kwanza kukanusha." Abu'l-Husayn alihisi kuchukizwa kuwa Mtume hakuwatuma watu kuwafuata. Kisha Allah akafunua, "La! Wallahi! Hawatakuwa Waumini mpaka wakufanye wewe ndiye hakimu katika yale wanayogombania" (4:65). Kisha "Hakuna kulazimishwa" ILIFUTWA na aliamriwa kupigana na Watu wa Kitabu katika Surat at-Tawba. Msimamo sahihi kwa sababu ya maneno, "La! Wallahi! Hawatakuwa Waumini ..." ni hadithi ya az-Zubayr na jirani yake Mkristo juu ya maji kama itakavyojadiliwa katika Surat at-Tawba, InshaAllah.

• Inasemekana kwamba inamaanisha "usiwaite wale ambao wamejisalimisha kwa upanga kulazimishwa na kulazimishwa".

• Inasemekana kwamba ilihusiana na wafungwa ambao walikuwa watu wa Kitabu. Hawalazimishwi wanapokuwa watu wazima. Ikiwa ni Wamagharibi, wadogo au wakubwa, au washirikina, WALAZIMISHE kuwa Waislamu kwa sababu utumwa wao hauwasaidii wanapokuwa washirikina. Je, hamwoni kuwa sadaka zao haziliwi wala wanawake wao hawaoi.

Hiyo ndiyo iliyoelezwa na Ibn al-Qasim kutoka Malik. Ashhab alisema kuwa watoto wanachukuliwa kuwa na dini ya wale waliochukua. Ikiwa wanakataa hiyo, WALAZIMISHWA kuwa Waislamu. Watoto hawana dini ndiyo maana WALAZIMISHWA kuingia Uislamu ili wasiende kwenye dini ya uwongo. Wakati aina nyingine za makafiri wanatoa jizya, WANALAZIMISHWA kuwa Waislamu, iwe ni Waarabu au siyo Waarabu, Quraysh au vinginevyo. Hii itajadiliwa katika Surat at-Tawba. (Tafsir Al-Qurtubi - Ufafanuzi wa Kikurasa wa Qur'an Takatifu, uliotafsiriwa na Aisha Bewley [Dar Al-Taqwa Ltd., 2003], ukurasa 659-661; umakini wa kufedhehesha umewekwa)

Zaidi ya hayo, sheria ya Kiislamu, ikitegemea maandiko maalum ya Qur'an na ahadith, Wanatamani kuwa nyinyi mkatae Imani, kama wanavyofanya wao, na hivyo kuwa sawa na wao. Lakini msichukue marafiki kutoka kati yao mpaka waanze kukimbia kwa njia ya Mungu (Kutoka kwa kinachoharamishwa). Lakini ikiwa wanageuka na kuwa waasi, wakamate na waueni popote mtakapowakuta; na katika hali yoyote ile msichukue marafiki au wasaidizi kutoka kati yao; - Isipokuwa wale wanaojiunga na kikundi kati yenu ambacho kuna mkataba (wa amani), au wale wanaokujia na nyoyo zao zikiwazuia kuwapiga vita, na pia kupigana na watu wao wenyewe. Ikiwa Mungu angalitaka, angalikupa nguvu juu yao, na wangepigana nanyi. Kwa hivyo, ikiwa wanajiondoa kwenu lakini hawapigani nanyi, na badala yake wakutumia (ahadi za) amani, basi Mungu hakupeni njia (ya kuwapigana). Surah 4:89-90 Y. Ali

Maelezo yaliyotolewa hapo juu si tu yanatoa hitilafu, utata, na mgongano mkubwa ndani ya maandiko ya Waislamu bali pia, kutokana na taarifa wazi katika Qur'an kwamba si mapenzi ya Allah kwa kila mtu kuamini, yanathibitisha kuwa kuna tatizo kubwa na teolojia ya Kiislamu yenyewe. Muhammad alieleza wazi katika Qur'an kwamba Allah anaweza, ikiwa anataka, kuwaongoza watu wote kwenye imani lakini badala yake amechagua kuwapotosha wengi sana kutoka kwenye ukweli ulioitwa wa Uislamu ili aweze kuijaza Jahannamu.

Kwanini basi aliwaamuru Waislamu kupigana na wale wasioamini wakati hawawezi kukubali Uislamu isipokuwa Allah anawasababishia kuamini?

Kwanini kuua waliotoka katika dini (apostates) wakati ni Allah ambaye amegeuza mioyo yao kutoka Uislamu?

Zaidi ya hayo, kwanini asinge wafanya watu wote kuwa Waislamu na hivyo kuzuia umwagaji damu na vurugu zote zinazotendeka kwa jina la mungu wa Muhammad?

SEHEMU YA XVII

Je, Wayahudi na Wakristo watakuwa salama siku ya kiyama?

Je, kulingana na Qur'an, Wayahudi na Wakristo watakuwa salama siku ya mwisho?

Qur'an ilimhimiza Muhammad na wafuasi wake kusamehe wale ambao hawakuamini katika siku za Allah:

Sema (Ewe Muhammad) kwa waumini kwamba wasamehe wale ambao (wanawadhuru na) hawatarajii Siku za Allah (yaani, malipo yake), ili apate kuwalipa watu kulingana na waliyoyachuma (yaani, kuadhibu makafiri hawa, ambao wanawadhuru waumini). Yeyote anayetenda wema, ni kwa faida yake mwenyewe, na yeyote anayetenda uovu, ni kinyume chake (ni kwa hasara yake mwenyewe). Kisha kwa Mola wako mtarejeshwa. كَانُواْ بِمَا قَوْمًا لِيَجْزِيَ اللهِ أَيَّامَ يَرْجُونَ لاَ لِلَّذِينَ يَغْفِرُواْ آمَنُواْ لِلَّذِينَ قُلْ تُرْجَعُونَ رَبِّكُمْ إِلَى ثُمَّ فَعَلَيْهَا أَسَاء وَمَنْ فَلِنَفْسِهِ صَالِحًا عَمِلَ مَنْ يَكْسِبُونَ Suraht Al Jathiya 45:14-15

Hilali-Khan Kwa mujibu wa aya hizo hapo juu, inaonekana wazi kuwa:

"Siku za Allah" mwandishi alimaanisha wakati ambapo Allah atawaletea watu wote hukumu ili kuwalipa kwa kile walichosema na kufanya. Angalau, siku ya mwisho kwa asili inajumuishwa ndani ya kauli hii kwani hii ni moja ya siku za Allah.

Hivyo, maana ya aya ni wazi kabisa: Waislamu wanapaswa kusamehe na kutomsumbua yeyote anayekataa kuwepo kwa siku ya mwisho ambapo Allah atawahukumu wanadamu.

Lakini, hii inapingana na amri ifuatayo ya Waislamu kupigana na kila mtu ambaye hataamini siku ya mwisho!

Pigana na wale ambao hawaamini Mungu wala Siku ya Mwisho, wala hawakatazi yale ambayo Mungu na Mtume wake wamekataza, wala hawakubali dini ya Haki, (hata kama ni) watu wa Kitabu, mpaka watoe Jizya kwa hiari na wajione wameshindwa. ٱللَّهَ مَا يُحَرِّمُونَ وَلَا ٱلْأَخِرِ بِٱلْيَوْمِ وَلَا بِٱللَّهِ يُؤْمِنُونَ لَا ٱلَّذِينَ قَٰتِلُواْ صَٰغِرُونَ وَهُمْ يَدٍ عَن ٱلْجِزْيَةَ يُعْطُواْ حَتَّىٰ ٱلْكِتَٰبَ أُوتُواْ ٱلَّذِينَ مِنَ ٱلْحَقِّ دِينَ يَدِينُونَ وَلَا وَرَسُولُهُ

Surat At Tawbah 9:29 Y. Ali.

Tahadhari mgongano mkubwa:

• Qur,an 45:14 inaamuru Waislamu wasamehe wale wanaokataa siku za Allah, ambayo kwa asili inajumuisha siku ya mwisho.

• Qur'an 9:29 inafundisha tofauti kabisa na hii kwa kuwaamuru Waislamu kupigana na wale wanaokataa siku ya mwisho mpaka watoe jizya kama ishara ya unyonge wao. Siyo jambo la kushangaza, wafasiri wa Kiislamu walilazimika kutumia doktrina ya kufuta ili kuelezea tofauti hii iliyo wazi:

(Sema) Ewe Muhammad (wale ambao wanaamini) 'Umar na waumini wenzake (wasamehe wale ambao hawatarajii) wale ambao hawaogopi (siku za Allah) adhabu ya Allah, rejea hapa inahusu watu wa Maka; (kwa hiyo Mungu atawalipa) yaani, 'Umar na waumini wenzake (kwa yale waliyoyachuma) yale waliyoyafanya ya matendo mema. Msamaha huu unahusiana na kipindi kabla ya uhamiaji wa Madina. Baadaye waliamriwa kupigana na makafiri. (Tanwîr al-Miqbâs min Tafsîr Ibn 'Abbâs; msisitizo wetu)

Waambie wale ambao wanaamini wasamehe wale ambao hawatarajii, [wale ambao hawamwogopi], siku za Mungu, matukio ambayo Yeye anayaleta kwa ghafla, yaani, wasamehe makafiri madhara waliyowasababishia - hii ilikuwa kabla ya amri ya kupigana nao kuwekwa wazi - ili Yeye, Allah, aweze kuwalipa watu kwa yale waliyokuwa wakiyapata, wakati walipokuwa wakisamehe makafiri madhara waliyoyatenda. (Tafsir al-Jalalayn; msisitizo wetu)

Kusema kwa Allah;

Waambie waumini wasamehe wale ambao hawatarajii Siku za Allah, maana yake, waumini wawasamehe makafiri na kuvumilia madhara wanayowaelekezea. Katika mwanzo wa Uislamu, Waislamu waliamriwa kuwa na subira mbele ya dhuluma za washirikina na Watu wa Vitabu ili mioyo yao ielekee kwenye Uislamu. Hata hivyo, makafiri walipopinga kwa ukaidi, Allah aliweka sheria kwa waumini kupigana katika Jihad. Maneno yenye maana kama hii yalikusanywa kutoka kwa 'Abdullah bin 'Abbas na Qatadah. Mujahid alisema kuhusu kauli ya Allah, wale ambao hawatarajii Siku za Allah, "Hawathamini neema za Allah." Allah alisema, ili awalipe watu, kulingana na wanayoyapata. maana yake, ikiwa waumini watasamehe makafiri katika maisha haya, Allah bado atawaadhibu makafiri kwa uovu wao Akhera. Kauli ya Allah inayofuata,

Yeyote anayetenda wema, ni kwa ajili yake mwenyewe, na yeyote anayetenda uovu, ni kinyume chake. Kisha mtarejea kwa Mola wenu: maana yake, nyote mtarejea kwa Allah Siku ya Kiyama, ambapo nyinyi na matendo yenu mtawasilishwa mbele Yake. Kisha, Atawalipa kwa matendo yenu, wema kwa wema na uovu kwa uovu. (Tafsir Ibn Kathir, toleo la Kiingereza, limefupishwa na kikundi cha wasomi chini ya usimamizi wa Shaykh Safiur-Rahman Al-Mubarakpuri: msisitizo wetu)

Ushahidi uliotangulia ni njia nyingine ya kusema kwamba Muhammad ndie alikuwa anaamua na kumuongoza Allah kuhusu nini ateremshe chini kama aya, kwa kiwango ambacho Allah hata alibadili mawazo Yake na kutoa amri ambazo zilipingana na aya zake! Baada ya yote, wakati Muhammad alipokuwa Makka na kuzidiwa sana idadi na makafiri, Allah aliwaambia Waislamu kuwa na uvumilivu na msamaha, kati ya mambo mengine. Lakini Muhammad alipohamia Madina na kupata nguvu ya kutosha,

Allah alibadili mawazo Yake na kuamuru Waislamu kupigana na wale ambao hawakuamini Uislamu na Siku ya Kiyama! Kwa kusema kwa urahisi, kufutwa "abrogation" ni njia tu ya Kiislamu ya kusema kwamba Qur'an ina makosa makubwa na utata ulio wazi wazi.

SEHEMU YA XVIII

Qur'an imekataza kuwapenda Wazazi wako kama ni Makafiri

Je, Waislamu wanapaswa kuwa wema kwa wazazi wao?

Qur'an inahimiza waumini na wasioamini kuwa wema kwa wazazi: Sema: "Njooni, nitawaelezeni ambayo Mola wenu amewafaradhishia: Kwamba msimshirikishe na chochote, na mfanye wema kwa wazazi wenu, wala msitoe watoto wenu kwa kuwa mmeogopa kuwa hamtawaweza; Sisi tunawaruzuku nyinyi na wao. Wala msikaribie mambo machafu, yanayoonekana na yaliyofichika. Wala msimuue nafsi ambayo Mwenyezi Mungu ameiharamisha isipokuwa kwa haki. Hivyo ndivyo mlivyoamrishwa mpate kuwa na akili." ۞ عَلَيْكُمْ رَبُّكُمْ حَرَّمَ مَا أَتْلُ تَعَالَوْاْ قُلْ تَقْرَبُواْ وَلَا وَإِيَّاهُمْ نَرْزُقُكُمْ نَحْنُ إِمْلَقٍ مِّنْ أَوْلَٰدَكُم تَقْتُلُواْ وَلَا إِحْسَٰنًا وَبِٱلْوَٰلِدَيْنِ شَيْـًٔا بِهِۦ تُشْرِكُواْ أَلَّا بِهِۦ وَصَّىٰكُم ذَٰلِكُمْ بِٱلْحَقِّ إِلَّا ٱللَّهُ حَرَّمَ ٱلَّتِي ٱلنَّفْسَ تَقْتُلُواْ وَلَا بَطَنَ وَمَا مِنْهَا ظَهَرَ مَا ٱلْفَوَٰحِشَ تَعْقِلُونَ لَعَلَّكُمْ Suraht Al Anam 6:151; tazama pia 4:36

Mola wako amekuamrisha usimuabudu yeyote ila Yeye tu, na uwe mwema kwa wazazi wako. Ikiwa mmoja wao au wote wawili wanafikia uzee katika nyumba yako, usiwaonyeshe dalili ya uvumilivu wala kuwakemea, bali wasemee maneno mazuri. Watendee kwa unyenyekevu na upole na waambie: 'Ewe Mola, warehemu wazazi wangu, kama walivyoniwalea nikiwa mtoto.' ۞ فَلَا كِلَاهُمَا أَوْ أَحَدُهُمَا ٱلْكِبَرَ عِندَكَ يَبْلُغَنَّ إِمَّا إِحْسَٰنًا وَبِٱلْوَٰلِدَيْنِ إِيَّاهُ إِلَّا تَعْبُدُواْ أَلَّا رَبُّكَ وَقَضَىٰ وَقُل ٱلرَّحْمَةِ مِنَ ٱلذُّلِّ جَنَاحَ لَهُمَا وَٱخْفِضْ كَرِيمًا قَوْلًا لَّهُمَا وَقُل تَنْهَرْهُمَا وَلَا أُفٍّ لَّهُمَا تَقُل صَغِيرًا رَبَّيَانِي كَمَا ٱرْحَمْهُمَا رَّبِّ Suraht Al Isra. 17:23-24

Ukweli kwamba amri ya kuwa mwema kwa wazazi inarejewa mara kwa mara baada ya amri kuu ya Uislamu, ya kumwabudu Allah pekee, inatoa umuhimu maalum kwake na ina maana kwamba amri hii inapaswa kuchukuliwa kwa uzito mkubwa. Zaidi ya hayo, Qur'an inarejelea amri hii kwa njia tofauti katika aya kadhaa zingine: (Tumewaamrisha mtu awe mwema kwa wazazi wake, kwa maana mama yake amemchukua mimba kwa taabu na amemzaa kwa taabu. Na kuchukua mimba kwake na kumnyonyesha huchukua miaka miwili. (Tumemwambia): "Shukuru Mimi na wazazi wako. Kwangu Mimi ndiko marejeo yenu. Lakini ikiwa wanakushinikiza kunishirikisha na chochote usichokijua, usiwatii. Lakini wakae nao kwa wema

(Tulimwamuru mtu aonyeshe wema wazazi wake, kwani mama yake anamzaa kwa taabu nyingi, na hawezi kuachishwa kunyonya kabla ya miaka miwili. Tukasema: "Mshukuru Mwenyezi Mungu na wazazi wako. Kwangu ndiko marejeo yote. Lakini wakikulazimisha unipwekeshe pamoja na miungu ambayo hujui chochote kuhusu hiyo, usiwatii. Wapeni wema katika dunia hii, na fuata njia ya wanaorudi kwangu. Kwangu ndiko marejeo yako, na nitakujulisha yote uliyoyatenda.")

سنتين يبلغ أن قبل يفطم ولا كبير، بألم تلد أمه فإن لوالديه، اللطف يظهر أن إنسانا نهينيا خدمة على إجبارك حاولا إذا ولكن. الأمور جميع هي إلي العودة. ولوالديك لي اشكر" :قلنا الذين سبيل واتبع، الحياة هذه في معهما لطيفًا كن .تطعهما فلا ، شيئًا عنها تعرف لا آلهة إليَّ يرجعون. الأمور جميع هي إلي العودة .فعلته ما بكل وسأخبرك"( )

(Surat Luqman 31:14-15; cf. 29:8)

Tumemwamuru mtu kuwa mwema kwa wazazi wake. Mama yake anamzaa kwa maumivu mengi, na kwa maumivu mengi anamlea. Anazaliwa na kunyonyeshwa kwa muda wa miezi thelathini. Anapokuwa mtu mzima na kufikia umri wa miaka arobaini, basi na aseme: 'Nipe uongozi, Ee Mola, niweze kushukuru kwa neema uliyo nijaalia mimi na wazazi wangu, na nifanye vitendo vyema vinavyokupendeza. Nipe watoto wema. Kwako nakurudia na ninajisalimisha.'

Hao ndio ambao tutakubali vitendo vyao vyema na tutasamehe makosa yao. Tutawaingiza miongoni mwa warithi wa Pepo. Hii ni ahadi ya kweli niliyo wapa.

Lakini yule anayewakemea wazazi wake na kuwaambia: 'Aibu! Je, mnaitishia kufufuliwa wakati mimi nimeshapita vizazi vingi kabla yangu?' - yule anayejibu wakati wao wanapoomba msaada wa Mungu na kusema: 'Ole wenu! Aminini. Ahadi ya Mungu ni ya kweli,' na anasema: 'Haya ni hadithi tu za zamani' - S. 46:15-17

Jambo linalovutia kuhusu hili ni kwamba baadhi ya aya zilizotajwa hapo juu zinabainisha wazi kwamba baadhi ya wazazi watakuwa makafiri ambao hata watajaribu kuwazuia watoto wao wasifuatishe Uislamu, hata hivyo, Waislamu wanapaswa, hata hivyo, kuwa wema kwa wazazi wao.

Zaidi ya hayo, maagizo yaliyotajwa hapo juu yanapingana moja kwa moja na aya zifuatazo ambazo zinakataza Waislamu kuwapenda na kuwa marafiki na wasioamini, hata kama ni wazazi wao wenyewe:

"Wala wasiweke marafiki kati ya Waumini na Makafiri badala ya Waumini. Na anayefanya hivyo hana uhusiano wowote na Mwenyezi Mungu, isipokuwa mnaogopa kwa siri na kinga dhidi ya uadui wao. Na Mwenyezi Mungu anakuonyeni nafsi yake. Na marejeo yenu yote ni kwa Mwenyezi Mungu." - Surat Al-Imran 3:28

"Enyi mlioamini! Msichukue baba zenu wala ndugu zenu kuwa marafiki, ikiwa wamependa ukafiri kuliko Uislamu. Na mwenye kushirikiana nao basi hao ndio madhaalimu." - Surat At-Tawbah 9:23

Haitasaidia kudai kwamba neno "marafiki" (auliya) katika Qur'an Al-Imran 3:28 na At-Tawbah 9:23 kwa kweli linamaanisha "walinzi", yaani, Waislamu hawapaswi kutafuta ulinzi wa wasioamini hata kama ni wazazi wao, kwani neno hili linatumika katika muktadha maalum kumaanisha urafiki.

Angalieni! Hakika kwa marafiki wa Mungu (auliya Allahi) hakuna khofu wala huzuni; Surat Yunus 10:62

Isipokuwa Waislamu wanataka kudai kwamba hata Mwenyezi Mungu mwenyewe anao watu wanaomlinda, aya hii inapaswa kufanya iwe wazi kwamba "auliya" inamaanisha kuchukua mtu kama rafiki.

Na kana kwamba hii haikutosha kuonyesha kwamba maana wazi ya Qur'an 9:23 ni kwamba Waislamu hawapaswi kuwachukua wazazi wao wasioamini kama marafiki, Qur'an 58:22 inaenda mbali zaidi kwa kusema kwamba waumini wa kweli hawapendi hata wazazi wao wenyewe ambao wanakataa utume wa Mtume Muhammad:

لَّا تَجِدُ قَوْمًا يُؤْمِنُونَ بِٱللَّهِ وَٱلْيَوْمِ ٱلْآخِرِ يُوَآدُّونَ مَنْ حَآدَّ ٱللَّهَ وَرَسُولَهُ وَلَوْ كَانُوٓا۟ ءَابَآءَهُمْ أَوْ أَبْنَآءَهُمْ أَوْ إِخْوَٰنَهُمْ أَوْ عَشِيرَتَهُمْ أُو۟لَٰٓئِكَ كَتَبَ فِي قُلُوبِهِمُ ٱلْإِيمَٰنَ وَأَيَّدَهُم بِرُوحٍ مِّنْهُ وَيُدْخِلُهُمْ جَنَّٰتٍ تَجْرِي مِن تَحْتِهَا ٱلْأَنْهَٰرُ خَٰلِدِينَ فِيهَا رَضِيَ ٱللَّهُ عَنْهُمْ وَرَضُوا۟ عَنْهُ أُو۟لَٰٓئِكَ حِزْبُ ٱللَّهِ أَلَآ إِنَّ حِزْبَ ٱللَّهِ هُمُ ٱلْمُفْلِحُونَ

Huwakuti watu wanao muamini Mwenyezi Mungu na Siku ya Mwisho kuwa wanawapenda wanao mpinga Mwenyezi Mungu na Mtume wake, hata wakiwa ni baba zao, au watoto wao, au ndugu zao, au jamaa zao. Hao ameandika katika nyoyo zao Imani, na amewapa nguvu kwa Roho itokayo kwake. Na atawaingiza katika Mabustani yapitayo mito kati yake. Humo watakaa daima. Mwenyezi Mungu awe radhi nao, na wao wawe radhi naye. Hao ndio Hizbullahi, Kundi la Mwenyezi Mungu. Hakika Kundi la Mwenyezi Mungu ndilo lenye kufanikiwa. - Surat Al-Mujadilah 58:22

Kwa kuzingatia hoja hizi, ni vigumu sana kuona jinsi Waislamu wanaweza kuonyesha wema kwa wazazi wao wanapokuwa hawaruhusiwi hata kuwapenda au kuwa marafiki nao! Baada ya yote, ni aina gani ya wema huu ambao kimsingi unawazuia Waislamu sio kutowapenda tu, bali pia kuwa marafiki na wazazi wao?

Pia, inafaa kufahamu kuwa Qur'an 58:22 inasema "Kwa watu hao Mwenyezi Mungu ameandika imani katika nyoyo zao," ambayo inaonyesha kuwa Waislamu kutowapenda hata wazazi wao ni "ishara ya muumini wa kweli," ikiwa ni ishara kwamba Mwenyezi Mungu ameitia imani mioyoni mwao! Kwa msingi huu, inamaanisha kuwa imani katika Uislamu inasababisha muumini kupokea nguvu na azimio la kuchukia yeyote anayempinga Mtume Muhammad, hata kama ni jamaa wa karibu kabisa! Inawakataza kuwapenda, kuwaheshimu, kuwa na urafiki nao. Na vyanzo vya Kiislamu vinaonyesha jinsi gani hili agizo la kuchukia watu ni la kipekee kiasi cha kuwachukia na kutowafanya marafiki wazazi wako.

"Walisema: Mtume wa Allah alituma kikosi chini ya al-Dahhak Ibn Sufyan Ibn 'Awf Ibn Abu Bakr al-Kilabi, dhidi ya al-Qurara. Al-Asyad Ibn Salamah Ibn Qart alikuwa pamoja nao. Walikutana nao huko al-Zujj, Zujj ya Lawah, na kuwaalika kuingia Uislamu. Walikataa, kwa hivyo waliwashambulia na kuwalazimisha wakimbie. Kisha al-Asyad alikutana na baba yake Salamah ambaye alikuwa kwenye farasi wake, katika dimbwi la al-Zujj. Alimwomba baba yake akubali Uislamu akimhakikishia msamaha. Yeye (baba) alimtukana yeye na dini yake. Kwa hivyo al-Asyad alimlemaza farasi wa baba yake. Farasi alipoporomoka kwenye miguu yake, Salamah alilaza mkuki wake ndani ya maji. Yeye (al-Asyad) alimshikilia hadi mmoja wao (Waislamu) alipofika hapo na kumuua. Mwanawe hakumuua." (Kitabu cha Ibn Sa'ad Al-Tabaqat Al-Kabir, tafsiri ya Kiingereza na S. Moinul Haq, M.A., PhD kwa msaada wa H.K. Ghazanfar M.A. [Kitab Bhavan Exporters & Importers, 1784 Kalan Mahal, Daryaganj, New Delhi - 110 002 India], Juzuu ya II, uk. 201)

Hivyo, dini ya Muhammad inaharibu uhusiano kati ya watoto Waislamu walioongoka na wazazi wao ambao bado si Waislamu.

Katika kesi hii, mwana analeta mbele ya baba yake chaguo la kuukubali Uislamu sasa au kifo. Anamzuia baba yake kukimbia. Mwana ndiye sababu moja kwa moja ya kifo cha baba yake kwa mikono ya Waislamu wenzake.

Kwa kulinganisha: Abu Talib, mjomba wa Muhammad, alimlinda dhidi ya wapinzani wa Uislamu huko Mecca. Abu Talib alibaki kuwa mshirikina hadi kifo chake. Hakuyaamini mafundisho ya Muhammad, lakini alimpa Muhammad uhuru wa kuamini tofauti na hata kueneza ujumbe wake kwa watu. Muhammad na wafuasi wake hawakurudisha fadhila hii walipokuwa na nguvu, bali badala yake waliwalazimisha jamaa zao wa karibu kuchagua kati ya Uislamu au kifo.

Ni dhahiri kuwa Abu Talib katika "kutokuamini" kwake alikuwa mwenye adili na mwenye utamaduni zaidi kuliko Muhammad na wafuasi wake. Vyanzo vya Kiislamu vinaripoti kisa kingine ambapo mwana Muislamu yuko tayari kumuua baba yake asiye Muislamu.

Kulingana na Ibn Humayd- Salamah- Muhammad b. Ishaq- 'Asim b. 'Umar b. Qatadah: 'Abdallah b. 'Abdallah b. Ubayy b. Salul alimwendea Mtume wa Mungu akasema: "Ewe Mtume wa Mungu, nimeambiwa kuwa unataka kumuua 'Abdallah b. Ubayy kwa sababu ya habari zilizokufikia kuhusu yeye. Ikiwa utakusudia kufanya hivyo, niamuru mimi na nitakuletea kichwa chake. Kwa Mungu, watu wa al-Khazraj wanajua kwamba hawajawahi kuwa na mtu mwenye kumtii baba yake kama mimi. Naogopa kwamba utaamuru mtu mwingine kufanya hivyo na kwamba atamwua; na kwa hivyo nafsi yangu haitaniruhusu kuona muuaji wa 'Abdallah b. Ubayy akitembea kati ya watu: ningemwua yeye, nikimuua muumini kulipiza kisasi cha kafiri, na hivyo kuingia Motoni [Jehanamu]." Mtume wa Mungu akasema, "La, tutakuwa wema kwake na kushirikiana naye kwa urafiki muda mrefu akiwa pamoja nasi." Hivyo, baada ya siku hiyo kila wakati alipofanya jambo linalokosolewa, walikuwa watu wa kabila lake waliomkemea, kumrekebisha, kumlaumu, na kumtishia. Habari za jinsi walivyokuwa wakimtendea zilipomfikia Mtume wa Mungu, alimwambia 'Umar b. al-Khattab: "Unaonaje, Umar? Kwa Mungu, kama ningemwua siku uliyoniagiza nimwue, watu mashuhuri wangekasirika, ambao, kama ningewaamuru leo kumuua, wangefanya hivyo." 'Umar akasema, "Sasa kwa Mungu najua kwamba agizo la Mtume wa Mungu lilikuwa na baraka zaidi kuliko ambavyo ningeamuru." (Historia ya al-Tabari: Ushindi wa Uislamu, tafsiri ya Michael Fishbein [State University of New York Press (SUNY), Albany 1997], Juzuu VIII (8), ukurasa 55)

Kwa kuwa ni Muislamu mtiifu, mwana hakupinga maelekezo ya Muhammad kuamuru kuuawa kwa baba yake. Hata inaonekana kuwa anahesabu kuwa ni tendo lenye fadhila kufuata amri hiyo. Haogopi kuwa kumuua baba yake mwenyewe kutamsababisha aingie Jahannam, bali ni kulipiza kisasi mauaji kwa kumuua muuaji kutamsababisha aingie humo. Matukio yote yanadhihirisha Qur'an 9:23 na 58:22. Kama walivyoamrishwa, imani yao ya Kiislamu na kujitoa kwao kwa Muhammad kumezima upendo na uaminifu wa kiasili kwa wazazi wao. Kwa kuhitimisha taarifa zinazopingana katika Qur'an kuhusu mafundisho ya nini kufanya kwa wazazi wasioamini:

• Kwa upande mmoja, Qur'an inaamuru Waislamu wote kuwa wakarimu kwa wazazi wao, hata kama ni wasioamini (Q. 17:23-24, 31:14-15, 29:8, n.k.).

• Kwa upande mwingine, inadai kutofanya upendo au urafiki wowote kwa wale wanaompinga Muhammad, hata kama ni wazazi wao (Q. 9:23, 58:22).

Lakini hii haiishii hapo kwa Qur'an. Surah 58:22 inasababisha hitilafu nyingine.

Isipokuwa imeelezwa vinginevyo, nukuu zote zinachukuliwa kutoka kwa toleo la N. J. Dawood la Qur'an.

Marejeleo ya mwisho:

Ni kosa gani la 'Abdallah B. Ubayy B. Salul lililohalalisha adhabu ya kifo? Yeye alikuwa kiongozi wa kikabila huko Madina ambaye alithubutu kumpinga Muhammad wakati huo alipokusudia kuwaua kabila la Kiyahudi. Alimzuia Muhammad kutekeleza mauaji ya kimbari dhidi ya Banu Qaynuqa`, na kuokoa maisha mengi kupitia kuingilia kwake kwa ujasiri. Zaidi ya hayo, ripoti iliyotajwa hapo juu inaondoa haja ya kumhukumu mtu huyu kwa kesi ya haki na ya umma, na kisha kumhukumu kifo kulingana na hukumu hii wazi, badala yake iliamuliwa kumwua kwa kumtuma muuaji nyuma yake. Muhammad alitumia njia hiyo ya kuuwa wapinzani wake wengi.

SEHEMU YA XIX

Je, Muislamu anaweza kuwa Muumini na kumpinga Muhammad wakati huohuo?

Je, mtu anaweza kuwa muumini wa Mungu na wakati huo huo kumpinga Muhammad?

Qur'an inadai yafuatayo:

لَّا تَجِدُ قَوْمًا يُؤْمِنُونَ بِٱللَّهِ وَٱلْيَوْمِ ٱلْآخِرِ يُوَآدُّونَ مَنْ حَآدَّ ٱللَّهَ وَرَسُولَهُ وَلَوْ كَانُوٓا۟ ءَابَآءَهُمْ أَوْ أَبْنَآءَهُمْ أَوْ إِخْوَٰنَهُمْ أَوْ عَشِيرَتَهُمْ ۚ أُو۟لَٰٓئِكَ كَتَبَ فِى قُلُوبِهِمُ ٱلْإِيمَٰنَ وَأَيَّدَهُم بِرُوحٍ مِّنْهُ ۖ وَيُدْخِلُهُمْ جَنَّٰتٍ تَجْرِى مِن تَحْتِهَا ٱلْأَنْهَٰرُ خَٰلِدِينَ فِيهَا ۚ رَضِىَ ٱللَّهُ عَنْهُمْ وَرَضُوا۟ عَنْهُ ۚ أُو۟لَٰٓئِكَ حِزْبُ ٱللَّهِ ۚ أَلَآ إِنَّ حِزْبَ ٱللَّهِ هُمُ ٱلْمُفْلِحُونَ

Huwakuti watu wanao muamini Mwenyezi Mungu na Siku ya Mwisho kuwa wanawapenda wanao mpinga Mwenyezi Mungu na Mtume wake, hata wakiwa ni baba zao, au watoto wao, au ndugu zao, au jamaa zao. Hao ameandika katika nyoyo zao Imani, na amewapa nguvu kwa Roho itokayo kwake. Na atawaingiza katika Mabustani yapitayo mito kati yake. Humo watakaa daima. Mwenyezi Mungu awe radhi nao, na wao wawe radhi naye. Hao ndio Hizbullahi, Kundi la Mwenyezi Mungu. Hakika Kundi la Mwenyezi Mungu ndilo lenye kufanikiwa (Tafsiri ya Al-Hilali & Khan) 58:22 Suraht Al Mujadilah

Hutakutana na watu wanaoamini Mungu na Siku ya Kiyama, wanaofanya urafiki na wale wanaompinga Mungu na Mtume wake, hata kama ni baba zao, au watoto wao, au ndugu zao, au jamaa zao... (Tafsiri ya Yusuf Ali)

Tahadhari: Sentensi ya kwanza katika aya iliyotajwa hapo juu si amri bali imeelezwa kama taarifa ya ukweli. Amri haiharibiki kwa kuwepo kwa baadhi au hata wengi ambao wanavunja amri hiyo. Lakini madai ya jumla yakidai kitu fulani kama ukweli wa hakika yanaweza kudhihirishwa kuwa si sahihi kwa kutoa mifano ya kinyume.

Kauli ya kwanza katika aya iliyotajwa hapo juu ni potofu kwa sababu kadhaa.

Ni ngumu ikiwa sio haiwezekani kuamini kwamba hakuna watu ambao wamegeukia Uislamu (iwe ni waliokuwa Wakristo, wasio na uhakika, wakana Mungu, washirikina, au vinginevyo), yaani watu ambao sasa wanamwamini kwa dhati Allah na Siku ya Kiyama lakini bado wanawapenda baba zao au watoto na ndugu zao licha ya kutokubaliana nao katika imani ya Uislamu na kukataa Muhammad kuwa mtume kutoka kwa Mungu. Kuchukuliwa kama taarifa ya ukweli kuhusu Waislamu wote, madai haya katika Surah 58:22 yalikuwa na makosa kabisa wakati wa Muhammad na bado yana makosa leo. Ingawa baadhi ya Waislamu wanaweza kuwa wakali, wengi wao ni watu wa kawaida, na kauli iliyotajwa haiwezi kuwa sahihi kwa Waislamu wote kama inavyosemwa.

Ingawa napenda kutilia maanani pingamizi hili kwa kuwa ni mantiki ya kawaida, Waislamu wengi ikiwa sio wote wanaweza kulikataa kama suala la kibinafsi na lisilo na maana. Hivyo basi, sehemu iliyobaki ya Surah hii itatoa sababu kwa nini madai haya bado yanabaki kuwa makosa ya wazi na ya ukweli.

Yeyote anayefahamu imani ya Kikristo anajua kuwa Wakristo wanamwamini Mungu na Siku ya Kiyama.

Haya ni makosa ya ukweli katika aya hii.

Hata hivyo, kauli hii sio ya ukweli na ni potofu, lakini pia inasababisha tafsiri isiyo na mantiki katika Qur'an kwa sababu Qur'an yenyewe inasema wazi kwamba Wakristo ni miongoni mwa wale wanaomwamini Mungu na Siku ya Kiyama:

Wale ambao wanaamini (katika Qur'an), na wale wanaofuata maandiko ya Kiyahudi, na Wakristo na Sabiani -

yeyote ambaye anamwamini Mungu na Siku ya Kiyama, na kufanya vitendo vya haki, watapata thawabu yao na Mola wao; hakutakuwa na hofu wala huzuni kwao. Surah ya 2:62

Wale ambao wanaamini (katika Qur'an), wanaofuata maandiko ya Kiyahudi, na Sabiani na Wakristo - yeyote ambaye anamwamini Mungu na Siku ya Kiyama, na kufanya vitendo vya haki - hakutakuwa na hofu wala huzuni kwao. Surah ya 5:69

Na Qur'an yenyewe inasisitiza madai yake kwamba Wakristo na Waislamu wanamwamini Mungu mmoja:

Na msijadiliane na Watu wa Kitabu isipokuwa kwa njia iliyo bora, isipokuwa na wale kati yao wanaofanya uovu; na sema: Tunaamini yale yaliyoteremshwa kwetu na yaliyoteremshwa kwenu; Mungu wetu na Mungu wenu ni Mmoja, na kwake tunasalimu amri. Surah ya 29:46 Bila shaka, kulingana na Qur'an, Wakristo ni sehemu ya "watu ambao wanamwamini Mungu na Siku ya Kiyama"; kwa hivyo, wao ni sehemu ya watu wanaorejelewa katika Surah 58:22, na madhara yote mabaya yaliyoelezwa hapo juu.

Wakristo wanaamriwa kupendana (Yohana 13:34-35) hata na maadui zao (Mathayo 5:44).

Ingawa wengi wao wanaweza kushindwa kutii amri hii kikamilifu, kuna Wakristo wengi ambao wanajitahidi kuishi kulingana na amri hizi. Kwa hiyo, Wakristo wanapendana, na Wakristo ambao wanajua Biblia na wanapoona jinsi Uislamu unavyopingana na Biblia pia watapinga na kukataa kwamba Muhammad alikuwa mtu ambaye alidai uwongo kuwa ni mjumbe kutoka kwa Mungu. Hivyo, kuna waumini wengi wa Mungu na Siku ya Kiyama ambao wanapenda wale wanaopinga Uislamu. Kwa kweli, hata Qur'an yenyewe inasema kwamba Wakristo wanapenda marafiki na Wakristo wengine au Wayahudi (ambao wote wanapinga Muhammad):

Enyi mlioamini! Msiwafanye Mayahudi na Wakristo kuwa marafiki. Wao ni marafiki wao kwa wao. Na anayewafanya marafiki miongoni mwenu, basi hakika yeye ni miongoni mwao.

Hakika Mwenyezi Mungu hawaongozi watu wenye kudhulumu. Surah ya 5:51 (Tafsiri ya Muhammed Rashad)

Kwa kuhitimisha, Surah 58:22 ina kosa siyo tu la ukweli, lakini pia inapingana na taarifa nyingine katika Qur'an:

• Wayahudi na Wakristo wanaamini katika Mungu na Siku ya Kiyama (Surah ya 2:62, 5:69, 29:46).

• Wayahudi na Wakristo wanakataa Muhammad kuwa mjumbe kutoka kwa Mungu.

• Wayahudi na Wakristo ni marafiki kwa kila mmoja (Surah ya 5:51)

Hata hivyo, Qur'an inadai pia:

• Huto wakuta watu wanaomuamini Mwenyezi Mungu na Siku ya Mwisho wanawapenda wanaompinga Mwenyezi Mungu na Mtume wake... (Surah ya 58:22)

Mgongano ni wazi kabisa. Surah ya 58:22 inajitokeza pia katika kundi lingine la aya za Qur'an zenye mgongano...

SEHEMU YA XX

Qur'an inasema Mama yako ni yule aliye kuzaa tu

Je, naweza kumwita mama?
Utata ndani ya Qur'an, nani ni mama yako?
Qur'an inasema kuwa mama ni yule aliyekuzaa:

Mungu amesikia maneno ya yule anayegombana nawe kuhusu mume wake, na anamlalamikia Mungu. Mungu anawasikia nyote mkiwa mnazungumza pamoja; hakika Mungu ni Mwenye kusikia yote, Mwenye kuona yote. Wale miongoni mwenu wanaosema kuhusu wake zao, "Wawe kama mgongo wa mama yangu," hao siyo kweli mama zao; mama zao ni WALE TU waliowazaa, na bila shaka wanatoa msemo usioheshimu na wa uwongo. Lakini hakika Mungu ni Mwenye kusamehe, Mwenye kughufiria. وَٱللَّهُ يَسْمَعُ تَحَاوُرَكُمَا ۚ قَدْ سَمِعَ ٱللَّهُ قَوْلَ ٱلَّتِي تُجَادِلُكَ فِي زَوْجِهَا وَتَشْتَكِي إِلَى ٱللَّهِ إِنَّ ٱللَّهَ سَمِيعٌ بَصِيرٌ ٱلَّذِينَ يُظَاهِرُونَ مِنكُم مِّن نِّسَائِهِم مَّا هُنَّ أُمَّهَاتِهِمْ ۖ إِنْ أُمَّهَاتُهُمْ إِلَّا ٱللَّائِي وَلَدْنَهُمْ ۚ وَإِنَّهُمْ لَيَقُولُونَ مُنكَرًا مِّنَ ٱلْقَوْلِ وَزُورًا ۚ وَإِنَّ ٱللَّهَ لَعَفُوٌّ غَفُورٌ Surah Al-Mujadilah 58:1-2 Arberry

Kwa mujibu wa ufafanuzi huu wa Qur'an kuhusu neno "mama," inaonekana wazi kuwa kila mtu anaye na anaweza kuwa na mama mmoja tu.

Nia ya aya hii ni kusitisha njia fulani ya talaka katika ulimwengu wa Kiarabu. Nakubaliana na kukemea kwa Qur'an kuhusu njia hiyo isiyo ya haki ya talaka. Hata hivyo, mwandishi wa Qur'an anaenda mbali sana na anafanya kosa la kushambulia matumizi ya neno "mama" katika maana isiyo ya moja kwa moja na kutangaza kwa kauli moja kwamba neno "mama" linaweza TU kutumiwa kwa mwanamke aliyemzaa mtu, yaani, neno "mama" halipaswi kutumika kwa njia nyingine yoyote.

Ingawa ninaona majibu haya ya Qur'an kuwa hayafai, kauli katika Surah 58:2 inalingana na marufuku ya Qur'an juu ya kupokea watoto: Mungu hakumpa mwanadamu mioyo miwili ndani ya kifua chake, wala hakuwafanya wake zenu, mtakapowaacha, wakisema, 'Wawe kama mgongo wa mama yangu,' kweli kuwa ni mama zenu, wala hakuwafanya wale watoto mnaowakubali kuwa ni wana wenu kwa hakika. Hiyo ni kauli yenu wenyewe, mnayoyasema kwa vinywa vyenu; lakini Mungu anasema ukweli, na anaelekeza katika njia iliyo sahihi. Waiteni kwa majina ya baba zao halisi; hilo ni jambo lenye uadilifu zaidi mbele ya Mungu. Ikiwa hamjui baba zao, basi wao ni ndugu zenu katika dini, na wale ambao mmewamiliki. Hamfanyi kosa kwa kufanya makosa, lakini kosa linakuwa kwenye nia ya mioyo yenu. Mungu ni Mwenye kusamehe, Mwenye huruma. Surah 33:4-5 Arberry

Qur'an inahalalisha kwamba kwa kuwa watoto wa kukubaliwa sio watoto halisi wa wazazi wao wa kukubali, hawapaswi kuhesabiwa kama watoto wao. Kwa msingi wa aya hii, Uislamu umekataza ukubali. Tena, watoto wanapaswa kuitwa tu wana (au binti) wa baba (na mama) halisi, yaani, ni wazazi wa kibaolojia pekee ambao wanapaswa kuitwa baba na mama kama ilivyo katika 58:2 iliyotajwa hapo juu.

Mpaka kufikia hatua hii, aya zilizotajwa zinaelekea kufanana. Hata hivyo, Qur'an inasema mahali pengine kuwa mama wa kunyonyesha wa mtu anapaswa kuonekana kama mama yake mwenyewe, hivyo kuifanya kuwa haramu kwake kuoa mama wa kunyonyesha au yeyote aliyenyonyeshwa na mwanamke huyo: "Mmeharimishwa kuoa mama zenu wa kambo, binti zenu wa kambo, dada zenu wa kambo, shangazi zenu wa kambo, mabibi zenu wa kambo, binti za ndugu zenu wa kiume, binti za ndugu zenu wa kike, mama zenu waliowanyonyesha, dada zenu wa kunyonyesha, mama wa wake zenu, binti zenu wa kulea ambao wamekuwa wakilindwa na wake zenu, ambao mmewafikia - lakini kama hamjawafikia, hakuna lawama kwenu - na wake za watoto wenu ambao mmewazaa kutokana na ndoa yenu; na kwamba msiwaoe dada wawili pamoja isipokuwa kama kilichotokea zamani. Hakika Mwenyezi Mungu ni Mwingi wa kusamehe, Mwenye kurehemu." Surat An Nisa 4:23 (Tafsiri ya Qur'an Kwa Kiswahili)

Basi, ni lipi sahihi kati ya haya? Je, mama ni yule tu anayemzaa mtu, au mtu anaweza kumchukulia mwingine kama mama yake kama vile mama yake wa kunyonyesha? Kinyume chake, Qur'an inadai kuwa, uhusiano wa kinasaba ndio unaoanzisha u-mama au u-baba, yaani, watu wanapaswa kuitwa mama au baba wa kibaolojia tu. Kwa upande mwingine, kuhusu ndoa, kunyonyesha inadaiwa kuweka aina ile ile ya uhusiano wa kisheria kama kuzaliwa.

Uislamu hautambui uhusiano wa malezi wenye nguvu zaidi kati ya mtoto na watu waliomlea kwa miaka mingi, kuwazuia hata kuwaita mama au baba, lakini wiki chache tu za kunyonyesha (ambazo mtoto kawaida hatahifadhi kumbukumbu zake) zina athari kubwa.

Ni nadra sana kutokea kwamba mtu anataka kuoa mama wa kunyonyesha, lakini marufuku ya kuoa mtu mwingine ambaye alinyonya maziwa kutoka kwa mwanamke huyo haionekani kuwa na maana, zaidi sana ikiwa ni mzao tu wa "ndugu wa kunyonyesha". Kwa kweli, sheria hii ilikuwa na athari kwa nia ya ndoa ya Muhammad mwenyewe. Hakuweza kuoa binti wa mwanaume ambaye alinyonyeshwa na mwanamke yule yule ambaye Muhammad mwenyewe alinyonyeshwa nae.

Nekrismali ni kubwa zaidi tunapogundua kwamba Uislamu unakuwa mkali mno katika eneo la uhusiano na mama wa kunyonyesha, lakini wakati huo huo baadhi ya wanazuoni wa Kiislamu huruhusu mtu kuoa binti yake wa kibaiolojia katika hali fulani.

Kuna angalau dhana nne za u-mama, yaani, watu ambao wanaweza kuitwa mama au mama ya mtu:

1.   Mama wa kibaolojia, yule aliyezaa mtu;
2.   Mama wa kunyonyesha, ambaye alimnyonyesha mtoto maziwa ya kifua wakati wa utoto, lakini ambaye huenda hakuhusika na mtoto baada ya kumwacha;
3.   Mama wa kulea, ambaye alimlea mtoto, kumtunza na kumpatia mahitaji yake kihisia na kimwili wakati wa utoto wake au sehemu yote ya utoto wake;
4.   Mama wa kulea, ambaye alimlea mtoto kwa kumchukua kama mtoto wake mwenyewe, akiwa na haki na majukumu yote ya kisheria kama watoto wa kibaolojia. [Maoni ya upande:

Kwa madhumuni ya makala hii, hatutajadili maendeleo ya kisasa ya mama wa kubeba mimba kwa niaba ya wengine, yaani, wakati madaktari wanapoweka mayai yaliyopandikizwa ya mwanamke mmoja ndani ya tumbo la mwanamke mwingine... Katika kesi hiyo, ufafanuzi wa Qur'an katika Surah ya 58:2 utaleta tatizo jingine. Je, mama ni yule aliyezaa tu, hata kama hana uhusiano wa kinasaba na mtoto aliyezaa?]

Wazo la kwanza halina utata. Mama wa kibaolojia kwa kawaida ndiye pia anayemnyonyesha na kumlea mtoto. Walakini, baadhi ya watoto wanaweza kuwa na "mama" katika mojawapo au zote za makundi haya. Mtoto anaweza kuzaliwa na mwanamke A, kunyonyeshwa na mwanamke B, kisha kuishi na wazazi waulezi kwa miaka kadhaa (mwanamke C), na hatimaye kuasiliwa na mtu mwingine (mwanamke D).

Muhammad, nabii wa Uislamu, alikumbana na makundi matatu ya kina mama. Mama yake alikuwa Amina. Kisha alikuwa na mama wa kunyonyesha, Halima, na mama wa kulea, Fatima bint Asad.

[Maoni ya upande: Kwa kushangaza, lugha ya Kiarabu haikubaliani na matamanio ya mwandishi wa Qur'an. Inatumia neno "ommahatukumu allatee ardaAAnakum" (kwa maana ya kawaida: "akina mama wenu walio wanyonyesheni") kwa ajili ya mama wa kunyonyesha, yaani, inatumia kielezi ambacho kinajumuisha neno "omm" ("mama"), ingawa kwa mujibu wa

Qur'an, mtu hapaswi kumwita mtu huyo mama. Kwa maneno mengine, Qur'an inavunja amri yake yenyewe. Inaamuru kuita tu wanawake wale tu waliokuzalia mama, lakini kisha inasema "akina MAMA wenu walio wanyonyesheni", wakati sehemu hii ingeweza kuwa imesemwa kama "WANAWAKE walio wanyonyesheni".]

Kuna utatanishi mwingine. Tumeshuhudia kuwa uhusiano wa kihisia wenye nguvu kati ya mzazi wa kulea na mtoto hautoi sababu za kutosha kumwita mtu kuwa mama au baba. Ni uhusiano wa kibaolojia tu. Walakini, Qur'an kwa wazi inawaita baadhi ya wanawake kuwa ni mama wa wengine ambao hawana uhusiano wa kibaolojia nao:

"Nabii yuko karibu zaidi na Waumini kuliko nafsi zao wenyewe; wake zake ni mama zao. Wale walio na uhusiano wa damu wako karibu zaidi kwa mujibu wa Kitabu cha Mwenyezi Mungu kuliko Waumini na wahajiri, isipokuwa muwe wema kwa marafiki zenu. Haya yameandikwa katika Kitabu." Surah ya 33:6 (Tafsiri ya Arberry)

Kama mama wa kulea, wake za Muhammad wanaweza kuwa na uhusiano wa kihisia na wenzake wa Muhammad (na wake zao). Wanaweza kuwatunza na kuwahudumia miongoni mwa maskini kama vile mama wa kulea angependa mtoto aliyekuwa chini ya uangalizi wake. Hapa kuna mfano wa jinsi aya hii ilivyotekelezwa:

Abu Musa aliripoti: Kulitokea tofauti ya maoni kati ya kikundi cha Muhajirina (Wahajiri) na kikundi cha Ansar (Wasaidizi) (na kiini cha mzozo huo kilikuwa) Ansar walisema: Kuoga (kwa sababu ya tendo la ndoa) inakuwa wajibu tu wakati mbegu ya kiume inatoka au kutapakaa. Lakini Muhajirina walisema: Mtu anapofanya tendo la ndoa (na mwanamke), kuoga inakuwa wajibu (bila kujali ikiwa kuna kutokwa na mbegu au kutapakaa). Abu Musa akasema: Vizuri, nitakuridhisha kuhusu hili (suala). Yeye (Abu Musa, msimuliaji) akasema: Nilisimama (na kwenda) kwa 'Aisha na kuomba ruhusa yake na ikapewa, nikamwambia: Ee Mama, au Mama wa Waumini, nataka kuuliza kuhusu jambo ambalo naona aibu. Akasema: Usione aibu kuuliza jambo ambalo unaweza kuuliza mama yako, ambaye alikuzaa, kwani mimi pia ni mama yako. Nikasema: Ni jambo gani linalofanya kuoga kuwa wajibu kwa mtu? Akajibu: Umejifunza kutoka kwa mtu mwenye maarifa! Mtume wa Allah (amani iwe juu yake) alisema: Mtu yeyote anapoketi kati ya sehemu nne (za mwanamke) na sehemu zilizokatwa zinagusana, kuoga inakuwa wajibu. (Sahih Muslim, Kitabu 003, Hadithi 0684)

Hadithi hii inaelezea ukaribu wa uhusiano, imani na uaminifu, na mtazamo wa upendo kwa jamii ya Waislamu kutoka kwa Aisha. Ikiwa angekuwa amesema "Mimi ni kama mama kwako", na ikiwa Surah ya 33:6 ingesema "wakeze ni kama mama kwa waumini", basi hangepata tatizo kubwa, lakini imeelezwa kwamba "wakeze WANAO kuwa mama zao" na Aisha alisema "MIMI NAMI ni mama yako" ingawa hakuwahi kumzaa mtu yeyote.

Hata hivyo, tunapoangalia Qur'an inapowaita wake za Muhammad kuwa ni MAMAO wa waumini, je, haipingani na kanuni yake yenyewe?

Tena, kwa upinzani wa moja kwa moja:

... wao sio kweli mama zao; mama zao NI wale TU walio wazaa, na kwa hakika wanatoa kauli ya kudharauliwa, na uongo... Surah 58:2 (Tafsiri ya Kiswahili ya Qur'an)

Mtume yupo karibu zaidi na waumini kuliko nafsi zao; wakeze ni mama zao... Surah 33:6 (Tafsiri ya Kiswahili ya Qur'an)

Au, tukibadilisha kidogo swali hilo, tunauliza kama vile E. M. Wherry:

"Ikiwa 'kusema' hii ni batili na uongo kwa watu, kwa nini isiwe hivyo kwa Nabii?" (Sharh Kamili ya Qur'an, Juzuu ya 4, uk. 124)

Kama mama yako ni yule tu aliye kuzaa "kibaolojia" kutokana na madai ya Qur'an, iweje Aisha aitwe mama wa Waumini?

SEHEMU YA XXI

Kumbe Allah hajui hesabu za mirathi

Ni nani atakayelipa bili ya "ahadi iliyozidi?"

Kulingana na Qur'an, Allah anatoa sheria zifuatazo kuhusu ugawaji wa urithi:

Surat An Nisa Ayah: 11

يُوصِيكُمُ ٱللَّهُ فِىٓ أَوْلَٰدِكُمْ لِلذَّكَرِ مِثْلُ حَظِّ ٱلْأُنثَيَيْنِ فَإِن كُنَّ نِسَآءً فَوْقَ ٱثْنَتَيْنِ فَلَهُنَّ ثُلُثَا مَا تَرَكَ وَإِن كَانَتْ وَٰحِدَةً فَلَهَا ٱلنِّصْفُ وَلِأَبَوَيْهِ لِكُلِّ وَٰحِدٍ مِّنْهُمَا ٱلسُّدُسُ مِمَّا تَرَكَ إِن كَانَ لَهُ وَلَدٌ فَإِن لَّمْ يَكُن لَّهُ وَلَدٌ وَوَرِثَهُ أَبَوَاهُ فَلِأُمِّهِ ٱلثُّلُثُ فَإِن كَانَ لَهُ إِخْوَةٌ فَلِأُمِّهِ ٱلسُّدُسُ مِنۢ بَعْدِ وَصِيَّةٍ يُوصِى بِهَآ أَوْ دَيْنٍ ءَابَآؤُكُمْ وَأَبْنَآؤُكُمْ لَا تَدْرُونَ أَيُّهُمْ أَقْرَبُ لَكُمْ نَفْعًا فَرِيضَةً مِّنَ ٱللَّهِ إِنَّ ٱللَّهَ كَانَ عَلِيمًا حَكِيمًا

Mwenyezi Mungu anakuusieni juu ya watoto wenu: Fungu la mwanamume ni kama fungu la wanawake wawili. Na ikiwa wanawake zaidi ya wawili, basi watapata thuluthi mbili za alicho kiacha maiti. Lakini akiwa mtoto mwanamke ni mmoja, basi fungu lake ni nusu. Na wazazi wake wawili, kila mmoja wao apate sudusi ya alicho kiacha, ikiwa anaye mtoto. Akiwa hana mtoto, na wazazi wake wawili wamekuwa ndio warithi wake, basi mama yake atapata thuluthi moja. Na akiwa anao ndugu, basi mama yake atapata sudusi. Haya ni baada ya kutolewa alicho usia au kulipa deni. Baba zenu na watoto wenu, nyinyi hamjui ni nani baina yao aliye karibia zaidi kwenu kwa manufaa. Hiyo ni Sharia iliyo toka kwa Mwenyezi Mungu. Bila ya shaka Mwenyezi Mungu ni Mjuzi na Mwenye hikima.

Maelezo chini ya aya: Mwenyezi Mungu anakuamrisheni katika mambo ya kuwarithisha watoto wenu na wazazi wenu, pindi mtakapo kufa, kwa njia inayo leta uadilifu na maslaha. Nayo ni kuwa sehemu ya mwanamume ni sawa na sehemu ya wanawake wawili, ikiwa watoto wanao rithi ni wanaume na wanawake. Ikiwa watoto wote ni wanawake watupu, na idadi yao imezidi wawili, basi sehemu yao ni thuluthi mbili za tirka, yaani mali yaliyo achwa na maiti. Inafahamika katika madhumuni ya Aya kuwa fungu la binti wawili ni kama fungu la walio zidi hapo. Na akiwa mtu amemuacha binti mmoja tu, basi fungu lake ni nusu ya alicho kiacha. Na akiwa mtu amemuacha baba na mama, basi kila mmojapo kati ya hao atapata sudusi, yaani sehemu moja katika sita, ikiwa huyo maiti alikuwa na mtoto mmoja - mwanamume au mwanamke - pamoja na hao wazazi wake. Akiwa hana mtoto na wakamrithi wazazi wake tu, basi mama sehemu yake ni thuluthi, na kilicho baki ni cha baba. Na ikiwa huyo maiti alikuwa na ndugu, basi mama yake atapata sudusi na kilicho baki ni cha baba, na wale ndugu hawapati chochote. Mafungu hayo hupewa wanao stahiki baada ya kwisha lipwa deni lilio kuwa juu ya maiti, na kutimiza yale aliyo yausia katika mipaka aliyo ruhusu Mwenyezi Mungu. Hii ni hukumu ya Mwenyezi Mungu. Na huu ndio uadilifu na ndio hikima. Na nyinyi hamjui ni nani kwenu mwenye manufaa zaidi kwenu, baina ya wazazi na wana. Na kheri khasa ni aliyo yaamrisha Mwenyezi Mungu, kwani Yeye ndiye Mwenye kuyajua maslaha yenu, na ndiye Mwenye hikima katika yale aliyo kulazimisheni.

Ayah: 12

وَلَكُمْ نِصْفُ مَا تَرَكَ أَزْوَٰجُكُمْ إِن لَّمْ يَكُن لَّهُنَّ وَلَدٌ فَإِن كَانَ لَهُنَّ وَلَدٌ فَلَكُمُ ٱلرُّبُعُ مِمَّا تَرَكْنَ مِنۢ بَعْدِ وَصِيَّةٍ يُوصِينَ بِهَآ أَوْ دَيْنٍ وَلَهُنَّ ٱلرُّبُعُ مِمَّا تَرَكْتُمْ إِن لَّمْ يَكُن لَّكُمْ وَلَدٌ فَإِن كَانَ لَكُمْ وَلَدٌ فَلَهُنَّ ٱلثُّمُنُ مِمَّا تَرَكْتُم مِّنۢ بَعْدِ وَصِيَّةٍ تُوصُونَ بِهَآ أَوْ دَيْنٍ وَإِن كَانَ رَجُلٌ يُورَثُ كَلَٰلَةً أَوِ ٱمْرَأَةٌ وَلَهُۥٓ أَخٌ أَوْ أُخْتٌ فَلِكُلِّ وَٰحِدٍ مِّنْهُمَا ٱلسُّدُسُ فَإِن كَانُوٓا۟ أَكْثَرَ مِن ذَٰلِكَ فَهُمْ شُرَكَآءُ فِي ٱلثُّلُثِ مِنۢ بَعْدِ وَصِيَّةٍ يُوصَىٰ بِهَآ أَوْ دَيْنٍ غَيْرَ مُضَآرٍّ وَصِيَّةً مِّنَ ٱللَّهِ وَٱللَّهُ عَلِيمٌ حَلِيمٌ

Na fungu lenu ni nusu walicho acha wake zenu ikiwa hawana mtoto. Wakiwa na mtoto basi fungu lenu ni robo ya walicho acha, baada ya wasia waliyo usia au kulipa deni. Na wake zenu watapata robo mlicho kiacha, ikiwa hamna mtoto. Mkiwa mna mtoto basi sehemu yao ni thumni ya mlicho kiacha, baada ya wasia mlio usia au kulipa deni. Na ikiwa mwanamume au mwanamke anaye rithiwa hana mtoto wala wazazi, lakini anaye ndugu mume au ndugu mke, basi kila mmoja katika hawa atapata sudusi. Na wakiwa zaidi kuliko hivyo basi watashirikiana katika thuluthi, baada ya wasia ulio usiwa au kulipa deni, pasio kuleta dhara. Huu ndio wasia ulio toka kwa Mwenyezi Mungu. Na Mwenyezi Mungu ni Mjuzi na Mpole.

Maelezo chini ya aya: Fungu la mume ni nusu ya alicho acha mke ikiwa huyo mke hakuacha mtoto kutokana na mume huyo au mwenginewe. Akiwa huyo mke ana mtoto, basi mumewe atapata robo baada ya kutolewa wasia aliye uusia huyo mwanamke au kulipwa deni lake. Na fungu la mke au wake ni robo ya alicho acha mume ikiwa hakuacha mtoto kwa wake hao au wenginewe. Akiwa anaye mwana kutokana na hao au wake wenginewe basi mke huyu au wake hawa watapata thumni ya tirka baada ya wasia alio usia au deni. Na mwana wa mwana, yaani mjukuu, ni kama mwana katika haya yaliyo tangulia. Na akiwa maiti ni mwanamume au mwanamke, naye hana mwana wala mzazi, na kamwacha ndugu mume kwa mama, au ndugu wawili wa kike kwa mama, basi kila mmoja wao atapata sudusi, yaani sehemu moja katika sita. Na wakiwa wengi kuliko hivyo watashirikiana katika thuluthi, watagawana sawa sawa wanaume na wanawake kwa mujibu wa ushirika, baada ya kulipa madeni yaliyo kuwa juu yake, na kutimiza wasia ambao haudhuru urithi, nao ni wasia usio pindukia thuluthi iliyo baki baada ya kulipa madeni. Basi, enyi Waumini! Jilazimisheni kufuata aliyo kuusieni Mwenyezi Mungu; kwani Yeye hakika ni Mwenye kujua vyema nani miongoni mwenu anaye dhulumu na nani anaye fanya uadilifu, Yeye ni Mpole hafanyi haraka kutoa adhabu.

Surat An Nisa Ayah: 176

يَسْتَفْتُونَكَ قُلِ ٱللَّهُ يُفْتِيكُمْ فِي ٱلْكَلَٰلَةِ إِنِ ٱمْرُؤٌا۟ هَلَكَ لَيْسَ لَهُۥ وَلَدٌ وَلَهُۥٓ أُخْتٌ فَلَهَا نِصْفُ مَا تَرَكَ وَهُوَ يَرِثُهَآ إِن لَّمْ يَكُن لَّهَا وَلَدٌ فَإِن كَانَتَا ٱثْنَتَيْنِ فَلَهُمَا ٱلثُّلُثَانِ مِمَّا تَرَكَ وَإِن كَانُوٓا۟ إِخْوَةً رِّجَالًا وَنِسَآءً فَلِلذَّكَرِ مِثْلُ حَظِّ ٱلْأُنثَيَيْنِ يُبَيِّنُ ٱللَّهُ لَكُمْ أَن تَضِلُّوا۟ وَٱللَّهُ بِكُلِّ شَىْءٍ عَلِيمٌ

Wanakuomba uhukumu, sema: Mwenyezi Mungu anakupeni hukumu juu ya mkiwa. Ikiwa mtu amekufa, naye hana mtoto, lakini anaye ndugu wa kike, basi huyo atapata nusu alicho acha maiti. Na mwanamume atamrithi ndugu wa kike ikiwa hana mwana. Na ikiwa wao ni ndugu wa kike wawili, basi watapata thuluthi mbili za alicho acha maiti. Na wakiwa ndugu wanaume na wanawake, basi mwanamume atapata sehemu iliyo sawa na ya wanawake wawili. Mwenyezi Mungu anakubainishieni ili msipotee; na Mwenyezi Mungu ni Mjuzi wa kila kitu.

Maelezo chini ya aya: Ewe Nabii! Wanakuuliza vipi atarithiwa aliye kufa naye akawa hana mwana, wala mzazi. Sema: Hakika hukumu ya Mwenyezi Mungu katika urithi wa hawa ni kuwa, akiwa maiti ana ndugu wa kike basi atapata nusu ya tirka. Na akiwa maiti ni mwanamke naye ana ndugu wa kiume basi atarithi mali yote. Na ikiwa ameacha ndugu wawili wa kike, basi watapata hao thuluthi mbili ya urithi. Na ikiwa hao ndugu ni mchanganyiko wanaume na wanawake, basi fungu la mwanamume ni sawa na mafungu mawili ya wanawake. Mwenyezi Mungu anakubainishieni haya msije mkapotea katika kugawa mafungu ya urithi. Na Mwenyezi Mungu ni Mkamilifu wa ujuzi wa a'mali zenu na vitendo vyenu vyote. Na atakulipeni kwavyo. (Angalia: Urithi wa ndugu katika Aya hii ni wa ndugu khalisa, yaani ndugu kwa baba na mama, au ndugu kwa baba. Ama urithi wa ndugu kwa mama tu umekwisha tajwa katika Aya 12 ya Sura hii ya Annisaa.) Na Sunna (Mafunzo ya Mtume) imebainisha kuwa wakizidi kuliko ndugu wa kike wawili, pamoja na Aya ya mirathi iliyo tajwa, kuwa wakizidi kuliko binti wawili, watachukua thuluthi mbili. Ni bora kuwa zaidi kuliko ndugu wawili wa kike, kwa sababu mabinti ni karibu zaidi kwa maiti. Tuzingatie kuwa kwa mujibu wa kanuni za Kizungu za kurithi, ambazo zimetokana na kanuni ya Kirumi, ndugu wanaume wala wa kike wala watoto wao hawarithi. Na juu ya hivyo mwenye mali anayo ruhusa kumkata yeyote asipate urithi wake. Uislamu umekataza haya. Warithi lazima wapate urithi wao, ila mtu anayo haki ya kuandika wasia kujihukumia kisicho zidi thuluthi moja ya mali yake.(W.H. Ingrams katika kitabu chake Zanzibar Its History and Its People ameandika: "Hakika Sharia Takatifu yaonekana kuwa ni ya haki zaidi sana kuliko hata mpango wa Kiingereza wa kugawanya mali. Katika Zanzibar [na bila ya shaka katika Waislamu wote] hapana mwendo wa kuwa mtu "kukatwa urithi akabakishwa na shilingi moja tu"; vyo vyote vile, ni sehemu ndogo tu ndiyo inaweza kuandikiwa wasia, na yaliyo baki lazima yagawiwe kwa warithi kwa mujibu wa kiwango maalumu.")

Hii nakala nzima inaonekana ngumu kwangu, lakini hilo ni jambo la kawaida katika nakala za kisheria. Nilichagua tafsiri ya Arberry kwa sababu ya tafsiri ya Yusuf Ali ilikuwa ngumu zaidi kuelewa. Wakati mambo yanapokuwa magumu, ni vyema kuanza na mifano rahisi.

Kuna mifano mingi ambayo haijulikani jinsi ya kuishughulikia kabisa, kwani haifunzwi katika maelekezo yaliyotolewa. Kwa mfano, ikiwa nina binti mmoja tu, aya ya 4:11 inasema kwamba anapata nusu [inavyoonekana bila kujali nani mwingine anaweza kurithi]. Aya hiyo pia inaeleza sheria ya jumla kwamba mwana kupata mara mbili ya kile binti anapata. Je! Hii inamaanisha mwana pekee atapata kila kitu? Hata kama wazazi bado wanapaswa kupata sehemu yao? Pia, imeelezwa kuwa binti mmoja atapata nusu, na zaidi ya binti wawili watashiriki 2/3 [kwa usawa]. Je! Binti wawili watapata kiasi gani kati yao? Ni wastani kati ya 1/2 na 2/3? [Kuna mgongano tunapo angalia mfano huu: Katika sheria ya Sunni, makubaliano makubwa ni kuelewa "zaidi ya wawili" kuwa na maana ya "wawili au zaidi" ingawa hiyo sio maana ya Kiarabu. Kwa hiyo, binti wawili watapata 2/3 ya mali. "Ibn Abbas, mwandamizi wa Mtume Muhammad (rehma ya Allah iwe juu yake), ndiye mwenye maoni kwamba binti wawili wanapaswa kupata sehemu ya nusu, sawa na sehemu ya binti mmoja." (Kavakci, "Sheria ya Mirathi ya Kiislamu", uk. 22)] Lakini kwa kuwa mifano hii haijadiliwi moja kwa moja katika Qur'an, tusitahadharishe juu yake na tuangalie tu kesi ambazo tunapewa maagizo wazi na tufuatilie ikiwa ni thabiti.

• Fikiria nikiwa tayari nimefiwa na mke wangu na nina binti mmoja tu. Ninapokufa, binti yangu mmoja anapata nusu kulingana na aya ya 11. Nini kinatokea kwa sehemu iliyobaki?

• Hali kama hiyo inatokea pia nikiwa na binti mmoja na mke mmoja au zaidi: Binti yangu anapata 1/2 (Surah ya 4:11), wake zangu wanagawana 1/8 (Surah ya 4:12), yaani, 5/8 inasambazwa. Nini kinatokea kwa 3/8 nyingine ya mali? Mfano huu hauleti swali jipya, lakini ni muhimu sana kwa sababu hiyo ndiyo hali iliyokuwepo wakati wa kifo cha Muhammad mwenyewe, akiacha binti mmoja (Fatima) na wake kadhaa. Kwa kushangaza, mali ya Muhammad haikugawiwa kulingana na Qur'an!

Tatizo linakuwa wazi zaidi tunapoongeza ndugu. Katika Qur'an, ndugu na dada wanatajwa tu kama warithi wakati hakuna watoto. Katika kesi hii, Masunni na Mashia wameelekea njia tofauti kuhusu nini cha kufanya. Mashia watamkabidhi yote kwa binti), Masunni watampa sehemu iliyobaki kwa jamaa wa kiume aliye karibu, katika kesi hii wote wanafuata Qur'an. Qur'an haijasema nini cha kufanya katika kesi hii na kesi nyingine nyingi. Maelekezo hayajakamilika.

Mifano mingine ya tofauti kati ya Mashia na Masunni:

Kama mtu ameacha mke na wazazi wawili. Mashia watampa mke 1/4 na kisha watagawa sehemu iliyobaki kama 1/3 kwa mama na 2/3 kwa baba, yaani, watapokea 1/4 na 1/2 ya mali ya awali. Masunni watampa mke 1/4, mama 1/3, na baba kama jamaa wa kiume aliye karibu atapokea sehemu iliyobaki, yaani, 5/12. Hii sio kinyume na Qur'an, kwani hakuna aya inayopingana moja kwa moja katika njia yoyote, lakini inaonyesha kuwa Qur'an haiko wazi kabisa katika maelekezo yake.

Mtu aliyefiwa na mke wake anawaacha baba yake na binti mmoja. Kulingana na Qur'an, baba anapokea 1/6, binti anapokea 1/2. 1/3 iliyobaki inapewa binti na Mashia, wakati baba anapokea kama "mrithi wa jumla" katika sheria ya Sunni. Kwa sheria ya Sunni tazama Dkt. Kavakci, "Sheria ya Urithi wa Kiislamu", ukurasa 16.

Mashia watampa mke 1/8, binti pekee 7/8, na dada hakupati kitu, wakati katika sheria ya Sunni mke atapewa 1/8, binti atapokea 1/2, na dada kama mrithi wa jumla atapokea 3/8 (baqi) (angalia Dkt. Kavakci, ukurasa 52).

• Tuchukulie mke wangu hana jamaa kabisa [kwa mfano, akiwa ni yatima wa vita] na anafariki kabla hatujabarikiwa na watoto. Kulingana na aya ya 12, nina pata nusu ya mali yake. Nani anapata nusu nyingine ya mali yake? Ni nusu tu ya urithi inayosimamiwa kulingana na Qur'an. Hali sawa na majukumu yamebadilishwa, mke wangu atapata robo, lakini nani anapata 3/4 nyingine ya mali yangu?

Kumbuka: Angalia kiunga kwa sheria halisi ya Kiislamu (toleo la Shia) mwishoni mwa hati. Ikiwa kuna mrithi mmoja tu, basi mrithi huyu anapata kila kitu. Lakini hii SIO sawa na kile ambacho Qur'an inasema. Kuna umuhimu gani kwa Qur'an kutoa sheria maalum ikiwa hazifuatwi (kwa sababu tu hazitekelezeki)? Baadhi ya madhehebu ya Sunni yangeweza kuweka ziada katika hazina ya serikali, ikiwa hakuna jamaa wa kiume wa kuchukua sehemu iliyobaki.

Hatua moja ngumu zaidi. Tuchukulie sisi tukiwa na Watoto.

• Nafariki na kuwaacha mke wangu na binti mmoja lakini sina jamaa wengine, ambayo inamaanisha kuwa binti yangu anapata 1/2 = 4/8 [aya ya 11] na mke wangu anapata 1/8 [aya ya 12] hivyo kuacha tena 3/8 bila kufafanuliwa.

Katika kesi hizi zote [na nyingine nyingi kama hizo], swali ni: Nani anapata zaidi? Ninasema kuwa jambo hili linaweza kushughulikiwa kwa kuchangia misaada au kwa kuisaidia Masjid ya eneo. Lakini tatizo ni kwamba Qur'an haituambii cha kufanya na hiyo ziada. Je, inawezekana kuigawa kati ya mke na watoto? Lakini utaratibu huo utafanya sehemu zao zipatikane tofauti na ilivyoelezwa katika Qur'an! Kuna umuhimu gani wa kuainisha sehemu wazi na kisha kuacha maagizo hayo? Bila kujali, muda mrefu kama sehemu hizo hazizidi moja, mambo yanaweza kutatuliwa "kwa urahisi kidogo". Watu wanapata angalau sehemu wanayostahili [kulingana na Qur'an]. Changamoto zaidi ni hali ifuatayo ambayo hakika si nadra:

• Ikiwa mimi (kama kichwa cha familia mwanamume) ninafariki na kuwaacha nyuma (kwa utaratibu ulioelezwa katika aya zilizotajwa hapo juu):

Watoto 3, wazazi wote, mke wangu, basi watapokea
2/3 (2/9 kila mmoja) 1/3 (1/6 kila mmoja) 1/8 kulingana na

aya ya 11   aya ya 11   aya ya 12   ambayo inatoa jumla ya

2/3   +   1/3   +   1/8   =   1 + 1/8

Ziada ya 1/8 itatoka wapi? Je, jamii ya Waislamu wa eneo ["mfuko wa kusawazisha sehemu za urithi ambazo haziongezi] italipa? Baada ya yote, ikiwa wangepata mabaki kutoka kwa kesi ambazo jumla ni ndogo kuliko moja katika mifano hapo juu, hiyo ingekuwa haki tu. Shia wanatatua tatizo hili kwa kulipa wanandoa kwanza, yaani mke anapokea 1/8 na kisha sehemu zingine zinachukuliwa kutoka kwa ziada (ambayo inaongezeka kwa usahihi). Madhehebu ya Sunni hupunguza sehemu zote kwa uwiano (Awliyyah). Wote wamepata njia za kukabiliana na tatizo hilo, lakini katika "suluhisho" zote, baadhi au wote wa warithi hawapati sehemu zilizotajwa katika Qur'an.

Mifano mingine ambapo sehemu zinaongezeka zaidi ya moja ("imesuluhishwa" kwa kugawanya kwa uwiano), kama ilivyopatikana katika "Islamic Inheritance Law" na Dr. Yusuf Ziya Kavakci, ukurasa 54-56 na "The Reliance of the Traveller" na Nuh Ha Mim Keller, sehemu L8.2:

Mume,   dada Wawili   watapokea.
1/2   2/3 (1/3 kila mmoja)   kulingana na
aya ya 12   aya ya 176   ambayo inatoa jumla ya
1/2   +   2/3   =   7/6 = 1 + 1/6
Mume,   dada,   mama.
1/2   +   1/2   +   1/3   = 8/6 = 4/3 = 1 + 1/3

Matatizo mengi ya aina hii yanaweza kupatikana. Moja nyingine ni: Mama (1/6), ndugu na dada (2/3 iliyogawanywa 2:1 kwa ndugu: dada) na 1/4 kwa mke inazidi moja.

• Mtoto mmoja wa kiume na mtoto mmoja wa kike. Surah ya 4:11 inasema kwamba mtoto mmoja wa kike atapata nusu na mtoto wa kiume atapata mara mbili ya sehemu ya mtoto wa kike, ambayo itakuwa kila kitu. Asilimia 150 ya mali iliyopo imetawanywa na hatujatazama wazazi na mwenzi bado.

Vizuri, ingawa haielezi hivyo, tuchukulie kuwa 4:11 haizungumzii tu kuhusu 2/3 kwa zaidi ya watoto wawili bali mgawo wa 2/3 unatumika kila wakati kuna watoto wawili au zaidi kama Waislamu wengi wanavyoielewa. Lakini basi kesi iliyotajwa mwishoni hapo juu bado itakuwa tatizo sawa kwa idadi yoyote ya watoto kwani watoto wanapata 2/3, wazazi wanapata 1/3 na kisha hakuna kitu kilichobaki kwa mke ambaye anatarajiwa kupata 1/8.

• Wakati mtu anapokufa na kumuacha nyuma mama, mke na dada mmoja pekee, basi kulingana na 4:11 mama anapata 1/3 (kwa sababu hana watoto wala ndugu), mke anapata 1/4 kulingana na 4:12 (kwa sababu hawana watoto) na dada anapata 1/2 kulingana na 4:176 (kwa sababu hana watoto). Sio tu kwamba tumegawanya zaidi ya ilivyopo [1/12 zaidi], pia tuna matokeo ya ajabu sana kwamba warithi moja kwa moja [watu wenye uhusiano wa moja kwa moja = mwenzi, watoto, wazazi] kila mmoja anapata chini ya mrithi asiye wa moja kwa moja ambaye ni dada yake. Hali inakuwa mbaya zaidi ikiwa ana dada zaidi ya mmoja kwani wao hupata 2/3 badala ya 1/2 na tunapata zaidi ya iliyokuwepo [kiwango kilichozidi].

Yeyote ambaye amewahi kushughulika na ugawaji wa urithi atajua jinsi inavyoweza kuwa mbaya na jinsi hii inaweza kuharibu uhusiano wa kifamilia ikiwa watu wanafikiri wametendewa udanganyifu. Kuahidi watu fulani sehemu thabiti lakini kutokua na uwezo wa kuwalipa sehemu hiyo kwa sababu zaidi iliahidiwa kuliko ilivyopo ni dawa ya uhakika ya janga.

Na inaonekana kuwepo na ufahamu huu katika Qur'an kwa sababu mara kwa mara katika aya zingine inasisitiza umuhimu wa kuwa na uadilifu. Na katika aya hizi tulizokuwa tukizitazama, tuna taarifa wazi mwishoni mwa 4:176 kwamba "Allah anakuelezeni, msije mkapotea" pamoja na katika 4:11-12 inasema kwamba "Basi Allah anawagawieni" na "hivyo Allah anakutoleeni amri" na (kwa sababu?) Yeye ni "Mwenye hekima". Sijui kama kuna amri nyingi katika Qur'an ambazo zinatolewa wazi ili kuweka mambo wazi na ambazo ni wazi sana na zinapingana na haiwezekani kuzitekeleza. Je! Tunataka kweli kumshtaki Mungu kwamba hakuwa anajua anachosema na kwamba Yeye ndiye mwandishi wa fujo na kinyume? Au ingekuwa ni sawa zaidi na imani katika hekima ya Mungu kudhani kwamba hii SIO kutoka kwa Mungu?

• Kulingana na 4:12 na 4:176, ndugu wa mtu aliyefariki wana sehemu katika urithi ikiwa hakuna warithi moja kwa moja (yaani, wazazi au watoto kulingana na uelewa wa Waislamu - angalia tafsiri ya Yusuf Ali na maelezo ya chini), lakini katika 4:11, sehemu ya mama inategemea uwepo wa ndugu wa kiume, ambao una maana tu ikiwa ndugu hao wanapata sehemu ambayo imetolewa kutoka kwa mama. Ikiwa hawapati, na tunadhani sehemu zimeongezeka hadi kufikia moja bila uwepo wa ndugu wa kiume, basi ni nani anapata sehemu hii ya sita ambayo ilichukuliwa kutoka kwa mama kwa uwepo tu wa ndugu hawa? Haiwezi kufanana na au bila uwepo wa ndugu huyu ikiwa hatazipati hii sita ya mama.

• Tatizo lingine kwa sasa: 4:12 inasema kuwa ikiwa hakuna warithi moja kwa moja [wazazi au watoto] basi "ndugu au dada, kila mmoja atapata sita" wakati 4:176 inasema katika hali hiyo hiyo kwamba "watakuwa na thumuni ya mali anayoacha" [mara mbili ya kile ambacho 4:12 inasema].

Haya hayajapuuzwa na wafasiri na wanajaribu kutatua suala hili kwa njia fulani, hapa ni maoni ya Razi juu ya suala hili: "Hapo ndugu au dada, kila mmoja atapata sita; katika 4:12 'hapa ndugu au dada inamaanisha ndugu au dada kutoka kwa mama, kwa sababu Sa'ad ibn Abi Waqqas alikuwa akisoma, '...ndugu au dada kutoka kwa mama'. Wamehukumu njia hii kwa sababu mwishoni mwa Surah, Allah ta'ala alisema, 'Watakutaka uhukumu."

Sema: 'Allah anawaelezea kuhusu warithi wasio wa moja kwa moja. 4:176' hivyo Amethibitisha kuwa dada wawili watapokea theluthi mbili, na kwa ndugu wa kiume wote mali yote, lakini hapa [4:12] imeanzisha kuwa ndugu wa kiume na dada watakuwa na theluthi, ambayo inamaanisha kuwa ndugu wa kiume na dada hapa [4:12] sio sawa na katika 4:176. Ndugu wa kiume na dada hapa [4:12] wanamaanisha wale kutoka kwa mama pekee, lakini kule 4:176 ndugu wa kiume na dada wanaweza kuwa kutoka kwa baba na mama au kutoka kwa baba tu."

Hii ni njia rahisi sana ya kupata suluhisho la tatizo. Lakini pia tafadhali kumbuka wanategemea usomaji mwingine wa Qur'an kuweka msingi wa kuelezea mgongano huu. Kwa kweli, ikiwa usomaji huu upo, hakutakuwa na tatizo (kwa mgongano maalum huu - ingawa tulikuwa na matatizo mengi zaidi hapo awali), lakini hii itasababisha tatizo lingine: Qur'an iliyopo sio yote ya Qur'an, au kwa maneno mengine, Qur'an imeharibika kwa sababu sehemu zimepotea.

Lakini ikiwa kwa kweli aya ya 12 inazungumzia juu ya ndugu wa kambo kupitia mama pekee, na aya ya 176 inazungumzia juu ya ndugu wa kambo au ndugu wa kiume na dada kupitia baba pekee, basi hii inaleta tatizo lingine la kuongezeka kwa mikopo kama ilivyopatikana katika "Sheria ya Mirathi ya Kiislamu" na Dk. Kavakci, ukurasa 55:

Mke, Mama, dada wawili kamili, dada watatu wa kambo kutoka kwa Mama

(Mke)1/4 (Mama)1/3 (Dada wawili)2/3   (Dada watatu)1/3 pamoja

aya ya 12 aya ya 11 aya ya 176 aya ya 12 ni sawa na (3 + 4 + 8 + 4) / 12 = 17/12.

Hivyo, kutofautisha kati ya ndugu katika aya ya 12 na 176 haitatui matatizo kikamilifu. "Jitahidi kujifunza elimu ya faraid! Fundisha elimu hii kwa vijana! Elimu ya faraid ni nusu ya (yote) elimu ya dini. Itakuwa ni elimu hii ambayo ummah wangu utasahau kwanza." Hadithi, kwa Ibn Maja na Dara Qutni.

"Faraid" ni kuhesabu mirathi. Kwa kuzingatia umuhimu mkubwa wa somo hili, ni tatizo baya zaidi kupata mizozo juu ya suala hili katika Qur'an.

Najua Waislamu wamepata njia za kutatua matatizo yao halisi ya mirathi katika maisha halisi. Lakini ikiwa tunazingatia habari kutoka Qur'an, basi haiwezi kuwa sawa. Angalau kulingana na maagizo kuhusu mirathi yanayopingana na Surat Al-Fussilat (41:2-3) ambapo tunasoma: "Ufunuo kutoka kwa Mwingi wa Rehema, Mwenye Kurehemu; Kitabu ambacho aya zake zimeelezewa kwa undani; Qur'an kwa Kiarabu, kwa watu wanaoelewa." Ingawa inaendelea katika aya zifuatazo kuzungumzia "watu wasioelewa na wanaoepuka", na nakubaliana kwamba ufahamu wa kina juu ya Neno la Mungu unatolewa tu kwa wale wanaotaka kusikiliza kwa moyo wazi, sheria rahisi za hisabati hazitegemei hali ya kiroho ili kuzielewa.

Hata kama hatutaweka viwango vya ukamilifu kwa sheria hizi kama inavyofaa kwa ufunuo kutoka kwa Mungu, bali tuzichukulie kuwa kutoka kwa Muhammad tu, ni ajabu kwamba mfanyabiashara mwenye mafanikio kama yeye, aliyeongoza misafara yote kwa miaka kadhaa, hakuweza kuongeza kwa usahihi sehemu ndogo za nukta.

Zaidi ya hayo, inaonekana kwamba naweza kuachia chochote nilicho nacho kwa yeyote nitakayemtaka, kwani mirathi [na madeni] inapaswa kutatuliwa kabla ya kugawanya mali iliyobaki kwa familia ya karibu au mbali. Kwamba hii inaweza kusababisha dhuluma kubwa (kwa mfano, kutokuacha msaada wowote kwa wazazi wako wazee). Hii inaweza tu kusababisha dhuluma (siyo mgongano - ambao ndio suala tunaloshughulika nalo hapa), lakini haibadili matatizo yoyote ya hisabati yaliyotajwa hapo juu kwani mirathi hii inaweza tu kubadilisha kiasi cha mali kilichobaki cha kugawanywa, lakini haina athari kwa sehemu (kulingana na uwiano). Sheria ya Kiislamu ni kwamba mtu anaweza kuachia hadi 1/3 kwa warithi ambao sio sehemu ya warithi halali [lakini hii haijatajwa katika Qur'an na ni suala lingine muhimu ambalo halijajumuishwa katika "kile kilichofanywa wazi"].

Kuna aya nyingine ambazo zinazungumzia haki katika ugawaji wa urithi au kiasi unachomuachia mtu kulingana na watu wengine/wasaidizi ambao una wajibu wao, lakini kwa kuwa hazitaji idadi maalum kwa sehemu hizo, hazitoi ufafanuzi wowote zaidi kuhusu hali hiyo. Ikiwa unataka kuzichunguza: 2:180-182, 2:233, 2:240, 4:33. Ni aya ya 2:240 tu ambayo inasema kitu maalum kuhusu kiasi. Lakini hapa kiasi hicho ni thamani ya moja kwa moja na sio idadi inayolingana ya sehemu kama katika Q 4:11-12, 176. Lakini kulinganisha Q 4:12 ambapo mjane kwa kawaida [kwa kuwa kwa kawaida kuna watoto] hupata 1/8 ambapo kiasi hicho kilichoamriwa cha "masharti ya kumhudumia kwa mwaka mmoja" itakuwa karibu daima juu au chini ya 1/8 kulingana na ukubwa wa mali iliyobaki na marehemu. Itakuwa ni ajali ya kushangaza ikiwa itafanana na 1/8 kikamilifu. Kwa hivyo, katika ukweli wa maisha ya kawaida, hii ni mgongano mwingine katika Qur'an. [Kulingana na maelezo ya chini ya Yusuf Ali juu ya 2:240, wengi wa maelezo kwa sababu hiyo wanachukulia kuwa 2:240 imebatilishwa na 4:12. Lakini hiyo si njia rahisi ya kutatua mgongano. Hizi zote zimo katika Qur'an na 4:82 haielezi kuwa hakuna tofauti katika sehemu zisizobatilishwa, lakini inaeneza dai hili juu ya Qur'an nzima.]

Mgongano mwingine katika sheria za urithi ni aya isiyotajwa hapo juu ya Surah 4:7

Kwa wanaume sehemu ya mali waliyoacha wazazi na ndugu

Na kwa wanawake sehemu ya mali waliyoacha wazazi na ndugu,

Iwe mali hiyo ni kidogo au nyingi, sehemu imepangwa.

Kwa kueleza kwamba wanaume na wanawake wanapaswa kupokea sehemu sawa (ujenzi wa pamoja unafanya iwe wazi) kunapingana wazi na maagizo katika 4:11, yanayosema "Allah anakukumbusheni kuhusu watoto wenu:

Kwa mwanamume sehemu sawa na sehemu mbili za mwanamke, ..."

Kuwa huu ni mgongano uliokubalika na maelezo ya wote na "ufumbuzi" wa kawaida ni kwamba aya ya 7 imebatilishwa (mansukh) na aya ya 11 ndiyo inayobatilisha (nasikh) hiyo. Ikiwa haingekuwa na mgongano, usingekuwa na ulazima wa kuunda kategoria ya aya zilizobatilishwa.

Jalalu 'd-Din katika kitabu chake cha Itqan anatoa orodha ya aya 20 ambazo zinakubaliwa na maelezo yote kuwa zimebatilishwa na pia anatoa aya zinazobatilisha husika. Uzao wa 4:7 & 4:11 ni uzao namba 20 katika orodha hii.

Sheria ya Mirathi ya Kiislamu [Chanzo cha Shia]: Sheria za Wasiyyat (Will) na vile vile. Angalia jinsi hizi zinavyolingana au hazilingani na Qur'an kama ilivyoelezea hapo juu. Na kwa nini kuna ukosefu wa haki katika #2783 na #2784? Inaonekana tena wanawake wanapata mgawo mdogo. #2789: Vipi unaweza kugawanya upanga vipande viwili kwa usawa? Je, nusu ya upanga siyo kitu cha thamani na vipande viwili vya nusu upanga pia havina thamani? Na utaratibu sawa wa kugawanya Qur'an? Je, hilo si jambo lenye kuvunjifu wa heshima? Habari: #2715 na #2719 zinatoa kanuni kwamba kwa kiasi kikubwa zaidi ya 1/3 kinaweza kutolewa kama wasiyyat kwa mtu ambaye kawaida si mrithi.

Tahadhari: Sehemu kubwa ya matatizo yangu yaliyotajwa hapo juu bado hayajapatiwa suluhisho katika sheria hizi za kina chini ya uhifadhi wa sehemu zilizotajwa katika Qur'an. Al-Fara'id On-line (Tovuti inayojitolea kwa kuhesabu mirathi). Nenda huko na ingiza mifano niliyotoa na uone jinsi watu mwishoni hawapati sehemu iliyotajwa katika Qur'an, jinsi sehemu zinavyozidi kufikia zaidi ya moja, na jinsi wanavyoifafanua kwa marekebisho. Tovuti hii mara nyingi haipatikani.

Kuna nyanja nyingine katika maelekezo ya Qur'an kuhusu mirathi ambayo siyo mgongano wa mantiki lakini inaonekana kuwa kinyume cha haki.

Kawaida, Waislamu wanadai kwamba sehemu ya mwanamume ni mara mbili ya ile ya mwanamke si kwa sababu mwanamume anathaminiwa zaidi, bali kwa sababu mwanamume ana wajibu wa kusaidia familia yake wakati mwanamke anaweza kuitumia yote kwake bila haja ya kugawana. Hii inaonekana nzuri kwa mara ya kwanza lakini hebu tuangalie baadhi ya mifano tena.

Fikiria hali ambapo mwanaume anakufa na hakuachi warithi moja kwa moja isipokuwa ndugu yake wa kiume na dada yake. Dada yake anaweza kuwa mjane mwenye watoto, bila msaada kutoka kwa wengine, lakini anapaswa kuwalisha watoto wake. Ndugu yake anaweza kuwa mfanyabiashara tajiri na bila familia yoyote ya kumjali isipokuwa yeye mwenyewe. Hata hivyo, ndugu atapata 2/3 na dada atapata 1/3 ya mali hiyo.

Ikiwa "wajibu wa kusaidia familia" ndiyo sababu ya kweli, basi sehemu zingegawanywa kulingana na mahitaji halisi na wajibu. Lakini hili halijazungumziwa kabisa katika aya hizi wala halijatiliwa maanani katika sheria ya Kiislamu. Mwanamume anapata mara mbili ya mwanamke bila kujali hali yao ya kifedha na idadi ya watu wanaotegemea wao. Anaweza kwa hiari kutoa fedha kwa jamaa wanaohitaji. Lakini sheria ya mirathi haijasema hivyo, na yeye hahitaji kufanya hivyo.

Ikiwa sababu ni "mwanamume lazima asaidie familia," basi mjane anapaswa kupata kiasi kama mwanamume aliyeolewa kwani sasa anapaswa kusaidia familia yake. Mwanamume ambaye hajaoa anapaswa kupata kiasi kama mwanamke asiyeolewa ambaye hana watoto kwani yeye hana mtu wa kusaidia isipokuwa yeye mwenyewe kama yeye.

Lakini nadharia nzima ya "wajibu wa kusaidia" inaporomoka katika kesi ya kifo cha mwenzi wako. Fikiria mwanaume na mwanamke ambao wote wana umri wa miaka takriban 45, ambao wameolewa kwa umri wa kati, kwa mfano, wakiwa na umri wa miaka 30 na ambao wana watoto kadhaa, baadhi yao bado ni wadogo. Fikiria pia kwamba wote wawili wamefanya kazi au kwa sababu nyingine wana mali sawa wanayoacha nyuma wanapokufa.

Ikiwa mwanamke anafariki, mwanaume anapata 1/4 ya urithi. Ikiwa mwanaume anafariki, mwanamke anapata 1/8 ya urithi. Lakini katika kila kesi mwenzi aliyesalia atalazimika kuwalisha na kuwalea watoto na ingawa mwanaume ana nafasi nzuri ya kuoa tena, mjane mwenye umri wa miaka 45 ana nafasi chache zaidi ya kupata mume mwingine.

Kwanini mwanamke apate nusu ya kiasi cha urithi ambacho mwanaume atapokea, huku ikifahamika kuwa mwanamke atakuwa na hitaji kubwa zaidi ya kuwa na pesa ili aweze kuwalisha watoto wake?

Huu ni ubaguzi mkubwa sana katika dini ya Uislamu unaodai kuwa Mwanamke ni Nusu ya Mwanamke.

SEHEMU YA XXII

Allah hajui Malaika wangapi walizungumza na Maryam

Je, Malaika wangapi walikuwa wakizungumza na Maryam?

Kwa kuwa ufufuo wa Yesu ni uthibitisho mkuu wa madai yake kuhusiana na uungu wake, wengi wamejaribu kukanusha maelezo haya kwa kuonyesha utata ndani yake. Kwa kuwa Waislamu wanakataa kusulubiwa, ni wazi pia wanapaswa kukataa ufufuo. Moja ya vitu vinavyopendwa kwenye orodha ya utata wa Biblia, iliyowasilishwa na wasioamini Mungu na Waislamu ni kwamba, katika Injili kulingana na Marko, Sura ya 16 [pia Mathayo 28], Wanawake walipo kuwa katika kaburi la Yesu, walikutana na mtu [malaika] ambaye anasomwa kumaanisha malaika mmoja na mmoja tu, wakati kulingana na Luka Sura ya 24 [pia Yohana 20], inaelezwa wazi kwamba walikutana na malaika wawili. Sijali juu ya wasioamini Mungu hapa, lakini ni jambo la kufurahisha zaidi kuona kwamba hawa Waislamu hawaijui Qur'an yao wenyewe kwani vinginevyo wasingepiga kelele sana juu ya mambo kama haya.

Kuna (angalau) mistari miwili katika Qur'an inayohusiana na tangazo la kuzaliwa kwa Yesu kwa Maryam.

Utata wa kwanza: Malaika zaidi ya mmoja wanazungumza na Maryam katika Surat Al Imran aya ya 42 na 45.

Tazama! malaika walisema: "Ewe Maryam! Mwenyezi Mungu amekuchagua...

Tazama! malaika walisema: "Ewe Maryam! Mwenyezi Mungu anakupa habari njema...

- Surah 3:42 na 45

Utata wa Pili: Allah alimtuma Malaika mmoja tu kwa Maryam katika Surat Maryam aya ya 17 na 18.

...kisha tulimtuma malaika wetu kwake, akamtokea kama mtu kamili. Akasema: "Najikinga kwako kwa Mwenyezi Mungu Mwingi wa Rehema. Ikiwa unamwogopa Mwenyezi Mungu, usinikaribie."

- Surah 19:17-18

Swali linalo wanyima raha na usingizi Waislamu: Malaika wangapi walimjia Maryam?

Katika Surah ya 3, lugha ya Kiarabu inatumia umoja wa neno, ambayo inamaanisha kuwa kulikuwa na angalau malaika watatu, lakini hii pia inaweza kuwa na maana kwamba kulikuwa na malaika wanne, au elfu, au milioni, n.k.!

Kwanini Maryam anatafuta kimbilio kutoka kwa malaika mmoja tu katika Surah ya 19:18? Je, wengine hawakuwa kama watu wa tishio kwake?

Kwa bahati mbaya, tatizo hili katika Qur'an ni gumu zaidi kwa Waislamu kuliko lile la Biblia kwa Wakristo, kwani katika Qur'an Maryam anamwambia malaika huyu mmoja tu na ni wazi anazungumza na malaika mmoja tu, jambo ambalo lingekuwa la kushangaza ikiwa kuna watatu au zaidi karibu naye. Katika Biblia, wanawake hawazungumzi moja kwa moja na malaika. Hivyo hakuna kitu kinachothibitisha kuwa kuna malaika mmoja tu. Marko na Mathayo wanaweza tu kuwa wametaja yule aliye maarufu na ambaye ndiye anayezungumza, wakati Luka na Yohana wanafafanua wazi kwamba kulikuwa na malaika wawili.

Kutokana na Quran Suratul Maryam aya 17-18, ni Malaika wangapi wamjia Maryam? Huu ni Msiba mkubwa sana kwenye Quran na kwa Waislam.

SEHEMU YA XXIII

Je, Siku ya Allah ni miaka mingapi?

Tofauti za kimaandishi katika Qur'an:

Je, siku ya Allah ni sawa na miaka 1,000 (Surah 22:47, 32:5) au miaka 50,000 (Surah 70:4)?

Utata wa kwanza: Katika Surat As Sajdah, siku ya Allah ni miaka elfu.

يُدَبِّرُ ٱلْأَمْرَ مِنَ ٱلسَّمَاءِ إِلَى ٱلْأَرْضِ ثُمَّ يَعْرُجُ إِلَيْهِ فِي يَوْمٍ كَانَ مِقْدَارُهُ أَلْفَ سَنَةٍ مِّمَّا تَعُدُّونَ

Anapitisha mambo yote yalio baina mbingu na ardhi, kisha yanapanda kwake kwa siku ambayo kipimo chake ni miaka elfu kwa mnavyo hisabu nyinyi. Surat As Sajdah aya 5

Inapingana na aya hapa chini

Utata wa pili: Katika Surat Al Ma'arij, siku ya Allah ni miaka elfu Hamsini.

تَعْرُجُ ٱلْمَلَائِكَةُ وَٱلرُّوحُ إِلَيْهِ فِي يَوْمٍ كَانَ مِقْدَارُهُ خَمْسِينَ أَلْفَ سَنَةٍ

Malaika na Roho hupanda kwendea kwake katika siku ambayo kadiri yake ni miaka khamsini elfu! Surat Al Ma'arij aya 4

Tazama jinsi Surah ya 32:5 na 70:4 zilivyoandikwa kwa maneno sawa "wamemkaribia katika siku kipimo chake ni miaka [hamsini] elfu [katika ujira wenu]." Labda awali ilikuwa "elfu hamsini" na "hamsini" ikapotea mahali pengine? Je, ni hati iliyoharibika? Au je, Allah tu hajui jinsi ya kuunganisha urefu wa siku zake na miaka ya binadamu?

Je, siku ya Allah ni miaka mingapi? Elfu? Au Elfu Hamsini?

———

Kuna bustani ngapi katika pepo?
Utata wa kwanza: Pepo ni Bustani moja.
MOJA: 39:74, 41:30 [Bustani], 57:21 [Bustani], 79:41 [Bustani],

وَقَالُوا۟ ٱلْحَمْدُ لِلَّهِ ٱلَّذِي صَدَقَنَا وَعْدَهُ وَأَوْرَثَنَا ٱلْأَرْضَ نَتَبَوَّأُ مِنَ ٱلْجَنَّةِ حَيْثُ نَشَآءُ فَنِعْمَ أَجْرُ ٱلْعَٰمِلِينَ

Nao watasema: Alhamdulillah, Sifa njema zote ni za Mwenyezi Mungu aliye tutimizia ahadi yake, na akaturithisha ardhi, tunakaa katika Bustani popote tupendapo. Basi ni malipo mazuri yaliyoje ya watendao! Surat Az Zumar 74

Utata wa Pili: Pepo ni bustani zaidi ya moja.
NYINGI: 18:31, 22:23, 35:33, 78:32 [kila wakati: "Bustani"]?

أُو۟لَٰئِكَ لَهُمْ جَنَّٰتُ عَدْنٍ تَجْرِي مِن تَحْتِهِمُ ٱلْأَنْهَٰرُ يُحَلَّوْنَ فِيهَا مِنْ أَسَاوِرَ مِن ذَهَبٍ وَيَلْبَسُونَ ثِيَابًا خُضْرًا مِّن سُندُسٍ وَإِسْتَبْرَقٍ مُّتَّكِئِينَ فِيهَا عَلَى ٱلْأَرَآئِكِ نِعْمَ ٱلثَّوَابُ وَحَسُنَتْ مُرْتَفَقًا

Hao watapata Bustani za milele, zinazo pita mito kati yake. Humo watapambwa kwa mavazi ya mikononi ya dhahabu, na watavaa nguo za kijani za hariri na at'ilasi, huku wakiegemea humo juu ya makochi. Ni malipo bora hayo! Na matandiko mazuri mno ya kupumzikia! Surat Al Kahf 31

Ufafanuzi wa aya: Watu hao watakuwa na Mabustani ambayo watastarehe ndani yake daima dawamu. Kati baina ya miti na majumba yake inapita mito, na watapambiwa yanayo onekana ni ya starehe katika dunia, kama mapambo ya dhahabu, na mavazi yao ni nguo za kijani za hariri za kila namna, wakiegemea juu ya makochi na matakia na mapazia. Watapata malipo bora, na Bustani nzuri ya kudumu na kustarehe. Humo watapata kila wakitakacho.

Neno la wingi "Bustani" linapaswa kurejea angalau tatu kwa sababu kama ingekuwa mbili, basi Kiarabu lingetumia umoja wa neno. Kwa hiyo, hii ni tofauti ya angalau 200% kutoka "moja" hadi "kadhaa".

Je, kuna bustani ngapi katika pepo ya Allah?

Surah ya 56:7 inataja makundi matatu tofauti ya watu kwa ajili ya hukumu. Lakini 90:18-19, 99:6-8, nk. inataja makundi mawili tu.

Utata wa kwanza: Makundi matatu

$$وَكُنتُمْ أَزْوَٰجًا ثَلَٰثَةً$$

Na nyinyi mtakuwa namna tatu: Surat Al Waqiah 7

Maana ya aya: Na mkawa nyote siku hiyo namna tatu kwa mujibu wa vitendo vyenu;

Utata wa pili: Makundi mawili. Kumdi la watu wa kulia na kundi la watu wa kushoto.

$$أُوْلَٰئِكَ أَصْحَٰبُ ٱلْمَيْمَنَةِ$$

Hao ndio watu wa kheri wa *kuliani.*

$$وَٱلَّذِينَ كَفَرُواْ بِـَٔايَٰتِنَا هُمْ أَصْحَٰبُ ٱلْمَشْـَٔمَةِ$$

Lakini walio zikataa Ishara zetu, hao ndio watu wa shari wa *kushotoni.* Surat Al Balad

Je, kutakuwa na makundi mangapi? Makundi matatu? Au Mawili (Kulia na Kushoto)?

Kuna maoni tofauti kuhusu nani huchukua roho za watu wanapokufa.

Utata wa kwanza: Malaika mmoja tu wa Mauti.

Surah ya 32:11 inasema "Sema: Malaika wa Mauti, aliyewekwa juu yenu, atachukua roho zenu. Kisha mtarejeshwa kwa Mola wenu", yaani, malaika mmoja maalum anazungumziwa.

Utata wa pili: Malaika zaidi ya mmoja wa Mauti.

Surah ya 47:27 inasema "Lakini itakuwaje wakati Malaika watakapochukua roho zao wakati wa kufa?", ambayo tena inaashiria utambulisho wao maalum na idadi kubwa zaidi ya mmoja. Lakini kisha Surah ya 39:42 haizungumzii tena kuhusu malaika kabisa: "Ni Allah anayechukua roho za watu wanapokufa."

Utata wa tatu: Allah ndie anatoa roho za watu.

$$ٱللَّهُ يَتَوَفَّى ٱلْأَنفُسَ حِينَ مَوْتِهَا وَٱلَّتِي لَمْ تَمُتْ فِي مَنَامِهَا فَيُمْسِكُ ٱلَّتِي قَضَىٰ عَلَيْهَا ٱلْمَوْتَ وَيُرْسِلُ ٱلْأُخْرَىٰ إِلَىٰ أَجَلٍ مُّسَمًّى إِنَّ فِي ذَٰلِكَ لَأَيَٰتٍ لِّقَوْمٍ يَتَفَكَّرُونَ$$

MWENYEZI MUNGU huzipokea roho zinapo kufa. Na zile zisio kufa wakati wa kulala kwake, huzishika zilizo hukumiwa kufa, na huzirudisha nyengine mpaka ufike wakati uliowekwa. Hakika katika hayo bila ya shaka zipo Ishara kwa watu wanao fikiri. Surat Az Zumar 42

Maana ya aya: Mwenyezi Mungu huzitakabadhi roho zinapo kufa. Na huzipokea roho zisio kufa zinapo lala. Basi huzizuia zilizo kwisha hukumiwa kufa, zisirudi kwenye miili yao, na huzirudisha nyenginezo ambazo hazijafikilia bado ajali yao, wakati wa kuamka, mpaka itakapo fika ajali yao ilio wekewa. Hakika katika hayo bila ya shaka zipo Ishara wazi kwa watu wanao zingatia.

Huu ni msiba mkubwa sana kwenye Uislamu.

Je, ni wajumbe wangapi walitumwa kwa Firauni?

Utata wa kwanza: Ni mjumbe mmoja alitumwa.

إِنَّآ أَرْسَلْنَآ إِلَيْكُمْ رَسُولًا شَٰهِدًا عَلَيْكُمْ كَمَآ أَرْسَلْنَآ إِلَىٰ فِرْعَوْنَ رَسُولًا

Hakika Sisi tumemtuma kwenu Mtume aliye shahidi juu yenu, kama tulivyo mtuma Mtume kwa Firauni.

فَعَصَىٰ فِرْعَوْنُ ٱلرَّسُولَ فَأَخَذْنَٰهُ أَخْذًا وَبِيلًا

Lakini Firauni alimuasi huyo Mtume, basi tukamshika mshiko wa mateso. Surat Al Muzzammil 15-16

Utata wa pili: Ni wajumbe wawili walitumwa.

ثُمَّ بَعَثْنَا مِنْ بَعْدِهِم مُّوسَىٰ وَهَٰرُونَ إِلَىٰ فِرْعَوْنَ وَمَلَإِيْهِۦ بِـَٔايَٰتِنَا فَٱسْتَكْبَرُوا۟ وَكَانُوا۟ قَوْمًا مُّجْرِمِينَ

Kisha baada yao tukamtuma Musa na Haruni kwa Firauni na waheshimiwa wake, kwa Ishara zetu. Wakajivuna, na wakawa watu wakosefu. Surat Yunus 75

Surah ya 73:15-16 inasema kuwa mjumbe mmoja alitumwa kwa Firauni, wakati Surah ya 10:75 inasema wawili (Musa na Haruni). 73:15 inasema tu "mjumbe" (bila kusisitiza "mmoja"), lakini ulinganisho wa mjumbe huyu na Muhammad, ambaye alitumwa kwa njia ile ile, unaonyesha kwa nguvu kuwa ni "mmoja", kwani Muhammad bila shaka alikuwa mmoja tu katika wakati wake. Na aya ya 16 inathibitisha hili kwa kusema "mjumbe" (yaani, wa pekee). Pia, Surah ya 7:103 inazungumzia tu kutumwa kwa Musa.

Ni wajumbe wangapi walitumwa kwa Firauni?

Je, Malaika wana mabawa mangapi?

Utata wa kwanza: Qur'an inasema Malaika wana mbawa mbili mbili, tatu tatu na nne nne Jozi:

35:1

ٱلْحَمْدُ لِلَّهِ فَاطِرِ ٱلسَّمَٰوَٰتِ وَٱلْأَرْضِ جَاعِلِ ٱلْمَلَٰئِكَةِ رُسُلًا أُولِيٓ أَجْنِحَةٍ مَّثْنَىٰ وَثُلَٰثَ وَرُبَٰعَ يَزِيدُ فِي ٱلْخَلْقِ مَا يَشَآءُ إِنَّ ٱللَّهَ عَلَىٰ كُلِّ شَيْءٍ قَدِيرٌ

Sifa njema ni za Allah, ambaye ameumba mbingu na ardhi kutoka hakuna kitu, ambaye amewafanya malaika kuwa wajumbe wenye mabawa - wawili, au watatu, au manne (jozi): Yeye anaongeza katika uumbaji kama anavyopenda, kwani Allah anayo nguvu juu ya kila kitu.

Kulingana na Surah 35:1, malaika wana mabawa ya jozi 2, 3, au 4. Hii inapingana na hadithi kadhaa ambazo zinathibitisha kuwa Jibril alikuwa na mabawa 600.

Utata wa pili: Jibril ana mabawa 600.

Bukhari, Juzuu ya 4, Kitabu cha 54, Nambari ya 455:

Imeelezwa na Abu Ishaq-Ash-Shaibani:

Nilimwuliza Zir bin Hubaish kuhusu Kauli ya Allah: "Naye alikuwa umbali wa mishale miwili au karibu zaidi; Basi ndiyo Allah alipomfikishia Ufunuo mja wake (Jibril), na kisha yeye (Jibril) akamfikishia (Muhammad)." (53.9-10) Kuhusu hilo, Zir alisema, "Ibn Mas'ud alitueleza kuwa Mtume alimwona Jibril akiwa na mabawa 600."

Tazama pia Juzuu ya 6, Kitabu cha 60, Nambari 379 na 380.

Je, Malaika wana mabawa mangapi?

SEHEMU YA XXIV

Utata, Allah hajui aliangamiza watu wa Aad kwa siku ngapi

Ni siku ngapi Mwenyezi Mungu alihitaji kuangamiza watu wa 'Aad?

Qur'an inazungumza katika sehemu tofauti kuhusu watu wa 'Aad na uangamizaji wao kwa tufani kali kama adhabu kutoka kwa Mwenyezi Mungu kwa kutotii kwao.

Utata wa kwanza: Upepo ulidumu kwa siku moja.

Hata hivyo, Qur'an inajipinga yenyewe kuhusu idadi ya siku tufani hii ilidumu. Hakika! Tuliwaletea upepo mkali katika siku ya msiba usiokoma. [54:19]

Utata wa pili: Upepo ulidumu kwa siku Zaidi ya moja.

Basi Tuliwaletea upepo mkali siku mbaya, ili tuwapelekee adhabu ya kuwadhalilisha katika maisha ya dunia. Na hakika adhabu ya Akhera itakuwa ya aibu zaidi, wala hawatanusurika. [41:16]

Utata wa tatu: Upepo ulidumu kwa siku saba.

Na watu wa 'Aad waliangamizwa na upepo mkali wa kishindo, ambao Mwenyezi Mungu aliutumia juu yao kwa muda wa usiku saba na mchana nane, ili uone watu wamelala kama magogo yaliyokatika. [69:6-7]

Kulingana na Surah 54:19, upepo huo ulidumu kwa siku moja tu, wakati 41:16 inatumia umbo la wingi linaloashiria siku zaidi ya moja, na 69:7 inabainisha kwa usahihi siku nane.

Huu ni msiba mzito sana kwa Waislamu.
Watu wa Aad waliangamizwa kwa siku ngapi?

SEHEMU YA XXV

Allah hajui aliumba dunia kwa siku ngapi, Huu ni Msiba Mkubwa sana

Siku sita au nane za uumbaji?
Utata wa kwanza: Allah kaumba kwa siku sita:

Kutokana na Surat Al Araf ayah 5, Allah kaumba dunia kwa siku sita.

إِنَّ رَبَّكُمُ ٱللَّهُ ٱلَّذِي خَلَقَ ٱلسَّمَٰوَٰتِ وَٱلْأَرْضَ فِي سِتَّةِ أَيَّامٍ ثُمَّ ٱسْتَوَىٰ عَلَى ٱلْعَرْشِ يُغْشِي ٱلَّيْلَ ٱلنَّهَارَ يَطْلُبُهُ حَثِيثًا وَٱلشَّمْسَ وَٱلْقَمَرَ وَٱلنُّجُومَ مُسَخَّرَٰتٍ بِأَمْرِهِ أَلَا لَهُ ٱلْخَلْقُ وَٱلْأَمْرُ تَبَارَكَ ٱللَّهُ رَبُّ ٱلْعَٰلَمِينَ

Hakika Mola Mlezi wenu ni Mwenyezi Mungu aliye ziumba mbingu na ardhi katika siku sita. Kisha akatawala juu ya Kiti cha Enzi. Huufunika usiku kwa mchana, ufuatao upesi upesi. Na jua, na mwezi, na nyota zinazo tumika kwa amri yake. Fahamuni! Kuumba na amri ni zake. Ametukuka kabisa Mwenyezi Mungu, Mola Mlezi wa viumbe vyote.

Maana ya hii aya ni kwamba: Allah kaumba mbingu na ardhi kwa viwango sita, vinavyo shabihiana na siku sita, katika siku za dunia. Kisha akatawala juu ya Ufalme ulio kamilika. Naye ndiye anaye ufanya usiku uufunike mchana kwa kiza chake, na usiku unafuatia mchana kwa upesi na mpango na kufuatana kusikosita, kama anavyo taka Yeye. Naye Mwenyezi Mungu Subhana ameliumba jua, na mwezi, na nyota. Na vyote hivyo vinamnyenyekea Mwenyezi Mungu Mtukufu, vinakwenda kwa amri yake.

Surah 7:54, 10:3, 11:7, na 25:59 zinaeleza wazi kwamba Mungu aliumba "mbingu na ardhi" katika siku sita. Nimenukuu Surat Al Araf pekee ili kupunguza ukumbwa wa somo letu na ili liweze kueleweka kwa urahisi. Lakini pia kuna aya zifuatayo zinazo pinga uumbaji wa wa dunia kwa siku sita:

Utata wa pili: Allah kaumba kwa siku nane.

Surat Fussilat aya ya 9 – 12

Ayah ya 9: Allah kaumba ardhi kwa *siku mbili.*

﴿ قُلْ أَئِنَّكُمْ لَتَكْفُرُونَ بِٱلَّذِي خَلَقَ ٱلْأَرْضَ فِي يَوْمَيْنِ وَتَجْعَلُونَ لَهُ أَندَادًا ذَٰلِكَ رَبُّ ٱلْعَٰلَمِينَ

Sema: Hivyo nyinyi mnamkataa aliye umba ardhi katika siku mbili, na mnamfanyia washirika? Huyu ndiye Mola Mlezi wa walimwengu wote.

+

Ayah ya 10: Allah kaumba milima kwa *siku nne.*

وَجَعَلَ فِيهَا رَوَٰسِيَ مِن فَوْقِهَا وَبَٰرَكَ فِيهَا وَقَدَّرَ فِيهَآ أَقْوَٰتَهَا فِيٓ أَرْبَعَةِ أَيَّامٍ سَوَآءً لِّلسَّآئِلِينَ

Na akaweka humo milima juu yake, na akabarikia humo na akakadiria humo chakula chake katika siku nne. Haya ni sawa kabisa kwa wanao uliza.

+

Ayah ya 11

ثُمَّ ٱسْتَوَىٰ إِلَى ٱلسَّمَآءِ وَهِيَ دُخَانٌ فَقَالَ لَهَا وَلِلْأَرْضِ ٱئْتِيَا طَوْعًا أَوْ كَرْهًا قَالَتَآ أَتَيْنَا طَآئِعِينَ

Kisha akazielekea mbingu, na zilikuwa moshi, akaziambia hizo na ardhi: Njooni, kwa khiari au kwa nguvu! Vyote viwili vikasema: Tumekuja nasi ni wat'iifu.

Ayah ya 12: Allah kaumba mbingu kwa *siku mbili.*

فَقَضَىٰهُنَّ سَبْعَ سَمَٰوَاتٍ فِي يَوْمَيْنِ وَأَوْحَىٰ فِي كُلِّ سَمَآءٍ أَمْرَهَا وَزَيَّنَّا ٱلسَّمَآءَ ٱلدُّنْيَا بِمَصَٰبِيحَ وَحِفْظًا ذَٰلِكَ تَقْدِيرُ ٱلْعَزِيزِ ٱلْعَلِيمِ

Basi akazifanya mbingu saba kwa siku mbili, na akazipangia kila mbingu mambo yake. Na tukaipamba mbingu ya chini kwa mataa na kwa ulinzi. Hichi ndicho kipimo cha Mwenyezi Mungu Mwenye Kujua.

Surah 41:9-12

= Jumla ni SIKU NANE.

1. Siku mbili kwa uumbaji wa ardhi,
2. kisha siku nne kujaza ardhi na milima, baraka, na riziki kwa wakazi wake,
3. na mwishowe siku mbili zaidi kuumba mbingu saba na kuumba nyota ndani yake.

Hii inafikia jumla ya 2+4+2 = 8 siku, ikipingana na siku 6 zilizotajwa katika ayah nyingine. Muundo ni wazi sana: Haya ndio "mafungu" matatu yaliyoundwa kutoka chini kwenda juu:

***

MABEI [angani, "paa" juu ya ardhi] katika siku 2

BARAKA [kujaza ardhi na kila kitu kinachohitajika kwa maisha] katika siku 4

ARDHI [msingi] ilikamilishwa katika siku 2

Yusuf Ali anaanza maoni yake kwa kusema na "Hii ni aya ngumu..." kabla ya kujaribu kufafanua tatizo. Lakini haionekani kama siku mbili za kwanza ni sehemu ya kipindi cha siku nne kwani kipindi cha pili kinategemea uwepo wa ardhi ambayo sasa inapaswa kujazwa baada ya kuumbwa.

Angalia, kama kipindi cha kwanza kingekuwa cha siku nne na cha pili cha siku mbili, basi kipindi cha pili kingeweza kujumuishwa katika kipindi cha kwanza, kwani "kujaza ardhi" ni sehemu ya "kuumba ardhi", lakini kinyume chake hakiwezi kuwa kweli. Ardhi ambayo bado haijawahi kuwepo haiwezi kujazwa. Lakini kihisabati, haiwezekani kabisa kuunganisha siku nne katika siku mbili. Na ni wazi sana kutoka kwenye maandishi kwamba siku mbili za kwanza zinaunganishwa na "kuumba", na siku nne zifuatazo zinaashiria "kuweka juu yake", "kupata baraka juu yake", "kuwapa riziki".

Ikiwa aya ya 9 na 10 inaelezea hatua tofauti, hii inaungwa mkono zaidi na muundo wa maandishi kwa kuwa hatua hizo mbili zinatenganishwa na mstari wa pili wa aya ya 9 ambao unauliza swali la kina kwa msikilizaji/msomaji kuhusu kile kilichofanywa katika hatua hii ya kwanza. Kabla ya kuendelea kuangalia hatua ya pili ya uumbaji.

Hiyo ndivyo muundo wa maandishi unavyoonesha yenyewe (kwa msomaji asiye na ajenda ya kuirudisha kwenye siku sita).

Maelezo kamili kutoka kwenye maelezo ya chini ya Yusuf Ali, nambari ya maelezo 4470, ni: Wataalamu wa Tafsiri wanaelewa "Siku nne" katika aya ya 10 kuwa ni pamoja na Siku mbili katika aya ya 9, ili jumla kwa ajili ya uumbaji wa ulimwengu iwe siku sita. Hii ni sahihi, kwa kuwa mchakato ulioelezwa katika ayah ya 9 na 10 unafanya mfululizo mmoja. Katika kesi moja, ni uumbaji wa jambo lisilokuwa na umbo la ardhi; katika kesi nyingine, ni mageuzi ya taratibu ya umbo la ardhi, milima yake na bahari zake, na viumbe vyake hai na mimea, na "riziki inayolingana", sahihi kwa kila kimoja.

Kama ilivyoelezwa, sina hakika kuwa maelezo haya yanakubalika. Lakini ningependa maelezo wazi zaidi yanayotegemea maandiko kutoka kwa yeyote anayeweza kuyatoa.

Yusuf Ali anaripoti hii kama OPINION (maoni) ya watafsiri. Kwa watafsiri wakuu, hataonekana kuwepo kwa uwezekano wa jaribio hili la pili lililotolewa na baadhi ya Waislamu kusuluhisha idadi ya siku kutoka nane hadi sita: Hapa, watafsiri kwa ujumla wamekabiliana na swali hili: Ikiwa tunakubali kwamba uumbaji wa ardhi ulichukua siku mbili na kuweka milima na kuweka riziki na baraka ndani yake kuchukua siku nne, na uumbaji wa mbingu ulichukua siku nyingine mbili, jumla ya siku zitakuwa nane, wakati sehemu kadhaa katika Qur'an Allah amesema kwamba uumbaji wa ardhi na mbingu ulichukua siku sita kwa ujumla. (Kwa mfano, angalia 7:54, 10:3, 11:7, na 25:59). Swali hili linaweza kujibiwa kwa urahisi kama ifuatavyo:

Siku mbili za uumbaji wa ardhi hazitenganishwi na siku mbili ambazo ulimwengu huu kwa ujumla uliumbwa. Ikiangalia aya zifuatazo, tunaweza kuona kwamba katika hizo zote uumbaji wa ardhi na mbingu umetajwa pamoja, na kisha imeelezwa kuwa Allah aliumba mbingu saba kwa siku mbili. Hizi mbingu saba zina maana ya ulimwengu mzima, ambao sehemu moja yake ni ardhi yetu. Kisha, wakati kama nyota na sayari nyingine isiyohesabika za ulimwengu huu, ardhi hii pia ilichukua umbo la dunia ya pekee ndani ya siku mbili, Allah alianza kuipa maandalizi kwa viumbe hai, na kwa siku nne aliumba katika hiyo riziki yote, ambayo imeelezwa katika ayah iliyotajwa hapo juu.

Ni muhimu kufahamu kuwa nadharia hii ya pili inapingana kwa kiasi kikubwa na ile ya kawaida inayotolewa na Yusuf Ali, ambaye anajumuisha siku mbili za kwanza katika kipindi cha pili cha siku nne.

Kwa nini Yusuf Ali hakudhani kuwa maelezo hayo yalikuwa angalau yanastahili kutajwa? Katika sehemu ngumu nyingine, yeye hutoa chaguzi kadhaa juu ya jinsi wanazuoni tofauti walivyoelezea. Hata ukweli kwamba kuna maelezo yanayopingana unapinga maoni hapo juu kwamba tatizo hili linaweza kuelezwa "kirahisi" kwa njia hii.

Lakini tuendelee. Nilielezea mashaka yangu juu ya uhalali wa "upatanisho" wa Yusuf Ali hapo awali, kwa hivyo hebu nieleze kwa nini maelezo haya pia hayatoshi kwa sababu kadhaa: Mwanzo wa aya ya 11 imefasiriwa na Pickthall na Shakir kama "KISHA akageukia mbingu ..." ambayo kwa hakika inaashiria mfululizo wa wakati. Kwa mfano, Pickthall:

Kisha Akageukia mbingu, ambayo wakati huo ilikuwa moshi tu. Alisema kwa mbingu na ardhi: "Njooni pamoja, kwa hiari au kwa kushurutishwa."

Inasemwa wazi kuwa mbingu zilikuwa moshi "wakati huo" (kama tafsiri hii inavyosema) au "wakati ILIPOKUWA moshi" au "na ILIKUWA mvuke" (kama wengine wanavyosema) [yaani, hakukuwa na nyota na sayari zilizoundwa pamoja kutoka kwenye moshi], ambayo inaelezwa tofauti na ardhi ambayo uumbaji wake tayari ulikuwa umekamilika kama ilivyoelezwa katika aya zilizotangulia mara moja. Ikiwa vyote vilikuwa moshi na kuumbwa kwa ardhi na mbingu ni vitendo sawa, basi ingelazimika kuwa kama "Aligeukia mbingu na ardhi, wakati WALIPOKUWA tu kama moshi ..." lakini hiyo sivyo ilivyo, hatua ya moshi inaelezea wazi mbingu pekee wakati ardhi inatajwa kama kiumbe "kilichokamilika" wakati Mungu anawaita mbingu na ardhi pamoja. Ardhi ilikuwa imemalizika, ni anga au "paa" tu lililobaki kukamilishwa, na "vyote vikusanywe pamoja".

Je, hii sio tafsiri sahihi?

Ukweli kwamba ardhi inakamilishwa kabla Mungu hajageukia uumbaji wa mbingu unathibitishwa katika Surah 2:29 inayosema, Yeye ndiye aliyekuumbieni yote yanayopatikana duniani. Kisha Akageukia mbingu na akaziweka kuwa ni mbingu saba.

Hii inafanya iwe wazi tena kwamba kila kitu kilichoko duniani kimeumbwa KABLA Mungu hajageukia uumbaji wa mbingu saba. Mungu hawezi kuumba vitu JUU ya ardhi kabla ardhi yenyewe haijakuwepo. Qur'an inakanusha wazi nadharia ya pili iliyopendekezwa hapo juu kwa kujaribu kutatua tatizo kwa kufananisha siku za kwanza na za mwisho.

Baada ya kupata majibu kutoka kwa Muislamu kwamba neno "thumma" lililotafsiriwa hapo juu kama "kisha" linaweza pia maanisha "na" na sio lazima iashirie "baada ya" kwa wakati, nataka kujibu kwamba katika aya hii, maana yake ni wazi kabisa kuwa ni mfululizo. Haihusiani hata na neno "kisha" lakini kitenzi chenyewe kinathibitisha mfululizo wa kufanya kitu kimoja na kisha KUGEUKIA kingine. Ikiwa kazi kadhaa zinafanywa kwa wakati sawa, basi hakuna "kugeuka" kutoka moja kwenda nyingine.

Zaidi ya hayo, bado haijapatikana aya katika Qur'an ambapo "thumma" inaashiria "usalama" na sio "mfululizo". Kuwepo kwa maelezo tofauti ni matokeo ya machafuko na ishara kwamba hakuna nadharia inayolingana kabisa na nukuu zilizo kuwepo. Ikiwa maelezo yangekuwa na maana kamili, basi yote mengine yangeshatupiliwa mbali kitambo. Hii sio hali halisi. Tatizo bado lipo na hakuna suluhisho ambalo kwa kweli linachukua vipengele vya maandishi kama yalivyotolewa katika tafsiri inayoeleweka.

Nakiri kwamba sina uwezo wa kusoma Kiarabu na nilichunguza kifungu hiki kutoka kwenye tafsiri za Kiingereza pekee, lakini watafsiri ni wataalamu wa lugha ya Kiarabu na kwa kawaida tunaweza kuwaamini. Nawaita wale wote ambao wanaweza kutoa maelezo wazi kutoka kwenye maandishi (ya Kiarabu) ambayo yanafanya maana nzuri na kutatua tatizo. Lakini kwa kusoma tafsiri kadhaa ambazo zinakubaliana kimsingi na vipengele muhimu vya maandishi, naona kwamba tafsiri yangu inalingana na maandishi, na yote yangekuwa mazuri ikiwa hii ingekuwa aya pekee katika Qur'an kuhusu uumbaji wa mbingu na ardhi, lakini kwa kuwa aya nyingine za Qur'an zinasema kwamba ulikuwa ni uumbaji wa siku sita na sio

Lakini hata hali hii ina matatizo yake ya kisayansi. Ikiwa tunataka kuamini kwamba dunia iliumbwa na kujazwa na uhai kwanza kabla ya "moshi" kukusanywa kuunda mbingu [nyota, sayari], basi hii inapingana wazi kabisa na nadharia za kisayansi za astronomia (za sasa).

Zaidi ya hayo, kuna hadithi katika Sahih Muslim, Surah MCLV, Mwanzo wa uumbaji na uumbaji wa Adamu, Hadithi Nambari 6707: Abu Huraira aliripoti kwamba Mtume wa Allah (rej.) alinishika mikono yangu na akasema: Allah Aliye Mtukufu, aliumba udongo Jumamosi na aliumba milima Jumapili na aliumba miti Jumatatu na aliumba vitu vinavyohusisha kazi Jumanne na akaziumba nuru Jumatano na akasambaza wanyama Alhamisi na akamuumba Adamu baada ya 'Asr Ijumaa; uumbaji wa mwisho katika saa za Ijumaa, yaani kati ya alasiri na usiku.

Kuanzia Jumamosi hadi Ijumaa kuna siku saba. Sasa hii haikosei kusema kwamba hizi ndizo siku zote za uumbaji, lakini kuna angalau siku saba, labda nane au zaidi. Lakini inapingana bila suluhisho na hadithi ya uumbaji wa siku sita. Na ndani ya siku hizi saba, Allah hajafanya chochote juu ya mbingu bado.

Sunan Abu Dawud, Kitabu cha 3, Nambari 1041 na 1042 pia zinataja uumbaji wa Adamu siku ya Ijumaa. Hii haiendani na tafsiri ya siku kama "kipindi kirefu". Ijumaa haipo zaidi ya siku moja na siku nyingine za wiki hazipo pia.

Katika Tafsir Al-Jalalyn tunapata maelezo haya:

41:9 Siku 2, maana yake Jumapili na Jumatatu 41:10 Siku 4, maana yake Jumanne na Jumatano

[siku ya nne badala ya siku nne? anaitangaza kuwa ni siku 2, wazi kwa lengo la kuepuka shida iliyoelezwa hapo juu. Labda anamaanisha kwamba Mungu aliumba "ardhi NA vilivyomo" katika siku 4, kama vile Yusuf Ali anavyoripoti kuwa ni maoni ya jumla ya mfasiri.]

41:12 Siku 2, maana yake Alhamisi na Ijumaa.

Kwa vyovyote vile, tunaweza kuona kwamba hadithi iliyotajwa hapo juu pamoja na tafsiri hii inachukua siku hizo kwa maana halisi, kinyume na "Waislamu wa kisasa" kadhaa ambao wanataka kuzichukulia siku hizi kama "kipindi" au "kuzama". Lakini ni wazi kabisa, Muhammad mwenyewe pamoja na wafasiri wa awali hawakuona hivyo. Tafsiri hiyo inakinzana na hadithi, inaonekana kuungama kwamba Jumamosi ni Sabato [siku ya kupumzika] kama ilivyo katika Biblia.

Kwa kifupi:

Haya ni Matabaka Matatu ambayo ni umbaji chini hadi juu:
A = SIKU MBILI:
Quran 41:9*** Mbingu [angani, "dari" juu ya dunia] katika siku 2

B = SIKU NNE:
Quran 41:10*** BARAKA [kujaza dunia na kila kitu zinahitajika kwa ajili ya maisha] katika siku 4

C = SIKU MBILI:
Quran 41:12***DUNIA [msingi] kukamilika katika siku 2
SASA JUMLISHA HIZO SIKU:
A + B + C = 2 + 4 + 2 = 8

Ndugu Msomaji, hivi Allah aliumba dunia na kilakitu kwa siku ngapi?

Zaidi ya hapo, Allah anasema kupitia Muhammad (Muslim bin Hajjaj, as-Sahih, Hadith 7054 (27-2789) kuwa, aliumba kila kitu kwa siku SABA. Hapo sasa mimi sina la ziada, nawaachia wenyewe mjadili.

Mungu awabariki sana.

SEHEMU YA XXVI

Huu ni Msiba Mkubwa sana, Allah kamuumba Adam kwa miaka Bilioni Tatu

Uumbaji wa haraka au wa polepole?
Tunakuta katika Qur'an 7:54

إِنَّ رَبَّكُمُ ٱللَّهُ ٱلَّذِي خَلَقَ ٱلسَّمَٰوَٰتِ وَٱلْأَرْضَ فِي سِتَّةِ أَيَّامٍ ثُمَّ ٱسْتَوَىٰ عَلَى ٱلْعَرْشِ يُغْشِي ٱلَّيْلَ ٱلنَّهَارَ يَطْلُبُهُ حَثِيثًا وَٱلشَّمْسَ وَٱلْقَمَرَ وَٱلنُّجُومَ مُسَخَّرَٰتٍ بِأَمْرِهِ أَلَا لَهُ ٱلْخَلْقُ وَٱلْأَمْرُ تَبَارَكَ ٱللَّهُ رَبُّ ٱلْعَٰلَمِينَ

Hakika Mola Mlezi wenu ni Mwenyezi Mungu aliye ziumba mbingu na ardhi katika siku sita. Kisha akatawala juu ya Kiti cha Enzi. Huufunika usiku kwa mchana, ufuatao upesi upesi. Na jua, na mwezi, na nyota zinazo tumika kwa amri yake. Fahamuni! Kuumba na amri ni zake. Ametukuka kabisa Mwenyezi Mungu, Mola Mlezi wa viumbe vyote.

Waislamu wengi hivi karibuni wamejaribu kuwa wakubwa katika tafsiri zao na kuunganisha siku sita na astronomia na pendekezo lake la sasa la miaka bilioni 15 kama umri wa ulimwengu. Hivyo, wanadai kwamba neno siku halimaanishi tu siku, bali linaweza kumaanisha kipindi, au hata enzi. Na hata wanadai kuwa Qur'an inalingana sana na sayansi katika suala hili.

Walakini, Qur'an inatoa taarifa nyingine kuhusu kasi ya uumbaji wa Allah:
2:117

بَدِيعُ ٱلسَّمَٰوَٰتِ وَٱلْأَرْضِ وَإِذَا قَضَىٰ أَمْرًا فَإِنَّمَا يَقُولُ لَهُ كُن فَيَكُونُ

Muumba wa mbingu na ardhi!
Anapokusudia jambo, *husema tu: "Kuwa!" Na likawa.*

Je! Ayah hii haionyeshi kuwa Mungu huumba kwa papo hapo?

Je! Ukweli huu unatoa nafasi ya bilioni kadhaa za miaka ya maendeleo?

Ipo wapi ayah Allah anaumba kwa kusema kuwa na jambo likawa?

Siku sita bado ni haraka inayokubalika katika upeo wa "Kuwa! Na kuwa" ikizingatiwa ukubwa wa ulimwengu na utata wa uhai ..., lakini je! Si jambo la mbali sana kubadilisha Surah 2:117 kuwa "Anapokusudia jambo, husema tu: Kuwa! Na hatimaye likatokea baada ya takriban bilioni 10 ya miaka"?

Na akamwambia Adamu: "Kuwa! Na kadiri mageuko yalivyokwenda njia yake, baada ya takriban miaka bilioni 3, Adamu akatokea."

Tena, hii inaweza kupatanishwa kwa kiasi fulani kwa nia njema. Lakini kurasa hizi za mgongano zimeandikwa kwa ajili ya Waislamu ambao wanasisitiza na kudai kuwa ukisoma Biblia neno kwa neno utapata mgongano katika aya zake. Kwa hivyo, nasi tunasisitiza kusoma Qur'an neno kwa neno na tumepata migongano na utata kede kede ambayo Waislamu wameshindwa kuitatuta.

Ikiwa Allah aliumba kila kitu kwa siku Sita. Je, jambo la kusema kuwa na likawa linachukua muda gani?

SEHEMU YA XXVII

Allah hajui Mwanadamu kaumbwaje

Mwanadamu kaumbwa Kutokana na nini?

Ufunuo wa kwanza kabisa unaanza kwa kuleta kichocheo cha mgongano na changamoto kwenye Qur'an:

Ayah: 1

اقْرَأْ بِٱسْمِ رَبِّكَ ٱلَّذِي خَلَقَ

Soma kwa jina la Mola wako Mlezi aliye umba!

Maana ya aya: Ewe Muhammad! Soma unayo funuliwa kwa kufunguliwa kwa Jina la Mola wako Mlezi ambaye ni Yeye tu peke yake ndiye Mwenye uweza wa kuumba.

Utata wa kwanza: Allah kamuumba binadamu kutoka tone la damu.

Ayah: 2

خَلَقَ ٱلْإِنسَٰنَ مِنْ عَلَقٍ

Amemuumba binaadamu kwa tone la damu!

Maana ya aya: Amemuumba mtu kwa ukamilifu wa mwili wake na ilimu kutokana na kipande cha damu ambacho hakina chochote cha kupelekea kujiona bora. Surat 96:1-2

Kutokana na Surah Al Alaq, Qur'an inatuambia kuwa Allah kaumba Mwanadamu kutoka kwenye tone la damu.

Mbali na ukweli kwamba "damu iliyoganda" ni sahihi kisayansi, hebu tuangalie mawazo mengine yanayotolewa na Qur'an kuhusu jinsi Mungu anavyomuumba binadamu. Yeye ndiye aliyeumba mtu kutoka maji.

Utata wa Pili: Allah kamuumba binadamu kutoka maji.

وَهُوَ ٱلَّذِي خَلَقَ مِنَ ٱلْمَآءِ بَشَرًا فَجَعَلَهُ نَسَبًا وَصِهْرًا ۗ وَكَانَ رَبُّكَ قَدِيرًا

Naye ndiye aliye muumba mwanadamu kutokana na maji, akamjalia kuwa na nasaba na ushemeji. Na Mola wako Mlezi ni Muweza. -- Surah 25:54

Swali la kujiuliza:

Allah aliumba maji kutokana na nini?

Allah aliumba maji siku gani?

Au labda Allah alisema "kuwa" na maji yakawa?

Utata wa tatu: Allah kamuumba binadamu kutoka udongo unao toa sauti.

-- Surah 24:45

وَلَقَدْ خَلَقْنَا ٱلْإِنسَٰنَ مِن صَلْصَٰلٍ مِّنْ حَمَإٍ مَّسْنُونٍ

Na tulimuumba mtu kwa udongo unao toa sauti, unao tokana na matope yaliyo tiwa sura.

Utata wa Nne: Allah kamuumba binadamu kutoka mavumbi.

-- Surah 15:26

وَلَقَدْ خَلَقْنَا ٱلْإِنسَٰنَ مِن صَلْصَٰلٍ مِّنْ حَمَإٍ مَّسْنُونٍ

Na tulimuumba mtu kwa udongo unao toa sauti, unao tokana na matope yaliyo tiwa sura

-- Surah 30:20

Kitone cha damu? maji? udongo? mavumbi? Qur'an haionekani kuwa na uhakika kabisa ni nini Mungu alitumia na inaonekana kumaanisha kwamba Alitumia chochote tu kilichopatikana mkononi mwake. Lakini hii bado haiishii katika mkanganyiko huu: Mungu huiumba anachokitaka: Anapopitisha mpango, Anasema tu, "Kuwepo," na kipo!

Utata wa Tano: Allah alimuumba binadamu kwa kusema kuwa, na akawa.

-- Surah 3:47

قَالَتْ رَبِّ أَنَّىٰ يَكُونُ لِي وَلَدٌ وَلَمْ يَمْسَسْنِي بَشَرٌ ۖ قَالَ كَذَٰلِكِ ٱللَّهُ يَخْلُقُ مَا يَشَآءُ ۚ إِذَا قَضَىٰ أَمْرًا فَإِنَّمَا يَقُولُ لَهُ كُن فَيَكُونُ

Maryamu akasema: Mola wangu Mlezi! Vipi nitampata mwana na hali hajanigusa mwanaadamu? Mwenyezi Mungu akasema: Ndivyo vivyo hivyo, Mwenyezi Mungu huumba apendacho. Anapo hukumu jambo, huliambia: Kuwa! Likawa.

Anasema tu neno "kuwa" na linakuwa, Je, huoni utata katika [maji, udongo, kitone cha damu au mavumbi,] vyote vinaumba binadamu kwa kusema kuwa na Adamu anakuwa?

Surah 4:82 inadai kwamba hakuna upotofu wowote katika Qur'an hii!

Allah alimuumba binadamu kutoka nini?

4. Kutoka tone la Damu? Surah 96:1-2
5. Kutoka Maji? Surah 25:54
6. Kutoka Udongo? Surah 24:45
7. Kutoka Mavumbi? Surah 15:26
8. Kwa kusema kuwa na akawa? Surah 3:47

SEHEMU YA XXVIII

Allah hajui aliumbaje Majini

Majini Waliumbwa Kutoka Wapi?

Hakika tumemuumba mtu kwa udongo ulioundwa kwa mfinyanzi, Na majini tulikuwa tumewaumba kabla kwa moto mkali. S. 15:26-27 Pickthall; angalia pia 55:15; 7:12; 38:76.

Utata wa kwanza: Allah anaumba majini kutoka moto wa upepo.

Surat Al Hijr Aya 27

وَٱلْجَآنَّ خَلَقْنَٰهُ مِن قَبْلُ مِن نَّارِ ٱلسَّمُومِ

Na majini tuliwaumba kabla kwa moto wa upepo umoto.

Utata wa Pili: Allah kaumba kila kitu chenye uhai kutoka maji.

أَوَلَمْ يَرَ ٱلَّذِينَ كَفَرُوٓا۟ أَنَّ ٱلسَّمَٰوَٰتِ وَٱلْأَرْضَ كَانَتَا رَتْقًا فَفَتَقْنَٰهُمَا ۖ وَجَعَلْنَا مِنَ ٱلْمَآءِ كُلَّ شَىْءٍ حَىٍّ ۖ أَفَلَا يُؤْمِنُونَ

Je, wasiokufuru hawajui kwamba mbingu na ardhi zilikuwa kitu kimoja, kisha tukazigawa, Na tukajaalia kila kitu hai kutoka maji? Je, basi hawaamini? S. 21:30 Pickthall

Unganisho hili la aya linaleta mgongano wa aina mbili kuhusu suala la uumbaji. Kuhusu uumbaji wa mwanadamu, Qur'an kwa kweli ina taarifa nyingi zaidi zenye mgongano ambazo zimeorodheshwa na kujadiliwa katika makala, "Mwanadamu aliumbwa kutoka wapi?" Kuhusu uumbaji wa majini, tunahitaji kuuliza maswali mawili:

Je, majini ni viumbe hai au la?

Je, wameumbwa kutoka maji au kutoka moto?

Mgongano kati ya madai ya kuumbwa kutoka maji au kutoka moto ni dhahiri. Ili kuepuka mgongano huu, Waislamu wengi labda wataeleza kwamba majini hawajumuishwi katika kauli iliyopatikana katika S. 21:30. Walakini, aya hiyo inafanya kauli kamili kwani inazungumzia hasa KILA kiumbe hai. Haisemi kwamba tumewaumba baadhi au wengi wa viumbe hai kutoka maji, bali inasisitiza kwamba kila kitu kilicho hai kiliumbwa kutoka maji.

Hata hivyo, ushuhuda wa Qur'an unaonyesha wazi kuwa majini wana uhai. Hawako wafu kama mawe, bali wanasikia, wanazungumza, wanazunguka, na kuunda jamii. Kama binadamu, wao pia wamepokea wajumbe kutoka kwa Allah, na wanaweza kuchagua kuwa watiifu au wasiotii mapenzi ya Allah. Majini wanaweza kupanga na kutunga njama na kujaribu kuwavutia binadamu kuwa wasiotii kwa Allah. Hata imeashiriwa kuwa wana mahusiano ya kujamiiana (baadhi ya aya husika zimetajwa katika Onyesho la 1). Hakuna taarifa hizi zingeweza kusemwa kwa haki kuhusu majini kama majini hawakuwa hai. Kwa hivyo, majini ni "viumbe hai" na kulingana na Surah ya 21:30 "kila kiumbe hai" kimeumbwa kwa maji, hivyo kusababisha mgongano na 15:27 (na 55:15). Majadiliano yaliyotolewa hapo juu yalitolewa kulingana na tafsiri ya kisasa ya kawaida ya ayah hii. Onyesho la 3 litajadili tafsiri nyingine inayowezekana, ikisababisha aina tofauti ya makosa katika Qur'an.

Onyesho la 1: Majini ni viumbe hai.

Hapa kuna baadhi ya ayah nyingi ambazo zinaonyesha kuwa majini yana hai kulingana na Qur'an: "Siku atakapowakusanya pamoja (Allah) atasema: Enyi mkusanyiko wa majini! Nyinyi mlidanganya wengi wa watu." ... Surah ya 6:128 (Tafsiri ya Pickthall)

"Enyi mkusanyiko wa majini na watu! Je, hawakujieni Mitume kutoka kwenu, wakikusomeeni ayah zangu na kuwaonyeni mkutano wa Siku yenu hii?" Watasema: "Sisi tunashuhudia dhidi yetu wenyewe." Uhai wa dunia hii uliwapotosha. Na wao watajishuhudia wenyewe kuwa walikuwa makafiri." Surah ya 6:130 (Tafsiri ya Al-Hilali & Khan)

"Sema: Hakika, ikiwa majini na watu watakusanyika ili kuumba mfano wa Qur'an hii, hawataweza kuumba mfano kama huo, hata kama wangekuwa wasaidizi wao kwa wao." Surah ya 17:88 (Tafsiri ya Pickthall)

"Na jeshi la majini na watu lilikusanywa mbele ya Suleimani, na ndege. Nao wakapangwa kwenye safu za vita." Surah ya 27:17 (Tafsiri ya Pickthall)

"Jinn mmoja hodari alisema: Nitakuletea kabla hujainuka mahali pako. Hakika mimi ni mwenye nguvu na mwaminifu kwa kazi kama hiyo." Surah ya 27:39 (Tafsiri ya Pickthall)

وَلِسُلَيْمَٰنَ ٱلرِّيحَ غُدُوُّهَا شَهْرٌ وَرَوَاحُهَا شَهْرٌ وَأَسَلْنَا لَهُ عَيْنَ ٱلْقِطْرِ وَمِنَ ٱلْجِنِّ مَن يَعْمَلُ بَيْنَ يَدَيْهِ بِإِذْنِ رَبِّهِ وَمَن يَزِغْ مِنْهُمْ عَنْ أَمْرِنَا نُذِقْهُ مِنْ عَذَابِ ٱلسَّعِيرِ

Na Suleiman tuliufanya upepo umtumikie. Safari yake ya asubuhi ni mwendo wa mwezi mmoja, na safari yake ya jioni ni mwendo wa mwezi mmoja. Na tukamyeyushia chemchem ya shaba. Na katika majini walikuwako walio kuwa wakifanya kazi mbele yake kwa idhini ya Mola wake Mlezi. Na kila anaye jitenga na amri yetu katika wao, tunamwonjesha adhabu ya Moto unao waka. Surah ya 34:12 (Tafsiri ya Al-Hilali & Khan)

Na tukawapa rafiki zao (katika dunia) ambao waliwafanya wazidishe mapenzi yao kwa mema ya sasa na ya zamani. Na neno lililotolewa kuhusu mataifa ya majini na watu waliopita kabla yao linaathiri kwao. Hakika, walikuwa wenye khasara daima. Surah ya 41:25 (Tafsiri ya Pickthall)

"Katika Pepo hiyo watakuwa wake wenye kujizuia macho yao kwa waume zao, ambao hakuna mtu au jinni yeyote amewafungulia himaya zao (hakuna mtu au jinni yeyote amewaingilia kingono) kabla yao." Surah ya 55:56 (Tafsiri ya Al-Hilali & Khan; angalia pia 55:74)

Sema (Ewe Muhammad): Imefunuliwa kwangu kuwa kikundi cha Majini walilisikiliza na wakasema: Hakika sisi tumesikia Qur'an ya ajabu. Surah ya 72:1 (Tafsiri ya Pickthall)

Onyesho la 2: Je, malaika wakoje?

Kwa kuwa Qur'an haijaeleza waziwazi malaika waliumbwaje, hakuna mgongano wa moja kwa moja wa mantiki kati ya aya mbili kama ilivyo kwa majini. Mafundisho ya Kiislamu kwamba malaika waliumbwa kutokana na nuru yanapatikana tu katika hadithi.

Na imesimuliwa katika hadithi sahihi kwamba 'Aisha alisema: Mtume wa Allah (amani na rehema za Allah ziwe juu yake) alisema: "Malaika waliumbwa kutokana na nuru, majini waliumbwa kutokana na moto usio na moshi, na Adamu aliumbwa kutokana na kilichoelezewa kwako." (Imesimuliwa na Muslim katika kitabu chake Saheeh, nambari 2996; pia imesimuliwa na Ahmad, nambari 24668; na al-Bayhaqi katika al-Sunan al-Kubra, nambari 18207 na Ibn Hibbaan, nambari 6155). (Angalia tafsiri ya Kiingereza ya Sahih Muslim, Kitabu 042, Nambari 7134, lakini katika toleo hilo la mwisho, kitenzi kimesumbuliwa na kutafsiriwa vibaya kama "kuzaliwa" badala ya "kuumbwa"; toleo la Kiarabu)

Hata hivyo, kama ilivyo kwa majini, ni dhahiri kwamba malaika ni hai na kwa hivyo wanapaswa kuwa sehemu ya Surah ya 21:30 kama "viumbe hai," ikimaanisha kuwa nao wameumbwa kutokana na maji (kwa kukanusha maneno ya Muhammad).

Zaidi ya hayo, kuumbwa kutokana na dutu (maji) kunamaanisha kuwa malaika pia ni sehemu ya ulimwengu wa kimwili. Lakini je, Uislamu haufundishi kuwa malaika ni viumbe waliojaa utukufu na sio sehemu ya ulimwengu wa kimwili? Jinsi gani hii inawezekana ikiwa wameumbwa kutokana na vitu sawa na viumbe katika ulimwengu huu?

Onyesho la 3: Je, Wafasiri wa Kisasa wa Kiislamu wamekosea kote? Kuna mamia ya kurasa za wavuti za Waislamu (na vilevile machapisho ya kuchapishwa) zinazozungumzia muujiza wa kisayansi wa Qur'an. Surah ya 21:30, 24:45, na 25:54 hutumiwa kama ushahidi wa miujiza miwili tofauti ya Qur'an. Madai ya kwanza ni kwamba aya hizi zinadaiwa kufundisha kuwa uhai wote ulitokana na maji, na hii imehakikishwa na sayansi ya kisasa. Madai ya pili, yanayotokana na aya hizo hizo, ni kwamba "Viumbe hai vyote kimsingi vina maji; kwa mfano, mwili wa binadamu unajumuisha maji kwa asilimia mbili-tatu..."

Ibn Abbas, kwa upande mwingine, anasema yafuatayo kuhusu Surah ya 21:30.

أَوَلَمْ يَرَ ٱلَّذِينَ كَفَرُوٓاْ أَنَّ ٱلسَّمَٰوَٰتِ وَٱلْأَرْضَ كَانَتَا رَتْقًا فَفَتَقْنَٰهُمَاۖ وَجَعَلْنَا مِنَ ٱلْمَآءِ كُلَّ شَيْءٍ حَيٍّ أَفَلَا يُؤْمِنُونَ

Je! Hao walio kufuru hawakuona kwamba mbingu na ardhi zilikuwa zimeambatana, kisha Sisi tukazibabandua? Na tukajaalia kwa maji kila kilicho hai? Basi je, hawaamini?

Maelezo ya aya kutoka Qur'an ya Ali Muhsen Alberwany: Wenye kukufuru wamepofuka, na hawaoni kuwa mbingu na ardhi hapo mwanzo zilikuwa zimeshikamana. Kwa uwezo wetu tukazibambandua mbali mbali. Na tukajaalia kutokana na maji, ambayo hayo si kitu hai, kila chenye uhai kutokana na hayo hayo. Basi je! Baada ya yote haya wangali kupuuza tu, na hawaamini kuwa bila ya shaka yoyote hapana mungu isipo kuwa Sisi? "Je! Hao walio kufuru hawakuona kwamba mbingu na ardhi zilikuwa zimeambatana, kisha Sisi tukazibabandua? Na tukajaalia kwa maji kila kilicho hai? Basi je, hawaamini?" Aya hii ina maana ya kisayansi yenye kutilia nguvu nadhariya ya ilimu za kisasa katika kuumbwa sayari na ardhi. Nayo ni kuwa mbingu na ardhi asili yao zilikuwa zimeshikamana. Na ukweli wa sayansi zinazo kubaliwa ni kuwa hakika ziliambatana, na sayansi mbali mbali zinathibitisha hayo. Na zipo nadhariya nyengine kadhaa wa kadhaa ambazo kwazo zaweza kuelezea dhaahiri ya mambo haya. Lakini bado kuthibiti nadhariya mojapo kwa njia ya mkato kwa wanazuoni kwa kuwafikiana wote. Kwa kuonyesha mfano tutaja nadhariya mbili: Nadhariya ya Kwanza: Imekhusu kuumbwa kwa mfumo wa jua (Solar System). Kwa mfano imethibiti kuwa mawingu au umande ulio zunguka jua ulianza kuenea kwenye anga lilio baridi, na chembechembe za gasi zinazo fanya hayo mawingu au moshi zikakusanyika kwenye chembechembe za vumbi linalo kwenda kwa kasi kubwa. Kisha chembechembe hizo zikawa zinagongana na zinarindika, na huku ndani yake zikawamo gasi nzito, na kukazidi kurindika na kujumuika kwa kupita mamilioni na mamilioni ya makarne mpaka zikafanyika sayari na mwezi na ardhi kwa umbali unao stahiki. Na yajuulikana kuwa huko kukusanyika na kurindika huzidisha mbinyo (Pressure), na huo huzidisha joto. Na gamba la ardhi lilipo ingia kupoa, na wakati zilipo ripuka volkano ardhi ikapata mvuke wa maji na gasi ya Carbon dioxide ilio tokana na miripuko ya volkano...na katika iliyo saidia kupatikana Oxygen katika hewa baada ya hapo ni nishati na nguvu za miyale ya jua kwa njia ya mwanga juu ya mimea na majani ya mwanzo. Ama Nadhariya ya Pili: Imekhusiana na uumbaji wa ulimwengu kwa jumla, ambao kwa mukhtasari unaelezwa na kauli yake Mtukufu: "Zilikuwa zimeambatana", yaani zimeshikamana na kuwa kitu kimoja. Na hayo ndiyo yaliyo fikilia mwishoni ilimu za sayansi katika uumbaji wa ulimwengu. Nayo ni kwamba kabla ya kufikilia sura yake hii ya sasa ulikuwa kama donge lilio kusanyika lenye kutisha, la mkusanyiko wa chembechembe zenye kuambatana chini ya mbinyo pressure, hata akili haiwezi kuifikiria. Na hizi sayari zote na nyota zilioko mbinguni hivi leo tunazo ziita mfumo wa jua solar system zilikuwa ni mkusanyiko wa donge moja lisilo zidi 1/2 diameter yake maili milioni tatu. Na neno lake Mwenyezi Mungu: "Tukazibambandua" linafahamisha ule mripuko mkubwa wa mwanzo wa ki-nuclear ukazalisha uumbaji wa anga na sayari za namna mbali mbali tunazo ziita kwa pamoja "Mfumo wa Jua" au Solar System. "Na tukajaalia kwa maji kila kilicho hai": Aya hii imethibitisha uhakika wa kisayansi ulio thibitishwa na ncha mbali mbali za ilimu. Imethibitisha Cytology, sayansi ya "cells", (khalaya), kwamba maji ni muhimu kabisa katika ujengaji wa "cells" zote za vitu vilivyo hai, ikiwa mimea au wanyama. Na ilimu ya "Kimyaa", Chemistry kwamba maji ni lazima yapatikane katika vitendo na mageuko yoyote katika viumbe vilivyo hai. Basi hayo maji ama yawe ni kiungo, kitu cha kusaidia, au cha kuwamo ndani ya kitendo, au ni matokeo yake. Na imethibitisha ilimu ya viungo physiology kwamba maji ni dharura kwa viungo kufanya kazi yao. Bila ya hayo maji hautodhihiri uhai katika viungo.

(Je, hawajui wale ambao wanakanusha) Muhammad (rehma na amani ziwe juu yake) na Qur'an (kwamba mbingu na ardhi zilikuwa kitu kimoja) Hatukuiteremsha kwa tone la mvua au kukuza mimea ardhini ambayo ilikuwa imepangwa pamoja (kisha tukazigawa) na kuzitenganisha na kuzitenga kutoka kwa kila mmoja kupitia mvua na mimea, (na tukaumba kila kiumbe hai kutokana na maji) Tumetengeneza kwa maji kila kitu kinachohitaji maji kutoka kwa kiumbe cha kiume na kike? (Je, hawataamini) watu wa Mecca (katika Muhammad na Qur'an)? (Tanwîr al-Miqbâs min Tafsîr Ibn 'Abbâs; nimehimiza kwa uzito maneno yangu)

Waalimu wa Kiislam wanafundisha kuwa aya hii haifundishi kuwa uhai ulitokana na maji, wala viumbe hai waliumbwa kutokana na maji, wala miili ya wanyama na binadamu inajumuisha kwa kiasi kikubwa maji. Hawa wanapropaganda wa Kislamu wa miujiza ya kisayansi ya Qur'an wana makosa. Hawaelewi maana ya Qur'an katika kauli hiyo, au wanadanganya na kudhihirisha maana yake ili kuunda miujiza ya kisayansi isiyo ya kweli. Kulingana na Ibn Abbas, inamaanisha tu kwamba kila kiumbe hai kilipata uhai wake kupitia tendo la ngono ambalo linachanganya maji ya kiume na kike. Lakini taarifa kama hiyo sio muujiza wa kisayansi kwa njia yoyote ile, ni taarifa ya akili na maarifa ya kawaida, hata wakati wa Muhammad. Aya hii haitoi maelezo kabisa juu ya uumbaji wa awali (mwanzoni), au uchambuzi wa kemikali wa miili yetu, bali inazungumzia uumbaji wa uhai unaofanyika kwa njia ya uzazi wa ngono.

Hata hivyo, ingawa tafsiri hii ya neno "tengenezwa kwa maji" inamaanisha kwamba Surah ya 12:30 ingekuwa kweli kwa idadi kubwa ya wanyama, bado inasababisha matatizo kwani inasema wazi kwamba "KILA kiumbe hai" kinazaliana kwa njia ya kutoa maji (manii). Taarifa zinazotumia maneno "wote" au "kila mara" mara nyingi ni za uongo kwani kwa kawaida kuna ubaguzi. Kwa kweli, kuna matatizo mengi yanayosababishwa na tafsiri hii ya Surah ya 21:30.

Kwa kuwa haiwezi kuhojiwa kuwa majini au malaika sio viumbe hai, je, Qur'an inamaanisha kuwa majini na malaika wote ni matokeo ya uzazi wa ngono? Je, Waislamu wengi wasiogopeshwe na madai haya angalau linapokuja suala la malaika? Kwa upande mwingine, inakubalika na Waislam kuwa majini wanazaliana kwa njia ya ngono:

Ibn Taymiyah alisema kwamba Ibilisi ndiye baba wa majini wote, akitaja Suraht-Al Kahf kama uthibitisho wa hili.

... Je, basi, mtamchukua yeye na kizazi chake kuwa ndio walii wenu badala yangu, ingawa wao ni maadui zenu waziwazi? Ni mbadala mbaya sana ambao watenda maovu wanachukua! - (Suraht Al-Kahf) 18:50.

Ibn Taymiyah aliamini kwamba neno "kizazi" linamaanisha kwamba majini ni watoto wa Shaytani. (Ibilisi, chanzo www.tayybah.com, ilifikika tarehe 31 Machi 2009)

Hata hivyo, hapa ndipo tatizo linapojitokeza: Je, majini wanakufa? Je, hasa, Ibilisi anayefundishwa na Waislamu bado yupo hai? Ikiwa ndivyo, basi yeye ni kiumbe hai ambaye hawezi kuwa amefanywa kutokana na maji (kwa njia ya uzazi wa ngono) kwani yeye ndiye baba wa majini wote na kwa hivyo lazima awe ni uumbaji wa moja kwa moja na Allah (kama vile Adamu, baba wa wanadamu). Kwa hiyo, Ibilisi ni kiumbe hai ambaye sio "amefanywa kutokana na maji" na hivyo kukiuka Surah ya 21:30.

Je, mimea inahusika vipi? Mimea inakua na kufa, kwa hivyo ni viumbe hai. Lakini ikiwa "maji" inawakilisha tone la manii la kiume "shahawa" (kiowevu katika kesi ya binadamu na wanyama wengi), tunakabiliwa na tatizo linapokuja suala la mimea. Poleni ya mimea inafanana zaidi na vumbi na ni vigumu kuitwa "maji". Hata ikiwa tunalinganisha "kupukutika" na "kumwagilia maji", bado kuna tatizo kubwa na spishi nyingi za viumbe hai ambazo zinazaliana kwa njia ya uzazi usio wa ngono kama vile mimea mbalimbali, uyoga, amoebae, na viumbe hai wengi wenye seli moja kama vile bakteria (tazama Wikipedia kuhusu Uzazi usio wa ngono). Lakini hata tukijikita kwa wanyama, kuna minyoo ya kiunzi na nyota wa baharini ambao wanaweza na mara nyingi huzaliana kwa kuweka vipande, ikimaanisha kuwa minyoo na nyota wa baharini wengi wame kuwepo bila kuwa "wamefanyika kutokana na maji".

Kwa njia yoyote ile, ikiwa tunataka kufuata tafsiri ya kisasa au tafsiri ya kisasa ya Ibn Abbas, bado tunakabiliwa na hitilafu. Ikiwa tunachagua kufuata tafsiri ya kisasa kwamba viumbe hai vyote vimefanywa kutokana na maji katika maana ya uumbaji wa awali, tuna hitilafu ya mantiki kati ya Surah ya 15:27 na 21:30 iliyoelezwa katika sehemu ya kwanza ya makala hii. Lakini ikiwa tunakubali tafsiri ya Ibn Abbas, basi aya hii ya Qur'an inapingana na ukweli wa kisayansi kwa kuwa kuna viumbe hai kadhaa ambavyo havizaliani kwa njia ya ngono.

Vidondi

Kuhusiana na Adamu, Waislamu wanaweza kusema kwamba ingawa Adamu hakuumbwa kwa maji kwa maana ya tafsiri ya Ibn Abbas ya S. 21:30, yeye hasababishi tatizo kwa aya hii, kwa kuwa Adamu alikufa na kwa hivyo sio kitu hai tena, yaani, kwa kawaida hakujumuishwa katika S. 21:30 Hoja hiyo hiyo ingetumika kwa Hawa. Lakini vipi kuhusu Yesu wa Qur'an? Yesu hakufa tangu alipofufuliwa mbinguni akiwa hai (S. 4:158) na inaaminika kuwa bado yu hai pamoja na Mwenyezi Mungu (na kurudi mwisho wa wakati na kufa tu baada ya kuanzisha ukuu wa Uislamu juu ya dunia nzima). Lakini Yesu hakutokana na mimba ya maji ya manii ya kiume. Je, yeye si kuwa mfano mwingine wa kupingana na S. 21:30?

SEHEMU YA XXIX

Muhammad hajui Qur'an iliteremshwaje

Je, Qur'an ilitumwa mara moja au sehemu kwa sehemu?

Katika maeneo kadhaa, Qur'an inaonyesha kuwa ilitumwa mara moja kamili katika usiku maalum.

شَهْرُ رَمَضَانَ ٱلَّذِي أُنزِلَ فِيهِ ٱلْقُرْءَانُ هُدًى لِّلنَّاسِ وَبَيِّنَٰتٍ مِّنَ ٱلْهُدَىٰ وَٱلْفُرْقَانِ فَمَن شَهِدَ مِنكُمُ ٱلشَّهْرَ فَلْيَصُمْهُ وَمَن كَانَ مَرِيضًا أَوْ عَلَىٰ سَفَرٍ فَعِدَّةٌ مِّنْ أَيَّامٍ أُخَرَ يُرِيدُ ٱللَّهُ بِكُمُ ٱلْيُسْرَ وَلَا يُرِيدُ بِكُمُ ٱلْعُسْرَ وَلِتُكْمِلُوا۟ ٱلْعِدَّةَ وَلِتُكَبِّرُوا۟ ٱللَّهَ عَلَىٰ مَا هَدَىٰكُمْ وَلَعَلَّكُمْ تَشْكُرُونَ

Mwezi wa Ramadhani ambao imeteremshwa humo Qur'ani kuwa ni uwongofu kwa watu, na hoja zilizo wazi za uwongofu na upambanuzi. Basi ataye kuwa mjini katika mwezi huu naafunge. Na mwenye kuwa mgonjwa au safarini, basi atimize hisabu katika siku nyengine. Mwenyezi Mungu anakutakieni yaliyo mepesi wala hakutakieni yaliyo mazito, na mtimize hiyo hisabu, na mumtukuze Mwenyezi Mungu kwa kuwa amekuongoeni ili mpate kushukuru. (Surah ya Al-Baqara) 2:185

Surat Ad Dukhan Ayah: 1

حٓمٓ

H'a Mim .

Ayah: 2

وَٱلْكِتَٰبِ ٱلْمُبِينِ

Naapa kwa Kitabu kinacho bainisha!

Ayah: 3

إِنَّآ أَنزَلْنَٰهُ فِي لَيْلَةٍ مُّبَٰرَكَةٍ إِنَّا كُنَّا مُنذِرِينَ

Hakika tumekiteremsha katika usiku ulio barikiwa. Hakika Sisi ni Waonyaji.

Ayah: 4

فِيهَا يُفْرَقُ كُلُّ أَمْرٍ حَكِيمٍ

Katika usiku huu hubainishwa kila jambo la hikima!

Ayah: 5

أَمْرًا مِّنْ عِندِنَاۤ إِنَّا كُنَّا مُرْسِلِينَ

Jambo litokalo kwetu. Hakika Sisi ndio wenye kutuma.

Ayah: 6

رَحْمَةً مِّن رَّبِّكَ إِنَّهُ هُوَ ٱلسَّمِيعُ ٱلْعَلِيمُ

Ni rehema itokayo kwa Mola wako Mlezi. Hakika Yeye ni Mwenye kusikia Mwenye kujua.

Ayah: 7

رَبِّ ٱلسَّمَٰوَٰتِ وَٱلْأَرْضِ وَمَا بَيْنَهُمَاۤ إِن كُنتُم مُّوقِنِينَ

Mola Mlezi wa mbingu na ardhi na vilio baina yao, ikiwa nyinyi mna yakini. (Surah ya Al-Dukhan) 44:1-7

Surat Al-Qadr

Ayah: 1

إِنَّاۤ أَنزَلْنَٰهُ فِي لَيْلَةِ ٱلْقَدْرِ

Hakika Sisi tumeiteremsha Qur'ani katika Laylatul Qadri, Usiku wa Cheo Kitukufu.

Ayah: 2

وَمَاۤ أَدْرَىٰكَ مَا لَيْلَةُ ٱلْقَدْرِ

Na nini kitacho kujuulisha nini Laylatul Qadri?

Ayah: 3

لَيْلَةُ ٱلْقَدْرِ خَيْرٌ مِّنْ أَلْفِ شَهْرٍ

Laylatul Qadri ni bora kuliko miezi elfu.

Ayah: 4

تَنَزَّلُ ٱلْمَلَٰئِكَةُ وَٱلرُّوحُ فِيهَا بِإِذْنِ رَبِّهِم مِّن كُلِّ أَمْرٍ

Huteremka Malaika na Roho katika usiku huo kwa idhini ya Mola wao Mlezi kwa kila jambo.

Ayah: 5

سَلَٰمٌ هِيَ حَتَّىٰ مَطْلَعِ ٱلْفَجْرِ

Amani usiku huo mpaka mapambazuko ya alfajiri. (Surah ya Al-Qadr) 97:1-5

Mafungu yaliyotajwa hapo juu yanaweza kuelezea kuwa sehemu nzima ya maandiko ya Waislamu "iliteremshwa" kwa wakati mmoja. Tafadhali kumbuka kuwa maandiko hayazungumzii sehemu za Qur'an zilizotumwa, bali inasema kuwa Qur'an yenyewe ilipewa katika usiku maalum katika mwezi wa Ramadhani. Ili tusishtakiwe kwa kubadilisha maana ya virejeleo vilivyotajwa hapo juu, tazama jinsi tafsiri ifuatayo inavyoelezea Q. 97:1: "Tazama! Tumeteremsha, yaani Qur'an, KATIKA UKAMILIFU WAKE, [tukiituma] kutoka Ubao Ulio Hifadhiwa hadi mbingu ya dunia hii, katika Usiku wa Kuhusu Maagizo, yaani [Usiku] wa utukufu mkubwa." (Tafsiri ya al-Jalalayn; umuhimu ulioandikwa kwa herufi kubwa ni wetu)

Hata hivyo, mafungu haya ya Qur'an yanapingana na maandiko yafuatayo: "Tuliteremsha (anzalnahu) Qur'an kwa hakika, na kwa hakika imefikishwa (nazala); na tumekutuma wewe tu kutoa Bishara njema na kuonya (wakosefu). (Hii ni) Qur'an ambayo tumegawanya (katika sehemu kwa wakati fulani), ili uisome kwa watu kwa vipindi: tumekufunulia (wa-nazzalnahu) kwa awamu." (Surah ya Al-Israa) 17:105-106

Na wale wanaokufuru husema: "Kwanini Qur'an haijateremshwa (nuzzila) yote kwa wakati mmoja?" Hivyo (imetumwa sehemu kwa sehemu), ili kufanya nyoyo zenu kuwa imara. Na tumekufunulia kwa awamu, hatua kwa hatua. (Ilifunuliwa kwa Mtume kwa kipindi cha miaka 23). (Surah ya Al-Furqan) 25:32

Maelezo na taarifa zinazopingana na kubishana kama hizo zimewafanya wanazuoni wa Kiislamu kuja na maelezo yanayofaa. Inasisitizwa kuwa Qur'an nzima ilitumwa na Allah mwenyewe hadi mbingu ya chini ambapo ilisalia. Kutoka hapo, Allah alimtuma Jibril kufunua sehemu za kitabu kwa Muhammad kwa kipindi cha miaka ishirini na tatu! Kama anavyoelezea mwanazuoni mashuhuri wa Salafi, Dr. Abu Ameenah Bilal Philips: "Kulingana na kauli ya Allaah katika Kitabu Chake, kulikuwa na ufunuo tofauti wa Qur'an uliotokea. Ni muhimu kuelewa ufunuo huu katika kusuluhisha maelezo tofauti [sic] yanayotumika katika Qur'an na Sunnah kuelezea ufunuo wa Qur'an. Kwa upande mmoja, Qur'an inatajwa kufunuliwa katika ukamilifu wake wakati wa Ramadhani au usiku wa Laylatul-Qadr, Usiku wa Uamuzi; lakini kwa upande mwingine, inatajwa kuwa ilifunuliwa kwa awamu hadi kifo cha Mtume.

Ufunuo wa Kwanza

Allah alifanya Qur'an ishuke kutoka Ubao Ulio Hifadhiwa (al-Lawh al-Mahfooth) ambapo ilikuwa imeandikwa hadi mbingu ya chini. Katika ufunuo huu, Qur'an yote iliteremshwa kwa wakati mmoja hadi kituo katika mbingu ya chini kinachoitwa "Bayt al-'Izzah" (Nyumba ya Utukufu au Nguvu). Usiku mwenye baraka ambao ufikisho huu ulitokea unaitwa "Laylatul-Qadr" (Usiku wa Uamuzi), ambao ni mojawapo ya usiku wa idadi isiyo sawa katika siku kumi za mwisho za mwezi wa Ramadhani. Allaah alirejelea ufunuo huu wa awali kama ifuatavyo [ananukuu Q. 44:1-3; 97:1; 2:185]..."

Mistari hii inalazimika kurejelea ufunuo wa awali kwa sababu ni ukweli uliojulikana kwamba Qur'an nzima haikufunuliwa kwa Mtume Muhammad katika usiku mmoja wa Ramadhani. Ibn 'Abbaas alisema kuwa Qur'an kwanza ilitenganishwa kutoka mahali pake katika mbingu za juu na kuwekwa katika Bayt al-'Izzah katika mbingu ya chini. Toleo moja linasema kuwa hili lilitokea Usiku wa Uamuzi katika Ramadhani. Kama ingekuwa mapenzi ya Allaah, Qur'an ingeweza kufunuliwa kwa Mtume kwa ujumla katika ufunuo mmoja. Hii ilikuwa njia ambayo vitabu vyote vya ufunuo vilivyotangulia viliteremshwa. Lakini, Allah aliamua kuigawanya ufunuo katika sehemu mbili [sic]. Ufunuo wa kwanza ndani ya mbingu uliwakilisha tangazo kwa wenyeji wa mbinguni kwamba kitabu cha mwisho cha ufunuo kilikuwa kinaletwa kwa nabii wa mwisho. (Philips, Usool at-Tafseer, 6. The Revelations of the Qur'aan, pp. 94-96; vyanzo 1, 2; maoni katika mabano na mkazo wetu)

Chanzo kingine cha Kiislamu kinasema:

(Mwezi wa Ramadhani ni) mwezi ambao Qur'an nzima ilifunuliwa ambapo Jibril aliteremsha Qur'an nzima hadi mbingu ya kwanza, akaisimulia kwa waandishi kati ya malaika (al-safarah), na kisha kuiteremsha kwa Muhammad (rehema ziwe juu yake) siku baada ya siku, wakati mwingine akimfunulia aya moja, mbili au tatu na wakati mwingine Surah nzima, ... (Tanwîr al-Miqbâs min Tafsîr Ibn 'Abbâs; mkazo wetu katika herufi kubwa na chini)

Na kutoka kwa hadithi yake kuhusu Ibn 'Abbas, kwamba alisema kuhusu tafsiri ya kauli ya Allah (Tazama! Tumelifunua): '(Tazama! Tumelifunua) Anasema: Tumemtuma Jibril na Qur'an nzima kwa waandishi wa mbingu ya chini (katika Usiku wa Uamuzi) katika usiku wa hukumu na uamuzi; pia inasemekana kuwa hii inamaanisha: katika usiku uliobarikiwa kwa msamaha na rehema, kisha ikafunuliwa kwa Mtume (rehema ziwe juu yake) kwa sehemu.' (Tanwîr al-Miqbâs min Tafsîr Ibn 'Abbâs)

Msomaji anaweza mara moja kugundua tatizo na madai yaliyotolewa hapo juu. Qur'an haitaji popote kwamba ilifunuliwa kwa hatua mbili, ambapo ufunuo wote ulitumwa kwa pamoja hadi mbingu ya chini, na nyingine ambapo sehemu tu zilifikishwa kwa Muhammad. Hili ni jaribio la kutaka kuelezea kosa kubwa ndani ya maandiko ya Kiislamu ambayo inadai katika sehemu fulani kwamba Allah aliteremsha Qur'an kwa ujumla usiku fulani, hivyo kupingana na mistari hiyo inayosema kuwa Muhammad alipokea "ufunuo" huo kwa sehemu.

Kwa kweli, moja ya mistari inasema wazi kwamba Qur'an iliteremshwa katika mwezi wa Ramadhani kama mwongozo kwa wanadamu:

"Ramadhani ndiyo mwezi ambao iliteremshwa Qur'an, kuwa mwongozo kwa wanadamu..."
Surah ya 2:185

Badala ya kusema kwamba Qur'an ilipewa malaika katika mbingu ya chini wakati wa Ramadhani, mstari huu kimsingi unadai kwamba kitabu hicho kiliteremshwa kwa uongozi wa wanadamu. Hii hakika inaonekana kama iliteremshwa kwa wanadamu wakati wa Ramadhani, ambayo inaonekana kinyume na nadharia iliyopendekezwa na wanazuoni hapo juu.

Huu ni utata mkubwa sana.

Je, Qur'an iliteremshwa kwa usiku mmoja?

Je, Qur'an iliteremshwa kwa miaka ilishirini ikiwa kwenye vipande vipande?

Je, Qur'an iliteremshwa katika umbo la karatasi?

SEHEMU YA
XXX

Utata jinsi Qur'an ilivyo teremka

Kuchunguza matatizo yanayojitokeza kuhusu kuteremka kwa Qur'an

Kulingana na maoni ya jumla ya Wasunni wa kiorthodoksi, Qur'an "ilitumwa" kwa ujumla wake katika mwezi wa Ramadhani:

"Ramadhani ndiyo mwezi ambao iliteremshwa Qur'an, kuwa mwongozo kwa wanadamu, na hoja zilizo wazi za uongofu na hukumu ya haki na batili..." Surah ya 2:185

"Tazama! Tumelifunua (Qur'an) katika Usiku wa Uamuzi; na ni nini kitakachokufundisha ni nini Usiku wa Uamuzi? Usiku wa Uamuzi ni bora kuliko miezi elfu; katika huo malaika na Roho hushuka kwa idhini ya Mola wao, kwa kila amri. Amani ndiyo huo mpaka mapambazuko." Surah ya 97:1-5 (Tafsiri ya Arberry)

"Kwa hakika, Tumelifunua, yaani, Qur'an, KWA UJUMLA WAKE, [ikiteremshwa] kutoka Kwenye Ubao Uliohifadhiwa mpaka mbingu ya dunia hii, katika Usiku wa Uamuzi, yaani, [Usiku] wa cheo kikubwa." (Tafsiri ya al-Jalalayn; inasisitiza umuhimu wetu)

Wakati huo huo, maandiko ya Kiislamu yanadai kuwa Qur'an iliteremshwa kwa vipande vipande kwa muda wa miaka Ishirini na tatu:

"Ni Qur'an ambayo Tumeigawa (kwa sehemu sehemu na kuiteremsha kwa muda), ili upate kuisoma kwa watu kwa vipindi: Tumefunua kwa hatua." Surah ya 17:106

"Wale wanaokataa imani husema: "Kwa nini Qur'an haijateremshwa kwake mara moja? Ndivyo ilivyo, ili kuithibitishia moyo wako, na tumekufunulia kwa polepole, katika hatua nzuri na taratibu, kwa kadiri inavyoendana na mpangilio."
Surah ya 25:32

Namna ambavyo Waislamu wameelezea tafsiri ya utata huu ni kwa kudhani kuwa Qur'an iliteremshwa kwa ujumla wake kwenye mbingu ya chini, na kisha kutoka hapo ilifunuliwa kwa Muhammad kwa kipindi cha miaka 23. Kutokana na mafundisho haya, tungependa kuuliza maswali muhimu yafuatayo.

Ikiwa Qur'an ilifunuliwa kwa ujumla wake, basi Waislamu wanawezaje kuelewa matukio na mazungumzo yote yaliyorekodiwa humo? Kwa mfano, Waislamu wanawezaje kuelewa aya hizi zilizoandikwa kuhusu Zayd, mwana wa kambo wa Muhammad, na mkewe Zaynab?

Ayah: 36

وَمَا كَانَ لِمُؤْمِنٍ وَلَا مُؤْمِنَةٍ إِذَا قَضَى ٱللَّهُ وَرَسُولُهُ أَمْرًا أَن يَكُونَ لَهُمُ ٱلْخِيَرَةُ مِنْ أَمْرِهِمْ وَمَن يَعْصِ ٱللَّهَ وَرَسُولَهُ فَقَدْ ضَلَّ ضَلَٰلًا مُّبِينًا

Haiwi kwa Muumini mwanamume wala Muumini mwanamke kuwa na khiari katika jambo, Mwenyezi Mungu na Mtume wake wanapo kata shauri katika jambo lao. Na mwenye kumuasi Mwenyezi Mungu na Mtume wake basi hakika amepotea upotofu ulio wazi.

Maelezo ya aya: Haimjuzii Muumini, mwanamume au mwanamke, kuwa na khiari katika jambo lolote baada ya Mwenyezi Mungu na Mtume wake wakisha lihukumia. Na mwenye kwenda kinyume na alivyo hukumu Mwenyezi Mungu na Mtume wake basi amejitenga mbali na njia iliyo sawa kwa umbali ulio dhaahiri.

Ayah: 37

وَإِذْ تَقُولُ لِلَّذِي أَنْعَمَ ٱللَّهُ عَلَيْهِ وَأَنْعَمْتَ عَلَيْهِ أَمْسِكْ عَلَيْكَ زَوْجَكَ وَٱتَّقِ ٱللَّهَ وَتُخْفِي فِي نَفْسِكَ مَا ٱللَّهُ مُبْدِيهِ وَتَخْشَى ٱلنَّاسَ وَٱللَّهُ أَحَقُّ أَن تَخْشَاهُ فَلَمَّا قَضَىٰ زَيْدٌ مِنْهَا وَطَرًا زَوَّجْنَٰكَهَا لِكَيْ لَا يَكُونَ عَلَى ٱلْمُؤْمِنِينَ حَرَجٌ فِي أَزْوَٰجِ أَدْعِيَآئِهِمْ إِذَا قَضَوْا مِنْهُنَّ وَطَرًا وَكَانَ أَمْرُ ٱللَّهِ مَفْعُولًا

Na ulipo mwambia yule Mwenyezi Mungu aliye mneemesha, nawe ukamneemesha: Shikamana na mkeo, na mche Mwenyezi Mungu. Na ukaficha nafsini mwako aliyo taka Mwenyezi Mungu kuyafichua, nawe ukawachelea watu, hali Mwenyezi Mungu ndiye mwenye haki zaidi kumchelea. Basi Zaid alipo kwisha haja naye tulikuoza wewe, ili isiwe taabu kwa Waumini kuwaoa wake wa watoto wao wa kupanga watapo kuwa wamekwisha timiza nao shuruti za t'alaka. Na amri ya Mwenyezi Mungu ni yenye kutekelezwa.

Maelezo ya aya: Na kumbuka pale ulipo mwambia Zaid bin Haritha, ambaye Mwenyezi Mungu amemneemesha kwa kumwongoa kwenye Uislamu, na wewe ukamneemesha kwa kumlea na kumkomboa utumwani: Shikamana na mkeo, Zainab binti Jahsh, na umche Mwenyezi Mungu, na vumilia kukaa naye. Na wewe ulikuwa unaficha nafsini mwako ambayo Mwenyezi Mungu atakuja yadhihirisha, yaani kuwa yeye atampa t'alaka na wewe utakuja muwoa. Nawe ukakhofu watu wasije kukulaumu. Na Mwenyezi Mungu ndiye anaye stahiki umkhofu, ijapo kuwa hayo ni mashaka juu yako. Basi Zaid alipo kwisha haja naye, na akampa t'alaka kujiondolea dhiki ya kuishi naye, tukakuoza wewe, ili iwe ni chanzo cha kuvunja ada iliyo mbovu. Baada ya hayo hapana ubaya tena kwa Waislamu kuwaoa walio kuwa wake za walio kuwa wamewapanga utoto, baada ya kwisha wat'aliki. Na amri ya Mwenyezi Mungu aitakayo ni lazima iwe bila ya pingamizi. S. 33:36-37

Wanazuoni wa zamani walisema kuwa Q. 33:36 "ilifunuliwa" kuhusiana na kukataa na kutokuelewa awali kwa Zaynab kumtii Muhammad alipomuamuru aolewe na mwana wa kambo Zayd, na kuwa Q. 33:37 ilimpa Muhammad hoja anayohitaji kuoa Zaynab baada ya mwana wa kambo kumtaliki.

Na Waislamu wanafanya nini na Q. 24:1-22 ambayo wafafanuzi wamesema ililetwa kushughulikia tuhuma inayohusu Aisha aliposalia na kusahauliwa na Waislamu na baadaye akapatikana na Safwan bin Mu'attal As-Sulami Adh-Dhakwania na kuletwa kambini mwa Waislamu. Kulingana na hadithi "sahihi" na maelezo ya wafafanuzi, aya hizi zilitolewa ili kumsafisha Aisha kutokana na tuhuma za uzinzi kwa sababu baadhi ya wafuasi wa Muhammad walianza kusambaza uvumi kwamba yeye na Safwan walifanya jambo haramu.

Je, tunapaswa kudhani kwamba matukio haya yalikuwa tayari yamepangwa na washiriki wote hawakuwa na chaguo lingine isipokuwa kufanya haswa kile kilichokuwa kimewekwa kwa ajili yao? Kwa maneno mengine, je, Allah alikusudia kwamba Aisha angeangukia kwenye skendo na uaminifu wake kuhojiwa? Je, Allah alitangulia kwamba Zayd angeoa Zaynab ili baadaye alazimishwe kumtaliki ili Muhammad aweze kumchukua yeye na kuondoa malezi ya watoto kwa sababu yake?

Na ikiwa hatima ni ya kweli, basi inakuwaje nafasi ya imani katika uhuru wa binadamu? Je, watu hawa wangeweza kuchagua kutenda kinyume na Qur'an, hivyo kufanya ufunuo wa Allah uwe batili? Ikiwa sivyo, je, hii haimaanishi kuwa hawako huru ila wameprogramiwa kufanya kile kilichorekodiwa ndani ya ufunuo usiokuwa na mwanzo wa Allah? Ikiwa wangeweza, basi hii ina athari gani kwa ujuzi na uweza kamili wa Allah? Ikiwa siku za usoni zingeweza kufunua kinyume na kilichoandikwa katika Qur'an, basi ujuzi wa Allah sio kamili na wa unaweza kutiliwa shaka, na hana udhibiti kamili juu ya matukio yote yanayotokea ndani ya uumbaji.

Zaidi ya hayo, kwanini mungu wa Muhammad aliwaamuru wafuasi wake wapambane na makafiri kwa bidii? Je, Muhammad hakufahamu kuwa haikuwa na maana kuwalazimisha watu kukubali Uislamu ikiwa Allah hakuwa ametangulia kuipanga? Na ikiwa walichaguliwa kuwa Waislamu, basi matumizi ya nguvu yanakuwa hayana maana kabisa kwani kuhubiri ujumbe wa Uislamu ungekuwa wa kutosha kwani Allah angeweza kutumia njia hii tu kuwaleta watu katika dini badala ya kuwa na idadi isiyohesabika ya watu wanaodhalilishwa, kuuawa, kubakwa, kuvamia na kufanywa watumwa.

Na je, kuhusu ulezi?

Na tunapobadilisha aya moja na nyingine, na Mwenyezi Mungu anajua zaidi ni aya gani anazoteremsha hatua kwa hatua, wanasema: "Wewe ni mwongo." Lakini wengi wao hawaelewi. Surah ya 16:101

Kama Qur'an ilikuwa "imetolewa" mara moja basi aya zilizofutwa na zile zinazofuta pia "ziliteremshwa" pamoja. Zaidi ya hayo, tangu maandiko ya Kiislamu yanapaswa kuwa nakala ya yale yaliyoandikwa katika jedwali la mbinguni,

Hakika tumekuja na Qur'an kwa Kiarabu ili muweze kuelewa maana zake na onyo lake. Na hakika Qur'an hii iko katika Ubao uliohifadhiwa mbele yetu. Hakika hiyo iko juu, imejaa hekima. Surah ya 43:3-4 Hilali-Khan

Hapana! Hii ni Qur'an tukufu, imeandikwa katika Ubao uliohifadhiwa! Surah ya 85:21-22 Hilali-Khan Na kwa kuwa Allah anahakikisha kulinda ufunuo wake,

(1) basi hawatapata kinga. Sisi ndio tumeteremsha Ukumbusho, na sisi tunalihifadhi. Surah ya 15:9 Arberry

Tunatarajia kwamba tungepata aya zote zilizofutwa na zile zilizofutwa zimehifadhiwa katika Qur'an.

Hata hivyo, hali ni tofauti kabisa kwani kuna maandiko yaliyofutwa kutoka kwenye maandiko ya Kiislamu na maandiko yanayofuta ambayo hayapatikani katika Qur'an ya sasa, kama aya ya kupigwa mawe:

'Abdullah b. 'Abbas aliripoti kwamba 'Umar B. Khattab aliketi kwenye mimbari ya Mtume wa Allah na akasema: Hakika Allah alimtuma Muhammad na haki na akateremsha Kitabu kwake, na aya ya kupigwa mawe ilikuwa imejumuishwa katika yale yaliyoteremshwa kwake. Tuliisoma, tukaihifadhi akilini mwetu na tukaelewa. Mtume wa Allah alitoa adhabu ya kupigwa mawe hadi kifo (kwa wazinzi walioolewa) na, baada yake, sisi pia tulitoa adhabu ya kupigwa mawe. Ninahofia kwamba wakati unavyopita, watu (wanaweza kusahau) na wakasema: Hatupati adhabu ya kupigwa mawe katika Kitabu cha Allah, na hivyo kupotea kwa kuiacha wajibu huu uliowekwa na Allah. Kupigwa mawe ni wajibu uliowekwa KATIKA KITABU CHA ALLAH kwa wanaume na wanawake walioolewa wanaofanya uzinzi wakati ushahidi unathibitishwa, au ikiwa kuna ujauzito au kukiri. (Sahih Muslim, Kitabu cha 017, Nambari 4194)

Na kulingana na hadithi zinazodaiwa kuwa sahihi, Waislamu wameacha kumbukumbu za wanaume ambao Muhammad aliwaamuru wafuasi wake wawatafute ili kujifunza Qur'an ambayo walikuwa wamehifadhi na kuiandika:

Imehadithiwa na Masriq:

'Abdullah bin 'Amr alimtaja 'Abdullah bin Masud na akasema, "Nitampenda mtu huyo milele, kwani nilimsikia Mtume akisema, 'Jifunzeni Qur'an kutoka kwa wanne: 'Abdullah bin Masud, Salim, Mu'adh na Ubai bin Ka'b.'" (Sahih al-Bukhari, Juzuu ya 6, Kitabu cha 61, Nambari 521)

Na:

Maneno yake, "Tunapofuta aya au kuisahau, tunateremsha nyingine iliyo bora zaidi au sawa nayo." (2:106)

Imehusishwa kutoka kwa Ibn 'Abbas kwamba 'Umar alisema, "Mpandishaji wetu bora ni Ubayy na mmoja wetu mwenye maarifa zaidi ya hukumu ni 'Ali. Walakini, tunaiacha sehemu ya kile ambacho Ubayy anasema kwa sababu Ubayy anasema, 'Sioni chochote nilichosema kutoka kwa Mtume wa Allah, huku Allah Mwenyezi akisema, 'Tunapofuta aya au kuisahau.'" (Aisha Bewley, Ukusanyaji Sahihi wa al-Bukhari, Surah ya 68. Kitabu cha Tafsiri; mstari chini umesisitizwa na sisi)

Vipande hivi vinawezaje kupota wakati Qur'an ambayo Allah aliiteremsha mara moja ilikuwa na maandiko yaliyofutwa na yanayofuta? Je, hii haithibitishi kwamba Allah hakuweza kuhifadhi nakala ya Qur'an kikamilifu? Na je, hii haikumaanishi kwamba Qur'an ambayo Waislamu waliandika na kuihifadhi si nakala kamili ya kile ambacho Allah aliteremsha, kwani haikifahamu kila kitu kilichomo katika mfano wa mbinguni? Au tunapaswa kudhani kuwa sababu ya toleo la Qur'an kuacha baadhi ya aya zilizofutwa na au zinazofuta katika mfano wa mbinguni ni kwa sababu Allah alihakikisha "kuziteremsha" kwa Muhammad rejea hizo zilizojibu mahitaji maalum ya jamii, huku akizuia vipande ambavyo havikufanya hivyo? Na katika baadhi ya nyakati, Allah aliteremsha aya zisizofaa! Allah aliteremsha vipande vilivyofutwa bila kujali kuzituma rejea za kufuta, akiiacha jamii yake katika mkanganyiko mkubwa.

Au je, inaweza kuwa kwamba ufutaji unathibitisha kuwa maarifa ya Allah hayana ukamilifu na hivyo yanaweza kubadilika, hivyo ndivyo inavyoelezea kwa nini maandiko ya asili ya mbinguni yalikuwa na maandiko yanayofuta na yale yaliyofutwa? Huenda hata haikuwa nia ya Allah kuja na doktrini ya ufutaji kwani aya ambazo baadaye ziliainishwa kama zilizofutwa au zinazofuta ziliandikwa kwa lengo la kushughulikia hali zote zinazowezekana ambazo zingeweza kutokea. Kwa maneno mengine, Allah huenda alikuwa akifanya makadirio mapema juu ya kila hali inayowezekana ambayo inaweza kutokea, na akaandika maandiko maalum yanayoshughulikia kila moja ya hali hizo. Na wakati hali fulani ilijitokeza, Allah kisha "alifunua" aya husika kwa nabii wake.

Hata hivyo, si tu kwamba maelezo haya yanamaanisha kwamba Allah ni kiumbe asiye kamili, bali pia yanapendekeza kwamba hakutabiri kabisa matukio yote yaliyoandikwa katika Qur'an, na hivyo mtu lazima awe na hiari huru kuathiri hali zake na pia kumwezesha Allah kutenda katika uumbaji wake.

Lakini Allah hakufanya kazi nzuri katika kudhibiti kile kilichomo katika nakala ya ardhi. Huenda alisahau kwani hakuzituma tu rejea hizo ambazo zilishughulikia hali maalum za watu, bali pia kwa makosa "alifunua" aya ambazo hazikuwa na maana kwa jamii. Hii sasa ilimaanisha kwamba Allah alilazimika kutafuta kisingizio kwa kughafilika huko na hivyo akaunda aya fulani zinazoelezea kwa nini alilazimika kujibatilisha yeye mwenyewe na maandiko yake.

Lolote lile ambalo ni hoja au maelezo, ukweli huu unatambulika wazi. Qur'an ni kitabu cha mkanganyiko na machafuko. Tutawaachia Waislamu kusafisha machafuko haya yote.

Marejeo ya Mwisho

Mtu anajiuliza kwanini Abu Bakr na Umar walikuwa na hofu na taharuki kubwa kwamba wangepoteza "ufunuo" ikiwa hawakuchukua hatua za kukusanya katika kijitabu kimoja, Imeelezwa na Zaid bin Thabit:

Abu Bakr As-Siddiq alinituma wakati watu wa Yamama walipouawa (yaani, idadi ya Masahaba wa Mtume walio pigana dhidi ya Musailama). (Nilikwenda kwake) na nikamkuta 'Umar bin Al-Khattab ameketi naye. Abu Bakr kisha akasema (kwangu), "Umar amenijia na kusema: 'Vifo vilikuwa vingi miongoni mwa Qurra' wa Qur'an (yaani, wale waliyokuwa wakijua Qur'an kwa moyo) siku ya Vita vya Yamama, na naogopa kwamba vifo vingi zaidi vinaweza kutokea miongoni mwa Qurra' katika uwanja wa vita mwingine, hivyo SEHEMU KUBWA ya Qur'an inaweza kupotea. Kwa hiyo nakuomba (Abu Bakr) kuamuru Qur'an ikusanywe.' Nikamwambia 'Umar, 'Vipi unaweza kufanya jambo ambalo Mtume wa Allah hakulifanya?' 'Umar akasema, 'Kwa Allah, hiyo ni mradi mzuri.' 'Umar aliendelea kunishinikiza kukubali pendekezo lake hadi Allah alipofungua kifua changu kwa ajili yake na nikaanza kuelewa mema katika wazo ambalo 'Umar alikuwa amelifahamu." Kisha Abu Bakr akasema (kwangu), "Wewe ni kijana mwenye hekima na hatuna shaka yoyote juu yako, na ulikuwa ukisoma Ufunuo wa Kimungu kwa ajili ya Mtume wa Allah. Kwa hiyo unapaswa kutafuta (maandishi yaliyovunjika) ya Qur'an na kuyakusanya katika kitabu kimoja)." Wallahi! Iwapo wangeniamuru kuhamisha mojawapo ya milima, singekuwa na mzigo mzito zaidi kuliko kuniamuru kukusanya Qur'an. Kisha nikamwambia Abu Bakr, "Vipi utafanya jambo ambalo Mtume wa Allah hakulifanya?" Abu Bakr akajibu, "Kwa Allah, ni mradi mzuri." Abu Bakr aliendelea kunishinikiza kukubali wazo lake mpaka Allah alipofungua kifua changu kama alivyofungua vifuani mwa Abu Bakr na 'Umar. Kwa hiyo nikaanza kutafuta Qur'an na kuiandika kutoka kwenye makomeo ya mikungu, mawe meupe nyembamba na pia kutoka kwa watu walioijua kwa moyo, mpaka nilipokuta Aya ya mwisho ya Suraht At-Tauba (Taubat) pamoja na Abi Khuzaima Al-Ansari, na sikuikuta na mtu mwingine yeyote. Aya hiyo ni:

"Kwa hakika Mtume amekuja kwenu kutoka miongoni mwenu. Anahuzunika iwapo mtapata jeraha au taabu..." hadi mwisho wa Suraht-Baraa' (At-Tauba) (9:128-129). Kisha nakala kamili ya Qur'an ilibaki na Abu Bakr mpaka alipofariki, kisha na 'Umar hadi mwisho wa maisha yake, na kisha na Hafsa, binti ya 'Umar. (Sahih al-Bukhari, Juzuu ya 6, Kitabu cha 61, Nambari 509) Ikiwa kwa kweli Allah alikuwa anazungumzia uhifadhi wa Qur'an katika Q. 15:9?

Hadithi hiyo hapo juu kutoka al-Bukhari inaonyesha kuwa vipande kama hivi viliongezwa baadaye, kama vile Q. 17:1 inavyoweza kuwa imewekwa kwenye maandishi kwa wakati fulani baadaye. Au huenda maandishi haya yanahusu ulinzi wa Qur'an pekee bali sio Vitabu vingine kama vile Taurati na Injili.

Hii inaonekana kuwa tafsiri inayofaa tukizingatia kwamba katika Surah hiyo hiyo mwandishi/anayeandika anazungumzia watu wanaoharibu Qur'an:

كَمَآ أَنزَلْنَا عَلَى ٱلْمُقْتَسِمِينَ

Kama hivyo tuliwateremshia walio gawa,

ٱلَّذِينَ جَعَلُوا۟ ٱلْقُرْءَانَ عِضِينَ

Ambao wakaifanya Qur'ani vipande vipande. (15:90-91) Mtafiti wa Kiislamu Alphonse Mingana alibainisha,

"Mwishowe, ikiwa tunaelewa kwa usahihi aya ifuatayo ya Surahtul-Hijr (xv. 90-91): 'Kama tulivyoteremsha juu ya wapinduzi (wanaoharibu Maandiko?) waliovunja Qur'an katika sehemu,' tunavutiwa kusema kwamba hata wakati Nabii alipokuwa hai, mabadiliko fulani yaliona katika utamkaji wa baadhi ya aya za kitabu chake kitakatifu. Hakuna kitu cha kushangaza sana katika ukweli huu, kwani Muhammad hakuweza kusoma wala kuandika, na alikuwa chini ya rehema ya marafiki kwa ajili ya kuandika ufunuo wake, au mara nyingi zaidi, waandishi wa kulipwa." (Mingana, "Three Ancient Korans", The

Origins of the Koran - Classic Essays on Islam's Holy Book, iliyohaririwa na Ibn Warraq [Prometheus Books, Amherst NY, 1998], uk. 84; mkazo wetu wa kufuatilia)

Mingana anarekodi jinsi Waislamu walivyorekodi kuchomwa na kuharibiwa kwa jumla kwa nakala za asili za Qur'an ambazo zilikuwa na ushindani, zilizotengenezwa na wafuasi wa Muhammad na Uthman bin Affan:

"Kitabu kilichopangwa kwa njia hii, kilibaki kuwa chenye mamlaka na maandishi ya kawaida mpaka mwaka 29-30 A.H. chini ya utawala wa Khalifa 'Uthman. Wakati huu uaminifu usio na kifani wa kumbukumbu ya Kiarabu ulikuwa na kasoro, na kulingana na udhaifu wa kawaida wa asili ya binadamu, Waumini walisikika wakisoma aya za Qur'an kwa njia tofauti. Inasemekana kwamba ukweli huu ulitokana hasa na mamia ya lahaja zinazotumiwa Arabia. Zaid alitakiwa tena kumaliza tofauti hizi ambazo zilikuwa zimeanza kusababisha wasiwasi kwa wafuasi wa Mtume. Mchambuzi anasema kuwa hakuna uhakikisho mwingine wa uhalali wa Qur'an isipokuwa ushuhuda wa Zaid; na kwa sababu hiyo, mwanazuoni ambaye anahisi shaka ikiwa neno fulani limetumiwa kweli na Muhammad, au ikiwa limetumiwa tu na Zaid kwa mamlaka yake mwenyewe, au kwa ushuhuda wa wastani wa baadhi ya wasomaji wa Kiarabu, haikiuki sheria kali za uchambuzi wa kina. Ikiwa kumbukumbu ya wafuasi wa Mtume ilionekana kuwa dhaifu kuanzia mwaka wa 15 hadi 30 A.H. wakati Uislamu ulitangazwa katika Arabia yote, kwa nini isingekuwa dhaifu kutoka mwaka wa 612 hadi 632 C.E. wakati Mtume alilazimika mara kwa mara kulinda maisha yake dhidi ya wenye kushambulia kwa kutisha? Na ikiwa upokeaji wa kwanza wa Zaid ulikuwa na maneno halisi ya Muhammad, kwa nini mkusanyaji huyu hakuishia tu kuirejesha katika ujumla wake, na kwa nini hitaji la upokeaji mpya lilihisiwa na 'Uthman? Inawezekanaje katika kipindi kifupi cha miaka 15 tofauti za ajabu kama hizo zilivyoweza kujitokeza katika nakala chache kabla ya utawala wa Khalifa wa tatu ambazo alilazimika kuharibu zote alizoweza kupata? Ikiwa 'Uthman aliongozwa kwa hakika na malengo ya kidini pekee, kwa nini adui zake wamemuita 'MVUNJAJI WA VITABU' na kwa nini walimtupia sifa ifuatayo: 'Aliyakuta Qur'an mengi na akabaki na moja; ALIRARUA KITABU'?" (Ibn Warraq, uk. 84-85; mkazo wetu wa kufuatilia)

Katika makala yake, "Usambazaji wa Qur'an," Mingana ananukuu mwanahistoria Muislamu al-Tabari ambaye aliandika kwamba:

"... 'Ali bin Abi Talib, na 'Uthman bin Affan waliiandika Ufunuo kwa Mtume; lakini alipokuwa hayupo, Ubai bin Ka'b na Zaid bin Thabit ndio waliokuwa wakiandika.' Pia anatueleza kuwa watu walisema kwa 'Uthman: 'Qur'an ilikuwa katika vitabu vingi, na wewe uliyakosoa yote isipokuwa kimoja'; na baada ya kifo cha Mtume, 'Watoto waadamu walimteua Abu Bakr kuwa Khalifa, na kisha akafuatwa na 'Umar; na wote wawili walitenda kulingana na Kitabu na Sunnah ya Mtume wa Mungu - na sifa zote ni za Mungu Mola wa viumbe vyote; kisha watu walimchagua 'Uthman bin Affan, AMBAYE... ALIRARUA KITABU.'" (Ibn Warraq, uk. 102; mkazo wetu wa kufuatilia)

Katika makala hiyo hiyo, Mingana ananukuu mwandishi mwingine wa kale kuhusu ukusanyaji wa Qur'an. Mwandishi huyo, mlinzi wa Kikristo anayejulikana kwa jina la Abd al-Masih al-Kindi, aliandika utetezi uitwao "The Apology of Al-Kindi" katika Mahakama ya al-Mamun takriban mwaka 830, kama miaka arobaini kabla ya al-Bukhari kukusanya hadithi zake. Al-Kindi anataja jinsi Waislamu walivyoreagia kusoma tofauti zilizokuwepo kati ya nakala tofauti za Qur'an zilizosambaa muda mfupi baada ya kifo cha Muhammad:

"...Basi watu wakagawanyika katika kusoma kwao; wengine walikuwa wakisoma kulingana na toleo la 'Ali, ambalo wanalifuata hadi leo hii; wengine walisoma kulingana na mkusanyiko tuliotaja; kundi moja lilisoma kulingana na maandishi ya Ibn Mas'ud, na jingine kulingana na ya Ubai ibn Ka'b. Wakati 'Uthman alipochukua madaraka, na watu kote walitofautiana katika kusoma kwao, 'Ali alitafuta sababu za kumshitaki. Mtu mmoja alisoma aya kwa njia moja, na mtu mwingine kwa njia nyingine; kulikuwa na mabadiliko na uingizaji wa maneno, nakala nyingine zikiwa na zaidi na nyingine zikiwa na chini. Wakati hili lilipowasilishwa kwa 'Uthman, na hatari ya mgawanyiko, fitina, na ukafiri ikasisitizwa, aliamuru kukusanywa majani yote na vijitundu vyote ambavyo alivipata, pamoja na nakala iliyoandikwa mwanzoni. Lakini hawakuwa wakileta usumbufu kwa yale ambayo yalikuwa mikononi mwa 'Ali, au wale wanaofuata kusoma kwake. Ubai alikuwa amekufa wakati huo, kuhusu Ibn Mas'ud, waliitaka nakala yake, lakini alikataa kuikabidhi. Kisha waliwaamuru Zaid ibn Thabit, na pamoja nao 'Abdallah ibn 'Abbas, kukagua na kusahihisha maandishi, kwa kuondoa yote yaliyokuwa yameharibika; walielekezwa, wanapokinzana kuhusu kusoma yoyote, neno, au jina, au kufuata lahaja ya Quraishi."

"Wakati ukusanyaji ulipokamilika, nakala nne ziliandikwa kwa maandishi makubwa; moja ilipelekwa Makka, na nyingine kwa Madina; ya tatu ilipelekwa Sham, na mpaka leo iko Malatya; ya nne ilihifadhiwa Kufa. Watu wanasema kuwa nakala ya mwisho bado ipo Kufa, lakini hii sio kweli, kwa sababu ilipotea katika uasi wa Mukhtar (Hijri 67). Nakala ya Makka ilibaki hapo hadi mji uliposhambuliwa na Abu Sarayah (Hijri 200); na ilikaa kwa muda; lakini inasadikiwa kuwa iliteketezwa katika moto. Nakala ya Madina ilipotea katika kipindi cha ukandamizaji, yaani, katika siku za Yazid bin Mu'awiyah (Hijri 60-64).

"Baada ya yale tuliyoyasimulia hapo juu, 'Uthman aliwaita wale waliokuwa na majani na nakala za awali, na kuziangamiza, akionya wale waliokuwa wamehifadhi chochote; na hivyo ni baadhi ya vipande vilivyotapakaa hapa na pale tu vilisalia. Hata hivyo, Ibn Mas'ud alibaki na nakala yake mikononi mwake, na ilirithiwa na vizazi vyake, kama ilivyo hadi leo; na vivyo hivyo mkusanyiko wa 'Ali uliendelea katika familia yake."

Kisha ikafuatia kazi ya Hajjaj bin Yusuf, ambaye aliokusanya kila nakala aliyoweza kupata, na akasababisha kuondolewa kwa sehemu nyingi sana katika maandishi. Kati ya hizo, wanasema, kulikuwa na aya zilizofunuliwa kuhusu Nyumba ya Umayyah pamoja na majina ya watu fulani, na kuhusu Nyumba ya 'Abbas pia pamoja na majina. Nakala sita za maandishi yaliyofanyiwa marekebisho kwa njia hiyo zilisambazwa Misri, Sham, Madina, Makka, Kufa, na Basra. Baada ya hapo, alikusanya na kuharibu nakala zote zilizotangulia, kama vile 'Uthman alivyofanya kabla yake. Uadui uliokuwepo kati ya 'Ali na Abu Bakr, 'Umar na 'Uthman ni maarufu; jinsi kila mmoja wao aliingiza katika maandishi chochote kinachounga mkono madai yake mwenyewe, na kuacha kile ambacho kilikuwa kinyume chake. Je, tunawezaje kutofautisha kati ya asili na bandia? Na ni nini kuhusu hasara zilizosababishwa na Hajjaj? Aina ya imani ambayo mtawala huyu alikuwa nayo katika mambo mengine ni maarufu; tunawezaje kumfanya mtu kama huyo kuwa hakimu wa Kitabu cha Mungu, ambaye hakuacha kamwe kutumikia Umayyad pindi alipopata fursa?" (Ibn Warraq, uk. 108-109; mkazo wetu)

Mingana anahitimisha:

"Kisha al-Kindi, akimwambia rafiki yake Muislamu, anasema: 'Yote niliyosema yanatokana na mamlaka yenu wenyewe, na hakuna hoja moja tu iliyotolewa isipokuwa inategemea ushahidi unaokubalika na ninyi wenyewe; kama uthibitisho wake, tunayo Qur'ani yenyewe, ambayo ni mkusanyiko wenye kuchanganyika, bila utaratibu wala mpangilio.'" (Ibn Warraq, uk. 109-110; mkazo wetu)

Hivyo, marejeo yaliyotajwa hapo juu yanatoa ushahidi zaidi kwamba Qur'an haijahifadhiwa kikamilifu na kwa ukamilifu, kinyume na madai ya Qur'an yenyewe na wajumbe wa Kiislamu.

Kumbe Qur'an imejaa shaka.

SEHEMU YA XXXI

Je, Qur'an imefafanuliwa kikamilifu?

Je, nusu ya Qur'an tayari imefafanuliwa kikamilifu?

Aya zinazopingana na nadharia ya kushuka kidogo kidogo kwa Qur'an.

Qur'an ina taarifa zinazopingana kuhusu jinsi inavyodaiwa kwamba Qur'an iliteremshwa: Je, ilikuwa wakati mmoja kama kitabu kimoja kamili au ilikuja kwa vipande vidogo vidogo kwa kipindi cha miaka ishirini na tatu?

Imani kwamba Qur'an ilifunuliwa kwa sehemu kwa sehemu inategemea aya kama hizi: Tumeteremsha (anzalnahu) Qur'an kwa Haki, na kwa Haki imekwishateremka (nazala): na Tumekuteremsha wewe ili uwape bishara njema na kuwaonya watu. Ni Qur'an ambayo Tumeigawa (kuwa sehemu kwa sehemu), ili uwaeleze watu kwa kukadiria: Tumeteremsha (wa-nazzalnahu) kwa awamu. Surah 17:105-106 (Tafsiri ya Kiswahili ya Qur'an, Juzuu ya 9, uk. 65)

Na wale wanaokufuru wanasema: "Kwa nini Qur'an haijateremshwa (nuzzila) kwake kwa mara moja?" Hivyo (imetumwa kwa vipande), ili tuimarishe moyo wako. Na Tumeiteremsha kwako kwa kukadiria, kwa awamu. (Ilifunuliwa kwa Mtume katika miaka 23). Surah 25:32 (Tafsiri ya Kiswahili ya Qur'an, Juzuu ya 17, uk. 344)

Hata hivyo, aya hizi si tu zinapingana na aya nyingine zinazosema kwamba Qur'an ilifunuliwa mara moja, bali pia zinaleta mvutano na matamko kama haya:

Kwa hakika, katika hadithi zao kuna mafunzo kwa watu wenye akili. (Qur'an) sio kauli bandia bali ni uthibitisho wa Vitabu vya Allah vilivyopo (Taurati, Injili na Maandiko mengine ya Allah) na maelezo ya kina ya kila kitu na mwongozo na rehema kwa watu wanaoamini. Surah 12:111 (Tafsiri ya Kiswahili ya Qur'an, Juzuu ya 13, uk. 156)

Siku moja tutawainua kutoka miongoni mwa watu mashahidi dhidi yao, kutoka miongoni mwao wenyewe. Na tutakuleta wewe kama shahidi dhidi ya watu hawa. Na tumekuteremshia Kitabu hiki kinachofafanua kila kitu, mwongozo, rehema, na bishara njema kwa Waislamu. Surah 16:89 (Tafsiri ya Kiswahili ya Qur'an, Juzuu ya 11, uk. 135)

Madai kwamba Qur'an ni maelezo ya kina ya kila kitu ni kutia chumvi kwa uliokithiri. Kama wanavyosimama, madai haya ni makosa tu. Qur'an si kitabu kinachoelezea kila kitu. Hata hivyo, kwa ajili ya hoja, hebu tufikirie kwa muda kwamba madai haya ni ya kweli kwa namna fulani, kwa mfano kwamba Qur'an inafafanua kila kitu ambacho ni muhimu kujua kwa imani sahihi na mwenendo sahihi wa muumini.

Kwanini basi aya hizi zinapingana na wazo kwamba Qur'an iliteremshwa kidogo kidogo kwa kipindi cha miaka 23?

Nadharia ya "kushuka kidogo kidogo kwa Qur'an" inakuja na mfumo ulioandaliwa wa Surah (au hata vipande vidogo zaidi) ambavyo vilifunuliwa wakati gani na katika tukio gani katika maisha ya Muhammad. Kulingana na wanazuoni Waislamu, Surah ya 12 na Surah ya 16 zilifunuliwa katika kipindi cha mwisho cha Makkah (rejea muhtasari wa Surah zinazotolewa na Yusuf Ali na Maududi). Kwa maneno mengine, wakati aya hizi mbili zilifunuliwa, ni karibu nusu ya muda wa unabii wa Muhammad ulikuwa umepita.

Maulana Muhammad Ali anasema katika utangulizi wa tafsiri yake ya Qur'an:

... Kati ya idadi kamili ya Surah, 93 zilifunuliwa Makkah na 21 zilifunuliwa Madinah, lakini Surah ya 110, ingawa ni ya kipindi cha Madinah, ilifunuliwa Makkah wakati wa hija maarufu ya kuaga. Surah za Madinah, ambazo kwa ujumla ni ndefu zaidi, kimsingi zina takribani theluthi moja ya Qur'an nzima. Katika utaratibu, ufunuo wa Makkah unaingiliana na ufunuo wa Madinah. Kwa hivyo, Qur'an Tukufu inaanza na ufunuo wa Makkah ambao unaitwa "Funguzo", na unaambatana na Surah nne zilizofunuliwa Madinah, ambazo zinachukua zaidi ya asilimia ya tano ya Kitabu kizima. Kisha ufuatane kwa zamu ufunuo wa Makkah na ufunuo wa Madinah. (Maulana Muhammad Ali, Qur'an Tukufu, Utangulizi, uk. ii; mkazo wangu)

Hapa sasa ni sababu kwa nini madai mara kwa mara ya Qur'an kuwa "maelezo ya kina ya kila kitu" yanapingana na uelewa kwamba ilifunuliwa kidogo kidogo. Hasa, wakati wa aya mbili Surah ya 12:111 na 16:89 katika kipindi cha Makkah kunasababisha changamoto ifuatayo:

A. Ikiwa Qur'an tayari ilikuwa "maelezo ya kina ya kila kitu" wakati aya hizi maalum zilifunuliwa, basi kusudi gani lingekuwa la sehemu nyingine ya Qur'an? Kwanini Qur'an isifanywe kamili wakati huo? Kuna nini zaidi ya kuongeza katika kitabu ambacho tayari ni "maelezo ya kina ya kila kitu"? Je, kufuatana na madai haya, huoni angalau theluthi moja ya Qur'an ni ujumbe usio na maana?

B. Walakini, ikiwa Qur'an HAIKUWA BADO "maelezo ya kina ya kila kitu" wakati madai haya yalifanywa, basi mwandishi wa Qur'an alitoa matamko ambayo ni ya uwongo. "Mungu alifunua" kitu ambacho kilikuwa kibaya - angalau kilikuwa kibaya kwa muda fulani, labda hata kwa miaka kadhaa hadi Qur'an ilipokamilika na kuwa kamili na maelezo ya kila kitu. Kwa maneno mengine, kwa angalau miaka kumi, Qur'an ilikuwa na matamshi haya ya uwongo mpaka hatimaye kitabu kilipokamilika.

Kwa mfano, Surah ya pili, tatu, nne na tano ni kutoka kipindi cha Madinah. Walakini, maelekezo yote kuhusu urithi yanapatikana katika Surah ya 4. Jinsi gani sehemu ya Makkah ya Qur'an pekee inaweza kuwa "maelezo ya kina ya kila kitu" wakati haina sheria za urithi? Zaidi ya hayo, sehemu ya Makkah ya Qur'an haijafafanua Qiblah. Hilo linafanyika katika Surah ya 2:142-150. Jinsi gani Qur'an inaweza kuwa "maelezo ya kina ya kila kitu" wakati haiwaambii Waislamu wanapaswa kusali upande gani? Mifano mingi zaidi inaweza kuorodheshwa hapa kuhusu dhambi mbalimbali na adhabu zao, kwani maelekezo mengi ya kisheria yanayounda Sheria ya Kiislamu (Sharia) yanapatikana katika Surah zilizofunuliwa Madinah wakati Muhammad alikuwa anapanga na kusimamia serikali na jamii ya Waislamu. Mifano zaidi ya mafundisho muhimu ya Kiislamu ambayo yalikuja baada ya Surah ya 12:111 na 16:89.

Hivyo, wakati Surah ya 12:111 na 16:89 zilidaiwa kufunuliwa, ulikuwa uwongo wa wazi kabisa. Hili ni tatizo kubwa kwa nadharia kwamba Qur'an ilifunuliwa kidogo kidogo.

Madai kwamba Qur'an ni "maelezo ya kina ya kila kitu" yangeeleweka katika moja ya hali hizi mbili:

A. Ikiwa Qur'an tayari ilikuwa "maelezo ya kina ya kila kitu" wakati aya hizi zilifunuliwa, ni nini lengo la Qur'an yote? Kwanini Qur'ani haikukamilika wakati huo? Kuna nini zaidi ya kuongeza kwenye kitabu ambacho tayari ni "maelezo ya kina ya kila kitu"? Je, huoni kuwa angalau theluthi moja ya Qur'an ni marudio tu?

B. Hata hivyo, kama Qur'an haikuwa "maelezo ya kina ya kila kitu" wakati madai haya yalipotolewa, basi mwandishi wa Qur'an alitoa kauli ambazo ni za uongo. "Mungu alifunua" kitu ambacho kilikuwa kibaya - angalau kilikuwa kibaya kwa muda, labda hata kwa miaka kadhaa hadi Qur'an hatimaye ikawa kamili na ya kina na maelezo ya kila kitu. Kwa maneno mengine, kwa angalau miaka kumi Qur'an ilikuwa na kauli hizi ambazo zilikuwa za uongo hadi kitabu kilipokamilika.

Hata hivyo, huu sio mwisho wa mkanganyiko. Kuna aya nyingine ambazo zinapingana na nadharia kwamba Qur'an ilitolewa kamili kwa wakati mmoja.

Kwa ufupi, ninalazimika kurudia kwamba nilikubali dai la Qur'an kuwa "maelezo ya kina ya kila kitu" tu "kwa ajili ya hoja" kwa lengo la mjadala huu. Kwa kweli, dai hili si sahihi tu kwa sehemu ya Makkah, lakini linabaki kuwa si sahihi tunapochunguza Qur'an nzima. Kwa kiwango cha msingi kabisa, Qur'an haitoi maelekezo kwa Waislamu kuhusu jinsi ya kusali mara ngapi, wakati gani, na jinsi ya kusali (Waislamu wanapaswa kusema nini katika sala, harakati gani wanapaswa kufanya na mara ngapi wanapaswa kufanya hivyo?) Pia, sheria za mirathi zilizotajwa sasa katika Qur'an haziwezi kufuatwa (idadi hazilingani), na hazijakamilika (kwa mfano, Qur'an haijasema mahali popote kwamba waumini na wasioamini hawawezi kurithiana; jambo hili muhimu katika Sheria ya Kiislamu linategemea hadithi pekee). Katika baadhi ya kesi, hata adhabu ya kifo, bila shaka adhabu kali zaidi inayowezekana, inategemea maneno ya Muhammad pekee, sio Qur'an. Hasa, amri ya kupiga mawe wazinzi inapatikana tu katika hadithi, sio Qur'an, na adhabu ya kifo kwa kufuru katika Uislamu inategemea hadithi. Ni amri iliyotolewa na Muhammad, lakini haiwezi kutokana kwa uhakika kutoka Qur'an pekee. Kuna mifano mingi zaidi ya utatanishi na ukosefu wa ukamilifu wa Qur'an, ambayo yote inathibitisha uwongo wa madai makubwa kwamba Qur'an ni "maelezo ya kina ya kila kitu".

SEHEMU YA XXXII

Je, Qur'an imekamilika?

Je, Quran ni kamili au siyo kamili?

Kwa mfano, taarifa kuhusu Divai

Qur'an inadai kuwa kamili kabisa katika maelekezo yake, ikiwa na maelezo kamili:

وَمَا مِن دَآبَّةٍ فِي ٱلْأَرْضِ وَلَا طَـٰئِرٍ يَطِيرُ بِجَنَاحَيْهِ إِلَّا أُمَمٌ أَمْثَالُكُم مَّا فَرَّطْنَا فِي ٱلْكِتَـٰبِ مِن شَيْءٍ ثُمَّ إِلَىٰ رَبِّهِمْ يُحْشَرُونَ

Na hapana mnyama katika ardhi, wala ndege anaye ruka kwa mbawa zake mbili, ila ni umma kama nyinyi. Hatukupuuza Kitabuni kitu chochote. Kisha kwa Mola wao Mlezi watakusanywa.
Surah 6:38

أَفَغَيْرَ ٱللَّهِ أَبْتَغِي حَكَمًا وَهُوَ ٱلَّذِي أَنزَلَ إِلَيْكُمُ ٱلْكِتَـٰبَ مُفَصَّلًا وَٱلَّذِينَ ءَاتَيْنَـٰهُمُ ٱلْكِتَـٰبَ يَعْلَمُونَ أَنَّهُ مُنَزَّلٌ مِّن رَّبِّكَ بِٱلْحَقِّ فَلَا تَكُونَنَّ مِنَ ٱلْمُمْتَرِينَ

Je, nimtafute hakimu ghairi ya Mwenyezi Mungu, naye ndiye aliye kuteremshieni Kitabu kilicho elezwa waziwazi? Na hao tulio wapa Kitabu wanajua ya kwamba kimeteremshwa na Mola wako Mlezi kwa Haki. Basi usiwe katika wanao tia shaka. Surah 6:114

وَهَـٰذَا صِرَٰطُ رَبِّكَ مُسْتَقِيمًا قَدْ فَصَّلْنَا ٱلْآيَـٰتِ لِقَوْمٍ يَذَّكَّرُونَ

Na hii ndiyo Njia ya Mola wako Mlezi Iliyo nyooka. Tumezipambanua Aya kwa watu wanao kumbuka. Surah 6:126

Qur'an hii haiwezi kuwa imeandikwa na mtu mwingine isipokuwa MUNGU. Inathibitisha ujumbe wote uliopita, na inatoa maandiko kamili kabisa. Ni kamilifu, kwani inatoka kwa Mola wa ulimwengu. Surah 10:37 (R. Khalifa)

Kwa hakika, katika historia yao kuna funzo kwa watu wenye ufahamu. Si hadithi ya uongo bali ni uthibitisho wa yaliyomo (katika Maandiko) na maelezo kamili ya kila kitu, na mwongozo na rehema kwa watu wanaoamini. Surah 12:111 (Pickthall)

Siku moja Tutawasimamisha kutoka kwa kila taifa shahidi dhidi yao, kutoka katika wao wenyewe. Na Tutakuleta wewe kuwa shahidi dhidi ya hawa (watu wako). Na Tumekuteremshia Kitabu kinachoeleza kila kitu, ni mwongozo, rehema, na bishara njema kwa Waislamu. Surah 16:89 (A. Yusuf Ali)

Hakuna kitu kinachoweza kuwa mbali zaidi na ukweli! Qur'an inashindwa kutoa maelezo mengi muhimu kuhusiana na sehemu muhimu. Hii kwa upande wake inawafanya wasomaji wawe na mchanganyiko na hata kushangaa wanapojaribu kuelewa hadithi za Qur'an na au amri maalum. Kwa maneno ya Mwanazuoni wa Iran, Ali Dashti:

"Qur'an ina sentensi ambazo ni za kukatika na hazieleweki kabisa bila msaada wa ufafanuzi; maneno ya kigeni, maneno ya Kiarabu yasiyojulikana, na maneno yanayotumiwa na maana tofauti na kawaida; sifa na vitenzi vinavyopindishwa bila kuzingatia makubaliano ya jinsia na idadi; zamani na kiwiano zisizo na mantiki na isiyo sahihi ambazo mara nyingi hazina mnasaba; na hoja zilizo mbali na masomo katika sehemu zenye mnasaba wa mashairi. Makosa haya na mengine kama hayo katika lugha yamekuwa chanzo cha wakosoaji ambao wanakanusha ustahili wa Qur'an. Tatizo hilo pia limewajengea wasiwasi Waislamu wacha Mungu. Limekuwa ni sababu ya watafsiri kutafuta maelezo na pia ni moja ya sababu za kutofautiana kwa kusoma." (Dashti, Twenty-Three Years: A study of the Prophetic Career of Mohammad, Allen and Unwin, London, 1985, pp. 48-49; ufafanuzi umewekwa chini ya mstari)

Kwa muhtasari, zaidi ya marekebisho mia moja ya Qur'an kutoka sheria na muundo wa kawaida wa Kiarabu yamebainishwa.

Bila shaka, watafsiri walijitahidi kupata ufafanuzi na sababu za kujaribu kuelezea ulegevu huu. Miongoni mwao alikuwa mtafsiri na mwanafasihi mkubwa Mahmud oz-Zamakhshari (467/1075-538/1144), ambaye mwandishi Mwarabu aliandika juu yake: "Mwanazuoni huyu mwenye kuzingatia sarufi amefanya kosa kubwa. Kazi yetu sio kuweka usomaji kulingana na sarufi ya Kiarabu, bali kukubali Qur'an yote na kuweka sarufi ya Kiarabu kulingana na Qur'an." (Ibid., p. 50; ufafanuzi umewekwa chini ya mstari)

Mfano wa ulegevu na kutofahamika kama huo ni maoni ya Qur'an kuhusu vinywaji vikali na divai. Qur'an inaonekana wazi kuwa imechanganyikiwa kuhusu mtazamo wake juu ya vileo kama inavyodhihirishwa na aya zifuatazo: Na hatukukuteremshia Kitabu ila upate kufasiri kwao yanayokhitilafiana baina yao, na kuwa ni uwongofu na rehema kwa watu wanaoamini. Na Mwenyezi Mungu ameteremsha maji kutoka mawinguni na kwayo akahuisha ardhi baada ya kufa kwake. Hakika katika hayo ipo ishara kwa watu wanaosikia. Na hakika katika nyama zao zimo mafunzo kwenu; tunakunywesheni katika matumbo yao kati ya kinyesi na damu - maziwa safi, laini yanayoridhisha wale wanaokunywa. Na katika matunda ya mitende na mizabibu mnayopata kileo (sakaran) na riziki njema. Hakika katika hayo ipo ishara kwa watu wanaofikiri. Na Mola wako alimfunulia nyuki hivi: Jifanyizie nyumba katika milima, na katika miti, na katika wanayoyajenga watu; kisha kula matunda yote na tembea njia za Mola wako kwa utulivu. Inatoka katika matumbo yake kinywaji chenye rangi tofauti, ndani yake kuna uponyaji kwa watu. Hakika katika hayo ipo ishara kwa watu wanaotafakari. Surah 16:64-69 (Shakir)

Mdadisiwa anapata taswira kwamba vileo ni jambo jema, kwani muktadha unahusu ishara au dalili za Mungu kujali na kutoa riziki kwa binadamu. Hakuna kinachosemwa kuhusu athari mbaya za vileo au ikiwa ni haramu kwa waumini.

Enyi mlioamini! Msikaribie sala hali mmelewa (sukara) MPKA MJUE MNAYOSEMA, wala mkiwa na hadathi mpaka mjitawadhe; na kama mnaumwa au mko safarini, au mmoja wenu ametoka chooni, au mmeingiliana na wanawake, na hamkupata maji, basi tayamamuneni udongo safi na mpake nyuso zenu na mikono yenu. Hakika Mwenyezi Mungu ni Mwenye kusamehe, Mwenye kughufiria. Surah 4:43 (Shakir)

Aya hii inakataza Waislamu kuswali wakiwa wamelewa. Hii inatoa taswira kwamba kunywa kabla ya kuswali ni halali, ikiwa tu mtu hajalewa.

Wanakuuliza khabari ya ulevi (al-khamri) na kamari. Sema: "Katika hivyo mna madhara makubwa, na faida kwa watu, lakini madhara yake ni makubwa zaidi kuliko faida zake." Na wanakuuliza watoe kiasi gani. Sema: "Kile kilicho ziada." Hivyo ndivyo Mwenyezi Mungu anavyokujaalia Aya zake ili mpate kutafakari. Surah 2:219 (A. Yusuf Ali)

Hapa, divai (ambayo inaangukia katika kategoria ya vileo) inasemwa kuwa ni dhambi na yenye faida, na dhambi ikiwa kubwa zaidi. Hata hivyo, hata aya hii haikatazi waziwazi matumizi ya divai.

Mwisho: Enyi mlioamini! Vileo (al-khamru) na kamari, na kuabudu masanamu, na kupiga ramli kwa mishale, ni CHUKIZO, kazi ya Shetani. Jiepusheni navyo ili mpate kufanikiwa. Shetani anataka tu kuchochea uadui na chuki kati yenu kwa vileo (al-khamri) na kamari, na kukuzuia kumkumbuka Mwenyezi Mungu na kusali. Je, hamtaepuka? Surah 5:90-91 (A. Yusuf Ali)

Kifungu hiki kinasisitiza kuwa vileo ni kazi ya Shetani! Hivyo, Qur'an inabadilisha mtazamo wa divai kutoka kitu kizuri hadi kitu kabisa cha uovu.

Sasa Muislamu anaweza kuingilia kati hapa na kudai kwamba aya zinazoruhusu ulevi zilifutwa. Hata hivyo, hii ni hoja ya kweli.

Je, Muislamu anajuaje kwamba aya hizi zimefutwa? Ni wapi Qur'an iliyo wazi, au hata kwa uwazi, inasema hivi?

Pili, Waislamu wanajuaje kwa hakika ni aya zipi zilizokuja kwanza? Je, Qur'an inatoa tarehe hizi "ufunuo" zilidaiwa kutumwa ili tuweze kujua ni kifungu gani kilichokuja kwanza? Baada ya yote, mtu anaweza kudai kwamba S. 16:66-67 "ilifunuliwa" mwisho na kwa hivyo kufutwa S. 2:219 na 5: 90-91. Jinsi gani mtu anaweza kujua kwa uhakika?

Muislamu anaweza kudai kwamba Waislamu hawafuati Qur'an peke yake, lakini pia wanashauriana na fasihi ya hadithi. Kama ni hivyo, basi jaribu kuwaambia Waislamu wafuatao kwamba wanahitaji fasihi ya hadithi:

SEHEMU YA XXXIII

Kumbe Qur'an haipo wazi wazi

Je, Qur'an Ni Wazi Kabisa au La?

Qur'an inasisitiza kwa nguvu kuwa ni kitabu kilicho wazi kabisa, Alif Lam Ra. Kitabu chenye aya zilizo wazi kabisa, na zilizotofautishwa kutoka kwa Mwenye hekima, Mjuzi wa yote: Surah 11:1

Kitabu ambacho kinaeleza kila kitu kikamilifu na kwa uwazi, "...Je, niendelee kutafuta hakimu asiye kuwa Mwenyezi Mungu hali ya kuwa ndiye aliyekuteremshieni Kitabu (Qur'an), kilichofafanuliwa kwa undani..." Surah 6:114 (Hilali-Khan)

"...Nasi tumekuteremshia Kitabu hiki kwa kila kitu kikieleza wazi, na kuwaongoza, na ni rehema, na ni habari njema kwa Waislamu." Surah 16:89 (Arberry)

Kitabu ambacho aya zake zimefafanuliwa kwa undani; Qur'an kwa lugha ya Kiarabu kwa watu wanaojua. Surah 41:3 (Hilali-Khan)

Maana ya maandiko yaliyotajwa hapo juu ni kwamba aya zote za Qur'an ni wazi na kwamba maandiko ya Waislamu hayana sehemu ambazo ni ngumu kuelewa au zisizo wazi.

Hata hivyo, hili linapingwa na aya ifuatayo ambayo inasema kuwa kuna sehemu ambazo si wazi kabisa, na maana yake inajulikana tu na Allah:

Ni Yeye ndiye aliye kuteremshia Kitabu (Qur'an hii). Ndani yake kuna Aya zilizo wazi kabisa, ndizo msingi wa Kitabu [na hizo ni Aya za Ahkam (amri, nk.), Fara'id (wajibu wa lazima) na Hudud (sheria za kisheria za adhabu kwa wezi, wazinzi, nk.)]; na nyingine haziko wazi kabisa. Basi kuhusu wale ambao mioyoni mwao kuna upotofu (kutoka kwenye ukweli), wanafuata ambayo si wazi kabisa, wakitafuta Al-Fitnah (ushirikina na majaribu, nk.), na kutafuta maana zake zilizofichika, lakini hakuna anayejua maana zake zilizofichika isipokuwa Allah. Na wale walio imara katika elimu husema: "Tunayaamini; yote (Aya zilizo wazi na zisizo wazi) ni kutoka kwa Mola wetu." Na hakuna anayepokea maonyo isipokuwa watu wenye ufahamu. (Tafsiri ya At-Tabari). Surah 3:7 (Hilali-Khan)

Waislamu wanapaswa kuamini nini kuhusu asili ya Qur'an?

Je, Qur'an nzima ni wazi na imefafanuliwa kikamilifu, au kuna sehemu zake ambazo si wazi na tafsiri yake inajulikana tu na Allah?

Zaidi ya hayo, kwanini Allah amejisumbua kufunua aya ambazo hakuna mtu anayejua isipokuwa yeye?

Ni faida gani Waislamu wanapata kwa kupewa aya ambazo haziwezi kueleweka na mtu yeyote isipokuwa mungu wao?

Waislamu wanapata nini kutokana na aya hizo zisizo wazi ambazo hazina thamani ya vitendo katika maisha yao?

Hatimaye, Muislamu anajuaje kwa hakika ni aya zipi zinazoeleweka wazi na zipi zinafichika wakati Qur'an haiweki wazi tofauti kati ya hizo mbili?

Je, inabaki kuwa jukumu la wanazuoni Waislamu wasio wakamilifu na wasio na ilhamu kuwaelimisha umma wa Waislamu ni zipi zinazoeleweka wazi na zipi zinafichika, watu ambao mara nyingi wanapingana na kushindana katika tafsiri zao na maamuzi kuhusu matumizi na maana ya Qur'an na Sunna?

SEHEMU YA XXXIV

Kumbe Qur'an imejaa shaka

Kumbe Qur'an imejaa shaka.
Ufasaha wa Qur'an na Barua Zake Zisizofahamika
Qur'an inasisitiza mara kwa mara kuwa ni kitabu chenye ufafanuzi ulio wazi au ufasaha ambao unaelezea kila kitu, "

...Je! Nitafute hakimu asiye kuwa Mwenyezi Mungu, hali Yeye ndiye aliyeteremsha kwenu Kitabu kinachobainisha kila kitu?" S. 6:114 Hilali-Khan

"...Na tumekuteremshia wewe Kitabu hichi, kikiwa kimebainisha kila kitu, na kuongoza, na rehema na bishara njema kwa Waislamu."

S. 16:89 Arberry "Kitabu chenye Aya zilizobainishwa, Qur'an kwa lugha ya Kiarabu ili watu wajue." S. 41:3 Hilali-Khan

Tatizo la taarifa hizi ni kwamba Surah nyingi za Qur'an zinaanza na herufi maalum za Kiarabu ambazo hazieleziwa popote:
• Alif Lam Ra - Q. 10, 11, 12, 14, 15.
• Alif Lam Mim - Q. 2, 3, 29, 30, 31, 32.
• Alif Lam Mim Ra - Q. 13.
• Alif Lam Mim Sad - Q. 7.
• Ha Mim - Q. 40, 41, 43, 44, 45, 46.
• Ha Mim 'Ain Sin Qaf - Q. 42.
• Sad - Q. 38. • Ta Sin - Q. 27.
• Ta Sin Mim - Q. 26, 28.

• Ta Ha - Q. 20.
• Qaf - Q. 50.
• Ka Ha Ya 'Ain Sad - Q. 19.
• Nun - Q. 68. • Ya Sin - Q. 36.

Kutegemea Sunna ya Mtume Muhammad haitasaidia kwani wasomi wa Kiislamu wanakiri kwamba hakuna ripoti kutoka kwa Mtume mwenyewe au wenzake ambapo Muhammad alitoa maoni au kuelezea maana na lengo la herufi hizi zisizofahamika. Mfasiri na mfasiri wa Kiislamu marehemu Muhammad Asad alikuwa mwanazuoni kama huyo kwani alikiri wazi kuwa,

"Kuhusu robo moja ya Surah za Qur'an zinaanzishwa na herufi za kushangaza zinazoitwa muqatta'at ('herufi zisizounganishwa') au, mara chache, fawatih ('ufunguzi') kwa sababu zinaonekana mwanzoni mwa Surah husika. Kati ya herufi ishirini na nane za alfabeti ya Kiarabu, nusu kamili - yaani, kumi na nne - zinatokea katika nafasi hii, pekee au katika mchanganyiko tofauti wa herufi mbili, tatu, nne, au tano. Mara zote zinasemwa peke yake, kwa majina yao na sio kama sauti tu - kwa mfano: alif lam mim, au ha mim, n.k.

"Umuhimu wa herufi hizi za ishara umewashangaza watafsiri tangu nyakati za awali. Hakuna ushahidi kwamba Mtume aliwahi kuzitaja katika matamko yake yaliyorekodiwa, wala hakuna mmoja wa Masahaba wake aliyewahi kumuuliza kuhusu ufafanuzi wake. Hata hivyo, imehakikishwa bila shaka yoyote kwamba Masahaba wote - kwa wazi wakifuata mfano wa Mtume - walizichukulia muqatta'at kama sehemu muhimu za Surah ambazo zimeandikwa, na walizisoma kwa namna hiyo: ukweli ambao unakanusha kabisa pendekezo lililotolewa na baadhi ya wanazuoni wa Magharibi kwamba herufi hizi zinaweza kuwa ni herufi za waandishi waliyoandika ufunuo binafsi kutoka kwa Mtume, au wa Masahaba waliyoyaandika wakati wa kutunga Qur'an wakati wa utawala wa makhalifa watatu wa kwanza.

"Baadhi ya Masahaba pamoja na watu waliofuatia mara moja baada yao na watafsiri wa Qur'an wa baadaye walikuwa na uhakika kwamba herufi hizi ni ufupisho wa maneno fulani au hata misemo inayohusiana na Mungu na sifa zake, na walijaribu 'kuzirekebisha' kwa ustadi mwingi; lakini kwa kuwa mchanganyiko wa uwezekano ni wa kipekee, tafsiri zote kama hizo ni za kiholela sana na, kwa hiyo, hazina faida halisi..." (Asad, The Message of the Qur'an [Dar al-Andalus Limited, 3 Library Ramp Gibraltar, rpt. 1993], Kiambatisho II, uk. 992; mkazo wetu)

"... na kwa hivyo, mwisho wa yote, tunapaswa kuridhika na ukweli kwamba suluhisho la tatizo hili bado linatuzidi uelewa wetu. Hii ilikuwa dhahiri mtazamo wa makhalifa wanne wa mwongozo wa haki, uliowakilishwa na maneno haya ya Abu Bakr: 'Katika kila maandiko takatifu (kitabu) kuna [kielelezo cha] siri - na siri ya Qur'an iko [imeonyeshwa] katika ufunguzi wa [baadhi ya] Surah.' "(Ibid., uk. 993; mkazo wetu)

Hata marehemu Abdullah Yusuf Ali alisema:

"Kama inavyoonyeshwa katika Kiambatisho I (Sipara 3), herufi zilizofupishwa ni ishara ya kimiujiza, ambayo hakuna ufafanuzi rasmi juu ya maana yake. Ikiwa nadharia iliyopendekezwa katika n. 25 hadi ii. 1 ina uhalali wowote, na kundi la sasa la A.L.R. linafanana na kundi la A.L.M., tunapaswa kuzingatia na kuunda wazo fulani akilini mwetu kuhusu maana inayowezekana ya tofauti hiyo ... Lakini hakuna mtu anapaswa kuwa na uhakika katika nadharia ya Ishara za kimiujiza. "(Ali, The Holy Qur'an - Utangulizi wa Surah X [Yunus], uk. 481; mkazo wetu)

Tunaelezwa zaidi katika maelezo ya chini kuhusu maana ya A.L.M. kwamba,

"... Mengi yameandikwa kuhusu maana ya herufi hizi, lakini mengi yao ni ya nadharia tu. Baadhi ya watafsiri wanakubali tu kuzitambua kama ishara za kimiujiza, ambazo ni bure kujadili maana yake kwa mantiki ya maneno tu. Katika uchawi, tunakubali ishara kama hizo kwa muda fulani: maana yake ya ndani hutoka kwa nuru ya ndani tunapokuwa tayari kwa hilo ..." (Ibid., uk. 17, fn. 25; mkazo wetu)

Hata hii sio msimamo wa kisasa kwani hata mwanatheolojia mashuhuri wa kati na mfasiri wa Qur'an Ibn Kathir alikiri kwamba hakuna makubaliano ya pamoja miongoni mwa wanazuoni kuhusu maana ya herufi hizi: "Wanazuoni hawakubaliani juu ya tafsiri ya <Alif-Lam-Mim> na herufi nyingine kama hizo mwanzoni mwa baadhi ya Surah. Zimetolewa tafsiri zifuatazo:

1. Herufi hizo zinahusiana na aya za Mutashabih (zinazoashiria), ambazo maana yake inajulikana tu na Allah.
2. Zinajumuisha majina ya Allah.
3. Zina maana, na Allah hakufunua bure na bila sababu. Watu wasiojua wanasema kuwa Qur'an ina maneno ya ibada tu, ambayo hayana maana yoyote - bila shaka wanakosea sana. Hakuna shaka kuwa herufi mwanzoni mwa baadhi ya Surah ina maana: tunasema kuhusu hizo tu ambazo Mtume amesema kuhusu hizo kwa uhakika. Vinginevyo, hatusemi chochote zaidi kuhusu hizo na tunasoma aya <'Tunaamini hiyo, ni kutoka kwa Mola wetu.'> (3:7).

Kuhusu hekima nyuma ya herufi hizi, baadhi ya wanazuoni wamesema kuwa ni:

1. Kuwahimiza washirikina ili waweze kusikiliza maneno ya Allah. Hii ni sababu dhaifu sana kwa kuwa herufi hizo zisizo na uhusiano hazionekani mwanzoni mwa kila Surah. Isipokuwa Al-Baqarah na Al-'Imran inayofuata, zote mbili zinaanza na herufi hizo, na zote zilifunuliwa Madinah ambapo hapakuwa na washirikina.
2. Wengine wanaamini kuwa ni mfano wa ajabu wa Qur'an ambao watu hawawezi kuukabili. Hii ni maoni yanayoshikiliwa na wanazuoni wengi, ikiwa ni pamoja na Sheikh wa Kiislamu, Ibn Taymiyya. Maoni haya yanaungwa mkono na ukweli kwamba herufi hizo zisizo na

uhusiano zilizotajwa katika Qur'an zinafuatiwa na kumbukumbu ya Qur'an yenyewe na ufunuo wake na Allah, Mola wa viumbe. Kwa mfano: <Alif-Lam-Mim. Hiki ni Kitabu...> (2:1), <Ha. Mim. Kupitia Kitabu kinachofanya mambo kuwa wazi, yaani Qur'an hii)> (43:1), <Alif-Lam-Mim. Allah! Hapana mungu ila Yeye, Mwenye uhai, Mwenye kujitegemea. Amemfunulia (Muhammad) Kitabu> (3:1-3). <Alif-Lam-Ra. (Hii ni) Kitabu ambacho tumekuteremshia wewe (Ewe Muhammad)...> (14:1) (Tafsiri ya Ibn Kathir - Sehemu ya 1 Suraht Al-Fatiha Suraht Al-Baqarah, aya 1 hadi 141, Imekusanywa na Sheikh Muhammad Nasib Ar-Rafa'i [Al-Firdous Ltd., London 1998], ukurasa 55-57; mstari waliotiwa mkazo kwa herufi wima)

Maelezo ya pili ya Ibn Kathir hayana nguvu ya kushawishi kwa kuwa kuna Surah fulani ambazo zinaanza kwa kutaja Qur'an bila kuwa na herufi zisizo na uhusiano kabla ya marejeo hayo: Kwa Jina la Allah, Mwingi wa rehema, Mwenye kurehemu. Sifa njema zote ni za Allah, ambaye amemtuma Mja wake Kitabu, na hakuna upotoshaji wowote ulioruhusiwa humo. S. 18:1; linganisha na S. 24:1; 25:1; 39:1-2; 52:1-3; 55:1-2; 97:1

Na kuna Surah nyingine ambapo herufi hizo zinaonekana bila kutaja Qur'an yenyewe: Kwa Jina la Allah, Mwingi wa rehema, Mwenye kurehemu. Kaf. Ha. Ya. Ain. Sad. (Hii ni) kumbukumbu ya Zakariya. S. 19:1-2

Na:

Kwa jina la Allah, Mwingi wa rehema, Mwenye kurehemu. Alif-Lam-Mim. Je, watu wanadhani wataachwa pekee yao kwa kusema, "Tunaamini," na hawatajaribiwa? S. 29:1-2; linganisha na 30:1-2; 68:1

Kwa kuangalia utata huu, sehemu ifuatayo inakuwa ya kejeli zaidi kwani herufi hizi zisizoeleweka zinaonekana kabla ya kauli kwamba maandiko ya Kiislamu ni kitabu cha wazi! Alif Lam Ra. Kitabu chenye aya zilizowekwa wazi, na kisha kufafanuliwa, kutoka kwa Aliye na hekima yote, Mwenye ujuzi wote: S. 11:1

Ukweli ni kwamba herufi hizi zisizo na uhusiano ambazo huzisomwa au kusomwa na Waislamu kila siku ni ukumbusho wazi na ushahidi mkali dhidi ya madai ya Qur'an kwamba ni maandiko wazi na kamili yenye maelezo. Kauli hii ni uongo waziwazi kwa kuangazia herufi hizi zisizo na uhusiano ambazo zimewaacha jamii ya Waislamu wakipatwa na kuchanganyikiwa hadi leo kuhusu lengo na maana halisi ya herufi hizo.

Kwa hiyo, tunapaswa kusema kwamba, kwa kuzingatia yaliyotangulia, muujiza halisi wa Qur'an ni uwezo wake wa kuwashawishi Waislamu kwamba ina asili ya kimiujiza licha ya ukweli kwamba sehemu kubwa ya maandishi yake hayana mpangilio na hayaeleweki, na imejaa makosa makubwa na tofauti zisizoweza kusuluhishwa.

SEHEMU YA XXXV

Qur'an inasema Mungu wa Wakristo na Waislam ni Tofauti

Muhammad na makafiri:

Kuabudu Mungu mmoja au mwingine?

Ushahidi zaidi wa kutokamilika kwa Qur'an

Kulingana na Surah ya 109 ya Qur'an, Muhammad na wasioamini hawakuabudu kiumbe kimoja:

Surat Al-Kafirun

Ayah: 1

قُلْ يَٰٓأَيُّهَا ٱلْكَٰفِرُونَ

Sema: Enyi makafiri!

Ayah: 2

لَآ أَعْبُدُ مَا تَعْبُدُونَ

Siabudu mnacho kiabudu;

Ayah: 3

وَلَآ أَنتُمْ عَٰبِدُونَ مَآ أَعْبُدُ

Wala nyinyi hamuabudu ninaye muabudu.

Ayah: 4

وَلَآ أَنَا۠ عَابِدٌ مَّا عَبَدتُّمْ

Wala sitaabudu mnacho abudu.

Ayah: 5

وَلَآ أَنتُمْ عَٰبِدُونَ مَآ أَعْبُدُ

Wala nyinyi hamuabudu ninaye muabudu.
Ayah: 6

لَكُمْ دِينُكُمْ وَلِيَ دِينِ

Nyinyi mna dini yenu, nami nina Dini yangu.

Matatizo yanayosababishwa na Surah hii yanapaswa kuonekana wazi kwa yeyote anayefahamiana na Qur'an na mila za Kiislamu.

Tatizo la kwanza: Ni watu gani haswa Surah hii inaongelea?
(a) Watu wa Kitabu (Wayahudi, Wakristo, labda Sabiani)?
(b) Washirikina wa Makkah?

Qur'an yenyewe haijafafanua wazi Muhammad anapaswa kuwahutubia watu wa aina gani.

Tatizo la pili: Iwe ni chaguo (a) au (b) hapo juu, Surah ya 109 inapingana na aya nyingine katika Qur'an ambazo zinasema kuwa makundi yote yalikuwa yanamwabudu Mungu mmoja kama Waislamu.

Aya zinazodai kuwa kundi (a) liliabudu Mungu mmoja:

Hakika walioamini, na Mayahudi, na Wakristo, na Masabiani, ambaye anamuamini Mwenyezi Mungu na Siku ya Mwisho na akatenda mema, hao watapata ujira wao kwa Mola wao, wala haitakuwa khofu juu yao, wala hawatahuzunika. S. 2:62 Shakir

Sema (kwa watu wa Kitabu): Je, mnatujadili sisi kuhusu Mwenyezi Mungu, naye ni Mola wetu na Mola wenu? Na sisi tuna vitendo vyetu na nyinyi mna vitendo vyenu. Na sisi tunamtazamia Yeye peke yake. S. 2:139 Pickthall

Sema: Enyi Watu wa Kitabu! Njooni kwenye msimamo ulio sawa baina yetu na nyinyi, ya kwamba tusimuabudu yeyote ila Mwenyezi Mungu, wala tusimshirikishe na chochote, wala wasitwae baadhi yetu kama waungu badala ya Mwenyezi Mungu. Lakini wakikengeuka, basi sema: Shuhudieni kuwa sisi ni Waislamu. S. 3:64

Wala msijadiliane na Watu wa Kitabu ila kwa njia iliyo nzuri, isipokuwa na wale miongoni mwao walio dhulumu. Na sema: Tumeamini yale tuliyoteremshiwa sisi na yaliyoteremshwa kwenu; na Mungu wetu na Mungu wenu ni mmoja, na sisi tunamtii Yeye tu. S. 29:46 Pickthall

Aya zinazoonyesha kuwa kundi (b) pia liliabudu Mungu mmoja, ingawa waliabudu miungu mingine pamoja na Allah:

Ikiwa kwa kweli unawauliza ni nani aliyeumba mbingu na ardhi na akaitiisha jua na mwezi (kwa sheria yake), bila shaka watatoa jibu, "Allah". Basi vipi wanapotoshwa kutoka kwenye ukweli? Allah huwazidishia riziki waja wake kwa kadri apendavyo, na huwapa wengine kwa kipimo, kwa kadri apendavyo. Hakika Allah anajua kila kitu. Na ikiwa kwa kweli unawauliza ni nani anayeteremsha mvua kutoka mbinguni na kwa hiyo kuipa uhai ardhi baada ya kufa kwake, bila shaka watatoa jibu, "Allah!" Sema, "Alhamdulillah!" Lakini wengi wao hawaelewi. S. 29:61-63.

Wanaoabudu miungu ya uongo husema: "Kama Allah angalitaka, tusingeliabudu chochote ila Yeye - wala sisi wala baba zetu - wala tusingeliweka marufuku isipokuwa yale Aliyoyaamrisha." Ndivyo walivyofanya wale waliokuja kabla yao. Lakini jukumu la mitume ni kuhubiri Ujumbe Muhimu. S. 16:35

Wapagani katika aya iliyotangulia walikuwa wanarudia kimsingi yale ambayo Allah anadaiwa alisema kwa Muhammad: Kama ilikuwa mpango wa Allah, wasingeliabudu miungu ya uongo. Lakini Sisi hatukuweka wewe kuwa mtazamaji wa matendo yao, wala hujawekwa juu yao kusimamia mambo yao. S. 6:107.

Hatimaye: Hakika dini safi ni kwa ajili ya Allah pekee. Na wale wanaochagua marafiki walinzi badala yake (wanasema): Tunawaabudu wao tu ili watulete karibu na Allah. Hakika Allah atahukumu baina yao katika yale wanayokhitalifiana. Hakika Allah haongozi yule anayesema uongo, mwenye kushukuru. S. 39.3

Katika aya iliyotangulia, tunaweza kuona kuwa mwelekeo Mkuu wa ibada ya hao washirikina ulikuwa kwa Allah, na miungu mingine ilikuwa ni wasuluhishi/wasuluhishaji tu kwa lengo la kuwakaribisha kwa Allah! Hivyo, Allah hakuwa mmoja tu kati ya miungu mingi yao, bali alikuwa ndiye Mkuu na Mungu mkuu kuliko miungu yao yote.

Kwa kweli, jina lenyewe la dhambi mbaya kabisa katika Uislamu, SHIRK, linamaanisha "ushirikina". Wanashirikisha nini (miungu mingine) na NANI? Na Allah bila shaka! Jina lenyewe la dhambi hii halitakuwa na maana ikiwa miungu yao ingekuwa tofauti kabisa na Allah. Ina maana kwamba Allah ni mmoja kati ya miungu yao. Kuna aya moja nyingine inayorejelea watu wasiojulikana ambao waliamini kuwa Allah ndiye Muumba wa vitu vyote:

Na ukiwauliza, "Ni nani aliyeumba mbingu na ardhi?" Kwa hakika watasema, "ALLAH." Sema, "Sifa njema zote ni za ALLAH." Lakini wengi wao hawana elimu. S. 31:25 Sher Ali Iwe aya hii inawahusu kundi A au kundi B, au hata wote wawili, inaonekana kutoka hapa kwamba Qur'an inaamini kuwa watu wa zama za Muhammad walijua na kuamini katika Allah. Kuufupisha ujumbe katika aya zilizotajwa hapo juu:

1. Wayahudi na Wakristo wanasemekana kuabudu Allah.
2. Wapagani na washirikina pia walimuabudu Allah, ingawa waliabudu miungu mingine mingi. Kwa kuwa hali ni hiyo, Surah ya 109 inawezaje kudai kuwa wasioamini hawakuabudu kile ambacho Muhammad alikuwa akiabudu? Hii ni mgongano wazi. Kusema kuwa hii inarejelea sanamu ambazo washirikina walikuwa wakiabudu kwa makosa hakuondoi tatizo kwani:
3. Muislamu anajuaje kuwa hii inawahusu washirikina? Wapi inasemwa wazi katika maandishi?
4. Hata kama hii inawahusu washirikina, je, Qur'an haikisemi kwamba washirikina walijua na kuabudu Allah, na hivyo walikuwa ni waabudu wa kile ambacho Muhammad alikuwa akiabudu? Inaweza kuwa kweli kuwa Muhammad hakumwabudu (kwa kiasi kikubwa) miungu yao, lakini ukweli unabaki kuwa Muhammad na washirikina

waliabudu Allah, na hivyo washirikina walikuwa wanamuabudu yule ambaye Muhammad alikuwa anamuabudu, kinyume kabisa na Surahh 109:3.

Kwa mfano, Qur'an inamwonyesha Muhammad akisema kwamba yeye hamwabudu kile ambacho washirikina walikuwa wakiabudu isipokuwa Allah:

Sema: Enyi watu! Ikiwa mna shaka kuhusu dini yangu, basi (jueni kwamba) mimi siwatumikii wale ambao ninyi mnamtumikia badala ya Allah, lakini mimi ninamtumikia Allah, ambaye atakufisheni, na nimeamrishwa niwe miongoni mwa walioamini. S. 10:104 Shakir

Sema (Ewe Muhammad): Nimekatazwa kuabudu wale ambao mnaomba isipokuwa Allah, kwani kwangu mimi zimefika dalili wazi kutoka kwa Mola wangu, na nimeamrishwa niwasilishe kwa Mola wa viumbe vyote. S. 40:66 Pitckhall

Aya hizi zinaamini kwamba washirikina walikuwa wanamuabudu Allah, pamoja na miungu mingine mingi. Hivyo, Muhammad aweza kuwa hakumuabudu miungu yote ya washirikina, lakini washirikina walikuwa wanamuabudu Allah.

Kuna baadhi ya tafsiri ambazo zinabadilisha aya ya 109:3 kutoka wakati wa sasa kwenda wakati ujao, ikigeuza kuwa unabii badala ya taarifa kuhusu hali ya sasa. Yusuf Ali, kwa mfano, anatafsiri aya hizi kama ifuatavyo:

Sema: Enyi mlio kataa Imani! Mimi siwatumikii mnao muabudu, wala hamtaniabudu mimi ninalo muabudu. Wala sitawaabudu mnao muabudu, wala hamtaniabudu mimi ninalo muabudu.

Hii pia si suluhisho. Ni wakati gani ambao unazungumziwa: mwezi ujao, mwaka ujao, au maisha yao yote? Surah 109 kwa ujumla inachukuliwa kuwa ni Surah ya mwanzoni ya Makkah, wakati huo wengi wa wenyeji wa Makkah walikuwa washirikina, na wengi wa maelezo ya Tafsiri wanaamini kwamba Muhammad anazungumza na washirikina wa Makkah. Hata hivyo, washirikina wa Makkah hawakuacha kuabudu Allah, ambayo ingekuwa lazima kufanya ili kuifanya 109:3 kuwa unabii wa kweli. Badala yake, ingawa walikuwa na uadui mkali dhidi ya Uislamu mwanzoni, hatimaye Muhammad alishinda Makkah na karibu wananchi wote waliingia Uislamu na matokeo yake Allah alikuwa si mmoja tu kati ya miungu yao, bali ndiye mungu wao pekee. Iwe inahusu wakati kabla au baada ya uongofu wao, washirikina wa Makkah daima "walikuwa wanamuabudu yule ambaye Muhammad alikuwa anamuabudu". Surahh 109:3 inabaki kuwa na makosa iwe inatafsiriwa kama wakati wa sasa au wakati ujao.

Hatimaye, wengine wanaweza kudai kuwa ibada inarejelea mila za kidini, yaani, kwamba Muhammad hakushiriki katika mila za kidini za washirikina na kinyume chake. Hii si sahihi kwa sababu angalau mbili. Maandishi hayasemi kwamba wasioamini "hawaabudu KWA NJIA AMBAYO mimi nawaabudu", au "KATIKA NAMNA AMBAYO mimi nawaabudu", bali wanasema "hawaabudu KILE NINACHOKIABUDU". Ni wazi kwamba kitu cha kuabudiwa, si njia (yaani mila za kidini), ndicho kinachoelezewa. Hata hivyo, hata tukikubali tafsiri hii iliyolazimishwa, bado sio sahihi, kwani washirikina tayari walikuwa wanatekeleza nguzo nne kati ya nguzo tano za Kiislamu kabla ya wakati wa Muhammad.

SEHEMU YA XXXVI

Utata ndani ya Qur'an, Washirikina wanakiri kuwa Allah ni Mungu wao

Kutokukubaliana katika Qur'an Je, Washirikina Waliamini Kuwa Allah Ni Kiumbe Mkuu Au Walimwona Kama Mungu Mmoja Kati Ya Miungu Mingi?

Qur'an inadai kwamba Washirikina wa wakati wa Muhammad waliamini kwamba Allah ndiye Muumba na mmiliki wa mbingu na ardhi:

Sema: Ni yeye Mwenyezi Mungu anayemiliki yote ya mbinguni na duniani? Basi vipi nyinyi mnaafikiana hayo? Sema: Basi mnasema ni yeye pekee? Bali yeye ni Mungu mmoja tu, na mimi ninajitenga kabisa na mnayo ya washirikina. S. 6:101-106

Kisha ukimuuliza, nani ameumba mbingu na ardhi, na akatii sheria ya jua na mwezi, watamjibu, "Allah." Ni vipi basi wanaelekezwa kwenye dini mbaya na yenye upotofu? Allah anawafanyia riziki anayotaka miongoni mwa waja wake na anawanyima. Hakika, Yeye ni Mjuzi wa yote. Na ukimuuliza, ni nani anayeleta mvua kutoka mbinguni na kwa hivyo kuirudisha ardhi kuishi baada ya kufa kwake, watamjibu, "Allah." Sema: Sifa njema zote ni kwa Allah! Lakini wengi wao hawajui. S. 29:61-63

Ukija kuwauliza: "Nani aliyeumba mbingu na ardhi?" Watatamka: "Allah." Sema: Sifa njema zote ni kwa Allah! Lakini wengi wao hawajui. S. 31:25

Qur'an inasema kuwa tatizo la Washirikina lilikuwa kuunganisha miungu mingine na Allah:

Wanamtambulisha Allah sehemu ya mazao na mifugo aliyowaumba, na wanasema: "Hii ni ya Allah" - kwa udanganyifu wao - "na hii ni kwa ajili ya washirika wake kwetu." Hivyo, kile wanachompa washirika wake hakimfikii Allah, na kile wanachompa Allah kinawafikia washirika wao. Uamuzi wao ni mbaya. S. 6:136

Allah hakumchagua mwana yeyote, wala hakuna mungu mwingine pamoja naye; lau ingekuwa hivyo, kila mungu bila shaka angeweza kuwalinda viumbe vyake, na baadhi yao bila shaka wangezidi wengine. Ametakasika Allah kutokana na yale wanayoyashirikisha. S. 23:91

Na hakika, ukija kuwauliza: Ni nani aliyeumba mbingu na ardhi? Watasema: Allah. Sema: Kumbukeni basi hao mnaowabudu badala ya Allah, kama Allah angalitaka kunidhuru, je, wangeweza kuondoa madhara yake kwangu? Au kama Allah angalitaka kunirehemu, je, wangeweza kuzuia rehema yake? Sema: Allah ndiye msaada wangu pekee. Kwake Yeye wanaotumaini wote hutilia tumaini lao. S. 39:38

Qur'an inasema pia kuwa sababu yao ya kuabudu miungu mingine ilikuwa ili waweze kuwa karibu na Allah:

Dini safi kabisa ni kwa ajili ya Allah pekee. Na wale wanaochagua marafiki wa kuwalinda badala yake (wanasema): Sisi tunawaabudu wao tu ili watulete karibu na Allah. Hakika, Allah atahukumu kati yao katika yale wanayokhitalifiana. Hakika, Allah hawaongozi wanaosema uongo, na wasio shukuru. S. 39:3

Hata hivyo, kuna marejeo mengine ambayo yanadokeza kuwa wasioamini hawakumchukulia Allah kuwa mungu mkuu, bali waliamini kuwa yeye ni mmoja tu kati ya miungu mingi ya ushindani. Kwa mfano, Qur'an inadai kwamba wapinzani wa Muhammad hawakuabudu mungu wake Allah:

Sema: Enyi makafiri! Mimi siabudu mnayoyaabudu nyinyi. Wala nyinyi hamuabudu ninayoyaabudu mimi. Wala mimi siabudu mnayoyaabudu nyinyi. Wala nyinyi hamuabudu ninayoyaabudu mimi. Kwenu nyinyi dini yenu, na kwangu mimi dini yangu! S. 109:1-6 (Tafsiri ya Kiarabu)

Hata Muhammad anatahadharishwa asimdharau mungu wao ili wasimdharau kimakosa Allah kwa ujinga. Kwa hivyo, kila taifa tumewafanya vitendo vyao vionekane kuwa vizuri. Kisha kwa Mola wao ndiko marejeo yao, na Atawaambia waliyokuwa wakiyafanya. S. 6:108 (Tafsiri ya Kiarabu)

Marejeo hayo hapo juu hayana maana ikiwa Qur'an inasema kweli kuwa makafiri walikuwa wakiabudu Allah kama mungu mkuu. Baada ya yote, kwanini wangemdharau mungu mkuu wa miungu yao na vipi wanaweza kulaumiwa kwa kutomtumikia Allah ikiwa kwa hakika waliamini kuwa yeye ndiye muumba wa vyote na kuwa waliabudu miungu mingine tu ili kuwa karibu naye?

Mafungu haya yanafanya maana tu ikiwa makafiri hawakuabudu Allah au hawakumtazama yeye kuwa Mungu Mkuu, bali waliamini kuwa yeye ni mmoja tu kati ya miungu mingi ya ushindani. Hadithi ifuatayo inatoa uthibitisho zaidi kuwa makafiri walimchukulia Allah kuwa mmoja tu kati ya miungu mingi, ikiwa ni kama kweli waliamini katika Allah.

...Abu Sufyan alisema, "Ushindi wetu leo ni kinyume na ushindi wenu katika vita vya Badr, na katika vita (ushindi) daima ni wa kutatanisha na unagawanywa kwa zamu na wapiganaji, na mtakuta baadhi ya watu wenu waliouawa wamekatwa, lakini mimi sikuhimiza watu wangu kufanya hivyo, hata hivyo, sina majuto kwa kitendo chao." Baada ya hapo akaanza kusoma kwa furaha, "Ewe Hubal, uwe juu!" Baada ya hapo Mtume akasema (kwa wafuasi wake), "Kwa nini hamjibu?" Wakasema, "Ewe Mtume wa Allah! Tuseme nini?" Akasema, "Semeni, Allah ndiye Mkuu zaidi na Mwenye Fadhila zaidi." (Kisha) Abu Sufyan akasema, "Sisi tuna (sanamu) Al Uzza, na nyinyi hamna Uzza." Mtume akasema (kwa wafuasi wake), "Kwa nini hamjibu?" Wakauliza, "Ewe Mtume wa Allah! Tuseme nini?" Akasema,

"Semeni, Allah ndiye Msaidizi wetu na nyinyi hamna msaidizi."
(Sahih al-Bukhari, Juzuu ya 4, Kitabu cha 52, Nambari 276)

Hadithi iliyotajwa hapo juu inaleta matatizo kwa mtazamo wa Waislamu kwamba makafiri waliamini kuwa Allah alikuwa bora kuliko miungu mingine. Maoni ya Abu Sufyan yanategemea ukweli kwamba Allah alikuwa ama mmoja kati ya miungu mingi au kwamba yeye alikuwa mungu wa kigeni ambaye angeweza kushindwa na miungu yao. Baada ya yote, Abu Sufyan alimpa ushindi juu ya Muhammad kwa mungu wake Hubal na mungu Uzza, ikimaanisha kuwa angalau kwa akili yake, miungu hawa walikuwa sawa, ikiwa sio bora, kuliko Allah. Inaonekana Abu Sufyan alihisi kuwa Allah angeweza kushindwa na kushindwa. Je, hii haithibitishi ukweli kwamba makafiri hawakumtazama Allah kama mungu asiye na mpinzani na mkuu?

Kwa kuwa na mambo yaliyotangulia katika mtazamo, ni ya kuvutia sana kusoma maoni ya kuchekesha yafuatayo kutoka kwa baadhi ya wakosoaji Waislamu:

Ni ngumu kuona jinsi hadithi hii inaleta "matatizo" kwa Waislamu. Kwa kweli, hadithi hii inakanusha wazi madai ya wamishonari kuwa Allah na Hubal walikuwa sawa. Zaidi ya hayo, Abu Sufyan, kiongozi wa Quraysh, alikubali Uislamu katika 8 AH siku chache kabla ya ukombozi wa Makkah, baada ya mashauriano binafsi na Mtume. Alikubali kwa unyenyekevu na kukiri kwamba:

"Kwa Mungu, nilidhani kama ingekuwapo miungu mingine pamoja na Mungu, basi wangenisaidia."

Yaani, Hubal na al-'Uzza ambao Abu Sufyan alitangaza kuwa miungu hawakumsaidia wala kumsaidia kumshinda Waislamu. Kwa hivyo, aliukubali Uislamu na kumtambua Allah kama Mungu mmoja, mkuu pekee ambaye hakuna mungu mwingine. Zaidi ya hayo, yeye mwenyewe alihusika katika kuvunja sanamu ya Allat, mmoja wa wanaodaiwa kuwa binti za Allah... (M S M Saifullah & 'Abdullah David, Je! Hubal Ni Sawa Na Allah?)

Kuna matatizo kadhaa na madai yaliyotajwa hapo juu. Kwanza, waandishi wametatanisha swali la ukweli na swali la umuhimu kwani wongofu wa Abu Sufyan hauna maana katika suala la imani yake ya awali kwamba Hubal na Uzza wangeweza kulingana na Allah katika vita.

Hii inatuleta kwa tatizo la pili na madai ya waandishi. Hakuna kitu kilichosemwa na Abu Sufyan ambacho kinakanusha kuwa makafiri waliamini awali kuwa miungu yao ilikuwa sawa na sawa na Allah. Kwa kweli, kauli zake zinathibitisha mtazamo kwamba hawakumtambua Allah kuwa ndiye mwenye mamlaka yasiyopingika juu ya yote. Hitimisho la Abu Sufyan kwamba Allah pekee ndiye Mungu, kwa kuzingatia kushindwa kwa miungu yake kumsaidia, kunategemea imani yake ya awali kwamba sanamu hizi zilikuwa sawa na Allah na zingeweza kumsaidia yeye na makafiri kupigana dhidi ya Allah na Waislamu. Tazama jinsi hii inavyofanya kazi:

• Abu Sufyan aliamini kwamba miungu yake inaweza kumsaidia dhidi ya Waislamu na Mungu wao, Allah.

• Waislamu walimshinda na kumshinda Abu Sufyan, na hivyo kumfanya afikirie kwamba miungu yake haipo.

• Hii, kwa hiyo, inaonyesha kwamba Abu Sufyan alipokuwa anaamini kwamba miungu yake ipo, hakuhisi kwamba Allah alikuwa mkuu kuliko wao, lakini aliamini kwamba miungu hawa wengine wanaweza kumshinda Allah na wafuasi wake.

Hatimaye, waandishi wamefanikiwa kuleta mwangaza katika mgongano mwingine ndani ya maandiko ya Kiislamu. Kulingana na wanayonukuu, Abu Sufyan alifikia hitimisho kwamba miungu waliyokuwa wakiabudu na watu wa Makkah, kama vile mabinti wa Allah ambao walijumuisha mungu al-Uzza, haipo. Lakini kulingana na hadithi nyingine, Muhammad aliamini kwamba miungu hao ipo na hata alimtuma mmoja wa wafuasi wake kumuua al-Uzza: "Katika mwaka huu, siku tano kabla ya kumalizika kwa Ramadhani, Khalid al-Walid aliharibu al-Uzza katika eneo la tambarare la Nakhlah. Al-Uzza alikuwa sanamu ya Banu Shayban, tawi la kabila la Sulaym, washirika wa Banu

Hashim. Banu Asad bin Abd al-Uzza walikuwa wanasema hiyo ilikuwa ni sanamu yao. Khalid alielekea huko, kisha akasema, 'Nimeiharibu.' [Mtume wa Mungu] akasema, 'Je, uliona kitu chochote?' 'Hapana,' akasema Khalid. 'Basi,' akasema, 'rudi na uiharibu.' Basi Khalid alirudi kwenye sanamu, akaangamiza hekalu lake na kuvunja sanamu. Mlinzi alianza kusema, 'Ghadhabu, Ewe 'Uzza, kwa moja ya ghadhabu zako!' - na hapo mwanamke mweusi mwenye uchi, akiomboleza, alitoka mbele yake. Khalid alimuua na kuchukua vito vyake vilivyokuwa juu yake. Kisha akaenda kwa Mtume wa Mungu na kutoa ripoti ya kilichotokea. 'Huyo alikuwa al-Uzza,' alisema, 'na al-Uzza hataabudiwa tena.'"

Kulingana na Ibn Humayd - Salamah - Ibn Ishaq, ambaye alisema: Mtume wa Mungu alimtuma Khalid bin al-Walid kushughulikia al-Uzza, ambaye alikuwa Nakhlah. Alikuwa ni hekalu lililotukuzwa na makabila ya Quraysh, Kinanah, na Mudar yote. Walinzi wake walikuwa wa Banu Shayban, tawi la Banu Sulaym, washirika wa Banu Hashim. Mwenyeji wa hekalu aliposikia kwamba Khalid alikuwa anakwenda kushughulikia al-Uzza, alitundika upanga wake juu yake na kupanda mlima karibu na alipo al-Uzza. Alipopanda alisema:
Ewe 'Uzza, shambulia kwa shambulio lisilogusa sehemu muhimu, dhidi ya Khalid! Toa vazi lako, na funga mkufu wako!
Ewe 'Uzza, ikiwa leo hutamuua Khalid,
lete adhabu ya haraka, au kuwa Mkristo!

Baada ya kufika kwa al-Uzza, Khalid aliangamiza na kurejea kwa Mtume wa Mungu. (Historia ya al-Tabari: Ushindi wa Uislamu, iliyotafsiriwa na Michael Fishbein [Chuo Kikuu cha Jimbo la New York Press (SUNY), Albany 1997], Juzuu 8, ukurasa 187-188; umuhimu wote umewekwa na sisi)

Vipi basi Abu Sufyan angeweza kukataa kuwepo kwa miungu hawa wakati nabii wake mwenyewe aliamini kwamba viumbe kama hao walikuwepo?

Kwa hitimisho, ni wazi kutokana na data iliyotangulia kwamba Qur'an na mila ya Kiislamu zinapotoshwa kuhusu ikiwa washirikina walimwabudu Allah au la. Marejeo fulani yanasema kwamba walimwabudu Allah na wakamwamini kuwa ni mwumba mkuu wa yote, wakati marejeo mengine yanadai kwamba hawakumtumikia na/au hawakumwamini kuwa ndiye mungu mkuu wa yote. Badala yake, waliamini kwamba Allah alikuwa ni mungu wa kigeni au mmoja kati ya miungu sawa.

Maelezo ya Mwisho

(1) Muislamu anaweza kudai kwamba aya hizi hazijumuishi washirikina wote wa Maka, bali ni baadhi yao tu. Wanaweza kusema kwamba aya hizo zinathibitisha kuwepo kwa baadhi ya washirikina ambao huenda walikuwa na shaka kwamba Allah ndiye Mungu Mkuu.

Shida ya madai haya ni kwamba aya hizo hazifanyi ufafanuzi kama huo, bali zinazungumzia washirikina kwa ujumla, yaani, matini hazisemi kwamba washirikina wachache au labda wengi, walikataa kuamini kwamba Allah ndiye mungu mkuu aliyetawala wengine. Lugha ya Qur'an inajumuisha wote washirikina.

Kama mwandishi wa Qur'an angependa kuhakikisha kuwa msomaji asiamini kwamba anazungumzia washirikina wote, angepaswa kufanya ufafanuzi, kama alivyofanya katika matini zifuatazo:

Je, mnadhani kwamba watawaamini nyinyi, enyi watu wa imani, wakati kuna kundi miongoni mwao lililisikia neno la Mungu, kisha wakalipotosha kwa ujuzi baada ya kulielewa? Surah 2:75

Je, si kwamba kila wanapofunga ahadi, kundi miongoni mwao linaiangusha? Soma, wengi wao ni wapotovu. Na walipomjia Mtume wa Mungu wakithibitisha kile kilichokuwa pamoja nao, kundi miongoni mwa watu wa Kitabu waliangusha Kitabu cha Mungu nyuma ya migongo yao, kana kwamba hawakijui. Surah 2:100-101

Mifano iliyotangulia inaonyesha kwamba kama mwandishi angekuwa na maana kwamba baadhi, labda wengi, wa washirikina hawakumtazama Allah kuwa mungu aliye juu zaidi na asiye na mpinzani, angekuwa ameandika marejeo kwa njia ifuatayo:

Sema: "Enyi makafiri! Sisi hatumtumikii yule ambaye baadhi yenu wanamtumikia na baadhi yenu hamtumikii yule ninayemtumikia mimi, wala mimi sifanyi ibada kwa yule ambaye baadhi yenu wamekuwa wakimtumikia, na baadhi yenu hamtumikii yule ninayemtumikia mimi. Kwenu nyinyi dini yenu, na kwangu mimi dini yangu!"

Msimdhihaki yule ambaye baadhi yao wanamuomba badala ya Allah, wasije wakamdhihaki Allah kwa ujinga.

Au:

Sema: "Enyi makafiri! Sisi hatumtumikii yule ambaye kundi miongoni mwenu wanamtumikia, na baadhi yenu hamtumikii yule ninayemtumikia mimi, wala mimi sifanyi ibada kwa yule ambaye kundi miongoni mwenu wamekuwa wakimtumikia, na baadhi yenu hamtumikii yule ninayemtumikia mimi. Kwenu nyinyi dini yenu, na kwangu mimi dini yangu!" Msimdhihaki yule ambaye kundi miongoni mwao wanamuomba badala ya Allah, wasije wakamdhihaki Allah kwa ujinga.

Lakini kwa bahati mbaya kwa Waislamu, hicho si alichokiandika. Kama ilivyo, aya hizi zimeundwa kwa njia ambayo hauna shaka kuwa mwandishi wa Qur'an alikusudia kuwajumuisha washirikina wote bila ubaguzi.

(2) Jibu hili kutoka kwa Islamic Awareness lilikuwa kuhusiana na madai yangu kwamba ikiwa hadithi hii maalum kuhusu Abu Sufyan inawasilishwa kama ushahidi kwamba Hubal hakuwa Allah katika nyakati za kabla ya Uislamu, basi pia lazima ichukuliwe kama ushahidi dhidi ya Allah kuwa mungu mkuu wa wote. Badala ya kushughulikia suala hilo, waandishi wameamua kuibua hoja ya kutapatapa kuhusu uongofu wa Abu Sufyan kwenye Uislamu! Hata hivyo, hii haitoi ufafanuzi kuhusu hoja

yangu kwamba matamshi ya Abu Sufyan yanatangulia kuwa washirikina kabla ya Uislamu waliona miungu yao kama sawa au hata kubwa kuliko Allah.

Hivyo basi, msomaji lazima ukubali ukweli kwamba hadithi hii inapingana na madai ya Qur'an kwamba washirikina waliamini kwamba Allah alikuwa mungu mkuu na mtawala juu ya wote, au lazima wakubali hoja tuliyoitoa kwamba taarifa hii haielezi historia halisi bali inasoma nyuma katika wakati wa Muhammad dhana na maoni ya kiimani na ya mabishano yaliyojitokeza baadaye. Kama hivyo, haileti habari yoyote kuhusu utambulisho wa Allah katika nyakati za kabla ya Uislamu, yaani ikiwa Allah alikuwa jina la Hubal, mungu mkuu wa Makka na Quraysh, au ni mungu tofauti kabisa.

SEHEMU YA XXXVII

Qur'an haijui nini kitatokea siku ya Kiyama

Kusuluhisha au Kutokusaluhisha?

Hapo ndipo Swali lilipo!

Qur'an ina mengi ya kusema kuhusu kusuluhisha Siku ya Hukumu. Kwa kweli, Qur'an inasema mambo yanayopingana kuhusu kusuluhisha kama inavyoonyeshwa katika aya zifuatazo.

1. Hakutakuwa na Kusuluhisha.
   a. Qur'an
   b. Ayah 47

يَـٰبَنِىٓ إِسْرَٰٓءِيلَ ٱذْكُرُواْ نِعْمَتِيَ ٱلَّتِىٓ أَنْعَمْتُ عَلَيْكُمْ وَأَنِّى فَضَّلْتُكُمْ عَلَى ٱلْعَٰلَمِينَ

Enyi Wana wa Israili! Kumbukeni zile neema zangu nilizo kuneemesheni, na nikakuteuweni kuliko wote wengineo.

Ayah: 48

وَٱتَّقُواْ يَوْمًا لَّا تَجْزِى نَفْسٌ عَن نَّفْسٍ شَيْئًا وَلَا يُقْبَلُ مِنْهَا شَفَٰعَةٌ وَلَا يُؤْخَذُ مِنْهَا عَدْلٌ وَلَا هُمْ يُنصَرُونَ

Na iogopeni Siku ambayo mtu hatomfaa mtu kwa lolote, wala hayatakubaliwa kwake maombezi, wala hakitapokewa kikomboleo kwake; wala hawatanusuriwa. Surah ya 2:47-48

Ayah: 122

يَـٰبَنِىٓ إِسْرَٰٓءِيلَ ٱذْكُرُواْ نِعْمَتِيَ ٱلَّتِىٓ أَنْعَمْتُ عَلَيْكُمْ وَأَنِّى فَضَّلْتُكُمْ عَلَى ٱلْعَٰلَمِينَ

Enyi Wana wa Israili! Kumbukeni neema yangu niliyo kuneemesheni, na hakika Mimi nikakufadhilisheni kuliko wengineo wote.

Ayah: 123

وَٱتَّقُواْ يَوْمًا لَّا تَجْزِي نَفْسٌ عَن نَّفْسٍ شَيْئًا وَلَا يُقْبَلُ مِنْهَا عَدْلٌ وَلَا تَنفَعُهَا شَفَٰعَةٌ وَلَا هُمْ يُنصَرُونَ

Na iogopeni siku ambayo hatamfaa mtu mwenziwe kwa lolote, wala hakitakubaliwa kwake kikomboleo, wala maombezi hayatamfaa, wala hawatanusuriwa. Surah ya 2:122-123

Aya hizi mbili zinaeleza wazi kwamba kusuluhisha haitamsaidia MTU YOYOTE, si tu Waisraeli, kwani marejeo ya "ROHO MOJA" na "MWINGINE" kutomnufaisha mwingine kwa asili yanajumuisha kila binadamu.

يَٰٓأَيُّهَا ٱلَّذِينَ ءَامَنُوٓاْ أَنفِقُواْ مِمَّا رَزَقْنَٰكُم مِّن قَبْلِ أَن يَأْتِيَ يَوْمٌ لَّا بَيْعٌ فِيهِ وَلَا خُلَّةٌ وَلَا شَفَٰعَةٌ وَٱلْكَٰفِرُونَ هُمُ ٱلظَّٰلِمُونَ

Enyi mlio amini! Toeni katika tulivyo kupeni kabla haijafika Siku ambayo hapatakuwapo biashara, wala urafiki, wala uombezi. Na makafiri ndio madhaalimu. Surah ya 2:254

Ayah: 123

لَّيْسَ بِأَمَانِيِّكُمْ وَلَآ أَمَانِيِّ أَهْلِ ٱلْكِتَٰبِ مَن يَعْمَلْ سُوٓءًا يُجْزَ بِهِۦ وَلَا يَجِدْ لَهُۥ مِن دُونِ ٱللَّهِ وَلِيًّا وَلَا نَصِيرًا

Si kwa matamanio yenu, wala matamanio ya Watu wa Kitabu! Anaye fanya ubaya atalipwa kwalo, wala hatajipatia mlinzi wala wa kumnusuru, isipo kuwa Mwenyezi Mungu.

Ayah: 124

وَمَن يَعْمَلْ مِنَ ٱلصَّٰلِحَٰتِ مِن ذَكَرٍ أَوْ أُنثَىٰ وَهُوَ مُؤْمِنٌ فَأُوْلَٰٓئِكَ يَدْخُلُونَ ٱلْجَنَّةَ وَلَا يُظْلَمُونَ نَقِيرًا

Na anaye fanya mema, akiwa mwanamume au mwanamke, naye ni Muumini - basi hao wataingia Peponi wala hawatadhulumiwa hata kadiri ya tundu ya kokwa ya tende. Surah ya 4:123-124

وَأَنذِرْ بِهِ ٱلَّذِينَ يَخَافُونَ أَن يُحْشَرُوٓاْ إِلَىٰ رَبِّهِمْ لَيْسَ لَهُم مِّن دُونِهِۦ وَلِيٌّ وَلَا شَفِيعٌ لَّعَلَّهُمْ يَتَّقُونَ

Na waonye kwayo wanao ogopa kuwa watakusanywa kwa Mola wao Mlezi, hali kuwa hawana mlinzi wala mwombezi isipo kuwa Yeye, ili wapate kuchamngu. Surah ya 6:51

وَذَرِ ٱلَّذِينَ ٱتَّخَذُواْ دِينَهُمْ لَعِبًا وَلَهْوًا وَغَرَّتْهُمُ ٱلْحَيَوٰةُ ٱلدُّنْيَا وَذَكِّرْ بِهِۦٓ أَن تُبْسَلَ نَفْسٌ بِمَا كَسَبَتْ لَيْسَ لَهَا مِن دُونِ ٱللَّهِ وَلِيٌّ وَلَا شَفِيعٌ وَإِن تَعْدِلْ كُلَّ عَدْلٍ لَّا يُؤْخَذْ مِنْهَآ أُوْلَٰٓئِكَ ٱلَّذِينَ أُبْسِلُواْ بِمَا كَسَبُواْ لَهُمْ شَرَابٌ مِّنْ حَمِيمٍ وَعَذَابٌ أَلِيمٌ بِمَا كَانُواْ يَكْفُرُونَ

Waachilie mbali walio ifanya dini yao ni mchezo na pumbao, na uhai wa dunia ukawaghuri. Nawe kumbusha kwayo, isije nafsi ikaangamizwa kwa sababu ya iliyo yachuma, nayo haina mlinzi wala mwombezi ila Mwenyezi Mungu. Na ingatoa kila fidia haitokubaliwa. Hao ndio walio angamizwa kwa sababu ya yale waliyo yachuma. Wao watapata kinywaji cha maji ya moto kabisa, na adhabu chungu. Surah ya 6:70

قُل لَّن يُصِيبَنَآ إِلَّا مَا كَتَبَ ٱللَّهُ لَنَا هُوَ مَوْلَىٰنَاۚ وَعَلَى ٱللَّهِ فَلْيَتَوَكَّلِ ٱلْمُؤْمِنُونَ

Sema: Halitusibu ila alilo tuandikia Mwenyezi Mungu. Yeye ndiye Mola wetu Mlinzi. Na Waumini wamtegemee Mwenyezi Mungu tu! Surah ya 9:51

ٱللَّهُ ٱلَّذِي خَلَقَ ٱلسَّمَٰوَٰتِ وَٱلْأَرْضَ وَمَا بَيْنَهُمَا فِي سِتَّةِ أَيَّامٍ ثُمَّ ٱسْتَوَىٰ عَلَى ٱلْعَرْشِ مَا لَكُم مِّن دُونِهِ مِن وَلِيٍّ وَلَا شَفِيعٍ أَفَلَا تَتَذَكَّرُونَ

Mwenyezi Mungu ndiye aliye umba mbingu na ardhi na viliomo baina yao kwa siku sita, na akatawala kwenye Kiti cha Enzi. Nyinyi hamna mlinzi wala mwombezi isipo kuwa Yeye tu. Basi, je, hamkumbuki? Surah ya 32:4

Ayah: 41

إِنَّآ أَنزَلْنَا عَلَيْكَ ٱلْكِتَٰبَ لِلنَّاسِ بِٱلْحَقِّ فَمَنِ ٱهْتَدَىٰ فَلِنَفْسِهِۦ وَمَن ضَلَّ فَإِنَّمَا يَضِلُّ عَلَيْهَاۖ وَمَآ أَنتَ عَلَيْهِم بِوَكِيلٍ

Hakika Sisi tumekuteremshia Kitabu kwa ajili ya watu wote kwa Haki. Basi mwenye kuongoka ni kwa nafsi yake, na mwenye kupotoka bila ya shaka amepotoka kwa khasara yake. Na wewe si mlinzi juu yao.

Ayah: 42

ٱللَّهُ يَتَوَفَّى ٱلْأَنفُسَ حِينَ مَوْتِهَا وَٱلَّتِي لَمْ تَمُتْ فِي مَنَامِهَاۖ فَيُمْسِكُ ٱلَّتِي قَضَىٰ عَلَيْهَا ٱلْمَوْتَ وَيُرْسِلُ ٱلْأُخْرَىٰ إِلَىٰٓ أَجَلٍ مُّسَمًّىۚ إِنَّ فِي ذَٰلِكَ لَءَايَٰتٍ لِّقَوْمٍ يَتَفَكَّرُونَ

MWENYEZI MUNGU huzipokea roho zinapo kufa. Na zile zisio kufa wakati wa kulala kwake, huzishika zilizo hukumiwa kufa, na huzirudisha nyengine mpaka ufike wakati uliowekwa. Hakika katika hayo bila ya shaka zipo Ishara kwa watu wanao fikiri.

Ayah: 43

أَمِ ٱتَّخَذُوا۟ مِن دُونِ ٱللَّهِ شُفَعَآءَۚ قُلْ أَوَلَوْ كَانُوا۟ لَا يَمْلِكُونَ شَيْـًٔا وَلَا يَعْقِلُونَ

Au ndio wanachukua waombezi badala ya Mwenyezi Mungu? Sema: Ingawa hawana mamlaka juu ya kitu chochote, wala hawatambui lolote?
Ayah: 44

قُل لِّلَّهِ ٱلشَّفَٰعَةُ جَمِيعًا ۖ لَّهُ مُلْكُ ٱلسَّمَٰوَٰتِ وَٱلْأَرْضِ ثُمَّ إِلَيْهِ تُرْجَعُونَ

Sema: Uombezi wote uko kwa Mwenyezi Mungu. Ni wake Yeye tu ufalme wa mbingu na ardhi. Kisha mtarejeshwa kwake. Surah ya 39:41-44
Surat An Infitar Ayah: 18

ثُمَّ مَآ أَدْرَىٰكَ مَا يَوْمُ ٱلدِّينِ

Tena nini kitakacho kujuulisha Siku ya Malipo ni siku gani?
Ayah: 19

يَوْمَ لَا تَمْلِكُ نَفْسٌ لِّنَفْسٍ شَيْئًا ۖ وَٱلْأَمْرُ يَوْمَئِذٍ لِّلَّهِ

Siku ambayo nafsi haitakuwa na madaraka yoyote juu ya nafsi; na amri yote siku hiyo ni ya Mwenyezi Mungu tu. Surah ya 82:18-19

Qur'an inauliza: Je, mtu ambaye ameshafikiwa na neno la adhabu (kifo) anaweza kusaidiwa? Na wewe je, unaweza kumwokoa mtu aliye Motoni? Surah ya 39:19

Aya hii inaonyesha wazi kwamba Muhammad hawezi kuwaokoa watu kutoka motoni. Kwa kushangaza, Qur'an inasema hata manabii na malaika wanatumai rehema ya Mungu:

Sema: Waombeni hao mnaowadhania kuwa ni miungu badala yake. Hawana uwezo wa kukutoeni katika shida, wala hawawezi kujinusuru wenyewe. Wale wanao waomba wanatafuta njia ya kuwa karibu zaidi na Mola wao. Ni yupi kati yao atakayekuwa karibu zaidi? Wanatumai rehema Yake na wanakhofu adhabu Yake. Hakika adhabu ya Mola wako ni ya kuepukwa. Surah ya 17:56-57

Imesimuliwa na Abu Huraira: Mtume alisema, "(Siku ya Kiyama) ngamia watakuja kwa mmiliki wao katika hali njema kabisa walizowahi kuwa nazo duniani, na ikiwa hakuwalipa Zaka yao (katika dunia) basi watakwenda juu yake kwa miguu yao; na vivyo hivyo, kondoo watakuja kwa mmiliki wao katika hali njema kabisa walizowahi kuwa nazo duniani, na ikiwa hakuwalipa Zaka yao, basi watamkanyaga kwa makucha yao na kumchoma na pembe zao." Mtume akaongeza, "Moja ya haki zao ni kwamba wachumwe maziwa yao wakati maji yapo mbele yao." Mtume akaongeza, "Sipendi mtu yeyote kati yenu aje kwangu Siku ya Kiyama, akiwa amebeba kondoo shingoni mwake ambaye atakuwa anapiga kelele. Mtu kama huyo atasema, 'Ewe Muhammad! (tusaidie, tafadhali),' Nitamwambia, 'Sikusaidia, kwa sababu nilikufikishieni Ujumbe wa Mwenyezi Mungu.' Vivyo hivyo, sipendi mtu yeyote kati yenu aje kwangu akiwa amebeba ngamia shingoni mwake ambaye atakuwa anapiga ngurumo. Mtu kama huyo atasema, 'Ewe Muhammad! (tusaidie, tafadhali),' Nitamwambia, 'Sikusaidia, kwa sababu nilikufikishieni Ujumbe wa Mwenyezi Mungu.'" (Sahih Al-Bukhari, Juzuu ya 2, Kitabu cha 24, Hadithi Nambari 485)

Imesimuliwa na Abu Huraira: Pale Mwenyezi Mungu alipoteremsha Aya: "Waonye jamaa zako wa karibu," Mtume wa Mwenyezi Mungu alisimama na kusema, "Enyi watu wa Quraish (au kama alivyosema maneno kama hayo)! Jiokoeni (toka Motoni) kwani mimi siwezi kuwaokoa kutokana na adhabu ya Mwenyezi Mungu; Ewe Bani Abd Manaf! Siwezi kuwaokoa kutokana na adhabu ya Mwenyezi Mungu, Ewe Safiya, Shangazi wa Mtume wa Mwenyezi Mungu! Siwezi kuwaokoa kutokana na adhabu ya Mwenyezi Mungu; Ewe Fatima bint Muhammad! Niombeni kitu chochote kutoka kwa mali yangu, lakini siwezi kuwaokoa kutokana na adhabu ya Mwenyezi Mungu." (Sahih Al-Bukhari, Juzuu ya 4, Kitabu cha 51, Hadithi Nambari 16)

Imesimuliwa na Um Al-Ala: Kuwa Ansari walipiga kura ili kuamua ni Muhajirin yupi atakayeishi na Ansari yupi, na jina la Uthman bin Mazun likatoka (katika kura zao). Um Al-Ala alisema zaidi, "Uthman alibaki na sisi, na tukamhudumia alipopata ugonjwa, lakini alikufa. Tukamvika sanda yake, na Mtume wa Allah akaja nyumbani kwetu na nikasema, (nikimzungumzia Uthman aliyekufa), 'Ewe Abu As-Sa'ib! Mwenyezi Mungu akurehemu. Ninashuhudia kwamba Mwenyezi Mungu amekubariki.' Mtume akaniuliza, 'Unajuaje kwamba Mwenyezi

Mungu amembariki?' Nikajibu, 'Sijui, Ewe Mtume wa Allah! Wazazi wangu wawe fidia kwako.' Mtume wa Allah akasema, 'Kuhusu Uthman, kwa hakika amekufa na ninamtakia kila la kheri, lakini kwa hakika, ingawa mimi ni Mtume wa Allah, sijui litakalofanyika kwake.' Um Al-Ala akaongeza, 'Kwa hakika, sitotoa ushuhuda kuhusu uchamungu wa yeyote baada yake. Na maneno ya Mtume wa Allah yalinifanya nihuzunike.' Um Al-Ala akaongeza, "Siku moja nililala na kuota ndoto, mto unatiririka kwa ajili ya Uthman. Nikaenda kwa Mtume wa Allah na kumwambia kuhusu hilo, akasema, 'Hiyo ndiyo (ishara ya) matendo yake.'" (Sahih Al-Bukhari, Juzuu ya 3, Kitabu cha 48, Hadithi Nambari 852)

Imesimuliwa na Kharija bin Zaid bin Thabit: Um Al-'Ala, mwanamke Ansari ambaye alikuwa ametoa ahadi "Baa'ia" kwa Mtume wa Allah, alisema, "'Uthman bin Maz'un alikuja kwenye sehemu yetu wakati Ansari walipopiga kura kuwagawanya Wahajiri (kuishi) kati yao, Akaugua na tukamhudumia mpaka alipokufa. Kisha tukamvika sanda yake. Mtume wa Allah akaja kwetu, mimi (nikizungumza na mwili aliyekufa) nikasema, 'Mwenyezi Mungu amrehemu, Ewe Abu As-Sa'ib! Ninashuhudia kwamba Mwenyezi Mungu amekutukuza.' Mtume akasema, 'Unajuaje hivyo?' Nikajibu, 'Sijui, Wallahi.' Akasema, 'Kuhusu yeye, mauti yamemfikia na ninamtakia kila la kheri kutoka kwa Mwenyezi Mungu. Wallahi, ingawa mimi ni Mtume wa Allah, wala sijui litakalonipata mimi, wala nyinyi.'" Um Al-'Ala alisema, "Wallahi, sitotoa ushahidi kuhusu uchamungu wa yeyote baada ya hapo." Akaongeza, "Baadaye niliona katika ndoto, chemchem inatiririka kwa ajili ya Uthman. Kwa hivyo nilikwenda kwa Mtume wa Allah na kumwambia kuhusu hilo. Akasema, 'Hiyo ndiyo (ishara ya) matendo yake mema (thawabu za) ambazo zinaendelea kwake.'" (Sahih Al-Bukhari, Juzuu ya 9, Kitabu cha 87, Hadithi Nambari 145)

Hadithi hizi zinaeleza kuwa Muhammad hawezi na/au hataki kuombea Waislamu, hasa wale ambao hawakulipa Zakat.

Aya zilizotangulia ni wazi kabisa na hazieleweki kwamba hakuna maombezi yatakayoifaa nafsi yoyote siku ya hukumu, na kwamba Mwenyezi Mungu ndiye mwombezi pekee kwa kuwa maombezi yote ni yake kabisa.

Hii imesababisha baadhi ya Waislamu kukataa kwamba maombezi ya manabii na mitume yataruhusiwa siku ya hukumu. Shaikh Gamal al-Banna, katika makala yenye kichwa The Islamic Concept of God and Prophet, anaandika:

Uislamu unasisitiza tabia ya kibinadamu ya Nabii ... Kwa hiyo, aina yoyote ya upatanisho haijuzu wala haijatambuliwa katika Uislamu. Manabii ni wajumbe tu wa Mungu; hawawezi kumsamehe mtu yeyote ikiwa anatenda dhambi au kumuondolea adhabu anayostahili. Hawawezi pia kuombea mtu yeyote kwa Mungu, kwani Uislamu hautambui wazo la upatanisho kama hilo." (Jarida la Muslim World League, Mei-Juni 1983, Juzuu ya 10, Nambari 8, uk. 9)

Kuna mtazamo wa jadi unaokuwepo miongoni mwa Waislamu wa leo kuhusu dhana ya kusuluhisha ambao unategemea hadithi. Mtazamo huu hauungi mkono Qur'an. Qur'an mara kwa mara inawajibisha kila mtu kwa tabia yake mwenyewe...

Wazo halisi la Mungu anayesimamia mambo ya ulimwengu lipo tu katika Qur'an, kama ilivyotolewa na Mungu mwenyewe kwa binadamu. Mojawapo ya sifa zinazotajwa mara kwa mara na Mungu juu yake mwenyewe ni 'Aziz-ul-Hakeem' ambayo inatafsiriwa kama Mwenye Nguvu Mkuu, Mwenye Hekima. Dhana ya kusuluhisha inamaanisha kumpa mtu faida ambayo haimstahili na ni kinyume cha dhana ya haki. Mungu Mwenye Hekima hawezi kamwe kutarajiwa kufanya hivyo. Dhana hii ikikubaliwa, inaangusha nguzo nzima ya 'din' kama ilivyowasilishwa katika Qur'an na Mungu. Sote tunajua kwamba mtu ambaye anaikubali kusuluhisha katika maisha ya kidunia kamwe hawezi kutarajiwa kutoa haki. (Chanzo:

www.members.tripod.com; mstari ulioongezwa kwa umuhimu wetu)

Kwenye makala nyingine ya Muislamu, ikijaribu kupinga madai kwamba Qur'an inapingana yenyewe kuhusu suala hili, inadai:

Dhana ya kusuluhisha, ambayo imekatazwa kabisa katika Qur'an, ni tendo la kusuluhisha kwa niaba ya mtu mwingine ili kusamehewa dhambi zake Siku ya Hukumu...

Hadithi ya kusuluhisha ni moja ya hila zenye ufanisi zaidi za Shetani kuwadanganya mamilioni ya watu kuingia katika ibada ya sanamu. Mamilioni ya Wakristo wanaamini kuwa Yesu anawasuluhisha nao na Mungu, na mamilioni ya Waislamu wanaamini kuwa Muhammad si tu atasuluhisha kwa niaba yao, bali pia atawatoa kutoka motoni!

Hivyo, watu hawa wamewafanya Yesu na Muhammad kuwa Mabwana wao na kwa matokeo wamewaabudu! (Chanzo: www.submission.com; mstari ulioongezwa kwa umuhimu wetu)

Mtu anaweza kudai kwamba aya hizi zinahusu makafiri kama washirikina ambao hawatapewa suluhisho lolote. Dai hili halikubaliki kwani baadhi ya aya hizi hazitaji washirikina au makafiri. Kwa kweli, baadhi yao yanawahusu waumini wachamungu (angalia 2:254; 6:51).

2. Kutakuwa na Kusuluhishwa

QUR'AN

Seti ya aya zifuatazo inapingana na aya zilizotangulia kuhusu uhalali wa kusuluhisha: Allah! Hapana mungu isipokuwa Yeye, aliye hai, Mwenye kudumu. Hamfikilii uchovu wala kulala. Vyote vya mbinguni na duniani ni vyake. Ni nani atakayeweza kusuluhisha kwa idhini yake ila akipenda? Anayajua yaliyo mbele yao na yaliyo nyuma yao. Wala hawafahamu chochote katika elimu yake isipokuwa atakavyo yeye. Kiti chake cha enzi kinaenea mbinguni na duniani, wala kumhifadhi Yeye hakumzi kazi. Hakika Yeye ni Aliye juu, Mkuu. Surah 2:255

Hakika Mola wako ni Allah, ambaye ameumba mbingu na ardhi katika siku sita, na ametawala kwa nguvu kwenye kiti cha enzi (cha uwezo), anasimamia na kutawala vitu vyote. Hakuna mpatanishi (anayeweza kuomba) isipokuwa baada ya idhini yake. Huyu ndiye Allah, Mola wenu; basi muabuduni Yeye. Je, hamtazami? Surah 10:3

Siku tutakapokusanya watu wema kwa Mwingi wa Rehema, wakiwa kundi la utukufu. Na kuwafukuza wakosefu motoni, kama kundi la kuchoka. Hawatakuwa na uwezo wa kusuluhisha, isipokuwa yule ambaye amefanya agano na Mola wake. Surah 19:85-87

Siku hiyo hakutakuwa na suluhisho linalofaa, isipokuwa kwa wale ambao wameruhusiwa na (Allah) Mwenye Rehema na ambao neno lao linakubalika kwake. Surah 20:109

Wala hatukumtuma kabla yako Mtume yeyote ila tulimfunulia kwamba hapana mungu ila Mimi, basi niabuduni Mimi. Na wanasema: "Allah Mwingi wa Rehema amejinyakulia mwana." Subhanahu! Bali wao ni watumwa waliotukuka. Hawamthibitishii maneno kabla yake, na hufanya (tu) kwa amri yake. Yeye anayajua yaliyo mbele yao na yaliyo nyuma yao, wala hawasuluhishi isipokuwa kwa yule ambaye Yeye ameridhia, na wanaogopa kwa ajili yake. Na anayesema miongoni mwao: Hakika mimi ni mungu asiye kuwa Yeye, basi tunamwadhibu Motoni. Ndio hivyo tunamwadhibu madhalimu. Surah 21:25-29

"Hakuna suluhisho litakalosaidia mbele yake isipokuwa kwa wale ambao amewapa ruhusa. Hivyo kwamba, wakati hofu itakapoondolewa kutoka mioyo yao (siku ya Kiyama), watasema, 'Ametoa amri gani Mola wako?' Watasema, 'Amri ya kweli na ya haki, na Yeye ndiye Aliye Juu, Mkuu zaidi'." Surah 34:23

Wale wanaoishikilia 'Arshi ya Allah na wale walio karibu nao wanamtakasa Mola wao kwa sifa njema na kumsifu. Wanamuamini na humuomba msamaha kwa ajili ya wale wanaoamini: "Mola wetu! Ufalme wako unajumuisha kila kitu kwa rehema na ujuzi. Basi wasamehe wale wanaotubu na kufuata njia yako, na waepushe na adhabu ya Moto unaowaka! Na tuwafikishe, Mola wetu, katika Bustani za Milele ulizowaahidi wao na wema miongoni mwa baba zao, wake zao, na vizazi vyao! Hakika Wewe ndiye uliye Juu, Mwenye Hekima. Na waepushe na shari; na wale ambao Wewe unawaepusha na shari siku hiyo, umewapatia rehema ya kweli, na hilo litakuwa ni kufuzu kwao kubwa." Surah 40:7-9

Na wale ambao wanaita badala yake hawana uwezo wa kusuluhisha, isipokuwa yule ambaye anatoa ushuhuda wa ukweli kwa kujua. Surah 43:86

Hata kama idadi ya malaika mbinguni itakuwa ni kubwa kiasi gani, uwezo wao wa kusuluhisha hautakuwa na maana isipokuwa baada ya Allah kumruhusu amtakae na kuwa yanakubalika kwake. Surah 53:26

HADITHI

Imehadithiwa na 'Abdullah bin 'Umar: Mtume alisema, "Mtu anaendelea kuomba kitu kwa wengine mpaka siku ya Kiyama afike bila sehemu yoyote ya nyama katika uso wake." Mtume akaongeza, "Siku ya Kiyama, Jua litakuja karibu (na watu) kwa kiwango kwamba jasho litafika hadi katikati ya masikio, kwa hiyo, wakati watu wote watakuwa katika hali hiyo, wataomba msaada kwa Adam, kisha Musa, na kisha Muhammad (amani iwe juu yake)." Mtunzi aliongeza "Muhammad atatafuta usuluhishi kutoka kwa Allah ili ahukumu kati ya watu. Ataendelea hadi atashikilia pete ya mlango (wa Peponi) na kisha Allah atamtukuza kwenye Maqam Mahmud (haki ya kusuluhisha, n.k.). Na watu wote waliokusanyika watapeleka sifa zao kwa Allah." (Sahih Al-Bukhari, Juzuu ya 2, Kitabu cha 24, Hadithi namba 553)

"... 'Hakika! Allah hadhulumu hata uzito wa atomu (au mdudu mdogo kabisa) lakini kama kuna wema (umefanyika) Yeye huongeza maradufu.' (4.40) Mtume akaongeza, "Kisha manabii na Malaika na waumini watatoa usuluhishi, na (mwisho kabisa) Mwenyezi (Allah) atasema, 'Sasa imebaki Usuluhishi Wangu.' Kisha atashika kiganja cha Moto ambacho atatoa watu walioungua miili yao, na watamwagwa katika mto unaoingia Peponi, unaitwa maji ya uzima..." (Sahih Al-Bukhari, Juzuu ya 9, Kitabu cha 93, Hadithi namba 532s)

Imehadithiwa na Abu Huraira: Mtume wa Allah alisema, "Kwa kila Nabii kuna dua moja ambayo bila shaka inatimizwa na Allah, na natarajia, InshaAllah, kuweka dua yangu (maalum) kama usuluhishi kwa wafuasi wangu Siku ya Kiyama." (Sahih Al-Bukhari, Juzuu ya 9, Kitabu cha 93, Hadithi namba 566)

Imehadithiwa na Ma'bad bin Hilal Al'Anzi: Sisi, yaani, baadhi ya watu kutoka Basra tulikusanyika na kwenda kwa Anas bin Malik, na tulikwenda pamoja na Thabit Al-Bunnani ili amuulize kuhusu Hadithi ya Usuluhishi kwa niaba yetu. Tazama, Anas alikuwa katika jumba lake, na kuwasili kwetu kulipatana na sala yake ya Duha. Tuliomba ruhusa ya kuingia na alituruhusu wakati alipokuwa ameketi kitandani mwake. Tukamwambia Thabit, "Usimuulize juu ya chochote kingine kwanza isipokuwa Hadithi ya Usuluhishi." Akasema, "Ewe Abu Hamza! Ndugu zako kutoka Basra wanakuja kukuuliza kuhusu Hadithi ya Usuluhishi." Anas kisha akasema, "Muhammad alituambia akisema, 'Siku ya Kiyama watu watafurika kama mawimbi, na kisha wataenda kwa Adam na kumwambia, 'Tafadhali usuluhishe kwa ajili yetu na Mola wako.' Atasema, 'Mimi sifai kwa hilo, lakini ni bora muende kwa Ibrahim ambaye ni Khalil wa Mwenye Rehema.' Wataenda kwa Ibrahim na yeye atasema, 'Mimi sifai kwa hilo, lakini ni bora muende kwa Musa ambaye ndiye yule ambaye Allah alimzungumzia moja kwa moja.' Kwa hiyo wataenda kwa Musa na yeye atasema, 'Mimi sifai kwa hilo, lakini ni bora muende kwa Yesu ambaye ni roho iliyoumbwa na Allah na Neno Lake.' Wataenda kwa Yesu na yeye atasema, 'Mimi sifai kwa hilo, lakini ni bora muende kwa Muhammad.'"

Watakuja kwangu na mimi nitasema, 'Mimi niko tayari kufanya hivyo.' Kisha nitauliza ruhusa ya Mola wangu, na itatolewa, na kisha atanifunulia sifa ambazo sizijui sasa. Kwa hiyo nitamsifu kwa sifa hizo na nitajitupa, nikiwa nimesujudu mbele zake. Kisha atasema, 'Ewe Muhammad, inua kichwa chako na sema, kwa kuwa utasikilizwa; na omba, kwa kuwa ombi lako litakubaliwa; na suluhisha, kwa kuwa usuluhishi wako utakubaliwa.' Nitamwambia, 'Ewe Mola, wafuasi wangu! Wafuasi wangu!' Na kisha atasemwa, 'Nenda na chukua kutoka Motoni wale wote walio na imani mioyoni mwao, sawa na uzito wa punje ya shayiri.' Nitakwenda na kufanya hivyo na kurudi kumsifu Yeye kwa sifa hizo hizo, na kujitupa (nisujudu) mbele zake. Kisha atasemwa, 'Ewe Muhammad, inua kichwa chako na sema, kwa kuwa utasikilizwa; na omba, kwa kuwa ombi lako litakubaliwa; na suluhisha, kwa kuwa usuluhishi wako utakubaliwa.' Nitamwambia, 'Ewe Mola, wafuasi wangu! Wafuasi wangu!' Atasemwa, 'Nenda na chukua kutoka humo wale wote walio na imani mioyoni mwao sawa na uzito wa mdudu mdogo au mbegu ya haradali.' Nitakwenda na kufanya hivyo na kurudi kumsifu Yeye kwa sifa hizo hizo, na kujitupa kifudifudi mbele zake. Atasemwa, 'Ewe Muhammad, inua kichwa chako na sema, kwa kuwa utasikilizwa; na omba, kwa kuwa ombi lako litakubaliwa; na suluhisha, kwa kuwa usuluhishi wako utakubaliwa.' Nitamwambia, 'Ewe Mola, wafuasi wangu!' Kisha atasema, 'Nenda na chukua kutoka humo wale walio na imani mioyoni mwao hata kama ni sawa na uzito wa mbegu ndogo, ndogo kabisa ya haradali. Watoe kutoka Motoni.' Nitakwenda na kufanya hivyo."

Tulipomwacha Anas, nilisema kwa baadhi ya marafiki zangu, "Twende kwa Al-Hasan ambaye anajificha nyumbani kwa Abi Khalifa na tumwombe atueleze kile ambacho Anas bin Malik ametueleza." Kwa hiyo tukaenda kwake na kumwambia salamu na alitukubalia. Tukamwambia, "Ewe Abu Said! Tumekuja kwako kutoka kwa ndugu yako Anas Bin Malik na ametusimulia Hadithi kuhusu shafa'a ambayo sijawahi kusikia mfano wake." Akasema, "Ni kitu gani hicho?" Kisha tukamweleza kuhusu Hadithi na tukasema, "Alisimama katika sehemu hii (ya Hadithi)." Akasema, "Na kisha?" Tukasema, "Hakuzidisha chochote baada ya hapo." Akasema, Anas alinisimulia Hadithi hiyo miaka ishirini iliyopita alipokuwa kijana. Sijui ikiwa alisahau au hakupenda kuwategemeza kwa kile alichoweza kusema." Tukasema, "Ewe Abu Said! Tujulishe hilo." Akatabasamu na kusema, "Binadamu ameumbwa kuwa mwenye pupa. Sikuwataja hilo, lakini nilitaka kuwaeleza." Anas alinieleza kama alivyokwambia na akasema kuwa Mtume aliongeza, 'Kisha narudi kwa mara ya nne na kumsifu kwa njia hiyo hiyo na kujisujudia mbele yake. Kisha atasemwa, 'Ewe Muhammad, inua kichwa chako na sema, kwa kuwa utasikilizwa; na omba, kwa kuwa ombi lako litakubaliwa; na suluhisha, kwa kuwa usuluhishi wako utakubaliwa.' Nitamwambia, 'Ewe Mola, nipe ruhusa ya kuwaombea wale ambao walisema, 'Hakuna mungu isipokuwa Allah.' Kisha Allah atasema, 'Kwa nguvu zangu, na enzi yangu, na ukuu wangu, na utukufu wangu, Nitawaondoa kutoka Motoni wale wote waliosema: 'Hakuna mungu isipokuwa Allah.''"

Inaripotiwa kutoka kwa Abu Zubair kwamba alisikia kutoka kwa Jabir bin Abdullah, ambaye alikuwa ameulizwa kuhusu kuwasili kwa watu Siku ya Kiyama. Jabir akasema, "Tutakuja Siku ya Kiyama hivi, hivi, na tutatazama kwa makini, yale yanayohusiana na 'watu walioinuliwa'. Anasema, "Watu wataitwa pamoja na sanamu zao ambazo walizifuata kama miungu, mmoja baada ya mwingine. Kisha Mola wetu atakuja kwetu na kusema: Mnasubiri nani? Watu watamjibu: Tunasubiri Mola wetu. Atasema: Mimi ndiye Mola wenu. Watu watasema: Hatuwezi kujua hadi tumwangalie. Kisha atawajidhihirisha kwa tabasamu na kuwaongoza, na wao watafuata nyayo zake. Kila mtu, iwe mnafiki au muumini, atapewa nuru, na kutakuwa na misumari na kanzu kwenye daraja la Jahannamu, ambazo zitawashika wale ambao Mwenyezi Mungu atataka. Kisha nuru ya wanafiki itazimishwa, na waumini wataokolewa. Kundi la kwanza kupata wokovu litajumuisha wanaume sabini elfu ambao nyuso zao zitang'aa kama mwezi kamili, na hawataulizwa chochote. Kisha watu wanaofuatia mara moja baada yao watakuwa na nyuso zao kama nyota angani. Hivi ndivyo makundi yatafuatana. Kisha hatua ya kuombea itakuja, na wale wanaoruhusiwa kuombea watapata fursa ya kuombea, mpaka mtu atakayesema: "Hapana mungu isipokuwa Allah" na awe na wema moyoni wake sawa na uzito wa chembe ya shayiri atatoka nje ya Moto. Watu hao wataletwa katika ua wa Pepo, na wenyeji wa Pepo wataanza kuwanyunyizia maji mpaka wataanza kuota kama mimea inavyoota majini, na majeraha yao yataondoka. Wataomba kwa Mola wao mpaka wapewe riziki za dunia na riziki za kumi juu ya hizo. (Sahih Muslim, Kitabu cha 001, Nambari ya 0367)

'Abdullah bin 'Abbas aliripoti kwamba mwana wake alikufa huko Qudaid au 'Usfan. Akamwambia Kuraib aende kuangalia ni watu wangapi wamekusanyika huko kwa ajili ya mazishi yake. Kuraib akasema: Basi nikatoka na kumjulisha kuhusu watu waliohudhuria. Ibn 'Abbas akasema: Je, unafikiri wako arobaini? Kuraib akasema: Ndiyo. Ibn 'Abbas kisha akawaambia: Mlete (mwili wa marehemu) nje kwani nimesikia Mtume wa Allah (rehma na amani ziwe juu yake) akisema: Ikiwa Muislamu yeyote anakufa na watu arobaini ambao hawamshirikishi Allah wanasimama kwenye sala yake (wanaswali juu yake), Allah atawakubali kama waombezi kwake. (Sahih Muslim, Kitabu cha 004, Nambari ya 2072)

Abu Huraira aliripoti kwamba Mtume wa Allah (rehma na amani ziwe juu yake) alisema: Nitakuwa mwenye cheo cha juu zaidi kati ya wazao wa Adamu Siku ya Kiyama na nitakuwa wa kwanza kuombea na kuombwa dua (na dua yangu itakubaliwa na Allah). (Sahih Muslim, Kitabu cha 030, Nambari ya 5655)

Hadith hizi zinasema kwamba Muhammad hataruhusiwa tu kuombea, bali kwamba Waislamu wengi wasiostahili Pepo watatolewa motoni kwa sababu ya kuombea kwake!

Mjadala

Sasa kuna Waislamu wengine ambao pia wanataja aya zifuatazo kama ushahidi kwamba Allah atakubali kuombewa kwa manabii wake:

Basi ni kwa sababu ya rehema kutoka kwa Allah kwamba wewe umekuwa mpole kwao. Na lau ungeliwa mkali na mwenye moyo mgumu, bila shaka wao wangekukimbia. Basi wasamehe na waombee msamaha, na shauriana nao katika mambo. Na ukishakata shauri, basi mtegemee Allah. Hakika Allah huwapenda wanaomtegemea. Surah ya 3:159 (Ibrahim) "Ee Mola wetu!

Tufunike kwa msamaha wako - mimi, wazazi wangu, na Waumini wote, Siku ya Hisabu itakaposimamishwa!" Surah ya 14:41

(Ibrahim) "Msamehe baba yangu, kwa kuwa yeye ni miongoni mwa waliopotea." Surah ya 26:86

Basi jueni (ee Muhammad) kwamba hapana mungu ila Allah, na omba msamaha kwa dhambi zako na kwa waumini wanaume na waumini wanawake. Na Allah anajua mahali penu pa msongamano na mahali penu pa kutulia. Surah ya 47:19 Pickthall

Na wanapowaelekea wakisema: "Njooni, Mtume wa Allah atakuombeeni msamaha", huigeuza vichwa vyao, nawe utawaona wanageuza nyuso zao kwa kiburi. Surah ya 63:5 rejea 4:64; 9:103; 24:62; 60:12

Kuna maoni kadhaa yanayofaa kuzingatiwa.

Kwanza, ingawa Qur'an inaamuru manabii na mitume kuomba kwa niaba ya wengine, kuna aya nyingine ambazo zinaonyesha kuwa sala zao hazikubaliwi kila wakati na Allah:

Na usiombe kwa ajili ya wale ambao wanafanya kwa hiana dhidi ya nafsi zao; hakika Allah hampendi yule ambaye ni mwovu, mwenye dhambi. Surah ya 4:107.

Waombee msamaha (ee Muhammad) kwa ajili yao, au usiwombee msamaha. Hata ukiiomba msamaha kwa ajili yao mara sabini, Allah hatawasamehe. Hiyo ni kwa sababu walikufuru kwa Allah na Mtume wake, na Allah hawaongozi watu madhalimu. Surah ya 9:80 Pickthall.

Na kamwe (ee Muhammad) usisali kwa ajili ya mmoja wao aliyekufa, wala usisimame kando ya kaburi lake. Hakika walikufuru kwa Allah na Mtume wake, na wakafa hali ya kuwa ni wafanyaji wa maovu. Surah ya 9:84 Pickthall.

Na Nuhu aliomba kwa Mola wake, na akasema: "Ee Mola wangu! Hakika mwanangu ni katika jamaa yangu! Na ahadi yako ni ya kweli, na Wewe ndiye Hakimu mwenye haki zaidi!" Akasema: "Ewe Nuhu! Huyu si katika jamaa yako: Kwani amefanya maovu. Basi usiniombee jambo ambalo huna ujuzi nalo! Nakupea ushauri, usije ukawa miongoni mwa wajinga!" Nuhu akasema: "Ee

Mola wangu! Mimi najikinga Kwako, nisiombe jambo ambalo sina ujuzi nalo. Na nisiwie radhi na uniwekee rehema, nami ningejipoteza hakika!" Surah ya 11:45-47.

Kwa kuvutia, hadithi ifuatayo inaonyesha kwamba sala ya uongo ya Ibrahim kwa ajili ya wazazi wake katika Surah ya 14:41 na 26:86 haikukubaliwa:

Alisimulia Abu Huraira:

Mtume alisema, "Siku ya Kiyama Ibrahim atakutana na baba yake Azar ambaye uso wake utakuwa mweusi na umefunikwa na vumbi. (Mtume Ibrahim atamwambia): 'Sikuwahi kukukataza usiniasi?' Baba yake atajibu: 'Leo sitakukataza.' Ibrahim atasema: 'Ee Mola! Uliahidi kuniheshimu Siku ya Kiyama; na hakuna kitu kinachoweza kunidhalilisha zaidi kuliko kumlaani na kumfedhehesha baba yangu?' Kisha Allah atasema (kwake): 'Nimeharamisha Pepo kwa wakataao tamaa (makafiri).' Kisha atasemwa: 'Ee Ibrahim! Angalia! Kuna kitu gani chini ya miguu yako?' Atatazama na hapo ataona Dhabh (mnyama), mwenye damu, ambae utamkamata kwa miguu yake na kumtupwa Motoni (Jahanamu)." (Sahih Bukhari, Juzuu ya 4, Kitabu cha 55, Nambari 569)

Hadithi hii pia inathibitisha kwamba maombezi ya manabii hayatakuwa na faida, hata ingawa hii inahusiana na kafiri. Wakati huo huo, inapingana na hadithi zinazosema kwamba maombezi yao yanaweza kuwa na manufaa!

Pili, sala katika virejeleo hivi havitokei Siku ya Hukumu. Kwa hivyo, haiwezi kutumiwa kuthibitisha kwamba Allah atawaruhusu manabii na mitume kuombea wengine. Mwishowe, vifungu hivi vinazidisha utata kwani havifanyi chochote kusuluhisha tatizo. Vinatoa ushahidi zaidi kwamba kuna mizozo isiyoweza kupatanishwa ndani ya Qur'an. Muislamu anaweza kuibua hoja nyingine ya kutatua suala hili. Kuna aya mbili zinazopingana ambazo zinaonekana kando kando, yaani Surah ya 2:254-255:

Enyi mlioamini! Toeni katika vile tulivyokuruzukuni kabla haijafika Siku ambayo hapakuwa na biashara wala urafiki wala shufaa (maombezi). Na makafiri ndio madhalimu. Mwenyezi Mungu! Hapana mungu ila Yeye, Aliye hai, Msimamizi wa milele. Hapatawahi kumshika usingizi wala kulala. Vyote vya mbinguni na duniani ni vyake. Ni nani atakayeweza kuombea mbele zake isipokuwa kwa idhini yake? Anajua yaliyo mbele yao na yaliyo nyuma yao. Wala hawawezi kufahamu chochote katika elimu yake ila kile alichokitaka. Kiti chake cha enzi kinaenea mbinguni na duniani, na kudumisha hivyo si kazi ngumu kwake. Naye ni Aliye juu, Mkuu. (Surah ya 2:254-255)

Muislamu anaweza kudai kuwa aya hii inaonyesha kwamba hakuna mgongano katika Qur'an, kwani inaeleza kwamba hakuna maombezi yoyote yanayoweza kuwa na faida isipokuwa Allah akiyaruhusu.

Tena, kuna maoni kadhaa ya kuzingatiwa. Kwanza, hata kama tukikubali maelezo kama haya kwa aya hii, tukizingatia kuwa aya mbili zipo pamoja, bado haitatatua seti nyingine ya vifungu vinavyopingana ambavyo mara nyingi vipo mbali sana. Kulingana na kanuni za mantiki, mgongano bado ni mgongano, iwe taarifa zinazopingana zipo katika Surah tofauti au katika kipande kimoja.

Pili, kuna mjadala kuhusu uelewa sahihi wa aya hii. Kwa mfano, je, aya hii inafundisha kwamba maombezi yanayokubalika na Mungu ni yale anayoyaruhusu? Au je, aya hii inamaanisha kwamba Mungu anaweza kuruhusu maombezi ikiwa atapenda, lakini hafanyi hivyo kwa kuwa ameamua kuwa maombezi yote yanamilikiwa na yeye pekee?

Kwa mfano wa tafsiri ya pili, angalia maoni yafuatayo yaliyotolewa katika makala ya Muislamu:

Surah Al Baqarah Ayah: 254

يَٰٓأَيُّهَا ٱلَّذِينَ ءَامَنُوٓاْ أَنفِقُواْ مِمَّا رَزَقۡنَٰكُم مِّن قَبۡلِ أَن يَأۡتِيَ يَوۡمٌ لَّا بَيۡعٌ فِيهِ وَلَا خُلَّةٌ وَلَا شَفَٰعَةٌ وَٱلۡكَٰفِرُونَ هُمُ ٱلظَّٰلِمُونَ

Enyi mlio amini! Toeni katika tulivyo kupeni kabla haijafika Siku ambayo hapatakuwapo biashara, wala urafiki, wala uombezi. Na makafiri ndio madhaalimu.

Ayah: 255

اللَّهُ لَا إِلَٰهَ إِلَّا هُوَ ٱلْحَيُّ ٱلْقَيُّومُ لَا تَأْخُذُهُ سِنَةٌ وَلَا نَوْمٌ لَّهُ مَا فِي ٱلسَّمَٰوَٰتِ وَمَا فِي ٱلْأَرْضِ مَن ذَا ٱلَّذِي يَشْفَعُ عِندَهُ إِلَّا بِإِذْنِهِ يَعْلَمُ مَا بَيْنَ أَيْدِيهِمْ وَمَا خَلْفَهُمْ وَلَا يُحِيطُونَ بِشَيْءٍ مِّنْ عِلْمِهِ إِلَّا بِمَا شَاءَ وَسِعَ كُرْسِيُّهُ ٱلسَّمَٰوَٰتِ وَٱلْأَرْضَ وَلَا يَئُودُهُ حِفْظُهُمَا وَهُوَ ٱلْعَلِيُّ ٱلْعَظِيمُ

Mwenyezi Mungu - hapana mungu ila Yeye Aliye hai, Msimamia mambo yote milele. Hashikwi na usingizi wala kulala. Ni vyake pekee vyote viliomo mbinguni na duniani. Ni nani huyo awezaye kuombea mbele yake bila ya idhini yake? Anayajua yaliyo mbele yao na yaliyo nyuma yao; wala wao hawajui chochote katika vilio katika ujuzi wake, ila kwa atakalo mwenyewe. Enzi yake imetanda mbinguni na duniani; na wala haemewi na kuvilinda hivyo. Na Yeye ndiye aliye juu, na ndiye Mkuu.

Ni muhimu kunukuu aya iliyotangulia moja kwa moja kutoka Qur'an:

"Enyi mlioamini! Toeni katika (neema) tulizowaruzuku kabla haijafika Siku ambayo biashara haitafaa wala urafiki wala maombezi. Wale wanaokataa imani - hao ndio madhalimu" (2:254). Aya hii inaondoa shaka kwamba hakuna maombezi, kama inavyorudiwa katika aya (4:123-124) iliyotajwa hapo juu. Dhahiri, hakuna haja ya kuingia katika undani zaidi kuhusu tafsiri ya aya (2:255), vinginevyo inaonekana kuna mgongano katika Qur'an ambao siyo wa kawaida. Kulingana na Sheria ya Malipo, kila tendo la binadamu linaiacha athari yake kwenye utu wa binadamu. Qur'an imetumia mfano ili kuonyesha mfano wetu katika jamii. Kwa mfano, tunashuhudia mahakamani jinsi mshtakiwa anavyoshtakiwa mbele ya mashahidi kwa ajili ya utetezi na mashtaka. Hukumu basi hutolewa kulingana na ushahidi uliowasilishwa." (Chanzo member.tripod.com; mkazo umewekwa na sisi)

Mgongano mkubwa kama huo unafanya iwe vigumu kwa mtu mwenye akili wazi kuchukulia kwa umakini madai kwamba Qur'an ni neno la Mungu wa kweli.

SEHEMU YA XXXVIII

Kumbe Allah hajui kila kitu

Allah si mjuzi wa yote.

Jinsi Mafundisho ya Kiislamu ya Maombezi yanavyoyumbisha Ujuzi Kamili wa Allah Katika makala kadhaa za awali, tulijadili matatizo na mafungamano yanayohusu dhana ya Kiislamu ya maombezi. Tuliona jinsi Qur'an na fasihi ya Kiislamu zinapingana, kwani marejeo fulani yanasema kwamba Allah hayapi nafasi maombezi yoyote, wakati aya nyingine zinathibitisha kuwa anaruhusu. Tuliendelea kuona jinsi maombezi yanavyodhoofisha umoja wa Allah, au angalau msimamo wa kawaida wa Kiislamu kuhusu hilo.

Hapa tunataka kuonyesha jinsi maombezi yanavyoleta swali kuhusu ujuzi kamili wa Allah. Kwa mfano, angalia kile kitambulisho kinachofuata kinachodai kuhusu uhusiano kati ya ujuzi wa Allah na maombezi:

"Na wanawaabudu badala ya Mwenyezi Mungu wasio wadhuru wala kuwanufaisha. Na husema: 'Hawa ni waombezi wetu kwa Mwenyezi Mungu'. Sema: 'Je, mnampa Mwenyezi Mungu khabari za yale asiyoyajua mbinguni na ardhini?' Ametakasika na ametukuka juu ya yale wanayo mshirikisha nayo!" (Surah 10:18, tafsiri ya Hilali-Khan)

Qur'an inaamini hapa kwamba mpatanishi anahitajika tu ikiwa Allah hajui habari fulani muhimu, ikiwa hana ujuzi kamili wa hali hiyo (Yaani kuna mambo ambayo yanatokea Duniani na

Allah hayajui). Kama alivyosema mtaalamu wa Kiislamu marehemu Muhammad Asad kuhusu maandiko haya:

"27 Hivyo, imani katika ufanisi wa maombezi ya yeyote yule bila masharti kwa Mungu, au upatanishi kati ya mwanadamu na Yeye, hapa inalinganishwa na kukana ujuzi kamili wa Mungu, ambao unachukua hali zote za mtenda dhambi na dhambi yake kwa kuzingatia. (Kuhusu idhini ya kisimboliki ya Mungu kwa mitume wake kuwa "waombezi" kwa wafuasi wao Siku ya Kiyama, angalia maelezo 7 hapo juu.)" (Chanzo www.geocities.com)

Mantiki ya mwandishi (waandishi) wa Qur'an yanasema kama ifuatavyo: Mpatanishi si muhimu ikiwa Allah anajua kila kitu, kwani maombezi yanamaanisha kutokuwa na ujuzi. Tukiangalia ukweli kwamba Allah anajua vyema na anajua kila kitu, je, kuna chochote ambacho mpatanishi yeyote anaweza kumwambia ambacho yeye tayari hakijui? Je, kuna chochote ambacho Allah hajui na kinahitaji mpatanishi ili kumjulisha na hivyo kumwezesha kuhukumu kwa haki?

Mwandishi (waandishi) wa Qur'an alikuwa akiwafahamisha makafiri kwamba imani yao katika maombezi ilikuwa ni shambulio moja kwa moja kwa ukamilifu wa Allah, kwani hii ilifanya sanamu na/au viumbe ambavyo walikuwa wanaviabudu kuwa sawa na Allah katika ujuzi wake. Kwa maneno mengine, maombezi kwa mwandishi (waandishi) inamaanisha kwamba viumbe vingine ambavyo makafiri walikuwa wanamuomba ni Allah, kwa namna fulani walikuwa na ujuzi bora na walikuwa na ujuzi zaidi katika maeneo fulani kuliko mungu wa Kiislamu mwenyewe. Na kwa kuwa hakuna mtu mwenye ujuzi bora kuliko Allah na hakuna mtu anayejua yote anayoyajua yeye, basi haiwezekani kwa yeyote kumfikia mbele yake.

Ili kuonyesha wazi hoja hii, tafadhali angalia hadithi ifuatayo katika Qur'an:

Surat Hud Ayah 36-47

وَأُوحِيَ إِلَىٰ نُوحٍ أَنَّهُ لَن يُؤْمِنَ مِن قَوْمِكَ إِلَّا مَن قَدْ ءَامَنَ فَلَا تَبْتَئِسْ بِمَا كَانُوا۟ يَفْعَلُونَ

Na akafunuliwa Nuhu akaambiwa: Hataamini yeyote katika watu wako ila wale walio kwisha amini. Basi usisikitike kwa waliyo kuwa wakiyatenda.

Maana ya aya: Mwenyezi Mungu akamletea wahyi Nuhu akamwambia: Hatakusadiki wala hataifuata Haki yeyote katika kaumu yako baada ya sasa, isipo kuwa wale walio kwisha tangulia kukuamini kabla ya hayo. Basi ewe Nuhu! Usihuzunike kwa sababu ya waliyo kuwa wakikutendea, ya kukukadhibisha, na kukuuudhi. Kwani Sisi tutawalipiza karibu.

Ayah: 37

وَٱصْنَعِ ٱلْفُلْكَ بِأَعْيُنِنَا وَوَحْيِنَا وَلَا تُخَٰطِبْنِي فِي ٱلَّذِينَ ظَلَمُوٓا۟ إِنَّهُم مُّغْرَقُونَ

Na unda jahazi mbele ya macho yetu na kwa mujibu wa ufunuo wetu. Wala usinisemeze kuwatetea walio dhulumu. Kwani hao bila ya shaka watazamishwa.

Maana ya aya: Tukamwambia: Tengeneza chombo chini ya uangalizi na ulinzi wetu, wala usinisemeze kwa ajili ya hawa madhaalimu, kwa sababu nilikwisha itikia ombi lako, na nimekwisha amrisha wateketezwe kwa kuzamishwa. Tazama Aya 27 Surat Al Muuminun (23).

Ayah: 38

وَيَصْنَعُ ٱلْفُلْكَ وَكُلَّمَا مَرَّ عَلَيْهِ مَلَأٌ مِّن قَوْمِهِۦ سَخِرُوا۟ مِنْهُ قَالَ إِن تَسْخَرُوا۟ مِنَّا فَإِنَّا نَسْخَرُ مِنكُمْ كَمَا تَسْخَرُونَ

Na akawa anaunda jahazi, na kila wakipita wakuu wa kaumu yake wakimkejeli. Yeye akasema: Ikiwa nyinyi mnatukejeli na sisi tunakukejelini kama mnavyo tukejeli.

Maana ya aya: Nuhu akaingia kujenga chombo. Kila wakipita waongozi wa makafiri katika kaumu yake wakimfanyia maskhara, kwa ujinga wao na kuwa hawajui nini anacho kusudia! Nuhu akawaambia: Mkitufanyia maskhara sisi kwa kutojua kwenu ukweli wa ahadi ya Mwenyezi Mungu, basi hakika sisi pia tutakufanyieni maskhara, kama mnavyo tufanyia sisi.

Ayah: 39

فَسَوْفَ تَعْلَمُونَ مَن يَأْتِيهِ عَذَابٌ يُخْزِيهِ وَيَحِلُّ عَلَيْهِ عَذَابٌ مُّقِيمٌ

Nanyi mtakuja jua ni nani itakaye mfikia adhabu ya kumhizi, na itakaye mteremkia adhabu ya kudumu.

Maana ya aya: Mtakuja jua nani kati yetu atakaye fikiwa na adhabu ya kumdhalilisha, na atafikiwa na adhabu ya kudumu milele katika Akhera!

Ayah: 40

حَتَّىٰ إِذَا جَآءَ أَمْرُنَا وَفَارَ ٱلتَّنُّورُ قُلْنَا ٱحْمِلْ فِيهَا مِن كُلٍّ زَوْجَيْنِ ٱثْنَيْنِ وَأَهْلَكَ إِلَّا مَن سَبَقَ عَلَيْهِ ٱلْقَوْلُ وَمَنْ ءَامَنَ وَمَآ ءَامَنَ مَعَهُ إِلَّا قَلِيلٌ

Hata ilipo kuja amri yetu, na tanuri ikafoka maji, tulisema: Pakia humo wawili wawili, dume na jike, kutoka kila aina, na ahali zako, isipo kuwa wale ambao imekwisha wapitia hukumu; na watu walio amini. Na hawakuamini pamoja naye ila wachache tu.

Maana ya aya: Hata ulipo wadia wakati wa amri yetu ya kuwahilikisha, yalikuja maji kwa nguvu yakifoka na kutoa mapovu, kama maji yanavyo tokota juu ya moto. Tukamwambia Nuhu: Wapakie nawe katika hiyo Safina kutoka kila namna ya wanyama dume na jike. Na pia wapakie humo ahali zako, yaani watu wa nyumbani kwako, isipokuwa ilio kwisha pita juu yake hukumu yetu ya kumteketeza. Na pia kadhaalika wapakie humo katika watu wako walio amini. Na hao hawakuwa ila idadi chache tu.

Ayah: 41

وَقَالَ ٱرْكَبُوا۟ فِيهَا بِسْمِ ٱللَّهِ مَجْرٜىٰهَا وَمُرْسَىٰهَآ إِنَّ رَبِّي لَغَفُورٌ رَّحِيمٌ

Na akasema: Pandeni humo kwa Bismillahi, Kwa Jina la Mwenyezi Mungu, kwenda kwake na kusimama kwake. Hakika Mola wangu Mlezi ni Mwenye kusamehe Mwenye kurehemu.

Maana ya aya: Na baada ya kwisha liweka tayari jahazi Nuhu aliwaambia watu wake: Pandeni humo kwa kujipigia feli njema kwa kulitaja jina la Mwenyezi Mungu Mtukufu (kupiga BISMILLAHI) wakati wa kwenda na wakati wa kusimama, na wakati wa kuingia na wakati wa kutoka humo. Na muombeni Mwenyezi Mungu akusameheni kwa madhambi mlio tenda, na akurehemuni. Kwani maghfira na rehema ni katika shani yake Subhanahu wa Taa'la.

Ayah: 42

وَهِيَ تَجْرِي بِهِمْ فِي مَوْجٍ كَٱلْجِبَالِ وَنَادَىٰ نُوحٌ ٱبْنَهُ وَكَانَ فِي مَعْزِلٍ يَٰبُنَيَّ ٱرْكَب مَّعَنَا وَلَا تَكُن مَّعَ ٱلْكَٰفِرِينَ

Ikawa inakwenda nao katika mawimbi kama milima. Na Nuhu akamwita mwanawe naye alikuwa mbali: Ewe mwanangu! Panda pamoja nasi, wala usiwe pamoja na makafiri.

Maana ya aya: Wakaingia katika Safina, ikawa inakwenda katika mawimbi makubwa makubwa kama milima! Na ilipo anza kwenda Nuhu alimkumbuka mwanawe kwa huruma ya baba, naye alikuwa yuko mbali kajitenga na wito wa baba yake. Akamwita: Ewe mwanangu! Panda nasi, wala usiwe katika wanao ikataa Dini ya Mwenyezi Mungu Mtukufu!

Ayah: 43

قَالَ سَـَٔاوِيٓ إِلَىٰ جَبَلٍ يَعْصِمُنِي مِنَ ٱلْمَآءِ قَالَ لَا عَاصِمَ ٱلْيَوْمَ مِنْ أَمْرِ ٱللَّهِ إِلَّا مَن رَّحِمَ وَحَالَ بَيْنَهُمَا ٱلْمَوْجُ فَكَانَ مِنَ ٱلْمُغْرَقِينَ

Akasema: Nitakimbilia mlimani unilinde na maji. (Nuhu) akasema: Leo hapana wa kulindwa na amri ya Mwenyezi Mungu ila aliye mrehemu mwenyewe. Na wimbi likawatenganisha, akawa katika walio zama.

Maana ya aya: Mtoto hakumt'ii baba yake mwenye kumwonea huruma! Akasema: Nitakwenda pahala pa kunilinda na maji! Baba, mwenye kujua hukumu ya Mwenyezi Mungu kwa wenye kuasi, alisema: Ewe mwanangu! Hakipatikani cha kuzuia hukumu ya Mwenyezi Mungu ya kuwazamisha walio dhulumu! Basi yule kijana akapotea kwenye macho ya baba yake anaye mnasihi nyuma ya wimbi lilio panda juu; akawa pamoja na wakanushao, walio zama, walio teketea.

Ayah: 44

وَقِيلَ يَـٰٓأَرْضُ ٱبْلَعِي مَآءَكِ وَيَـٰسَمَآءُ أَقْلِعِي وَغِيضَ ٱلْمَآءُ وَقُضِيَ ٱلْأَمْرُ وَٱسْتَوَتْ عَلَى ٱلْجُودِيِّ وَقِيلَ بُعْدًا لِّلْقَوْمِ ٱلظَّـٰلِمِينَ

Na ikasemwa: Ewe ardhi! Meza maji yako. Na Ewe mbingu! Jizuie. Basi maji yakadidimia chini, na amri ikapitishwa, na (jahazi) likasimama juu ya (mlima) wa Al Juudiy. Na ikasemwa: Wapotelee mbali watu walio dhulumu!

Maana ya aya: Walipo kwisha hiliki makafiri kwa kuzamishwa, ikaja amri ya Mwenyezi Mungu ya maumbile. Ikasemwa kwa hukumu ya uumbaji: Ewe ardhi! Yameze maji yako, na wewe mbingu! Sita na kuteremsha maji. Yakaondoka maji kwenye ardhi, wala kisiongezeke chochote kutoka mbinguni. Hukumu ya Mwenyezi Mungu ya kuhiliki ikamalizika. Jahazi likatua na likasimama juu ya mlima uitwao Al Juudiy. Na Mwenyezi Mungu akawahukumia walio dhulumu kwa kuwatenga na rehema yake. Ikasemwa: Wateketee kaumu walio dhulumu kwa sababu ya dhulma zao. Mlima huo uko Mosal (kaskazini mwa Iraq na kusini ya Turki) Ulikuwa maarufu hapo kale.

Ayah: 45

وَنَادَىٰ نُوحٌ رَّبَّهُ فَقَالَ رَبِّ إِنَّ ٱبْنِي مِنْ أَهْلِي وَإِنَّ وَعْدَكَ ٱلْحَقُّ وَأَنتَ أَحْكَمُ ٱلْحَٰكِمِينَ

Na Nuhu alimwomba Mola wake Mlezi: Ee Mola Mlezi wangu! Hakika mwanangu ni katika ahali zangu, na hakika ahadi yako ni haki. Na Wewe ni Mwenye haki kuliko mahakimu wote.

Maana ya aya: Huruma ilimshika Nuhu moyoni mwake kwa ajili ya mwanawe. Akamwomba Mola Mlezi wake kwa unyenyekevu na kuona huruma, akasema: Ewe Muumba wangu, uliye nianzisha nami sijawa chochote! Hakika huyu mwanangu ni kipande cha nafsi yangu, naye ni katika ahali zangu. Na Wewe umeahidi kuwa utawaokoa ahali zangu, na ahadi yako ni ya kweli, madhubuti, lazima iwe. Na hapana muadilifu kama Wewe! Kwani Wewe ndiye Mjuzi kushinda wote, na Wewe ni mwingi wa hikima kuliko wote wenye kuhukumu!

Ayah: 46

قَالَ يَٰنُوحُ إِنَّهُ لَيْسَ مِنْ أَهْلِكَ إِنَّهُ عَمَلٌ غَيْرُ صَٰلِحٍ فَلَا تَسْـَٔلْنِ مَا لَيْسَ لَكَ بِهِ عِلْمٌ إِنِّي أَعِظُكَ أَن تَكُونَ مِنَ ٱلْجَٰهِلِينَ

Akasema: Ewe Nuhu! Huyu si katika ahali zako. Mwendo wake si mwema. Basi usiniombe jambo usio na ujuzi nalo. Mimi nakuwaidhi usije ukawa miongoni mwa wajinga.

Maana ya aya: Allah Subhanahu akasema: Hakika huyo mwanao si katika ahali zako. Kwani yeye kwa ukafiri wake na mwendo wake pamoja na makafiri amekata makhusiano baina yako na yeye. Naye ametenda vitendo visio vyema. Kwa hivyo amekuwa si katika wewe. Nawe usitake jambo usilo lijua, kuwa ndilo au silo. Wala usende kufuata huruma zako. Na mimi nakuongoza njia ya Haki ili usiwe katika wajinga ukasahau kwa huruma zako Hakika iliyo thibiti!

Ayah: 47

قَالَ رَبِّ إِنِّي أَعُوذُ بِكَ أَنْ أَسْأَلَكَ مَا لَيْسَ لِي بِهِ عِلْمٌ وَإِلَّا تَغْفِرْ لِي وَتَرْحَمْنِي أَكُن مِّنَ ٱلْخَٰسِرِينَ

Nuhu akasema: Ewe Mola wangu Mlezi! Mimi najikinga kwako nisikuombe nisio na ujuzi nalo. Na kama hunisamehe na ukanirehemu, nitakuwa katika walio khasiri.

Maana ya aya: Nuhu akasema: Ewe Muumba wangu, uliye tawala mambo yangu yote! Mimi nakuangukia Wewe. Sitakuomba nisicho kijua hakika yake. Nawe nisamehe kwa niliyo yasema kutokana na huruma zangu. Kama hukunipa fadhila ya msamaha wako, na ukanirehemu kwa rehema yako, nitakuwa katika makundi ya walio khasiri. S. 11:36-47

Allah alikuwa anamwambia Nuhu kwamba hana shughuli ya kumwombea mwana wake kwani hakuwa anajua kile ambacho Allah alijua kinamhusu. Hii kimsingi inafunua upumbavu wa kuombea kulingana na mtazamo wa Qur'an.

Hivyo, hoja ya Q. 10:18 inamaanisha kwamba ikiwa tunapata marejeo maalum ya Kiislamu yanayopendekeza kuwa kuombea ni kitu kinachowezekana, kwa mfano, kwamba Allah anaruhusu watu kuombea mbele yake, basi hii kimsingi itaondoa ujuzi wa kila kitu wa mungu wa Kiislamu.

Hii, labda, inaeleza kwanini kuna aya nyingi sana zinazokataza uhalali na uwezekano wa kuombea:

Surat Al Baqarah Ayah 47

يَٰبَنِىٓ إِسْرَٰٓءِيلَ ٱذْكُرُوا۟ نِعْمَتِيَ ٱلَّتِىٓ أَنْعَمْتُ عَلَيْكُمْ وَأَنِّى فَضَّلْتُكُمْ عَلَى ٱلْعَٰلَمِينَ

Enyi Wana wa Israili! Kumbukeni zile neema zangu nilizo kuneemesheni, na nikakuteuweni kuliko wote wengineo.

Maana ya aya: Enyi Wana wa Israili! Kumbukeni neema zangu nilizo kuneemesheni kwa kukutoeni katika dhulma ya Firauni, na nikakuongoeni na nikakuwekeni imara katika nchi baada ya kuwa mlikuwa mkionewa humo. Mshukuruni kwa kumt'ii Mwenye kukutunukieni hayo. Na kumbukeni kuwa Mimi niliwapa baba zenu mlio zalikana kutoka kwao nisiyo wapa wowote wengineo wakati wenu. Haya wanaambiwa taifa la Mayahudi walio kuwako zama za Mtume.

Ayah: 48

وَٱتَّقُواْ يَوْمًا لَّا تَجْزِي نَفْسٌ عَن نَّفْسٍ شَيْئًا وَلَا يُقْبَلُ مِنْهَا شَفَٰعَةٌ وَلَا يُؤْخَذُ مِنْهَا عَدْلٌ وَلَا هُمْ يُنصَرُونَ

Na iogopeni Siku ambayo mtu hatomfaa mtu kwa lolote, wala hayatakubaliwa kwake maombezi, wala hakitapokewa kikomboleo kwake; wala hawatanusuriwa.

Maana ya aya: Iogopeni Siku ya Hisabu kali, Siku ya Kiyama, siku ambayo hapana mtu ataeweza kumtetea mtu, na wala hapana mtu ataye mfaa mtu, wala hakubaliwi mtu kuleta mwombezi, kama ilivyokuwa hatokubaliwa mtu kutoa fidia ya dhambi, wala hapana mtu ataye weza kuizuia adhabu isimpate mwenye kustahiki. S. 2:47-48

Surah Al Baqarah Ayah 122

يَٰبَنِىٓ إِسْرَٰٓءِيلَ ٱذْكُرُواْ نِعْمَتِيَ ٱلَّتِيٓ أَنْعَمْتُ عَلَيْكُمْ وَأَنِّي فَضَّلْتُكُمْ عَلَى ٱلْعَٰلَمِينَ

Enyi Wana wa Israili! Kumbukeni neema yangu niliyo kuneemesheni, na hakika Mimi nikakufadhilisheni kuliko wengineo wote.

Maana ya aya: Enyi Wana wa Israili! Aminini na mkumbuke neema kubwa niliyo kupeni kwa nilivyo kutoeni kwenye dhulma ya Firauni na nilivyo mzamisha baharini, na nilivyo kupeni Manna na Salwa, na nikakuleteeni Manabii kutokana miongoni mwenu, na nikakufunzeni Kitabu, na mengi mengineyo ya utukufu niliyo kupeni. Pia nikakunyanyueni kwa wakati fulani kuliko watu wote kwa vile nilivyo wateuwa Manabii kadhaa kutokana nanyi.

Ayah: 123

وَٱتَّقُواْ يَوْمًا لَّا تَجْزِي نَفْسٌ عَن نَّفْسٍ شَيْئًا وَلَا يُقْبَلُ مِنْهَا عَدْلٌ وَلَا تَنفَعُهَا شَفَٰعَةٌ وَلَا هُمْ يُنصَرُونَ

Na iogopeni siku ambayo hatamfaa mtu mwenziwe kwa lolote, wala hakitakubaliwa kwake kikomboleo, wala maombezi hayatamfaa, wala hawatanusuriwa.

Enyi Waumini, toeni katika vile tulivyokuneemesheni kabla haijafika siku ambayo hapatakuwapo biashara wala urafiki wala kuombea; na makafiri - hao ndio wenye kudhulumu. S. 2:254

Hata hivyo, hapa ndipo palipo tatizo kwa Waislamu. Tunakuta Qur'an ikithibitisha kuwa kuombea siyo tu kunawezekana bali hufanyika kwa idhini ya Allah!

Surat Al Baqarah 255

ٱللَّهُ لَا إِلَٰهَ إِلَّا هُوَ ٱلْحَيُّ ٱلْقَيُّومُ لَا تَأْخُذُهُ سِنَةٌ وَلَا نَوْمٌ لَّهُ مَا فِي ٱلسَّمَٰوَٰتِ وَمَا فِي ٱلْأَرْضِ مَن ذَا ٱلَّذِي يَشْفَعُ عِندَهُ إِلَّا بِإِذْنِهِ يَعْلَمُ مَا بَيْنَ أَيْدِيهِمْ وَمَا خَلْفَهُمْ وَلَا يُحِيطُونَ بِشَيْءٍ مِّنْ عِلْمِهِ إِلَّا بِمَا شَآءَ وَسِعَ كُرْسِيُّهُ ٱلسَّمَٰوَٰتِ وَٱلْأَرْضَ وَلَا يَـُٔودُهُ حِفْظُهُمَا وَهُوَ ٱلْعَلِيُّ ٱلْعَظِيمُ

Mwenyezi Mungu - hapana mungu ila Yeye Aliye hai, Msimamia mambo yote milele. Hashikwi na usingizi wala kulala. Ni vyake pekee vyote viliomo mbinguni na duniani. Ni nani huyo awezaye kuombea mbele yake bila ya idhini yake? Anayajua yaliyo mbele yao na yaliyo nyuma yao; wala wao hawajui chochote katika vilio katika ujuzi wake, ila kwa atakalo mwenyewe. Enzi yake imetanda mbinguni na duniani; na wala haemewi na kuvilinda hivyo. Na Yeye ndiye aliye juu, na ndiye Mkuu. S. 2:255

Ilikuwa ni kwa rehema fulani za Mungu ulikuwa mpole kwao; kama ungekuwa mkali na mwenye moyo mgumu, bila shaka wangejitenga na wewe. Basi waachilie huru na waombee msamaha, na shauriana nao katika mambo. Na unapofanya uamuzi, mtegemee Mungu. Hakika Mungu huwapenda wanaomtegemea. S. 3:159

Jueni kwamba hakuna mungu ila Mungu, na ombeni msamaha kwa dhambi zako, na kwa waumini wanaume na wanawake. Mungu anayajua maendeleo yenu na makazi yenu. S. 47:19

Surat Ghafir 7

ٱلَّذِينَ يَحْمِلُونَ ٱلْعَرْشَ وَمَنْ حَوْلَهُ يُسَبِّحُونَ بِحَمْدِ رَبِّهِمْ وَيُؤْمِنُونَ بِهِ وَيَسْتَغْفِرُونَ لِلَّذِينَ ءَامَنُوا رَبَّنَا وَسِعْتَ كُلَّ شَيْءٍ رَّحْمَةً وَعِلْمًا فَٱغْفِرْ لِلَّذِينَ تَابُوا وَٱتَّبَعُوا سَبِيلَكَ وَقِهِمْ عَذَابَ ٱلْجَحِيمِ

Wale wanao beba A'rshi, na wanao izunguka, wanamsabihi na kumhimidi Mola wao Mlezi, na wanamuamini, na wanawaombea msamaha walio amini kwa kusema: Mola wetu Mlezi! Umekienea kila kitu kwa rehema na ujuzi. Basi wasamehe walio tubu na wakaifuata Njia yako, na waepushe na adhabu ya Jahannamu.

Ayah: 8

رَبَّنَا وَأَدْخِلْهُمْ جَنَّاتِ عَدْنٍ ٱلَّتِي وَعَدتَّهُمْ وَمَن صَلَحَ مِنْ ءَابَآئِهِمْ وَأَزْوَٰجِهِمْ وَذُرِّيَّٰتِهِمْ إِنَّكَ أَنتَ ٱلْعَزِيزُ ٱلْحَكِيمُ

Mola wetu Mlezi! Na waingize katika Bustani za Milele ulizo waahidi. Na uwape haya pia wale walio fanya mema miongoni mwa wazee wao na wake zao na dhuriya zao. Hakika Wewe ni Mwenye nguvu, Mwenye hikima.

Ayah: 9

وَقِهِمُ ٱلسَّيِّئَاتِ وَمَن تَقِ ٱلسَّيِّئَاتِ يَوْمَئِذٍ فَقَدْ رَحِمْتَهُۥ وَذَٰلِكَ هُوَ ٱلْفَوْزُ ٱلْعَظِيمُ

Na waepushe na maovu; kwani umwepushaye maovu siku hiyo, hakika umemrehemu; na huko ndiko kufuzu kukubwa. S. 40:7-9

Hadithi inatoa taarifa zaidi: "... Hakika Allah haumdhulumu hata kiasi cha chembe (au mchwa mdogo kabisa) isipokuwa akifanya jambo jema anaongeza maradufu." (4.40) Mtume akaongeza, "Kisha Manabii na Malaika na Waumini watamsihi, na (mwishoni) Mwenyezi Mungu (Allah) atasema, 'Sasa inabaki Shafa'a yangu.' Kisha atashika moto kwenye kiganja cha mkono wake atawatoa watu ambao miili yao imeteketea, na watatupwa katika mto wenye kuingia peponi, unaoitwa maji ya uzima ..." (Sahih al-Bukhari, Juzuu 9, Kitabu 93, Nambari 532s)

Abu Huraira alisimulia kwamba Mtume wa Allah (rehema na amani zimshukie) alisema: "Nitakuwa wa mbele katika vizazi vya Adamu Siku ya Kiyama na nitakuwa wa kwanza kuombea na wa kwanza ambaye shafa'a yake itakubaliwa (na Allah)." (Sahih Muslim, Kitabu 030, Nambari 5655)

Sasa Waislamu wanaelekea kukabiliwa na changamoto kadhaa.

Kwanza, ikiwa kumshirikisha mtu mwingine kunamaanisha kasoro katika ujuzi wa Allah, basi vipi Qur'an na hadithi za Kiislamu zinadai kwamba Allah hutoa shafa'a? Je! Qur'an na hadithi sahihi zinaashiria kwamba Allah hana ujuzi kamili, na kwamba kimsingi hana ufahamu wa habari muhimu?

Pili, ikiwa shafa'a haiashirii kwamba Allah ana kasoro yoyote, basi nini maana ya Q. 10:18? Kwanini Muhammad au mwandishi (au waandishi) wa Qur'an waliwaambia makafiri kwamba imani yao katika kutegemea waombezi ilikuwa ni shambulio dhidi ya ukamilifu wa Allah, ikidhoofisha ujuzi wake kamili? Je! Muhammad na au mwandishi (au waandishi) hawakujua ukweli au walitumia uongo na hila ili kuwazuia makafiri wasimwombe mtu mwingine isipokuwa Allah? Je! Hii haikuwa zaidi ya mkakati wa kutisha au wa kuwabugudhi makafiri, ingawa Muhammad alijua kwamba shafa'a haimaanishi kwamba Allah si mjuzi kamili?

Tatu, Waislamu watafanya nini na mizozo yote hii mikubwa katika Qur'an? Watakubaliana vipi na taarifa zinazopingana katika maandiko yao ya kidini, mafungu ambayo hayawezi kupatana? Baada ya yote, ikiwa Q. 10:18 ni sahihi kwamba shafa'a inadhoofisha ujuzi wa Allah, basi rejea zote zinazothibitisha uwezekano wa watu kufanya shafa'a mbele ya Allah zinashambulia ukamilifu wake, au angalau kukataa kwamba ujuzi na hekima yake ni kamili. Lakini kukubali mafungu yanayothibitisha shafa'a kunamaanisha kwamba kauli ya Q. 10:18 ni potofu, kwani shafa'a haimaanishi kukana ujuzi wa Allah, na kwamba mafungu yote mengine yanayosema kwamba Allah hataruhusu mtu yeyote kufanya shafa'a ni makosa makubwa.

Tukiangalia kwamba Waislamu wana tabia ya kuishambulia Biblia Takatifu daima, hasa wanaposhindwa kujibu au kutetea imani yao wenyewe, tungependa kujibu pingamizi linaloweza kuletwa dhidi ya msimamo wetu. Muislamu anaweza kudai kuwa Biblia Takatifu pia inafundisha kwamba Mungu huruhusu shafa'a na mara nyingi amekuwa akichelewesha ghadhabu yake na kuzuia uharibifu kwa sababu ya uwekaji wa wakati wake na manabii na mitume waliobarikiwa na watakatifu. Ikiwa hoja tuliyotoa dhidi ya mtazamo wa Kiislamu ni sahihi, je! hii pia haitadhoofisha msimamo wa Biblia?

Tatizo la pingamizi hili linalowezekana ni kwamba Biblia Takatifu, tofauti na Qur'an, kamwe haijasema kwamba shafa'a inadhoofisha ukamilifu wa ujuzi wa Mungu. Badala yake, Biblia

Takatifu inafundisha wazi kwamba Mungu amejumuisha sala za watu wake katika kutimiza mpango na madhumuni yake kwa uumbaji. Kwa kweli, sehemu fulani anawaambia watu binafsi kwamba watapata msamaha kwa sababu ya sala za shafa'a za wale aliowateua kuwa wawakilishi wake:

1Toka Mamre, Abrahamu alisafiri kuelekea eneo la Negebu, akafanya makao yake kati ya Kadeshi na Shuri, kisha akaenda kukaa kwa muda huko Gerari. 2 Akiwa huko, Abrahamu alisema kuwa mkewe Sara ni dada yake. Kwa hiyo, mfalme Abimeleki wa Gerari akamchukua Sara. 3 Lakini Mungu akamjia Abimeleki katika ndoto usiku, akamwambia, "Wewe utakufa kwa sababu ya mwanamke uliyemchukua, kwani ana mumewe." 4 Abimeleki ambaye bado hakuwa amelala na Sara, akajibu, "Bwana, utawaua watu wasio na hatia. 5 Abrahamu mwenyewe ndiye aliyesema kuwa huyu ni dada yake. Tena hata Sara mwenyewe alisema kuwa Abrahamu ni kaka yake! Mimi nimefanya nilivyofanya kwa moyo mnyofu na sina hatia." 6 Basi, Mungu akamwambia katika hiyo ndoto, "Sawa. Najua kwamba umefanya hivyo kwa moyo mnyofu, na mimi ndiye niliyekuzuia kutenda dhambi dhidi yangu; ndiyo maana sikukuruhusu umguse huyo mwanamke. 7 Sasa mrudishe huyo mwanamke kwa mume wake. Abrahamu ni nabii, naye atakuombea nawe utaishi. Lakini usipomrudisha, ujue kwa hakika kwamba wewe utakufa pamoja na watu wako wote." Mwanzo 20:1-7

"Baada ya BWANA kusema mambo haya kwa Ayubu, alimwambia Elifazi, Mtemanii, 'Nimekasirika nawe na rafiki zako wawili, kwa sababu hamkunena kuhusu mimi kwa yaliyo sawa kama mtumishi wangu Ayubu. Basi sasa chukueni ng'ombe saba na kondoo saba, nendeni kwa mtumishi wangu Ayubu mkatoe sadaka ya kuteketezwa kwa ajili yenu wenyewe. Mtumishi wangu Ayubu atawaombea, nami nitakubali sala yake na sitawatendea kulingana na upumbavu wenu. Hamkunena kuhusu mimi kwa yaliyo sawa kama mtumishi wangu Ayubu.' Basi Elifazi, Mtemanii, Bildadi, Mshuhai, na Sofari, Mnaamathi, wakafanya kama BWANA alivyowaagiza. BWANA akakubali sala ya Ayubu. Na baada ya

Ayubu kuwaombea rafiki zake, BWANA akambariki Ayubu zaidi kuliko hapo mwanzo, akampa mali mara mbili ya aliyokuwa nayo kwanza." Ayubu 42:7-10

Tazama katika mifano yote hii Mungu ndiye anayetangaza mapema na kutoa maagizo juu ya njia ambayo atatoa msamaha, ikionyesha kuwa Mungu katika ujuzi wake kamili tayari amezingatia sala za watu wake katika kutimiza madhumuni yake na kuleta ukombozi wa wateule wake.

Hivyo, Muislamu yeyote anayejaribu kuinua pingamizi hili dhidi ya mafundisho yenye uongozi wa Neno la Mungu atakuwa anakosea kwa kutumia mfano usio sahihi.

HITIMISHO

Ukikamilisha, 'kiambatisho cha wastani kati ya wanaoeneza itikadi kali na wafuasi wa kufikirika wa Uislamu (kueneza hofu ya Uislamu) ni kwamba wote wanaamini kuwa mtazamo uliopotoka wa Uislamu ni msingi wa dini.

Ni msingi wa Uislamu kwamba Allah aliteremsha aya za Qur'an kwa Mtume Muhammad kupitia Malaika Jibril. KILA neno na KILA mafundisho katika Qur'an yanatoka kwa Allah. Kila Muislamu lazima aamini kuwa Qur'an ni neno takatifu la Mungu ambalo halibadiliki milele. Kutilia shaka hata neno moja au mafundisho yeyote ya Quran ni ukafiri unaoadhibiwa kwa kifo. Maisha ya Muhammad kama yaliyoandikwa katika Hadithi na Sira ni Sunna na lazima ifuatwe na Waislamu wote.

Kwa kutangaza kuwa mauaji ya Nairobi ni upotoshaji wa dini yake - Uislamu, Nihad sasa ni murtadi na lazima auawe.

Mauaji ya Nairobi, Dar Es Salaam, Mumbai, London, New York, Madrid, Ft. Hood sio upotoshaji wa Qur'an au Sunna – bali yanawakilisha Uislamu kwa asili yake - ugaidi ni Uislamu. Lakini bila shaka, Waislam wote wanajua ukweli wa msingi huu. Anajua kuwa al Shabaab, Mohamed Atta, Major Hasan, na Waislamu wengine maelfu wanaotii mafundisho ya Qur'an ni Waislamu wa kweli, wema, na wenye maadili wanatimiza wajibu wao kwa Mungu na kulingana na aya ya 9:111 'Hakika Mwenyezi Mungu amenunua kwa Waumini nafsi zao na mali zao kwa kuwa watapata Pepo. Watapigana katika njia ya Mwenyezi Mungu, na watauwa na kuuwawa...'

Ikiwa Waislamu wanauliwa katika kuwaua makafiri, wana uhakika wa kupata Pepo ya furaha ya bikira."

Aya ya 9:111 iko katika Qur'an. Hii sio upotoshaji wa Uislamu - ni upotoshaji wa Mungu. Ikiwa Mungu yupo, kuuwa kwa ajili yake ili kupelekwa Peponi kwa ajili ya kubaka mabikira ni kosa na dhambi dhidi siyo tu kwa Mungu bali pia binadamu wote. Uislamu ni uhalifu na ni dhambi kubwa ambayo iliumbwa na Muhammad - dhidi ya Mungu na binadamu.

Qur'an ni kitabu cha uovu.

Kuamini kwamba Mungu alituma aya hii kwa Jibril ni ujinga mkubwa, ni uovu mkubwa ambao unashusha ubinadamu wa mwanadamu. Uislamu siyo tu unaenda kinyume na Mungu bali vile vile ni kinyume na ubinadamu.

Tunaweza kudai kwa ukamilifu kabisa kwamba Allah hakuwahi kuwepo. Kwamba Muhammad hakuwahi kukutana na Malaika Jibril na hakuwahi kupokea hata neno moja kutoka kwa Jibril. Kuamini katika Uislamu ni kuamini katika uovu.

MAHITAJI MATATU YA UISLAMU KUWA KUTOKA KWA MUNGU

Kuna mahitaji matatu ili Uislamu uwe kutoka kwa Mungu:

1. Kila neno katika Qur'an lazima liwe Kamili katika Maadili. Ikiwa hata neno moja ni batili, basi Qur'an sio kutoka kwa Mungu bali kutoka kwa mwanadamu na Uislamu WOTE ni udanganyifu.

2. Mungu hawezi kuwa na mtume wake - mtenda kosa anayepokea mafundisho ya kiungu, vinginevyo Mungu pia anakuwa na hatia katika uhalifu wote uliofanywa na mtume wake na hivyo kunaifanya Qur'an kuto kuwa kamili katika Maadili na kwa hiyo siyo tena neno la Mungu. Uislamu WOTE unakuwa ni udanganyifu.

3. Ni muhimu sana katika Uislamu Sharia kuwa ni katiba takatifu ya Mungu. Ili iwe hivyo, KILA mafundisho ya Sheria ya Sharia lazima yawe Kamili katika Maadili. Ikiwa tu fundisho moja ni batili, basi Uislamu WOTE ni udanganyifu na sio kutoka kwa Mungu.

Katika seti ya vitabu vitatu vya Kiislamu, kuna maneno 327,547 yanayohusiana na vurugu za kisiasa. Kuna maelfu ya maneno katika Qur'an yanayohusu mauaji, ukatili, ugaidi, mateso, chuki ambayo ni asili ya ukosefu wa maadili.

Hebu jiulize, ni jinsi gani mtu yeyote mwenye maadili anaweza kuamini kwamba Mungu alituma Qur'an kupitia Jibril: Qur'an 5:33

"Adhabu ya wale wanaopigana vita dhidi ya Allah na Mtume wake, na wanaojitahidi kwa nguvu zao zote kuleta uharibifu katika nchi ni: kunyongwa, au kusulubiwa, au kukatwa mikono na miguu kutoka pande tofauti, au kufukuzwa nchi: hicho ndicho kitakachokuwa fedheha yao duniani, na adhabu nzito itakuwa ni yao Akhera;"
Qur'an 8:12

"Kumbukeni, Mola wako amewapa nguvu malaika (na ujumbe): 'Mimi niko pamoja nanyi: wapo imara Waumini: nitatia khofu katika nyoyo za Makafiri: wapigeni juu ya shingo zao na wapigeni katika ncha zote za vidole vyao."

Hapa kuna maneno 99 ambayo yanapangwa pamoja kuwa batili. Jinsi gani mtu yeyote anaweza kuamini kwamba Mungu alisema "Mimi niko pamoja nanyi: wapo imara Waumini"? Mungu anathibitisha kuwa yuko pamoja na wafuasi wake wauaji, yaani wanaume Waislamu ambao Mungu anasema "Nitawatia khofu katika nyoyo za Makafiri": wapiganaji wa Mungu watamkata shingo kafiri na kucha zote za vidole vyao. Anawapa Makafiri hisia ya khofu, si upendo, si wema.

Huu ni ukatili wa kishetani, uovu uliokamilika, lakini KILA Muislamu lazima aamini huu ukatili wa hii aya 8:12 kuwa ni mafundisho yanayotoka kwa Allah. Aya hii inatoka kwa kinywa cha Allah - ni takatifu na ya milele na milele. Hii aya ndio al-Shabaab wanaitumia katika jihad na msingi wa ugaidi wao. Katika ugaidi wa West Gate Mall, hawa magaidi wa Kiislam wali toa Macho, masikio, na pua za Wakristo na kuchoma visu huku wakipiga kelele Allah Akbar. Miili ya Wakristo ilining'inizwa kwenye vitanzi huku wenginize wakikatwa vichwa vyao kwasababu wanakataa kufuata huyu Allah mwenye chuki. Vidole vilikatwa kwa kutumia upanga mkali na mikono yao kunyofolowe. Watoto waliokufa walipatikana kwenye friza wakiwa na visu vikining'inia kutoka kweye shingo zao. Wanaume walikatwa sehemu zao za uzazi, kisha walifunikwa macho na kunyongwa. Mateka waliambiwa koo zao zinakatwa kutoka sikio hadi sikio na kisha kutupwa kutoka balconi ya ghorofa ya tatu.

Hiki ndio walichofanya wauaji wa Al Shabab wakitumia AK47. Mamia ya watu walikatwa viungo vyao na kufa kwa mateso makubwa.

Kukata mikono na miguu kutoka pande mmoja hadi mwingi kwasababu huyu mtu hakubaliani na Imani yako, lazima huyu muislam ana ugonjwa wa akili kama si punguani na mwendawazimu. Waislamu wanafanya uharibifu, uuwaji, unyama na ufisadi kwa mioyo na roho ya binadamu kwa kudai kuwa wanatimiza amri za Allah, si jambo la mzaha. Wanafanya uharibifu na ufisadi kutoka kwa ubinadamu na Mungu.

Na Muhammad – ni gaidi wa kwanza wa Kiislamu. Aliunda Allah na aya hizi za Qur'an. Aliua na kuua - alibaka na kuwatia utumwani maelfu ya watu. Katika mauaji ya Banu Quraiza, Muhammad mwenyewe aliwakata vichwa viongozi 2 Wayahudi na kisha aliagiza kukatwa vichwa vya Wayahudi 600 hadi 900. Wanawake walibakwa na kubakwa kwa makundi, na wanawake ambao Maswahaba wa Muhammad hawakuwataka kama watumwa wa ngono waliwauza pamoja na watoto wao utumwani. Hakuna tofauti kati ya mauaji ya Nairobi na Banu Quraiza. Al-Shabaab na Muhammad ni kitu kimoja - wauaji wa Kiislamu kulingana Qur,an wanatekeleza kazi iliyo anzishwa na Muhammad.

Kuhalalisha kitendo hiki kikubwa cha uhalifu – Muhammad aliunda mafundisho 5 ya Qur'an.

Qur'an-8:17 - "Si nyinyi mliowaua; ni Allah. Ulipotupa kitawi cha udongo, siyo kwa matendo yako, bali ni ya Allah..."

(Allah alisema, mauaji ya askari waliojisalimisha yalifanywa kwa mapenzi ya Allah)

Qur'an-8:67 - "Haimpasi nabii yeyote kuwa na wafungwa mpaka afanye mauaji katika nchi. Nyinyi mnatafuta starehe ya dunia hii, lakini Allah anataka (kwa ajili yenu) Akhera, na Allah ni Mwenye nguvu, Mwenye hikima." (Allah anasisitiza kwamba Mtume auwe wafungwa wote na asiwabakize wafungwa waliojisalimisha hadi awe ameshakamata Arabuni yote.)

Ni kivipi unaweza kuamini katika Allah ambaye anatoa amri ya kuua wafungwa wote? Huu ni UHALIFU DHIDI YA BINADAMU. HUU NI UHALIFU DHIDI YA MUNGU. Sheria hii ilikuwa amri kutoka kwa Allah (Mpinga Mungu) ya kuua wafungwa wote hadi Arabuni itakaposhindwa kwa ajili ya Uislamu. Usiwabakize wafungwa. Waueni wote. "Fanyeni mauaji katika nchi." MAUAJI YA HALI YA JUU. Neno "mauaji" ni la kushangaza sana nani Wendawazimu tu ndio wanaoweza kuamini katika Uislamu. Kama tulivyokwishaona - ikiwa Mungu anaua binadamu - hata binadamu mmoja tu, hatokuwa tena na Ukomavu Kamili na hivyo basi, si tena Mungu. Atakuwa ni muuaji tu kama Osama Bin Laden. NI WAISLAMU WABAYA WALIOUWA WAYAHUDI NA SIYO MUNGU.

Qur'an-33:25 - "Allah aliwarejesha makafiri [Wa-mekka na washirika wao] wakiwa katika hasira, bila kupata mafanikio yoyote mema, na Allah akawaepusha waislamu na vita. Hakika, Allah ni Mwenye nguvu, Mwenye uwezo."

Qur'an-33:26 - "Na Akawaondoa wale walio waunga mkono katika watu wa Kitabu [Wayahudi wa Banu Qurayza] kutoka ngome zao na kuwatia khofu katika nyoyo zao, wengine wao mlitewa nguvu (kukatwa vichwa) na wengine mlitwaa mateka (wafungwa)."

Je, husikii kilio na mayowe ya wanawake na watoto wa walinzi wao wakati Allah aliwaondoa waume zao, baba na ndugu (walinzi) kutoka maeneo yao salama na kuwatia khofu mioyoni mwao? Je, hauhisi mateso na maumivu ya hawa wanawake na watoto wao? Je, hauelewi hofu iliyoingizwa na Allah ndani ya vijiji hivyo, ambavyo wao wenyewe ni walinzi dhidi ya uvamizi wa Muhammad?

Maneno ya chuki na hofu yanatiririka kutoka katika mafundisho ya 33:26: "katika hali ya hasira" "aliwatia khofu katika nyoyo zao" na "wengine mlitewa nguvu (kukatwa vichwa)." Je, unaweza kufikiria nguvu ya Mungu, muumba wa ulimwengu - nguvu kubwa ya chuki kamili ya Mungu ikipiga hofu na kutisha mioyo na roho za wanaume, wanawake, na watoto, wazee na wagonjwa? Kama sadisti, Mungu anafurahia kuwatendea mateso watu hawa. Kama gaidi mkuu, Allah anafurahia wakati huo. Allah aliwafukuza Wayahudi kutoka ngome zao salama kwa hofu na kutisha, ili Muhammad na wenzake wa jihadi waweze kuwaua na kuwatumikisha wanawake na Watoto wa Kikristo.

Waza kuhusu hilo kwa muda. Je, mtu yeyote mwenye akili yake timamu anaweza kuamini kwamba Mungu angefanya kitendo kikatili, kisicho cha maadili na kiovu kama hicho? Mungu kama mkosaji, muuaji wa kigaidi lazima awe kama Waislam ambao ni wendawazimu. Mungu mkamilifu huwa anajidhihirisha kwa kuonyesha upendo na hisani kwa viumbe vyake - na si kuchochea chuki, vurugu na kutia hofu katima mioyo yao. Nihad ni mwamini wa kweli ambaye pamoja na al-Shabaab anamwamini Mungu mwenye Surah ya "mnyama" kama huyo.

Mungu kamwe hakuleta watu wa kitabu (Wayahudi wa Banu Quraiza) kutoka maeneo yao salama ili kuwaua na kuwatumikisha. Mungu kamwe hakutia khofu mioyoni mwao. Ni Muhammad na wauaji wake wa jihadi ndio waliofanya vitendo hivi viovu. Bila shaka, Qur'an 33:26 ni mafundisho ya uhalifu na ukatili yaliyo tengenezwa na Muhammad. Hivyo basi, Qur'an si kitabu cha Ucha Mungu, sio kilichoandikwa na Mungu, bali ni kazi ya Allah (Mpinga Mungu) na mjumbe wake - Muhammad.

Tena, Allah anasema: Qur'an 8:17 -

فَلَمْ تَقْتُلُوهُمْ وَلَٰكِنَّ ٱللَّهَ قَتَلَهُمْ وَمَا رَمَيْتَ إِذْ رَمَيْتَ وَلَٰكِنَّ ٱللَّهَ رَمَىٰ وَلِيُبْلِيَ ٱلْمُؤْمِنِينَ مِنْهُ بَلَآءً حَسَنًا إِنَّ ٱللَّهَ سَمِيعٌ عَلِيمٌ

Hamkuwauwa nyinyi lakini Mwenyezi Mungu ndiye aliye wauwa. Na wewe hukutupa, walakini Mwenyezi Mungu ndiye aliye tupa, ili awajaribu Waumini majaribio mema yatokayo kwake. Hakika Mwenyezi Mungu ndiye Msikizi na Mjuzi.

Ni kwa kiasi gani mafundisho ya Qur'an yanayoondoa lawama kwa Muhammad na wafuasi wake wauaji kwa kuwaua makafiri wasiojali kwenye mabega ya Mungu. Ni jambo lisilokubalika hata kuomba msaada wa Mungu katika vitendo viovu. Aya ya 8:17 ni moja ya mafundisho yenye kudharauliwa na yasiyo ya maadili katika Qur'an. Ili kuhalalisha mauaji ya halaiki, ili kupunguza majuto na dhamiri ya wauaji wa Kiislamu, Muhammad anabuni kwamba "si ninyi mliowaua, bali ni Mungu aliyeua." Katika aya hii, Mungu anashauri wafuasi wa Muhammad: 'msiwe na wasiwasi kuhusu mauaji hayo ya kiholela; msiwe na hofu kama vile mnafanya kitu kibaya; msiwe na hisia za majuto na masikitiko - badala yake, tangulizeni mioyo yenu dhidi ya maadui wa Mungu.' Mungu alitenda jambo jema kupitia mikono yenu.

Mungu wa kweli kamwe hawezi kuhalalisha kuuawa kwa viumbe vyake Mwenyewe. Ni Muhammad na wapiganaji wake wa Kiislamu ndio waliofanya mauaji hayo, sio Mungu. Mafundisho haya ya Qur'an ni ya uovu, hayakuandikwa na Mungu Muumba wa Mbingu na Nchi.

Je, kuna mtu yeyote akilini mwake anayeamini kwamba Mungu angeamuru kitendo kikatili, kisicho cha maadili, kiovu kama hicho? Mungu kama mhalifu. Mungu kama muuaji wa halaiki. Mafundisho yote yaliyotajwa hapo juu ni maovu na yasiyo ya maadili na si ya Mungu. Kwahiyo, kama ilivyokwishadhihirishwa mara nyingi na itaendelea kudhihirishwa, Qur'an nzima si kitabu cha Ucha Mungu - si kitabu cha Mungu bali ni kitabu cha uovu.

Hiki ndicho kitabu ambacho Waislamu wanadai mafundisho yake yanapotoshwa na watu wanaowachukia Waislamu kama vile al-Shabaab na Muhammad.

Kutoka kwenye Sunna ya nabii:

Bukhari V1B7N1331 "Mtume alisema, 'Nimeweza kupewa vitu vitano ambavyo havijapewa mtu mwingine yeyote kabla yangu. 1. Allah amenifanya mshindi kwa kutishia maadui zangu kwa hofu. 2. Ardhi imetolewa kwangu. 3. Ngawira imetolewa kuwa halali kwangu, lakini haikuwa halali kwa mtu yeyote kabla yangu. 4. Nimepewa haki ya kushawishi. 5. Kila Nabii alitumwa kwa taifa lake tu, lakini mimi nimepelekwa kwa wanadamu wote.'"

Zifuatazo ni sheria za kimungu za Allah (Mpinga Mungu) zinawakaribisha Waislamu kufurahia ngawira za Wayahudi wa Banu Qurayza walioidhinishwa kwa ajili yao. Hapa chini kuna mifano jinsi Qur'an inavyounga mkono waziwazi vitendo viovu vya jihadi za Kiislamu:

Qur'an-8:1 –

يَسْـَٔلُونَكَ عَنِ ٱلْأَنفَالِ قُلِ ٱلْأَنفَالُ لِلَّهِ وَٱلرَّسُولِ فَٱتَّقُوا۟ ٱللَّهَ وَأَصْلِحُوا۟ ذَاتَ بَيْنِكُمْ وَأَطِيعُوا۟ ٱللَّهَ وَرَسُولَهُ إِن كُنتُم مُّؤْمِنِينَ

Wanakuuliza juu ya Ngawira. Sema: Ngawira ni ya Mwenyezi Mungu na Mtume. Basi mcheni Mwenyezi Mungu na suluhisheni mambo baina yenu, na mt'iini Mwenyezi Mungu na Mtume wake ikiwa nyinyi ni Waumini.

Qur'an-8:41 –

وَٱعْلَمُوٓا۟ أَنَّمَا غَنِمْتُم مِّن شَىْءٍ فَأَنَّ لِلَّهِ خُمُسَهُۥ وَلِلرَّسُولِ وَلِذِي ٱلْقُرْبَىٰ وَٱلْيَتَٰمَىٰ وَٱلْمَسَٰكِينِ وَٱبْنِ ٱلسَّبِيلِ إِن كُنتُمْ ءَامَنتُم بِٱللَّهِ وَمَآ أَنزَلْنَا عَلَىٰ عَبْدِنَا يَوْمَ ٱلْفُرْقَانِ يَوْمَ ٱلْتَقَى ٱلْجَمْعَانِ وَٱللَّهُ عَلَىٰ كُلِّ شَىْءٍ قَدِيرٌ

NA JUENI ya kwamba ngawira mnayo ipata, basi khums (sehemu moja katika tano) ni kwa ajili ya Mwenyezi Mungu na Mtume, na jamaa, na mayatima, na masikini, na wasafiri, ikiwa nyinyi mmemuamini Mwenyezi Mungu na tuliyo yateremsha kwa mja wetu siku ya kipambanuo, siku yalipo kutana majeshi mawili. Na Mwenyezi Mungu ni Muweza wa kila kitu.

Kwa mujibu wa aya ya 8:41, sehemu ya tano ya ngawira ilichukuliwa na Muhammad ambayo baadhi yake iligawiwa kwa jamaa wa karibu, n.k. kama ilivyotajwa katika aya hiyo. Hata hivyo, ugawaji huu ulikuwa kwa hiari ya Muhammad. Ngawira ilijumuisha mateka ambao walifanywa kuwa watumwa.

Banu Quraiza yalikuwa moja ya mauaji mabaya katika historia ya dunia na ni kati ya mauaji 62 yaliyofanywa kwa amri ya Muhammad.

Mauaji haya yalikuwa yanatimiza Jihad - vita vitakatifu kwa jina la Mungu. Jihad si upotoshaji wa Uislamu - Jihad ndiyo kiini cha Uislamu. Inachukua sehemu kubwa ya Trilogia. Kutoka politicalislam.com - "Vifaa vya jihad ni 24% ya Qur'an ya Madina na 9% ya jumla ya Qur'an nzima. Jihad inachukua 21% ya vifaa vya Bukhari na Sira inatumia 67% ya maandishi yake kwa jihad (98% ya jihad inajihusisha na jihad ya upanga. Asilimia 2 tu ni Jihad Kubwa ya mapambano ya ndani)."

Tunaweza kuandika mamia na mamia ya kurasa zaidi kuelezea upotovu wa Mungu unaofanywa na Uislamu. Hapa chini kuna orodha ya mafundisho machafu hayo si kutoka kwa Mungu, si kutoka kwa binadamu yeyote bali kutoka kwa mnyama - Muhammad - mnyama wa historia. Ikiwa kuna moto wa Jehanamu - Muhammad yuko ndani yake. Muhammad, Magaidi wa Kiislamu na wale wanaofanana nao ambao wamewaua watu 270,000,000 - mauaji makubwa kabisa katika historia au kwa ukimya wao wamesaidia mauaji haya wakiwa washirika wa mauaji kwa miaka 1400 mapema au baadaye wataungana na nabii wao kwa kuwa wamepewa hiari ya kuchagua kati ya mema na maovu, Muhammad na watu kama yeye wamechagua uovu ulioko katika Uislamu.

SALA YA TOBA

Inawezekana kabisa ya kuwa wewe unayesoma ujumbe wa Kitabu hiki hujaokoka - yaani hujampokea Yesu Kristo ndani ya moyo wako kama Bwana na Mwokozi wako. Lakini sasa umeona umuhimu wa kumpokea Yesu Kristo katika maisha yako.

Naamini Roho Mtakatifu ameweka fursa hii mikononi mwako kwa mpango maalum wa Mungu ili ufike mahali pa kutubu na kuokoka. Inawezekana kabisa, pia ya kuwa hujawahi kuambiwa juu ya umuhimu wa wewe kuokoka. Lakini napenda kukuambia ya kuwa ni mpango wa Mungu uokoke. Soma Wakolosai 1:13,14 na Yohana 1:12-14 na 1 Timotheo 2:3-6 na Warumi 1:16,17 na Yohana 3:7. Ni vigumu kuona baraka za Damu ya Yesu bila ya kuokoka.

Kwa hiyo kama unataka kuokoka - tafuta mahali palipo na utulivu, na usome kwa sauti sala ifuatayo: (ukiweza unaweza kupiga magoti unapoomba sala hii)

"Ee Mungu wangu ulie Mtakatifu. Ninakuja mbele zako. Mimi ni mwenye dhambi. Naomba unisamehe dhambi zangu zote nilizokukosea katika maisha yangu. Ninatubu kweli. Naomba damu ya Yesu Kristo iliyomwagika msalabani kwa ajili yangu initakase sasa katika roho yangu na nafsi yangu na mwili wangu. Nimefungua moyo wangu. Bwana Yesu Kristo nakukaribisha ndani yangu. Ingia kwa uwezo wa Roho wako – uwe Bwana na Mwokozi wangu kuanzia sasa na siku zote. Ahsante kwa kunisamehe na kwa kuniokoa. Nimejitoa kwako nikutumikie katika siku zote za maisha yangu. Shetani hana mamlaka tena juu yangu katika jina la Yesu Kristo. Amina.

Ikiwa umesoma sala hii kwa kukusudia kabisa na kwa imani, basi wewe umeokoka na dhambi zako zimesamehewa na kusahauliwa na Mungu sawasawa na alivyoandika katika neno lake. Damu ya Yesu iko juu yako sasa.

Baada ya kuokoka

Unapoanza maisha haya mapya katika Yesu Kristo nakushauri mambo yafuatayo:

1.Zungumza na Mungu kwa maombi kila siku (Yohana 15:7)

2. Soma Neno la Mungu (Biblia) kila siku (Matendo ya Mitume 17:11)

3.Mruhusu Roho Mtakatifu akutawale (Wagalatia 5:16-25; Warumi 8:14-17)

4.Umtumaini Mungu kwa kila jambo katika maisha yako (1Petro 5:7; Zekaria 4:6)

5.Usiache kukusanyika na kushirikiana na wengine waliompokea Yesu Kristo kuwa Mwokozi wao kama wewe ili uimarike zaidi (Waebrania 10:25)

Ukipenda unaweza kuniandikia kwa anwani hii hapa chini juu ya uamuzi uliofikia leo wa kuokoka, ili tumshukuru Mungu pamoja, na tuzidi kukuombea; na pia, tukutumie maandiko mengine ya kukusaidia:

maxshimbaministries@gmail.com

Mungu akubariki sana,

Dr. Maxwell Shimba

MWISHO